இரா. நடராசன் சிறுகதைகள்

ஆயிஷா இரா. நடராசன்

பாரதி புத்தகாலயம்

Era. NATARASAN SIRU KATHAIGAL

Era. Natarasan

First Published : December, 2011 | Fifth Print: April, 2024

Published by

BHARATHI PUTHAKALAYAM

7, Elango Salai, Teynampet, Chennai - 600 018

Email: bharathiputhakalayam@gmail.com | www.thamizhbooks.com

இரா. நடராசன் சிறுகதைகள்

ஆயிஷா இரா. நடராசன்

முதல் பதிப்பு: டிசம்பர், 2011 | ஐந்தாம் அச்சு: ஏப்ரல், 2024

வெளியீடு:

பாரதி புத்தகாலயம்

விற்பனை நிலையம்

7, இளங்கோ சாலை, தேனாம்பேட்டை, சென்னை - 600 018
தொலைபேசி : 044 24332424 விற்பனை: 24332924

விற்பனை நிலையங்கள்

7, இளங்கோ சாலை, தேனாம்பேட்டை, சென்னை - 600 018.

அருப்புக்கோட்டை: கதவுஎண் 49 A/4 மெயின் ரோடு, தெற்கு தெரு - 9994173551
ஈரோடு: 39: 39 ஸ்டேட் பாங்க் சாலை - 9245448353
கரூர்: நாரத கானசபா அருகில் (TNGEA OFFICE) - 9442706676
காரைக்குடி : 12, 2 வது தெரு, கம்பன் மணிமண்டபம் பின்புறம் - 9443406150
கும்பகோணம்: 352, ரயில் நிலையம் எதிரில் - 9443995061
குன்னூர்: N.K.N வணிக வளாகம் பெட்போர்ட்
கோவை: 77, மசக்காளிபாளையம் ரோடு, பீளமேடு - 8903707294
சிதம்பரம்: 22A / 18B தேரடி கடைத் தெரு, கீழவீதி அருகில் - 9994399347
செங்கல்பட்டு: 1 D ஜி.எஸ்.டி சாலை - 044 27426964 | **சேலம்:** 15, வித்யாலயா சாலை
தஞ்சாவூர்: காந்திஜி வணிக வளாகம் காந்திஜி சாலை - 9655542400
திண்டுக்கல்: பேருந்து நிலையம் - 9942331105, 9976053719
திருச்சி: வெண்மணி இல்லம், கரூர் புறவழிச்சாலை - 9994289492
திருநெல்வேலி: நவஜீவன் டிரஸ்ட் வளாகம், 48-B/10, அம்பை ரோடு, வீரமாணிக்கபுரம் - 9442149981
திருப்பூர்: 447, அவினாசி சாலை - 9486105018 | **நெய்வேலி:** பேருந்து நிலையம் அருகில், - 9443659147
திருவண்ணாமலை: முத்தம்மாள் நகர் | **திருவல்லிக்கேணி:** 48, தேரடி தெரு - 9444428358
திருவாரூர்: 35, நேதாஜி சாலை - 9442540543 | **நாகர்கோவில்:** 699 கே.பி.ரோடு R.V.புரம் - 9443450111
பழனி: பேருந்து நிலையம் அருகில் - 7010760693
விருதுநகர்: 131, கச்சேரி சாலை - 0456 2245300
பாண்டிச்சேரி : கிழக்கு கடற்கரைச்சாலை, இலாசுப்பேட்டை, 9486102777
பெரம்பூர்: 52, கூக்ஸ் ரோடு - 9444373716 | **மதுரை:** 37A, பெரியார் பேருந்து நிலையம் - 045 22324674
மதுரை: சர்வோதயா மெயின்ரோடு | **வேலூர்:** பேஸ் III, சத்துவாச்சாரி - 9442553893
வடபழனி: பேருந்து நிலையம் எதிரில் அடையார் ஆனந்தபவன் மாடியில் - 9444476967

நினைத்த நூல்கள்... நினைத்த நேரத்தில்... BharathiTV | www.bookday.in

thamizhbooks.com 8778073949

ரூ.340/

அச்சு : பிரிண்டெக், சென்னை 600 005.

இரா. நடராசன் சிறுகதைகள் | 3

உள்ளே

1. பெயர் இல்லாதவர் 9
2. பால் திரிபு (விளம்பரம்) 17
3. மேய்ப்பர்கள் பற்றிய இறுதித் தீர்ப்பு 24
4. விஞ்ஞானக் கிறுக்கன் 29
5. களவாணி 38
6. ஷேக்ஸ்பியர் நாவல் எதுவும் எழுதவில்லை 45
7. பக்திக்குரிய இடம் கோவில் மட்டுமல்ல 50
8. நான்காம் உலக நாடு 54
9. திருடப்பட்டவர்கள் 58
10. கடைசிச் சங்கு 65
11. நாத்திகன் மனைவி 69
12. விட்டு விடுதலை ஆகவில்லை 75
13. சென்ற ஞாயிற்றுக்கிழமை 80
14. உடலைத் தொலைத்தவன் 86
15. கடைசீ நடராசன் 91
16. மகாத்மாவின் குழந்தைகள் 97
17. அனுசரணையோடு தயாரிக்கப்பட்ட விவர சேகரிப்பு வினா வங்கி 106
18. ஒரு தூய மொழியின் துயரக் குழந்தைகள் 111
19. முருகே 116
20. சோமாசி 125
21. மிச்சமிருப்பவன் 133
22. அது அவன் அவர்கள் 143
23. சங்கிலி 149
24. இரவாகி 156
25. ரெண்டு ரூபாய் தீர்றவரைக்கும் 162

26. கேங் கூலி	167
27. கிளறல்	175
28. சட்டைக்குள் இல்லாதவன்	180
29. தமிழவனின் ஆவிகள் மொழியைத் துரத்துகின்றன (ஒரு வரலாற்றுச் சிறுகதை) முன்கதை	194
30. புதிய நம்பிக்கை -1992 தொழுவம்	200
31. சுசீ முதல் சுசீ வரை	206
32. மதி எனும் ஒரு மனிதனின் மரணம் குறித்து...	210
33. பறையடி சித்தர்....	218
34. ரத்தத்தின் வண்ணத்தில்	226
35. தாத்தாவின் காஞ்சனபுரி	234
36. ஆயிஷா	240
37. விரும்பினாலும் விரும்பாவிட்டாலும்	254
38. தொண்டைக்குழி	260
39. பிலிசிங்கு எனும் சிக்குலிங்கத்தின் வாக்குமூலம்	266
40. தலைமுறைக் கைதிகள்	272
41. விளையாட்டின் அகதிகள்	278
42. கடன்	286
43. நகரம் புகைத்த சிகரெட் சாம்பல்....	290
44. KYAAS	295
45. வெட்டியான் இரவு	301
46. ஏஞ்சல்ஸ் இங்கிலீஷ் ஸ்கூல் (அரசின் அங்கீகாரம் பெற்றது)	307
47. பாம்புச் சட்டம்	313
48. சடங்குகளற்ற கருத்தரங்கம்	319
49. நின்று கொண்டிருந்தான் வரை.	326
50. சுவர் படத்தில் இருப்பவர்	330

கண்ணீரை உறிஞ்சிக்கொண்டு வீசும் காற்று...
ஆதவன் தீட்சண்யா

மிச்சமிருப்பவன் என்கிற கதையின் வழியே எனக்கு அறிமுகமானவர் இரா.நடராசன். பதினைந்து ஆண்டுகளுக்கு முன்பாக படித்த அந்தக்கதை இன்னும் அப்படியே நினைவிலிருந்து வதைப்பதாயுள்ளது. இதோ இந்தத் தொகுப்பில் அந்தக்கதையுள்ள பக்கங்களை வேகமாக திருப்பிக் கடக்கிறேன். மீண்டும் படித்துவிடக்கூடாது என்கிற பதற்றம் அவ்வாறு என்னை கடக்கத் தூண்டுகிறது. சீருடைக்கொலையாளிகள், பரமக்குடியிலும் மதுரை சிந்தாமணியிலும் துப்பாக்கிச்சூடு நடத்தி 6 தலித்துகளை கொன்றுவிட்டது குறித்த ஆற்றாமையால் குமைந்து கிடக்கும் இப்பொழுதில் அந்தக்கதை ஒரு திகிற்பிரதியாக தெரிகிறது. சாதிவெறியர்களால் எரித்து முடிக்கப்பட்ட சேரியாக கதையில் வரும் நிலப்பரப்பு தமிழ்நாடுதான் என்று தோன்றுகிறது. சாதி வெறியர்களின் பாத்திரத்தை இம்முறை காவல்துறை வகித்தது தற்செயலானதல்ல என்கிற உண்மையை நடராசனின் கதை நமக்கு விளம்பி நிற்கிறது. ரத்த உறவுகளையும் சொந்தபந்தங்களையும் இழந்து மிஞ்சியிருக்கிற சாம்பலை அலைந்துத் திரியும் ஒரு குஞ்சாக்கிழவனாக என்னை தினந்தோறும் உணர்ந்துகொள்ளவைக்கிறது இக்கதை. வெண்மணியில், கயர்லாஞ்சியில் தமிழ்நாட்டின்/இந்தியாவின் எந்தவொரு சேரியிலும் இப்படியொரு எஞ்சிய ஆன்மா உழன்று கொண்டு தானிருக்கும். பேசுவதை நிறுத்திக்கொண்ட அந்த ஆன்மாவுக்காக நடராசன் எழுதுகிறார்.

தனது மற்ற கதைகளிலும்கூட நடராசன் இப்படியான குஞ்சாக்களின் வாழ்வையே பேசுகிறார். கதைப்பரப்பின் விளிம்பிலும்கூட நிறுத்தப்படாதவர்களை அவர் தன் கதைகளின் மையத்தில் இருத்துகிறார். அவர்களை மேலிருந்தோ தனக்கு தொந்தரவு தராத சவுகரியமான இடத்திலிருந்தோ பார்த்து எழுதாமல், அவரவர் இருப்பிலிருந்து பிறக்கும் நியாயங்களை அவரவர் வழியிலும் மொழியிலும் பேசவிடுகிறார். பேசாதவர்கள் பேசத்தொடங்கினால் இதுவரை பேசிக் கொண்டிருந்தவர்கள் மூடிக்கொண்டு கேட்க வேண்டும்தானே? அதுதான் நடக்கிறது இவரது அனேகக்கதைகளில். கதைமாந்தர்கள் பேசுவதைக் கேட்டு பிழையற எழுதுவதற்கப்பால் தனது செயல்வரம்பை விரிவுபடுத்திக் கொள்ளும் தந்திரம் எதையும் கைக்கொள்ளாத நடராசன், கதைகள் அவற்றின் முழுமையில் விளைந்து முற்றி நிற்கும்வரை காத்திருப்பதில் ஒரு அரசியல் இருக்கிறது. கதையிலாவது அவர்கள் குறுக்கீடும் மிரட்டலும் அச்சமுமின்றி மனதிற்குப்பட்டதை

பேசட்டும் என்று ஒதுங்கி நின்றுகொள்கிற அந்த அரசியல் நிலைப்பாடு நிஜத்தில் பேசுவதற்கு தடையாயிருப்பவர்களின் மீதான விமர்சனமாக அமைந்துவிடும் என்கிற நுட்பத்தை நடராசன் அறிந்திருக்கிறார். கதை தன்னைத்தானே எழுதிக்கொள்கிறது என்கிற மாந்திரீகவாதத்தினால் பீடிக்கப்பட்டவராக அல்லாமல், கதை கோருவதையெல்லாம் அதற்குள் பாயவிடுகிற ஒரு பட்டகமாகமாறி இதுவரையறியாத வர்ணக்கோவைகளும் ஒளியோட்டங்களும் உருவாவதற்கான சாத்தியங்களை அதிகரிக்கிறவராகிறார் நடராசன்.

அடித்தள மாந்தர்களினூடாக நடுத்தரவர்க்க மதிப்பீடுகளை பேசவைத்துவிடுகிற கபடத்தை முற்றாக நிராகரித்துவிடுகிற நடராசன் அந்தந்த வாழ்வியலுக்குள் உருக்கொண்டுள்ள மதிப்பீடுகளையே பேசுகிறார். அதன் நியாயங்கள் இங்குள்ள உளுத்துப்போன சட்டங்களுக்கும் உறுமிக்கொண்டிருக்கிற அதிகாரங்களுக்கும் எதிரானவை. கலகம் என்று முழங்காமல் கலகம் செய்யக்கூடியவை. சாணியள்ளுகிறவனின் மனம் ஒரு பெரிய சாணியுருண்டாகவே உலகத்தைக் காண்பதும் அதற்குள்ளிருந்தே பேசுவதும் இயல்பானது என்று நம்பிக்கொண்டிருப்பவர்களிடம் இல்லை, அது அவனுக்குள் திணிக்கப்பட்ட பிம்பம். அவனுக்கான உலகம் வேறு வடிவிலானது என்று கூறத்துணிபவை. தேவாலயத்தின் கக்கூஸ் தொட்டிக்குள் ஜெபமோதிரத்தை தேடியெடுக்க இறங்கிய கைவழியே தானும் இறங்கி துழாவித் துழாவி கடைசியில் சுருணை சுருணையாக 'பொம்பிளிங்க' தலைமுடியை வெளியே இழுத்துப்போட்டு கனவான்களின் புனிதங்களை நாறடித்துவிடுகிற கதைகள் அவை. எடுத்ததற்கெல்லாம் சுசி சுசி என்று அழைத்து அதிகாரம் செய்வதன் மூலம் பெண்ணின் உழைப்பை உறிஞ்சிவாழும் ஒட்டுண்ணிகளாக ஆண்களிருப்பதை அம்பலப்படுத்திவிடக் கூடியவை. தனக்குள்ளிருக்கும் அரவாணியை வாழ வைப்பதற்காக, ஊரும் உலகும் அறிந்த ஆண்மை என்கிற போலிமையைத் துறக்கத்துணிபவை அல்லது நான்காம் உலக நாட்டில் 'கிளர்ச்சியை யுத்தமாக்கியது யார்?' என்று கேட்ட வேல்ரத்தினம் சுட்டுக் கொல்லப்படும் பின்னணியை வைத்து இலங்கையில், காஷ்மீரில், மணிப்பூர் உள்ளிட்ட வடகிழக்கு மாநிலங்களில், கனிமம் சுரக்கும் வனங்களில் ஆயுதங்களின் முனையில் நகரும் மனிதவாழ்வு எவ்வளவு அவலம் மிக்கது என்கிற உண்மையைச் சொல்லி நம்மை நிம்மதியிழக்க வைப்பவை. தூயத்தமிழ் என்றும் ஆய்வுகளென்றும் நடக்கும் அபத்தங்கள் ஷேக்ஸ்பியரை செகப்பிரியர் என்றாக்குவதுடனோ அவரது நாடகங்களை நாவல்கள் என்று நிறுவுவதுடனோ முடிந்துவிடவில்லை என்பது வெறும் அங்கதமல்ல. களவில் நாட்டம் கொண்ட ஒருவன் கடல்புகுந்து மாயும் முன் பேசுகிறவை என்னைப் போலவே யாவரையும் உலுக்கக்கூடியவை. எழுவரில் இளையவனாய்ப் பிறந்து இப்படியொரு களவாணியாகி எங்கள் கைவிட்டுத் தவறிப்போய் எங்கோ மறைந்தலையும் என்தம்பியும்கூட

இப்படியாகத்தான் கடலிடமோ மலையிடமோ தனக்கான நியாயங்களை துயரம் கசியும் இறுதிக்குரலில் பேசிக்கொண்டிருப்பானெனத் தோன்றுகிறது.

நடராசனின் கதை வைப்புமுறையும் மாறுபட்டது. அது ஒரே ஒரு ஊர்ல என்று வழக்கமாகவோ வாஸ்து பார்த்தோ தொடங்குவதில்லை. வாழ்வின் எந்தவொரு பொழுதும் இடமும் அதனளவில் முழுமையானது என்கிற புரிதல் இருப்பதால் அவரது கதை எங்கிருந்து வேண்டுமானாலும் தொடங்குகிறது. கடியாரத்திற்கும் காலண்டருக்கும் பஞ்சாங்கத்திற்கும் வெளியே துடிக்கிற காலத்திற்குள் இயங்குகிறது. எனவே அது நேற்றெனப் பேசுவது நேற்றையல்ல, இன்றெனப் பேசுவது நாளையாகவுமிருக்கலாம். எங்கோ நடப்பதெனச் சுட்டுவது உங்களது காலடி மண்ணாக இருக்கலாம், காலடி மண்ணென்பது கனவில் வந்த தங்கப்பொடியாயும் இருக்கலாம்தானே?

முடிவதும்கூட அப்படித்தான். யூகிக்கமுடியாத ஒரு திடீர் திருப்பத்தை முடிவில் வைத்து வாசகரை திணறடித்துவிடுகிற மெனக்கெடல்கள் எதுவுமின்றி முடிந்து விடுகிறது. அப்படி அவ்விடத்தில் முடிவதால் அது வாசகரைப் பொறுத்தவரை வளர்வதாய் மாறுகிறது. அந்த முடிவு தருகிற நெருக்கடியிலிருந்து தப்பித்துக் கொள்வதற்காக தனக்குகந்த ஒரு முடிவை கதைக்கு கொடுத்துவிட முடியுமா என்று வாசகர் தொடர்ந்தும் அக்கதைக்குள் இயங்கியாக வேண்டிய நிலை வருகிறது.

பிறகு, எதார்த்தமாய் கதை சொல்கிறவராயும் நடராசன் இல்லை. எதார்த்தமாய் ஏன் சொல்ல வேண்டும், எதார்த்தம் என்பது தட்டையான உங்கள் கண்ணுக்கு தெரிகிற ஒன்றுமட்டும்தானா என்கிற கேள்விகளையும் எதார்த்தமாய் சொல்வதற்கு கதை எதற்கு என்கிற அதைவிட முக்கியமான கேள்வியையும் தன்போக்கில் எழுப்பிச் செல்கிறார். நிலவும் எதார்த்தத்திற்கு எதிராக விரும்பும் எதார்த்தம் ஒன்றை நிறுவுவதற்குத் தோதாக எப்படியெல்லாம் சொல்லமுடியுமோ அப்படியெல்லாம் சொல்லிப் பார்த்திருக்கிறார். 'படிதாண்டி'ச் செல்கிற, ஒழுங்கைக் குலைக்கிற, கற்றுக்கொடுக்கப்பட்டவற்றை கடாசி எறிகிற மனநிலையிலிருந்துதானே புதிதாய் எதையாவது உருவாக்கித் தொலைக்க முடியும்? எனவே பழஞ்சோற்றில் வடாம் பிழிந்துகொண்டு தாம் படைப்புத்தொழில் ஈடுபட்டிருப்பதாக விதந்தோதும் 'படைப்பாளி'களிடமிருந்து நடராசன் வேண்டியமட்டிலும் சுயஒதுக்கம் கொண்டிருக்கிறார்.

நம்பகத்தன்மையின் பொருட்டு உள்ளதை உள்ளபடியே விவரித்துவிடுகிற ஒரு செய்திக்கட்டுரையிலிருந்து ஒரு புனைவெழுத்து பிரியும் புள்ளியை எவ்வாறு கண்டடைவது? வரலாறாகட்டும், நடப்புலகத்தின் நிகழ்வுகளாகட்டும் அல்லது வருங்காலத்திற்கான கற்பனைகளாகட்டும் இவை கதைக்கான கச்சாப்பொருளா அல்லது கதையே அவைதானா? கதையின் மொழி என்பது கதைமாந்தரின் மொழியா கதாசிரியனின் மொழியா? குறிப்பிட்ட நிலப்பரப்பின்

மனிதவாழ்வில் ஒருத்துண்டு நேரத்தின் நிகழ்வினைப் பேசும் கதை எவ்வாறு பரந்த இவ்வுலகின் கோடானகோடி மனிதர்களது வாழ்வோடு தொடர்புடையதாக மாறுகிறது? கதை என்பது வெறுமனே மனிதர்களோடு மட்டுமே தொடர்புடையதா? என்று எழுதுகிறவர்கள் எதிர்கொள்கிற சில கேள்விகளுக்கு பதில் சொல்லும் பாங்கிலும்கூட நடராசனின் கதைகள் அமைந்துவிட்டிருக்கின்றன.

எதை எழுதுவ்து என்பது எழுத்தாளனின் அரசியலுடன் மிக நேரடியாக தொடர்புடையது. இவ்விசயத்தில் நடராசன் மிகத்தீர்மானமாக சார்புநிலை எடுத்து அதிகாரமற்றவர்களின் பக்கம் நிற்கிறார். அதிகாரம் செலுத்த முடியவில்லை என்று ஏங்கித் தவிப்பவர்களுக்காகவோ அதிகாரத்தில் பங்கு கேட்க விரும்புகிறவர்களுக்காகவோ அல்லாமல் அதிகாரம் என்பதற்கே எதிராக நிற்கிறார். இந்த நிலைப்பாடு அதிகாரத்திற்குள் பதுங்கியிருக்கும் வன்முறையின் மீது கொண்டுள்ள அச்சத்திலிருந்து உருவானதல்ல. ஒடுக்குவதற்கும் ஒடுங்குவதற்கும் தேவையில்லாத சமூகச்சூழலில்தான் அச்சமற்று வாழ்வதற்குரிய விடுதலை கிட்டும் என்கிற மார்க்சீயத்திலிருந்து உருத்திரண்டது.

நடராசன் சரியாகத்தான் இருக்கிறார் முன்னத்தி ஏராக.

ஆதவன் தீட்சண்யா

1
பெயர் இல்லாதவர்கள்

தனது இருக்கையை விட்டு அவர் இதுவரை எழுந்ததே இல்லை. விண்ணப்பங்களை சரி பார்க்கும் விசாரிப்பு அலுவலரான அவர் ஏதாவது தவறு அல்லது குளறுபடி என்றால் அதிலுள்ள பெயரைப் பார்த்துவிட்டு தனது முரட்டுக் குரலில் "திரு... இங்கே வா..." என்று பெரும்பாலும் ஒருமையில்தான் அழைப்பார். இப்போது கையில் எடுத்துள்ள விண்ணப்பத்தில் அதற்கு சாத்தியமில்லை. அவர் எழுந்து கொண்டார். இருபத்திரண்டு வருடங்களாக எழுந்திருக்காதவர், பார்வையாளர்களின் பகுதிக்குப் பரபரப்போடு விரைந்து வந்தார்.

"இது யாருடைய விண்ணப்பம்?" செத்த எலியைப் போல விண்ணப்பம் அவரது கையில் தொங்கிக் கொண்டிருந்தது. அந்தப் பகுதியில் அமர்ந்திருந்த பலரும் தங்களுடையதாக இருக்குமோ என்று நிமிர்ந்து வளைந்து முனைந்து பார்த்தனர். இடுப்பில் ஒரு வேட்டி மட்டுமே அணிந்திருந்த பெரியவர் ஒருவர் எழுந்து நின்றார்.

"உங்களுடையதா....?"

"அ... ஆமாம்..."

"இந்த விண்ணப்பத்தில் பெயரே இல்லை...."

"............"

"தரித்திரம் பிடித்தவர்கள் .... என் உயிரை வாங்குகிறார்கள். சீக்கிரம்.... பெயரை எழுதும் பெரியவரே...."

"......................"

"அய்யா........"

"பின்னே....."

"எ...எனக்கு பெயரே.... கிடையாது."

இடி இடித்தது போல விசாரிப்பு அலுவலர் சிரித்த சிரிப்பில் சலசலப்புகள் அனைத்தும் சட்டென நின்று போயின. ஆனால் அவரது சிரிப்பு விரைவில் முடிவுக்கு வந்தது. அந்தப் பெரியவரின் முகத்தில் தெரிந்த ஏதோ ஒன்று, விசாரிப்பு அலுவலரைத் திக்கென்று

நிற்க வைத்தது. அரசாங்கச் சின்னத்தின் சிங்கம் போலவே பெயர் இல்லாத பெரியவரின் முகம்! தவிர இப்படி ஒன்றைச் சொல்லிவிட்டு ஒருவர், அதிலும் வயது முதிர்ந்தவர் இவ்வளவுத் தெளிவாக உட்கார்ந்திருக்க முடியாது. எல்லோரும் விசாரிப்பு அலுவலரை கவனிக்க அவர் எதிரிலிருந்தவரை அதிர்ச்சியோடு பார்த்துக் கொண்டிருந்தார்.

‘‘உண்மையில் உங்களுக்கு என்ன வேண்டும?’’

அவரிடமிருந்து பதில் இல்லை. அழுத்தமாக முகத்தை வைத்துக் கொண்டு அவர் கேட்டார்.

‘‘நான் உயிரோடு இருக்கிறேனா?’’

மறுபடியும் விசாரிப்பு அலுவலர் சிரித்திருக்க வேண்டும். ஆனால் எதுவோ அவரை அவ்விதம் செய்ய முடியாதிருக்க வைத்தது. சகஜமாக இருப்பதாகக் காட்டிக்கொள்ள வைத்தது.

‘‘பேசுகிறீர்களே...’’

‘‘..............................’’

‘‘உயிரோடு இருக்கிறீர்கள் என்றுதான் அர்த்தம்.’’

‘‘...................................’’

‘‘உயிரோடு இருப்பதற்கான மருத்துவ ஆதாரச் சான்றிதழ்?’’

‘‘அதுதான் வேண்டும்.’’

‘‘அதற்கு விண்ணப்பிக்க வேண்டும்.’’

‘‘அதைத்தான் செய்திருக்கிறேன்.’’

‘‘விண்ணப்பத்தில் உங்கள் பெயர் இல்லை’’

‘‘எனக்குத்தான் பெயர் இல்லை என்று ஏற்கனவே சொல்லிவிட்டேனே....’’

பிரச்சனையின் தீவிரம் இப்போதுதான் விசாரிப்பு அலுவலருக்குப் புரிந்தது. அதிர்ச்சியிலிருந்து மீளமுடியாமல் அதிகாரியின் அறைக்கு விரைந்தார் அவர். அலுவலகம் வழக்கம் போலான பாவனைகளில் மூழ்கியது.

அதிகாரி அவசரமாய் வந்தார். சமூக விஞ்ஞானம் படித்தவரைப் போலிருந்தார். உயரமான அதிகாரி. சரிபாதி வரை வந்தவருக்குப் பின்னால் ஒளிந்தது போல வந்தார் விசாரிப்பு அலுவலர். அதிகாரிக்குப் பலரும் முகமன் தெரிவித்தனர். ஞாபகங்களால் தூண்டப்பட்டவரைப் போல எப்போதும் முகத்தை வைத்துக் கொள்ளும் அவர் இயல்புக்கு அப்பாற்பட்டு இருந்தார். நிர்வாக சீர்கேடு இதுவரை நடக்காதது அவருக்கு நன்றாகத் தெரியும். மூன்று பத்தாண்டுகால அனுபவத்தில்

அவரால் சொல்ல முடிந்தது. திட்டவட்டமாகச் சொன்னார்:

"பெயரில்லாமல் ஒருவரும் இருக்க முடியாது"

பெரியவர் தனது உணர்ச்சியை மாற்றிக்கொள்ளவில்லை. விரட்டி அடிக்க முயன்று பார் என்பது போலிருந்தது அவர் முகம்.

"சரி..... உங்கள் பிரச்சனை என்ன?"

"எனக்கு அதனால் எந்தப் பிரச்சனையும் இல்லை."

"உண்மையிலேயே பெயரில்லையா?"

"முன்பிருந்தே....."

ஓரளவு புரிந்தது என்பது போல உயரமான அதிகாரி தூரத்தில் பார்த்தார். மேலும் சிலர் நடக்கும் சம்பாஷணையை வேடிக்கையுடன் கவனித்தனர். முடிவாகச் சொல்வது போல விசாரிப்பு அலுவலர் சொன்னார்.

"தியாகிகள் ஓய்வூதியத்துக்கான வருடாந்திரப் பட்டியலை ஏற்கனவே முடித்தாகி விட்டது."

"இந்த தேசத்திற்காக முதுகொடியப் போராடினோம்."

"............."

"ஒரு பைசா..... ஓய்வூதியம் கிடைக்கும் என்றல்ல."

"ஆனால் பெயர் இருந்திருக்க வேண்டுமே" என்றார் அதிகாரி.

"எனது அலுவலகப் பதிவேடு தொலைக்கப்பட்டு விட்டது"

"............."

"அந்தப் பெயரில் யாருமே இருந்திருக்க முடியாது என்கிறார்கள்."

"............."

"சட்டம் தாமதமாகத்தான் இயற்றப்பட்டது என்றாலும் அதற்கு முன் பெயரிருந்ததா என்பது யாருக்கும் தெரியவில்லை."

"என் பிரச்சனை அதுவல்ல."

"பெயரில்லாமல்தான் பிறந்தேன்"

"............."

"எதிலுமே என் பெயர் இல்லை."

"இல்லாமல் தருவதற்கு எந்தத் தொகையும் ஒதுக்கப்படவில்லை."

"இன்னும் உயிரோடு இருப்பதற்கான மருத்துவச் சான்று பெற்று வந்தால் ஏதோ கொஞ்சம் கிடைக்கும் என்றார்கள்."

"தருவதில் சிக்கல் இல்லை. பெயரைச் சொல்லுங்கள்"

''எனக்குப் பெயர் கிடையாது.''

அன்றைய விண்ணப்பதாரர்கள் அனைவரும் அடுத்த நாள் வருமாறு கேட்டுக் கொள்ளப்பட்டார்கள். அலுவலகம் காலி செய்யப்பட்டது. அவசரமாய் உயரமான அதிகாரி பெரியவரைத் தனது அறைக்கு அழைத்துச் சென்றார். அங்கே பழைய பழுப்புக் காகிதக் கோப்புகளுக்கு நடுவில் சுழலும் நாற்காலியில் அமர்ந்த அதிகாரி மேஜை போலவும் கோப்புகளின் மரத்தாங்கி போலவும் பாவிக்கப்பட்டு வந்த ஒரு இடத்தில் கொஞ்சமிருந்த இடைவெளியில் பெரியவரை உட்கார வைத்தார்.

''நன்றாக யோசித்துப் பாருங்கள்''

''..................''

உண்மையிலேயே உங்களுக்குப் பெயரில்லையா?''

''..................இல்லை.''

''தேர்தலில் ஓட்டுப் போட்டதில்லையா?''

''சுதந்திரத்துக்குப் பிறகு பன்னிரண்டு தேர்தல்கள்.... ஒன்றில் கூட இல்லை. ஓட்டுச்சாவடிக்குப் போனால் அதிகாரிகள்.... ஏற்கனவே போடப்பட்டு விட்டது என்கிறார்கள்.''

''.......................''

''அந்தப் பெயரில் மறுபடி ஒருவர் வர முடியாது.''

மற்ற அறைகளிலிருந்தெல்லாம் பெயரற்ற அந்த வெறும் பெரியவரைக் காண ஒவ்வொருவராக வரத் தொடங்கினார்கள். தேசம் பெயர்களைத்தான் நம்பியிருக்கிறது. திருந்த மாட்டார்கள், விளக்கங்கள் அளித்து வெறுத்து விட்டது அவருக்கு. எல்லாருக்கும் பார்வைப் பொருள் ஆகிவிட்டதற்காக மிகவும் எரிச்சலடைந்தார். மூன்று மாதங்கள், கிட்டத்தட்ட தொண்ணூற்று ஆறு நாட்கள் கட்டை வண்டியிலும் நடந்தும் போய் நாற்பத்திரெண்டில் வெள்ளையனே வெளியேறு என்று முழங்கிய இருநூற்றைம்பது கதர் புரட்சி இளைஞர்களில் வருடங்கள் எண்பதாகியும் சாட்சியாக இருப்பவர். விருப்பம் போல செய்து கொள்ளட்டும் என்று தோன்றியது. முகாமிட்ட இடங்களிலெல்லாம் இப்படியாக ஊர்மக்கள் வந்து வேடிக்கை பார்த்தது ஞாபகத்தில் நிழலாடியது.

''காந்தியை மாதிரி இருக்கிறார்.''

''அவருக்காவது பெயர் இருந்தது.''

''எழுபதாய்ட்டாலே தியாகிம்பானுங்க... இது இன்னும் பழுத்தது.''

கடைசியாக வந்த பெண்மணி கூறியதை எண்ணி மிகவும் கூசினார். ''இந்த மாதிரி லூசை எல்லாம் யாருங்க உள்ள விடறது?''

அவள் பூச்சியைப் பார்த்தவள் போலானாள். ''நம்ப வேலையையே கெடுத்திடறாங்க.'' யாரோ சிரித்தார்கள்.

சாவி இல்லாத மேசையை அதிகாரி திறந்தார். கையகத் தொலைபேசியில் மேலிடத்தோடு தொடர்பு கொண்டார்.

''அப்போ... பொறுமை இழக்க வேண்டாம் என்கிறீர்கள்?'' எனும் கடைசி வாக்கியத்துடன் தொலைபேசியைத் துண்டித்து விட்டு பெரியவரை இயல்பற்ற புன்னகையுடன் நேராகப் பார்த்தார்.

''மிகக் கேவலமாகச் சிப்பாய்கள் அடித்தார்கள்.''

முகத்தில், முதுகில், தலையில் மூச்சு வாங்கியபடி தழும்புகளைக் காட்டினார். அதிகாரி பொறுமை இழக்காதிருக்க முயன்று கொண்டிருந்தார்.

''இந்த அடி கள்ளுக்கடை மறியலில் வாங்கியது.''

மேசைக்கு அடியில் எதையோ எடுக்கக் குனிவது மாதிரி ஒளிந்து கொண்டு உயரமான அந்த அதிகாரி சிரித்தார். பிறகு ஒரு முடிவுக்கு வந்தது மாதிரி ஆனார்.

''உணவுப் பொருட்கள் வழங்கு துறையின் வீட்டுக் குடும்ப அட்டை பெற்றிருப்பீர்களே...?''

''......................''

''அதில் உங்கள் பெயர் இல்லையா?''

''கேட்டால் உங்கள் பெயரில் சீமை எண்ணெய் ஏற்கனவே வாங்கப்பட்டு விட்டது என்கிறார்கள்.''

''......................''

''அதே பெயரில் மறுபடி ஒருவர் வர முடியாது.''

பிரச்சனை ஓரளவு எளிமையாகி விட்டதாக அதிகாரி உணர்ந்தாலும் உடனடியாகத் தன் அலுவலகப் பிரிவு அவசரக் கூட்டத்துக்கு அழைப்பு விடுத்தார். பக்கத்து அறையில் கதவை மூடிக் கொண்டு எல்லோரும் புகுந்தனர். மேலும் சிலர் அலுவலக உதவியாளர்கள், பார்வையாளர்கள் பெயரில்லாப் பெரியவரைப் பார்க்க வந்தார்கள். மேல்கூரை இல்லாத ஒற்றை மாட்டு வண்டியில் உப்பு சத்தியாக்கிரகத் தொண்டர்களுக்கான உணவு மற்றும் நிதியுடன் பதினெட்டு மைல் சிரமப் பயணம் மேற்கொண்டவர் பசியில் குமைந்து கொண்டிருந்தார்.

''இதோ பாருங்கள்'' என்றார் திடீரென்று. கதவைத் திறந்து யா-ரோ எட்டிப் பார்த்தார்கள். ''எனக்குக் குடிப்பதற்குக் கொஞ்சம் தண்ணீர் வேண்டும்.'' கதவைத் திறந்தவர் ஏதோ பயந்தவரைப் போல யாரிடமோ விஷயத்தைச் சொல்ல ஓடினார்.

அலுவலக அவசரக் கூட்டத்தின் இடையில் புகுந்தான் வாட்ச்மேன்.

''மிகவும் ... சிரமம்....''

''ஏன்.... என்ன?''

''நூற்றுக்கணக்கில் கூட்டம், பெயர் இல்லாதவரைப் பார்க்க...''

''அய்யோ'' அதிகாரி தலையில் கை வைத்துக் கொண்டார். கூட்டத்தைஒழுங்குசெய்யபியூன்கள்வெளியில்அனுப்பப்பட்டார்கள். விசாரிப்பு அலுவலர் வாசலுக்கு ஓடினார்.

''ஆலோசனை தொடரட்டும்.''

''வழிமுறை பதிவேட்டில் இதற்கு இடமேயில்லை.''

''பெயரில்லாத மனிதர்கள் என்று ஒரு சாதியே கிடையாது.''

''பேசாமல் போலீசில் புகார் செய்யலாம்.''

''நல்ல யோசனை''

''ஆனால் குற்றப்பத்திரிகையை எந்தப் பெயரில் எழுதுவது?''

''அவர் குறிப்பிடும் வருடங்களில் பிறப்பு, இறப்பு பதிவேடுகளே இல்லை.''

''பிரச்சனை நமக்கே திருப்பி அனுப்பப்படும்.''

எந்த முடிவும் எடுக்காமல் கூட்டம் கைவிடப்பட்டது. எல்லோரும் பரபரப்பான முணுமுணுப்புகளுடன் சாப்பிட உணவுப் பொட்டலங்களுடன் சென்றார்கள். சன்னலைத் திறந்து வெளியே பார்த்த பெரியுவரைக் கூட்டம் ஒன்று பார்த்துக் கையசைத்தது.

மதியம் மூன்று மணியளவில் பிரச்சனையை ஆராய தலைமைச் செயலகத்திலிருந்து இரண்டு பேர் வந்து சேர்ந்தார்கள். பசி மயக்கத்தில் இருந்தவரை ஆராய்ச்சிக்கூடத்தில் எலியைப் பார்ப்பது போல ஆராய்ந்தார்கள்.

''உங்கள் தகப்பனார் பெயர்....?''

''அவரது பெயரும் இல்லை... அதுவும் தொலைக்கப்பட்டது.''

''உங்களது மகன்....?''

''மகன்... மகள்... யாருமற்றவன்.''

''உறவினர்கள்....? மனைவி....?''

''பட்டினி கொன்றது....நாட்டுப் பிரஜை என்பதைத் தவிர வேறு உறவு இப்போது இல்லையே.''

''பெயரில்லாத பிரஜைகள் என்று எந்தப் பட்டியலும் இல்லை.''

''..............................''

''நாங்கள் சல்லடை போட்டுத் தேடிவிட்டோம். அப்படி ஒரு கோப்புமில்லை. நபருமில்லை.''

''வேறு ஆவணங்களில் இருக்கலாம்.....''

''பழைய கோப்புகளில் எப்படி சாத்தியம்?''

.....சற்று நேரத்திற்கு மௌனம். பிறகு பெரியவரின் உடைந்த குரல் அறையைத் தகர்த்தது.

''பட்டியலில் இடம்பிடிக்கவா போராடினோம்?''

சற்ற நேரத்தில் வெளியே வரவேற்பு இருக்கைக்குப் பெரியவர் கொண்டு வரப்பட்டார். அங்கே அமைதியிழந்து பார்த்தவாறு உயரமான அதிகாரி யோசனையில் ஆழ்ந்தார். தலைமைச் செயலக அதிகாரிக்குத் திடீரெனத் தோன்றியது.

''இப்படி எழுதிக் கொடுத்து அனுப்பி விடலாம்.''

''ஏதாவது செய்யுங்கள் ... தயவு செய்து.''

ஆறு இரவுகள். யார் யாருடைய தேவைக்கோ அலைந்து திரிந்து ஊர்வலத் தடையை மீற ஆள் சேர்த்தார். நான்கு முழு மாதங்கள் சிறையில் அயல் அரசால் அடைக்கப்பட்டபோது கூட இப்படி யாரும் பெயரைப் போய்த் துருவித் துருவிக் கேட்கவில்லை. தனக்குத் தானே பெரியவர் பேசிக்கொள்ளத் தொடங்கினார். மேல் சட்டை இல்லாத உடம்பில் முத்து முத்தாய் வியர்த்திருந்தது. ''நாங்கள் கேட்பது பிச்சையல்ல.''

தனி அலுவலர்
ஓய்வு ஊதியம் (சு/தா)
ஜன / 99 / 24 / அலு. எண் 163721

சான்றிதழ்

மேற்குறிப்பிட்ட அலுவலரின் கவனத்திற்கு வந்த விண்ணப்பத்தின் (பெயரிடப்படாதது) மீதான சான்றிதழ்.

அ) உயிரோடு இருப்பவர்கள் யாவருக்கும் பெயர் இருப்பது அவசியம் எனும் அ.வ.கா. கண்-16 (காண்க பிரிவு-8) கண்டிருக்கும் அடிப்படையில்.

ஆ) பெயரில்லாத ஒருவர் உயிருடன் இருக்கும் சாத்தியம் இல்லை என்று சான்றளிக்கப்படுகிறது.

(ஓம்)

''இந்தா...'' உயரமான அதிகாரி தயக்கமின்றி உதவியாளரை அழைத்தார். சற்று நேரத்தில் சான்றிதழுடன் விசாரிப்பு அலுவலர் பெரியவரை நோக்கிச் செல்வதைத் தனது கண்ணாடி அறை

வழியே அதிகாரி பார்த்தார். கண்களை மூடியபடி இருக்கையில் கீழ் முதுகெலும்புகள் படும்படி சாய்ந்து கொண்டார். கண்களைத் திறந்தபோது அந்தப் பெரியவர் அங்கு இல்லை. ''போய்விட்டதா?'' உள்ளே நிதானமாக நுழைந்த விசாரிப்பு அலுவலரைப் பார்க்காமல் கேட்டார்.

''அப்படி இப்படி பார்த்தார்.... பிறகு மூர்க்கத்தனமாக முகத்தை வைத்துக் கொண்டு விருட்டென்று போய்விட்டார்.''

''அப்பாடா.... அந்தக் காற்றாடியை வேகமாக்கு....''

தனது விடுப்பு விண்ணப்பத்தை எழுதியபடியே மீண்டும் கேட்டார். ''ஏதாவது.... சொன்னாரா?''

''உம்...''

விடுப்பு எடுக்கப் போகும் நாட்களை விரல் விட்டு எண்ணினார். ஒரு வாரம். ''என்ன சொன்னார்?''

பெரியவரைப் போலவே மூஞ்சியை வைத்துக் கொண்டு விசாரிப்பு அலுவலர் சொல்லிக் காட்டினார்: ''சான்றிதழில் குறிப்பிட்டுள்ள படியே நடந்து கொள்கிறேன்.''

2
பால்திரிபு (விளம்பரம்)

என் பிரிய ஜெர்ஸி ..... நீ எப்படியும் இந்த விளம்பரப் பக்கத்தைப் படிப்பாய் என்று தெரியும்....பதினான்கு பத்திகளில் இந்த ஞாயிற்றுக் கிழமைக்காகக் காத்திருக்கும் என் உயிர்ச்சொற்களை ஒன்றுவிடாமல் நீ வாசிக்க வேண்டுமென்று கெஞ்சுகிறேன்.

இதுவரை யாருக்குமே இது ஏன் சொல்லப்படவில்லை என்று ஆச்சரியப்படுகிறேன். பல ரூபங்களில், பல திசைகளிலிருந்தும் அது தெரிய வந்திருக்க வேண்டும். எல்லோருமே ஏதும் நடந்துவிடவில்லை என்பது போல ஏன் நடந்து கொள்கிறார்கள்? என் குறித்த அந்த ஒற்றை வரி சங்கதியை ஒரு வேளை எல்லோருமே விழுங்கி ஜீரணித்து விட்டார்களா? ''ஏதோ காரணத்திற்காக இருக்கும்'' என்ற காரணத்திற்காகச் சொல்லப்படாமல் சிலது வைக்கப்படுமே. அப்படி நடந்து விட்டதா.... அய்யோ ஜெர்ஸி...... நான் பெண்ணாக மாறி இன்றோடு எட்டுமாதங்கள் பூர்த்தியாகிவிட்டன........ இப்போதும் ஏன் உனக்கு ஜெர்ஸி க/பெ. கமலக்கண்ணன் என்று கடிதங்கள் உன் அலுவலகத்தில் இருந்து வர வேண்டும்? சொல்லப்படாத எல்லா சொற்களையும் போலவே என் குறித்த உண்மை அந்த முகவரியெங்கும் வரலாற்றின் ஒரு பள்ளத்தாக்கிற்குக் கீழே இறுகிய பாறையைப் போல கனத்துக் கிடக்கிறது. உன் நெஞ்சின் விம்மல்களை என்னால் தாங்கிக் கொள்ள முடியவில்லை.

உனக்காக அழுகிறேன் ஜெர்ஸி. இதுவரை உண்மையை ஏற்றுக் கொள்ள முடியாமல் எத்தனை ரத்தக் கோபுரங்களை கட்டிக் கட்டி இடித்தாயோ... உன் மாதிரி யாருக்குமே இதுவரை நிகழ்ந்தது இல்லை. ஆனால் ஆணாக நான் என்னை உணர்ந்ததாக என் நினைவு தெரிந்த நாள் முதல் ஒரு சந்தர்ப்பம் கூட கிடையாது. நான் என்ன செய்வது? அம்மா மாதிரி நடந்து கொண்டால்தான் அப்பா என்னை முத்தமிடுவார் என்று என்னை நம்ப வைத்த பொழுதுகளில் இது தொடங்கியிருக்கவேண்டும். வெப்பக்கல்லில் போடப்பட்ட ஒற்றைத் தோசையடி நான்.... இத்தனை வருடங்களில் இயற்கைக்கு எதிராகவே என்னைச் செதுக்கியது எது என்பதைப் புரிந்துகொள்ளும் சக்தியற்ற ஜீவன். உனக்கே தெரியும். 'மரங்களைப் போல அப்பாவி நீ' என்று சொல்லியிருக்கிறாய்.

பள்ளிக்கூடத்தில் அப்படியே அம்மாவை உரித்து வைத்திருக்கிறது என்றார்கள். அப்பாவிற்கும் ஏதோ உறுத்தியிருக்க வேண்டும். நேராக ஆண்பிள்ளை போல நடக்க வேண்டும். குரலைக் கனைத்து விடவேண்டும். மருதாணி இட்டுக் கொள்ள வேண்டாம் என்று நிறைய சொல்லிக் கொண்டேதான் இருப்பார். குங்குமப் பொட்டு வைத்துக் கொண்டு கல்லூரி போன போது உன் அம்மா கல்யாணம் ஆனப்போ இப்படியேதான் இருந்தா என்று அத்தை சொல்லிக் கேலி பேசியதை அவளது மகள் தான் ரொம்ப ரசித்தது. கல்லூரியில் ஆண்கள் என்னை சல்லாபிக்கவே முயற்சி செய்யும் அளவிற்கு அழகாக இருந்தேன்.

சிவப்பான தேகம் ஜெர்ஸி. ஒருவித பெண்வாடை என் மீது வீசுவதை முதன்முதலில் அறிந்த சந்தர்ப்பம் கூசுகிறது. மாடசாமி மளிகையில் அப்போது மாசக் கணக்கு எங்களுக்கு. மதியம் சாப்பிட வீட்டிற்குக் காலேஜிலிருந்து வந்த என்னை இரண்டு வில்லை பூண்டு வாங்கிட அம்மா அனுப்பினாள். கடைச்சிப்பந்தி தூங்கிக் கொண்டிருந்தான். அவனை எழுப்பிட முயற்சி செய்ய வேண்டிய நான் வேட்டி விலகியிருந்ததைக் கண்டு வெட்கப்பட்டுக் கொண்டு ஓடிவிட்டேன். "ஏன் இப்படி பொட்டச்சி மாதிரி பண்ற?" அம்மாவே எகிறினாள். மறுபடி மறுபடி வேட்டி விலக்கிக் காட்டிய பாகங்கள் எனக்குள் பலவிதமான வினோத விம்மல் அலைகளை உற்பத்திசெய்தன. அந்த உணர்வுகளை யாரோடும் எந்தக் காலத்திலும் பகிர்ந்து கொள்ள முடியாது. நான் தனிக்கட்டையடி ஜெர்ஸி. என் மாதிரி கண்ணுக்கு எட்டிய தூரம் வரை யாருமே இல்லை.

அழித்தொழிக்கப்பட்ட ஆண்மை என்னிடம் எதுவுமே மிச்சமில்லாத அளவிற்கு எல்லாவற்றிலுமே மாயத்தராசு ஒரு தலையாய்ச் சாய்ந்தது. அப்பா நம்பியிருந்த மீசையும் எனக்கு முளைக்கவில்லை. என் மதிப்பைக் கூட்ட அவர்கள் அவ்வப்போது எடுத்துக் கொண்ட ஏனைய முயற்சிகள் குறித்து உனக்குச் சொல்ல வேண்டியதில்லை. ஆனாலும் யார் வீட்டுக்குப் போனாலும் அங்கிருந்த வயது முதிர்ந்த பெண்களோடு சமையலறையைப் பகிர்ந்தேன். ஆண்களை முத்தமிட அனுமதித்தேன். அரக்கு நிற ஆடைகளையே அதிகம் விரும்பியது கூட இதனாலிருக்கலாம். லுங்கியைத் தொடை அருகில் தூக்கி ஆள்காட்டி விரலுக்கும் பெருவிரலுக்கும் என்று சற்றே பிடித்து, இடுப்பசைத்து நடப்பது அப்படி ஆண்களைக் கிறங்க அடித்து விடுகிறது. நான் என்ன செய்வது?

இராணுவத்தில் சேர்ந்து விட்டால் இதெல்லாம் மாறிவிடும் என்று அப்பாவிற்கு யாரோ அறிவுத்தானம் செய்திருக்கக் கூடும்.

அப்போதெல்லாம் நகரத்தில் குறிப்பிட்ட ஒரு தினத்தில் பெரிய ஊதா நிறக் கட்டடங்களுக்கு நடுவிலிருந்த ஒரு மைதானத்தில் சிப்பாய்களைத் தேர்ந்தெடுத்து வந்தார்கள். கயிற்றைப் பிடித்துக் கொண்டு ஏறுவது.... படுத்துக் கொண்டு நகருவது.... நீளம் தாண்டுவது.... பாவம் என் மார்பின் அகலம் அளக்க வந்தனை நான் ரொம்பவே சோதித்திருக்க வேண்டும். இரண்டுமணி நேரத்தில் முடிந்துவிடும்; அறைக்கு வருகிறாயா என்று கேட்பவன் போல மூஞ்சியை வைத்துக் கொண்டு தொட்டுத் தொட்டு அவன் அளந்தான். என் மீது அடித்த வாடையை முகர விரும்புகிறவன் போல கிட்ட வந்தான். தன் உணர்ச்சியற்ற ஒருவித தொடர்நிலை எனக்கு ஏற்பட்டிருந்தது. எப்படி நடந்துகொள்வதென்றே தெரியவில்லை..... ஜெர்ஸி. என்ன பாவம் செய்தேனோ எல்லோரும் என்னையே பார்க்கிறார்கள். முரட்டுப் பையன்கள் நிஜாரைக் கழட்டு பார்க்கலாம் என்கிறார்கள். நான் எதையுமே கேட்டுக் கொள்ளவில்லை. ஊரிலிருந்து வீடு திரும்பும் நாட்களில் ஆண்கள் கும்பலாக இருக்கும் இடங்களைக் கடக்கும் போது அம்மா வைத்துக் கொள்வாளே.... அதுபோல முகத்தை வைத்துக் கொண்டு விருட்டென்று நடந்தேன்.

என்ன சொன்னார்கள் என்று அப்பா துருவித் துருவிக் கேட்டார். வீட்டுக்குக் கடிதம் அனுப்புவார்களாம் என்று சம்பிரதாயமாகச் சொல்லிக்கொண்டே டாய்லெட்டுக்குப் போய் கதவைச் சாத்திக் கொண்டு தலையில் உட்கார்ந்து முட்டியில் முகம் புதைத்து நான் அழத் தொடங்கினேன். இந்த ஆண்கள் ஏன் இப்படி நடந்து கொள்ள வேண்டும்? உலகமே என்னை யாரோ அலி மாதிரி நடத்துவதை தாங்கிக் கொள்ள முடியாமல் நான் கதறினேன். இப்படி எல்லாவித சாசுவதங்களுக்கும் எதிராக என்னை முடுக்கி விட்டிருப்பது எது ஜெர்ஸி. கோவிலுக்கு... உணவு விடுதிக்கு, சினிமா அரங்கத்திற்கு எங்கே போனாலும் அதன் ஒழுங்கை நான் கெடுத்து விடுகிறேன். ஒரு துணிக்கடையின் சுதந்திரத்தை, நிதானத்தை நான் சீர்குலைத்த அந்தச் சம்பவம்தான் அம்மாவை நிலைகுலையச் செய்திருக்க வேண்டும்.

வருடப் பண்டிகையான அந்தத் தருணத்தில் அப்பாவுக்கு வரும் அலுவலக முன்பணத்தில் எல்லோருக்கும் அம்மா ஆடைகள் வாங்குவாள். கையில் காசு வழிய வழிய இருந்தால் பெரிய அந்தக் கண்ணாடிகள் பதித்த ஏழு மாடிக்கடைக்குப் பெருமையோடு நடப்பாள். அவளது கெட்ட நேரம் ஜெர்ஸி, அன்று என்னையும் அழைத்துப் போக அவள் முடிவு செய்திருந்தாள். எத்தனை வாங்கினாலும் சாந்தியடையாத பெண்களின் ஆவி அம்மா உடம்பிற்குள் புகுந்து கொண்டிருக்கும். அம்மாதிரி தருணங்களில் அவளோடு இருப்பதை அப்பா தவிர்த்துவிடுவார்.

மூன்று மணிநேரம் தன் விருப்பப்படி பசி, பட்டினி மறந்து எதை எதையோ வாங்கிக் கொண்டவளுக்குக் குற்ற உணர்ச்சி பிடுங்கித் தின்றிருக்க வேண்டும். என்ன வேண்டுமானாலும் கேள்... வாங்கித் தருகிறேன் என்று என்னிடம் சொன்னாள்.. திரும்பத்திரும்பச் சொல்லி ஊர்ஜிதப்படுத்திய பிறகு அந்த அதிர்ச்சி தரும் சம்பவம் நடந்து விட்டிருந்தது. பெண்களுக்கான இரவு ஆடைகளில் ஒன்றை எடுத்து எனக்கு என்று நான் நீட்டினேன். கடைச்சிப்பந்திகள் மோப்பம் பிடித்து விட்டார்கள். அம்மா நெருப்பில் கை வைத்தவளைப் போல முகத்தை வைத்துக் கொண்டு விருட்டென்று கிளம்பி விட்டாள். ஏன் எதுவுமே வாங்கவில்லை என்ற அப்பாவின் மறுத்தோன்றி கேள்விகளுக்கு அம்மாவின் ஒரே பதில் விம்மல்களுடன் கூடிய நீண்ட அழுகை.

அன்றைய இரவு இன்னமும் முடிவுறாமல் தொடர்கிறது. அபத்தமான சங்கீத அலறலாய்த் தொடங்கிய என் உடல் பலவிதமாக அமைதியும் அர்த்தமும் கூடி பிரகாசமாகிக் கொண்டே வந்தது. சிற்பத்தைப்பார்ப்பதுபோல்என்னைப்பரிசோதித்தமருத்துவர்களை விட்டுவிட முடியாது. நமட்டுச் சிரிப்பை முகத்திற்குள் புதைத்துக் கொள்ள அவர்களால் முடிந்த அளவுக்கு கம்பவுண்டர்களால் முடியவில்லை. எனக்கு ஒவ்வொரு அறிகுறியாக மறைந்து கொண்டிருந்த அந்தத் தருணத்தில் புதிய ஒருத்தியின் அறிகுறியாக நான் மாறிக் கொண்டிருந்தேன். அப்போதென்று பார்த்து எப்போதோ அப்பா பதிவு செய்திருந்த வேலை வாய்ப்பு அலுவலகக் கோப்புகள் எனக்கு அரசாங்க தானியக் கிடங்கு ஒன்றில் வைப்புக் கணக்கனாக வேலை கிடைத்துள்ளதையும் சான்றிதழ் சோதனைகள் உடனடியாக செய்யப்படும் என்பதையும் தெரிவித்தன. எல்லாப் பிரச்சனைகளுக்கும் தீர்வு வந்துவிட்டது என்றே எல்லோரும் நம்பினார்கள். ரூபாய்களை ஆயிரக்கணக்கில் விட்டெறிந்து அப்பா மருத்துவச் சான்றிதழ்கள் வாங்கி வந்தார். வேலை ஊர்ஜித அதிகாரி அப்பா கொடுத்த கனத்த கவனிப்பு உறையால் உறைந்து போய் என்னை ஏறிட்டுக் கூட பார்க்காமல் ஏகப்பட்ட கையெழுத்துகள் கூடுதலாகவும் தேவையற்றும் போடப்பட்டிருப்பதை என் பிரதான அலுவலகக் கோப்பில் இப்போதும் காட்ட முடியும். ஒவ்வொரு முறையும் புதுப்புதுக் கலாபூர்வமான முறையில் எனக்கான பிரச்சனைகள் முளைக்கும் என்பதை அப்பா உணரவில்லை.

சரி. ஏழு மாதங்கள். நான்கு பணி மாற்று உத்தரவுகள். போகும் ஊர்களிலெல்லாம் என் மீது குற்றப் பெட்டிஷன்களை மேல் அதிகாரிகளின் மனைவிகள் எழுதிப்போட்டுக்கொண்டிருந்தார்கள். அப்பாவுக்கு நம் அலுவலக லஞ்ச நடைமுறையில் ஏகத்திற்கு

நம்பிக்கை. ஒவ்வொரு முறை இது போல வந்த போதெல்லாம் யாரோ அதிகாரி தன் வீட்டிற்குக் குளிர்சாதனப் பெட்டியோ துணி துவைக்கும் எந்திரமோ வாங்கிக் கொண்டான். பிறகு அதிகாரிகளே தங்கள் வீடுகளை விலையுயர்ந்த பொருட்களால் நிரப்ப தாங்களே பெட்டிஷன்களை எழுதிக்கொள்வதாக அப்பா கண்டுபிடித்தார். ''தேவிடியாள் மகன்கள்'' ''அறிவின் மீது பொறாமை'' என உறவினர்களிடம் சொன்னர். நானோ எல்லா அதிகாரிகளையும் காதலிக்கத் தொடங்கியிருந்தேன்.

சமைத்துப் போட என்று வெளி ஊர்களில் என்னோடு தங்க வந்த அம்மா, இரவுகளில் நான் பெண்கள் உடைகளணிந்து நடனமாடுவதை 'இதென்ன புதுப் பழக்கம்' என்று கடிந்து கொண்டாள். நான் சம்பாதித்த வருமானம் அவளது வேகத்தைப் பாதியாக்கியிருந்ததைக் கண்டேன்... நான் பெண்... நான் பெண்.... என்றே எனக்குள் துடித்துக்கொண்ட அந்தப் பொழுதுகளில் ஒன்றின் போது தான் என் கல்யாணப் பேச்சை அம்மா எடுத்தாள். இன்னமும் பிரக்ஞை கொண்ட ஒரு ஜந்துவாக என்னை அவள் நினைத்துக் கொண்டிருந்தது வேடிக்கைதான். இப்படிப்பட்ட ஒரு சூழலில் உன்னை, என் உயிருக்கு உயிரான ஜெர்ஸியைத் திருமணம் செய்து கொண்ட அந்த அகாலச் சூழலில் எப்படி மாட்டிக்கொண்டேன் என்று யோசித்துப் பார்ப்பதில் எந்த அர்த்தமும் இல்லை. என்னைக் கேட்டு எதுவும் நடக்கவில்லை.... உங்கள் விருப்பம் எதுவோ அது என்று எல்லாப் பெண்களையும் போலவே நான் நடந்து கொண்டேன். அப்பா மட்டுமல்ல, பொதுவாக பொறுப்பான ஆண்கள் இல்லாத குடும்பத்தவளான நீ எனக்கு கனபொருத்தமாக அமைந்து போனது அவர்களுக்கு வசதியாக இருந்திருக்க வேண்டும். நகரங்களைக் கடந்த நீண்ட தூர சம்பந்தம். பெண் ஊரில் திருமணம். டெம்போ டிராவல் வேன் ஒன்றில் எண்ணி பதினாறு பேரோடு உங்கள் ஊர் வந்து சேர்ந்து மணமுடித்து வெட்கத்தோடு உன்னை நான் கைப்பிடித்துத் திரும்பி வந்து கொண்டிருந்தபோது உன்னை விட உன் தம்பி ஜோவிடம் எனக்கு அதிக ஈர்ப்பு ஏற்பட்டிருந்ததை ஆச்சரியத்தோடு பார்த்துக்கொண்டு வந்தாய் அல்லவா! சாராம்சத்தில் ஒரு பெண் என்கிற வார்த்தை உன்னைத் தொந்தரவு செய்திருக்க வேண்டும். உன் கண்களில் அலைஅலையாய்ப் பாய்ந்த கண்ணீருக்கு தான் தெரியும். உன் உள்ளாடைகளைப் போட்டுக் கொண்டு நான் உறங்கிய இரவுகளின் கொதிகலன் நிஜங்கள்.

ஆனால் என் விஷயத்தில் நீ காட்டிய நேர்மை மிக மோசமாக என்னைத் தாக்கிவிட்டது. என்னை நானாகவே இருக்க அனுமதித்த முதல்பிறவி நீ.... அய்யோ........ என் கண்ணே நானும் நீயும் அனுபவித்தது

எப்பேர்ப்பட்ட வாழ்க்கை! ஒப்பீடுகள் எதுவுமே இல்லாத புதியது அது. பெண்ணும் பெண்ணும் என்றால் வாழ்க்கை எத்தகைய ரம்மியமானதென்று உலகிற்குக்காட்ட அது ஒன்று போதும். உன்னை நானோ என்னை நீயோ எத்தகைய விதத்திலும் மற்றவருக்காக மாற்றாமல் சல்லாபித்த அந்த தினங்கள்... அதற்காக நாம் மறுபடி வாழ எத்தனித்திருக்கலாம். ஊரைச் சமாளிக்க முடியாமல் இரவுப் பணிகளை உன் வேலையிடத்தில் கேட்டு நீ வாங்கிக் கொண்ட போதும் பிறகு நடந்த சம்பவங்களையும் உனக்கு ஞாபகப்படுத்த விரும்பவில்லை... ஜெர்ஸி.

துபாய்க்கு வேலை கிடைத்து உன் கணவன் போய்விட்டதாக ஊரையும் என் பெற்றோரையும் நீ பிறகு நம்ப வைக்கும்படி நான் ஓடிப்போனேன். உன் போலவே என் மீது முழு இரக்கம் காட்டி டாக்டர் வேல்ஸ், எனக்கு அறுவை சிகிச்சை செய்துவைத்துக் கமலமாக மாற்றியதை நீ இன்னமும் அறியவில்லையோ என்று அச்சமுறுகிறேன். என்னை இப்போது பார்த்தால் அசந்து விடுவாய். அப்படியே மூக்கும் முழியுமாய் என் அம்மா மாதிரியே இருக்கிறேன். ஆண்டவருடைய கருணை. நான் பேசிய ஆங்கிலத்திற்கு மதிப்பளித்து ஒரு தங்கும் விடுதி மேலாளர் எனக்கு வரவேற்பு சிப்பந்தியாக வேலை கொடுத்தார்.

ஒரு பெண். யாரும் சந்தேகப்பட முடியாத பெண். என் ஈர வயிறு சிலிர்க்கிறது. ரகோத்தமன் என்பவர் என்னை உயிருக்குயிராகக் காதலிக்கும் அளவிற்கு முழுமையான பெண் நான். என் அலுவலக மேசையைச் சுற்றி நான் தோன்றுகிற ஆயிரக்கணக்கான தோற்றங்கள் அனைத்திலுமே இப்போது நான் மனுஷி, ஒரு பெண். எவ்வளவு பலவீனமானவளோ அவ்வளவுக்கு... ஒரு பெண் எவ்வளவு பலமானவளோ அவ்வளவுக்கு நான் முழுமை அடைந்துவிட்டேன் ஜெர்ஸி...

இந்தப் பத்திரிகையின் ஞாயிறு மலர்களில் பர்சனல் என்றபடி அச்சாகும் 'சொந்த விஷயங்கள்' பக்கத்தை விரும்பிப் படிப்பவள் நீ என்பதால் பெயர்களை மாற்றி இந்த விளம்பரத்தை உனக்காகக் கொடுக்கிறேன். ஒருவேளை நீ முகவரி மாறி இருக்கலாம். இந்த 'சொந்த விஷயங்கள்' பகுதியை உலகத்தமிழ் டாட் . காம் வேறு மின்னலைகளில் கொண்டு போகிறதாம்... உன் அலுவலக கணிப்பொறியிலாவது நீ வாசிக்கக் கூடுமென்று நான் ஜெர்ஸி... எனக்கு உயிருக்கு உயிரானவளே... உனக்கு நன்றி.... ரகோவுக்கு நான் அறுவை சிகிச்சை செய்துகொண்டு பெண்ணானது இன்னமும் தெரியாது. ஒருவேளை அது தெரிந்து நான் விரட்டப்பட்டால்... உன்னைத் தேடி வருவேன்.... உன் இரவு அலுவலகப் பணியின் சாட்சியாக உனக்கு ஏதாவது குழந்தைகள் இருப்பின் அவற்றின்

தாதியாகவாவது ஜெர்ஸி.... ஒருபோதும் திரும்பி வரமுடியாத துபாய் போன உன் கணவனின் நினைவாக என்னை வைத்துக் கொள்வாயா ஜெர்ஸி? என் உணர்வுகளைப் புரிந்து கொள்ள முடிந்த ஒரே ஜீவனான உன்னிடம் உன் தாயாக இருந்து அப்போது காலம் தள்ளுவேன்... மீண்டும் இதே விளம்பரப் பகுதியில் உனக்காக என் நிலையை அவ்வப்போது உயிருடனிருந்தால் விளக்கி எழுதுகிறேன்... உடம்பைப் பார்த்துக் கொள்....

உன் கமலம்.

3
மேய்ப்பர்கள் பற்றிய இறுதித் தீர்ப்பு

வழக்கு எண்: *நீதிமன்ற எண்:*

தீர்ப்பின் நாள்:

1. பார்வையில் காணும் வழக்கின் பதிமூன்றாவது சாட்சி அளித்த விளக்கம் வழக்கின் போக்கை திசை மாற்றிவிட்டது. காவல் துறை மற்றும் மின் நிறுவன நிர்வாகம் அளித்த விளக்கங்கள் கீழ் வருமாறு வரிசைப்படுத்தப்படலாம். (பிரதான வழக்கு அதைப் பற்றிதானா என்பதன் மீதான சந்தேகம் யாருக்குமே சாதகமாகவில்லை என்பதையும் கவனிக்கவும்.)

அ. மேயும் மாடுகளின் சாணம், ஆடுகளின் புழுக்கை, பன்றிகளின் விட்டை, வாத்துகளின் எச்சம் மேய்ப்பர்களின் வெற்று உடம்பு நிறுவனச் சூழலின் அழகைக் கெடுத்து விடுகிறது.

ஆ. சீற்றம் தலைக்கு ஏறி ஓடும் மாடுகள், சினை மாடுகள் போடும் சாலையோரக் கன்றுகள், கனைத்தபடி புணரும் கழுதைகள் பள்ளிக்கூடக் குழந்தைகளை மிரள வைத்து விடுகின்றன.

இ. சாலையோரத்துப்பூங்காக்களுக்குள் அசட்டையானபோதுகளில் நுழையும் ஆடுகள், எட்டியவரை மதில் வழியே வாய் பிளக்கும் மாடுகள் அழகிய செடிகளை துவம்சம் செய்து விடுகின்றன.

ஈ. அருவறுக்கத்தக்க விதத்தில் அமைதியான சாலைகளில் டவுன்சிப் பேருந்தின் சக்கரத்தில் அரையப்பட்டு செத்துக் கிடப்பவைகளுக்காகமேய்ப்பவர்களுக்குஈட்டுப்பணம்கட்டியே நட்டப்பட்டுவிட்டது, நிர்வாகம்.

2. சுதந்திர தினம், குடியரசுதினம், காந்திஜெயந்தி கொண்டாட்டங்கள், கோவில், தேவாலயச்சிறப்பு வழிபாட்டுத் தினங்கள்என்றுபெரியவர்கள்வரும்பாதையில்விட்டேத்தியாகத் திரியும் மேய்ப்பவர்களும் மேய்க்கப்படுபவையும் சற்றும் ஒத்துழைப்பது கிடையாது. சுத்தமாக்கப்பட்டு ரங்கோலிகள் இடப்பட்டு விழாக்கோலம் பூண்டிருந்த மைதானத்தில் இரவோடு இரவாக விட்டைபோடும் பன்றிகள் நாட்டின் நலனைப் பகிஷ்கரித்துள்ளன.

3. மேற்கண்ட சம்பவங்களை, செய்திகளை முன் வைத்து மின் நிறுவன நிர்வாக மேல் நடவடிக்கைகளுக்கான உயர்மட்டக் குழு சென்ற ஆண்டு ஆகஸ்ட்டில் எல்லா வகையான மேய்ச்சலுக்கும் தடை விதித்துள்ளது. உதிரியாகத் திரியும் எந்த விலங்கின் மீதும் அதன் தராதரத்தைக் கருதி நடவடிக்கை. ஆனால் அதில் குளறுபடிகள் இருப்பதை கவனத்தில் கொள்ள வேண்டியுள்ளது.

அ. சளைக்காமல் நடந்தபடி இருக்கும், லாந்தர் கம்பத்தில் முதுகு சொறியும் மேய்ப்பன் கைவிட்ட மாடுகளை அதற்கென்று ஒதுக்கப்பட்ட ஒரு இடத்திற்கு ஓட்டிச்சென்று கட்டி வைத்துவிடச் செய்த ஏற்பாட்டால் மாடுகளிடமிருந்து பால் திருட்டு நடந்ததை நிர்வாகம் கண்டு கொள்ளவில்லை. பால் திருடப்பட்டதை மாட்டின் மடியை வைத்துக் கண்டுபிடிக்க முடியவில்லை என்கிற வழக்கறிஞரின் வாதம் ஏற்புடையதல்ல.

ஆ. ஆறு மணிக்கு மேல் திரியும் ஆடுகள் பிடித்து இழுத்துச் செல்லப்பட்டுப் பட்டியில் அடைக்கப்பட்டன. சரி, மேய்ப்பர்களிடம் கைக்கடிகாரங்கள் கிடையாது. இந்த எதிர் வழக்குரைஞரின் வாதம் கூட செல்லுபடியாகவில்லை என்றே வைத்துக் கொண்டாலும் பட்டிகளில் பாதுகாப்பு இல்லை. அதிகாரிகளின் வீட்டு மதில் சுவர் ஏறிக் குதித்த உயர் சாதி பாக்ஸர் வகை நாய்கள் அவ்விதமாய்ப் பிடிபட்ட ஆடுகளை இரவில் எப்படி துவம்சம் செய்தன என்பதை இந்த நீதிமன்றம் கருத்தில் எடுத்துக் கொள்வதை யாரும் தடுக்க முடியாது.

இ. கழுதைகளையும், வாத்துகளையும் ஒன்றாக ஈப்பு கொட்டைகளில் தற்காலிகமாக அடைத்து வைத்திருக்கிறார்கள். அவை மீட்கப்படும் வரை போதுமான உணவு வழங்கப்படவில்லை என்பதை அவைகளின் சோர்ந்த பொழுதுகள் காட்டிக்கொடுத்து விட்டன. கழுதைகள் வாத்துகளின் எச்சத்தை மோந்து பயித்தியம் பிடித்தது போல உதைத்தபடி ஓடியதில் பல வாத்துகள் இறந்து போயிருக்க வேண்டும். ஏற்கனவே மருந்து வைக்கப்பட்டு மின்நிர்வாகம் இவ்விஷயத்தில் பழிவாங்கப்பட்டுள்ளதாகக் கூறுவதில் உண்மை இருக்க வாய்ப்பு இல்லை.

ஈ. ஆடுகள், மாடுகள், கழுதைகள் மற்றும் பறவைகளுக்கு வழங்கப்பட்ட ஜீவாதார உரிமை, ஏன் பன்றிகள் விஷயத்தில் வழங்கப்படவில்லை என்பது மன்றத்தை திடுக்கிட வைத்துள்ளது. அவை குறவர்களை வாடகைக்கு அமர்த்தி சுட்டுக் கொல்லப்பட்டுள்ளன. பன்றிகள்தானே என்று மின் நிறுவன வழக்குரைஞர் வாதாடினாலும் முதலில் அவற்றை இப்படியாகச்

சுட்டுத் தள்ள நகராட்சி ஆணையரின் பிரத்யேக அனுமதி பெறப்படவில்லை. இரண்டாவது அப்படியாகச் சுடப்பட்ட பன்றிகளை அப்புறப்படுத்துவதில் ஏகப்பட்ட குளறுபடிகள். எப்போதும் செத்த விலங்குகளை அகற்றுபவர்களின் விலங்குகள் செத்துப் போயின. அதனால் அவர்கள் முன் வரவில்லை. சரி அதற்காக அந்த இறந்த பன்றிகளை நகரில் ஓடும் நதியின் ஓரம் கடாசியிருக்கிறீர்கள். இதனால் நதியின் தூய்மையை நாசப்படுத்தி இருக்கிறீர்கள். மின் நிறுவன வளாகத்திற்கு வெளியே ஏன் அவை எடுத்து வரப்பட்டன? அவற்றை நதிக்கரையில் தூக்கியெறிந்து காக்கை தின்னப் போடும்படி உத்தரவிட்ட அதிகாரி யார் என்பன போன்ற கேள்விகளுக்கு மின் நிறுவனம் மழுப்பலான பதில்களையே தருகின்றது. இதை நீதிமன்றம் கடுமையாகக் கண்டிக்கிறது.

4. எனவே நிறைவேற்றப்பட்ட உயர்மட்டக் குழுவின் பரிந்துரைகளை அமலாக்குவதில் நிர்வாகம் மனிதாபிமானத்தைப் பேருக்குக்கூட காட்டவில்லை என்பதே ஊர்ஜிதமாகிறது. கீழ்க்கண்ட நிறுவன வழக்குரைஞரின் வாதங்கள், குறைந்தபட்சம் மேய்ப்பர்களை மனிதர்களாகக் கூட கருதாமல் தன் போக்கில் எடுத்துரைக்கப்பட்டவையே.

அ. உயர்மட்டக் குழுவின் ஆணைகளை மேய்ப்பர்கள் அறிய சுவரொட்டிகளாக ஒட்டியிருக்கிறார்கள். அவற்றையும் மாடுகள் தின்றுவிட்டன. தினசரி ஒன்றில் விளம்பரமாக 'டவுன்சிப்பிற்குள் மேய்க்கத் தடை' எனும் தலைப்பில் அக்டோபர் ஞாயிறு அன்று விளம்பரம் கொடுத்துள்ளார்கள். அங்கங்கே 'இங்கே மாடுகளை ஆடுகளை மேய்க்கக்கூடாது' என்று மஞ்சள் பின்னணியில் கறுப்பு அச்சு எழுத்துகளில் கவனப்பலகைகள். இவ்வளவு புத்திசாலித்தனமாகச் செயல்பட்டுள்ள நிர்வாகத்திற்கு மேய்ப்பர்களுக்கு எழுதப் படிக்கத் தெரியாது என்கிற ஒரு சின்ன விஷயம் ஏன் புலப்படவில்லை என்று நீதிமன்றம் கேட்க விரும்புகிறது. இத்தனை பொருள் பண நேர செலவினத்தைத் தவிர்த்திருக்கலாம் என்று கருதுகிறோம்.

ஆ. நிர்வாகத்தில் பணிபுரிகிறவர்கள், அதிகாரிகள், மேலதிகாரிகள் பற்றி தேவையில்லாமல் விபரீதமாகப் பேசியிருக்கிறார் மின்நிறுவன வழக்குரைஞர். அதிகாரிகள் மக்கள் வரிப்பணத்தில் உழைப்பவர்கள் என்பதை ஞாபகப்படுத்த விரும்புகிறோம். கீழ்க்கண்ட விஷயங்களை அந்த வழக்குரைஞர் கவனத்தில் எடுத்துக் கொள்ளத் தவறி விட்டார்.

க) பணிபுரியும் டவுன்சிப் குவார்ட்டர்ஸ் வீடுகளில் வசித்து வரும் மொத்த மின் நிறுவனப் பணியாளர்களில் நூற்றி பதினாறு வீடுகளில் கறவைப்பசுக்கள் வளர்க்கப்படுகின்றன.

ங) எண்பத்தாறு கடைநிலைப் பணியாளர்கள், பதினேழு இடைநிலைப் பணியாளர்கள் மற்றும் அய்ந்து அதிகாரிகளின் வீடுகளில் நாட்டுக் கோழிகள் வளர்கின்றன. மூன்று பேர் வான் கோழிகளும் இருவர் கறிக்கோழிப் பண்ணையும் வைத்துள்ளனர். ஒருவர் பொழுது போக புறாக்கள் வளர்க்கிறார்.

ச) மேய்ப்பர்களிடம் ஏய்த்து அரை விலைக்குப் பேசி கிட்டதட்ட எண்பது சதவிகித டவுன்ஷிப் வாசிகள் தாங்கள் செல்லமாய் வளர்க்கும் குரோட்டன் செடிகளுக்கு ஆட்டுப்புழுக்கை மற்றும் மாட்டுச்சாணி எரு வாங்குவதை வழக்கமாகக் கொண்டுள்ளார்கள்.

ஞ) புல் புதரிடுகிறது என்று தாங்கள் காட்டும் தங்கள் வீட்டின் தோட்டப்பகுதியில் பிரத்யேகமாய் மேய்க்கப்படும் மாடுகளுக்குக் கழுநீர், மேய்ப்பர்களுக்கு மோர் நீர் தரும் அதிகாரிகளின் மனைவியர்களும் கூடத்தான் மேய்ப்பதை ஊக்குவிக்கிறார்கள்.

5. எனவே மேற்கண்ட வழக்கைக் கருத்தில் எடுத்துக் கொண்டு நிறுவன நிர்வாகம் ஆடு, மாடு, பன்றி, கழுதை மற்றும் வாத்துகள் மேய்க்கத் தங்கள் டவுன்சிப் பகுதியில் விதித்திருந்த தடையை இந்த நீதிமன்றம் ரத்து செய்வேதாடு நிர்வாகம் உடனடியாக அமல்படுத்தவேண்டியகீழ்க்கண்ட உத்தரவுகளையும் பிறப்பிக்கிறது.

அ. கால்நடைகளும், மேய்ப்பர்களும் ஒதுங்கி ஓய்வெடுத்து வந்தார்கள் என்பதற்காக வெட்டப்பட்ட இருபத்தோரு மரங்களை அவ்விடத்தில் வளர்க்க மீண்டும் கன்றுகள் நட்டு வேகமாய் வளரும் மரங்களை நிர்வாகம் வளர்த்துத் தர வேண்டும்.

ஆ. திருவிழா, தேசிய விழாக் காலங்களில் மேய்ப்பர்களை அழைத்து அவர்களுக்குத் தாங்கள் நடந்து கொள்ளும் விதம் பற்றி அறிவுறுத்தலாம்.

இ. நாய்களால் குதறப்பட்டு இறந்துபோன ஏழு ஆடுகள், பயித்தியம் பிடித்த பதினோரு கழுதைகள் அவற்றின் ஓட்டத்தால், உதையால் செத்த பத்து வாத்துகள், சுட்டுக் கொல்லப்பட்ட இருபத்தி ஒன்பது பன்றிகள் யாவற்றுக்கும் நிறுவன நிர்வாகம் நட்ட ஈட்டுத் தொகையாக ஆடு ஒன்றுக்கு ரூபாய் நூறு, கழுதைக்கு அறுபது, வாத்து ஒன்றுக்கு ரூபாய் நாற்பது மற்றும் பன்றிகள் ஒவ்வொன்றிற்கும் ரூபாய் நூற்றி இருபது உடனடியாக சம்பந்தப்பட்ட மேய்ப்பர்களுக்கு வழங்க வேண்டும்.

ஈ. எனவே ஆலை நிர்வாகம் தான் டவுன்சிப் சாலைகளில் 'கால் நடைகள் மேய்கின்றன. வேகத்தைக் குறைக்கவும்' என்று 500 மீட்டர்களுக்கு ஒன்று என்ற விகிதத்தில் பெரிய அறிவிப்புப் பலகைகள் வைக்க வேண்டுமென்றும் கடைசியாக நீதிமன்றம் உத்தரவிடுகிறது.

4

விஞ்ஞானக் கிறுக்கன்

யாருமே அதிகம் போகாத போக விரும்பாத இடம் ஒன்று அந்த ஊரில் இருந்தது. அது தான் கிறுக்கன் மண்டபம். ஈரேழு புவனங்களில் அப்படி ஒரு அசிங்கமான மர்மம் நிறைந்த பொந்து இருக்கவே முடியாது. அது தானாகவே அப்படி உருவானதாக இருக்க வாய்ப்பில்லாமலில்லை. ஆனால் திட்டமிட்டே அது பாழ்மண்டபமாக யாரோ புராண காலத்து ராட்சதர்களால் கட்டமைக்கப்பட்டிருக்கலாம் என்று கிட்டத்தட்ட மூதாதையர்களாகிவிட்ட முதியவர்களிடம் அவர்களது மூதாதையர்கள் சொல்லிப் போயிருந்தார்கள். அங்கேதான் தனது ரூபமற்றதும் ரூபமுள்ளதுமான, நின்று போனதும் தொடருவதுமான கொந்தளிப்புகளுடன் அவன் வாழ்ந்து வருவதாக யாவருமே யாவருக்கும் சொன்னார்கள்.

விஞ்ஞானக் கிறுக்கன், அவன் பிறப்பதற்கு முன்னாலிருந்தே அவனது சுயசரிதைகள் பிரபலமாகியிருக்கவேண்டும், அவனுக்காகவே தயாரான அந்த மண்டபம் சக்திதமான தனது பாழ்படுதல்களால் ஒரு பிரேதம் போல ஆகி அவனை சுவீகரித்துக் கொண்டிருக்கவும் வேண்டும். யாருக்காகவும் எந்த நோக்கத்திற்காகவும் அவன் இல்லை என்றே ஒவ்வொரு சந்ததியும் கருதியது, என்றாலும் எல்லாப் பகல்களும் இரவுகளும் ஒரு பெரிய அழைப்பின் முஸ்தீபோடு சந்தேகமே இல்லாமல் ஏராளமான வேலைகளோடு அவனுக்காக முளைத்தன, ஒரு நாளைக்கூட அவன் மீண்டும் வாழ்ந்தது கிடையாது, இறுதிச்சடங்கு விருந்தைப் போல திரும்பிப் பார்க்காமல் வருடங்களைக் கடந்தவன்... மனித மன ரகசிய அறைகளில் வாழ்பவனால் அப்படித்தான் வாழ முடியும்.

கிறுக்கன் மண்டபத்தைச் சுற்றிலும் ஒற்றையடிப் பாதை அதை நோக்கி எதுவுமே கிடையாது, ஆள் நடமாடும் அடையாளங்கள் மட்டுமல்ல எல்லோருடைய வாழ்க்கையும் இந்த உலகில் ஏதாவது ஒரு நாட்டின் சட்டப்பூர்வமாகவே அமைக்கப்பட்டுள்ள நிலையில் விஞ்ஞானக் கிறுக்கனுக்குப் பாதைகளே கிடையாது.

காலங்காலமாகக் கதையாகி அந்த ஊரில் நடமாடி வரும் அவனுக்குப் பூர்வீகமும் இல்லை. பல பேர் சேர்ந்து காணும் ஒரே கனவு போல அவன் ஆனாலும், இறந்தவர்களிலிருந்து மரணத்தை, நோய்வாய்ப்பட்டவர்களிடமிருந்து நோயை அகற்றி வழக்கம் போல் வளைய வர வைக்கும் மூலிகையிலிருந்து, தன்னை நம்பி வருகிற எல்லாத் திசைகளாலும் கைவிடப்பட்ட மனநலம் குன்றிய அதீதவாதிகளின் சகஜநிலைக்கு உத்தரவாதம் அளிக்கும் சொல் மருந்து வரை அனைத்தையுமே விஞ்ஞானக் கிறுக்கன் வைத்திருந்தான், அடிக்கடி அவனை யாருமே சந்தித்தது கிடையாது. அவன் மூச்சுக் காற்றுப்படும் அந்த ஊரில் அடிக்கடி அவன் தேவையை நாடும் நோயாளிகள் இல்லை.

கிழமைகள் பற்றிய கணக்கெடுப்புகள் எதுமற்ற அவன் அதுகுறித்த அவசியமும் இல்லாதவன். ஆனால் மற்றவர்களின் அவசியமும் அவன் ஆகிப்போனான் நாள் கணக்கில் மைல் கணக்கில் ஊர்களின் எல்லைகளில், சந்தைகளின் மையங்களில் தனது திடீர் மூலிகைக் கடைகளை விரித்துத் தன் கருத்த மேனி பளபளக்க பலருக்கும் பலவிதமான வைத்தியப் பரிகாரங்கள் செய்த வண்ணமாய் அவன் இருப்பதான செய்திகள் எங்கும் நீக்கமற நிறைந்த அந்த வருடத்தில், நான் அந்த ஊருக்கு அரசாங்கக் கால்நடை மருத்துவனாகப் பணியிட மாற்றம் செய்யப்பட்டிருந்தேன்.

நகரத்தில் இருந்து வந்தவர்களுக்கு அந்த இடம் அதிகம் சோபிக்கவில்லை என்பதால், அங்கே அந்த கிராமத்தில் கால்நடை மருத்துவ அதிகாரிகள் பணியில் தங்காமல் வந்த நாளில் இருந்து மேலதிகாரிகளை நச்சரித்து மாறுதல் பெற்று வருவதாக மற்றவர்களைப் போல நானும் நம்பினேன். பல வகைகளில் அந்த ஊரை எனக்குப் பிடித்திருந்தது. நிதானமாக வாழ விரும்பும் யாருக்கும் ஓரளவு சிறந்த பிரதேசமாகவே இருந்தது. அமைதியான குளிர்ந்த சாலைகளும் சாம்பல் நிற பகல்களுமாய் இருந்த அந்த ஊரில் பணியில் அமர்ந்த பத்து நாட்கள் கழித்தும் மருத்துவமனைக்கு ஆடோ, மாடோ, எதுவுமே அழைத்து வரப்படாதது கண்டு தான் முதலில் எனக்கு அதிர்ச்சி ஏற்பட்டது. பிறகு அந்த வார இறுதிக்காகக் குடும்பத்தினரிடையே புதிய வேலை இடம் பற்றியவைகளைப் பகிர்ந்துகொள்ள நகரத்திற்குச் சென்று விட்டேன்.

மறு வாரமும் வராமல் போன கால்நடைகளுக்காக நான் அதிர்ச்சியுற்றபோது மருத்துவமனையில் ஒரே உதவியாளனான இயேசுபாதம் 'அய்யா கவலைப்பட்டு மாளாது' என்றான். இதற்கு முன் கால் நடை மருத்துவ அதிகாரியாக அந்த ஊருக்கு வந்தவர்கள் யாவருமே தொழில் மறந்து தோத்திரம் மறந்து படிப்புகளை இழந்து

பரதேசியாகி ஓடிப்போய் இருக்கிறார்கள். டாக்டர் பெரியசாமி கால் நடையாய் ஊரில் இருந்து ஓடினார். டாக்டர் மருதுபாண்டியன் பைத்தியம் பிடித்துப் போய் வேலையை விட்டுக் கைவிடப்பட்டார். 'எதற்கு சார் வம்பு, ஏதோ வந்தது, சினை, சினை இல்லாதது.... மருந்து போட்டது....... அது இது என்று கணக்கு மட்டும் வசதியாக எழுதி சம்பளம் மட்டும் வாங்கிக் கொண்டு சோபிக்கலாமே சார்' தூக்கம் கெட்ட இரவுகளுக்குப் பிறகு இயேசுபாதம் மருத்துவ எருமைக் கட்டையில் சுத்தமான தரையில் உட்கார்ந்தபடி சொன்னான். காரணகாரியம் இல்லாமல் இல்லை. எங்கள் கால்நடை அரசு மருந்தகம் அந்தக் கிறுக்கன் மண்டபத்திற்குப் பக்கத்து வீடு மாதிரி கிட்ட இருந்தது.

"இடம் மாற்றினால் எல்லாம் சரியாகி விடும்" எனச் சொல்லிக் கொண்ட எனது சமாதானம் எனக்கு நானே சொன்னதாகவே தோன்றியது. யேசுபாதம் ஒப்பவில்லை, விடுவதாய் இல்லை ஊரே அறிவுப்பஞ்சத்தில் மூடநம்பிக்கையில் கேவலமாக வாழ்வதாக அடித்துச் சொன்னேன், "வருகிற டாக்டரெல்லாம் இப்படித்தான் ஆரம்பிப்பான்"......... சொல்லி அடித்தான் அவன்.

முதன் முதலில் விஞ்ஞானக்கிறுக்கன் எனும் பெயரைக் கேட்டு நான் நக்கலாகச் சிரித்தேன். பல பேரின் ஆயுளை அவன் வாழ்ந்து வருகிறான் என்று யேசுபாதம் உண்மையைப் போல சொன்னான். என் சிரிப்பை "வேண்டாமய்யா" என்று பதற்றதுடன் அவன் நிறுத்த முயன்றான். நாளையோ மறுநாளோ சாகப்போகும் ஒரு நோயாளியை அணுகும் செய்வதறியாத மருத்துவன் போல முகத்தை வைத்துக் கொண்டான். இடம் மாறுதல் எனக்கல்ல, இத்தனை நாள் வந்த மருத்துவர்கள் கேட்டது தனக்கான இடம் மாறுதல். நான் கேட்கப் போவது அந்த இடத்திற்கான இடம் மாறுதல். நான் விளக்க முற்பட்டேன். இயேசுபாதம் உதவியில்லாமல் அந்த ஊரில் அரசின் கேந்திரம் ஒன்று செயலற்றுப்போவதைக்காப்பாற்றுவது கடினம். விண்ணப்பத்தில் ஊர் ஜனங்கள் கையொப்பம் இட வேண்டும். முடியாதவர்கள் கைநாட்டு வைத்தால் கூட போதும். நான் செயலில் இறங்கத் தயாரானேன்.

சரி. திடீரென்று ஒரு யோசனை தோன்றியது. மனிதர்களுக்கான மருத்துவமனை ஊரில் இல்லையா? இருக்கிறது? அரசு ஆரம்ப சுகாதார நிலையம்? மகப்பேறு இல்லம்? எனது ஒற்றை மிதிவண்டியை எடுத்துக் கொண்டு இயேசுபாதத்தைச் சட்டையைப் பிடித்து இழுக்காத குறையாகக் கூட்டிக் கொண்டு அவற்றைத் தேடிப் போனேன். யாருமே பயன்படுத்தாததால் இப்படி கழிவறையாக மாற்றிக்கொண்டோம். பள்ளிக்கூடத்திற்குப் பயன்படுகிறது," வயதான உபாத்தியாயன் ஒருவன் கட்டைக் குரலில் சொன்னான், மகப்பேறு இல்லம் நாறிப்போனது

இப்படித்தான்,ஆயாக்கள்,தாதிகள்,கிராமசேவகர்கள் எங்கே? யாருக்கும் ஊரில் குழந்தை பெற வாய்ப்பு இல்லையா, கடவுளே நான் ஆரம்ப சுகாதார நிலையத்தை நோக்கி இயேசு பாதம் காட்டிய வழிகளைப் புரிந்து கொள்ள முயன்றபடி கடந்து கொண்டிருந்தேன் முடிந்தவரை வேகமாக.

''சொல்வதைக் கேளுங்கள் டாக்டர்.... பெரிய ஏமாற்றத்தோடு திரும்பப் போகிறீர்கள். நான் இல்லையா...... அது மாதிரி வந்ததை வரவில் வைத்து ஒரு டாக்டராவது சரியென்று இருந்து தொலைக்கக் கூடாதா....'' இயேசு பாதம் புலம்பியபடியே வந்தான் ''ஒரே வாரம் தான்.... ஓடிப் போகப் போகிறீர்கள்..... ச்சீ''.

பழைய பாய்மரக் கப்பல் ஒன்று உறை பனியின் மத்தியில் ஸ்தம்பித்தது போல ஆரம்ப சுகாதார நிலையம் பூட்டித் துருப்பிடித்த கதவுக்கு வெளியேயும் உள்ளேயும் ஆவி போய் நாளாகி முறிந்து கிடந்தது. ஒரு ஆள் மிக மிக ஆர்வத்தோடு மீதமிருந்த அதன் கடைசி ஜன்னலின் கட்டைகளை விறகுக்காக முறித்துக் கொண்டிருந்தான்.

''அரசாங்கத்துச் சொத்து..... கடவுளே இந்த ஊரில் காவல் நிலையமே இல்லையா!'' நான் புல் புதரிட்ட பூச்சித் தரையில் உட்கார்ந்து தலையில் கை வைத்துக் கொண்டேன்.

இப்படியே கழிந்த திகைப்பு மிக்க வாரங்களுக்குப் பிறகு ஒரு நாள் அவசர முஸ்தீபுகளோடு இயேசு பாதம் எங்கோ தீர்மானமாகக் கிளம்பிக்கொண்டிருந்ததைப் பார்க்க நேர்ந்தது ''காடாம்புலி மேட்டு சந்தைக்கு விஞ்ஞானக் கிறுக்கன் வரப் போகிறான்............'' என்றான். எனது ஆர்வத்தைப் பலமடங்கு தூண்டியபடி அவன் தொடர்ந்தான்........ ''என் குழந்தைக்கு ஒரு வாரமாக மண்டைக்கரப்பான்............. இப்ப அவனிடம் போயே ஆக வேண்டும்''

''உடம்பு சரியில்லை என்றால் நல்ல படித்த டாக்டரிடம் போகாமல் நீயே இப்படி புத்தி கெட்டு அந்தக் கிறுக்கனிடம் போகிறேன் என்பதா?'' என்னால் ஆத்திரத்தை அடக்கவே முடியவில்லை. லீவு கொடுக்க முதலில் மறுத்த நான் பிறகு வேறுமாதிரி முடிவு செய்தேன். நாமே அவனோடு போய் நேருக்கு நேர் சந்தித்தால் என்ன? எவ்விதம் இந்தப் பிரச்சனையை எதிர் கொள்வது என்ற பிரமையை மேலும் மேலும் நீட்டிப்பதை விட இது மேல் என் மனம் அப்படியான முடிவுக்கு ஏன் வந்ததென்று என்னால் தீர்மானமாகச் சொல்ல முடியவில்லை. ஒரு ஊர் அதன் சுத்துப்பட்டு அனைத்திலும் நீக்கமற விசாரித்திருந்தேன். மாட்டு வைத்தியனே, மனித வைத்தியனோ.... ஒரு பயல் அந்த சுத்துப்பட்டில் நிலை கொள்ள முடியாத அளவிற்கு விஞ்ஞானக் கிறுக்கனின் சாம்ராஜ்ஜியம் அங்கே நிலைகொண்டிருந்தது என் தொண்டையை அடைத்தது. எல்லாக்

காலத்திற்கும் நான் இங்கேயே இருக்கக் கடவன் இல்லை. என்றாலும் மாடும் மனிதர்களும் வணக்கம் வைக்கும் ஊர்களில் இருந்தவன் ஆயிற்றே.

இந்த நாளுக்கு இரண்டு தினங்களுக்கு முன் இரவில் நடந்ததை எந்தக் கணக்கில் சேர்ப்பது என்று தெரியவில்லை. ஒரு வேளை அந்த இரவுச் சம்பவம் கூட நான் அவனை நேருக்கு நேர் சந்திப்பதென செய்த முடிவிற்கு உள் காரணமாக இருக்கலாம்.

என் குடும்பத்தினர் யாவரையும் நகரத்தில் தான் இன்னமும் வைத்திருந்தேன். தனி அறை ஒன்றில் யேசு பாதம் மற்றும் அவனது குடும்பம் அளித்த விருந்தோம்பலின் தயவில் அங்கே தங்கியிருந்தேன் என்பதைக் குறிப்பிட்டேன் அல்லவா? ஊர்மாற்றம் மட்டுமல்ல... அப்படி விட்டேத்தியாக வைத்தியம் பார்த்துக் கொள்ள யாருமே கால்நடைகளை அழைத்து வராததும் சேர்ந்து என் இரவுத் தூக்கத்தைக் கெடுத்துக் கொண்டிருந்தது.

நள்ளிரவு நேரத்தில் தூக்கம் கலைந்து எழுந்திருந்தேன். தனி அறை விட்டு படுக்கை கொள்ளாமல் வெளியே வந்தவன் நாலா பக்கங்களிலும் பார்வையைச் செலுத்தினேன். அக்கடா என்று கிடந்த அர்ந்த இருள் வெளி மீது விழுந்த என் பார்வை லேசாகத் தளர்ந்து கிறுக்கன் மண்டபத்தின் மீது பதிந்தது. மண்டபத்தைச் சுற்றிய இறுக்கம் உள்ளே இல்லாதது போல் தோன்றியது. லேசான வெளிச்சம் அது என்பதை உடனே ஊகித்த எனக்கு வியர்த்துக் கொட்டியது. எனது மனம் துடித்த துடிப்பை அடக்கியபடி நான் ஏதோ ஒருவித தைரியத்தில் மண்டபத்தை நோக்கி நடந்தேன்.

இதுவரை போனதில்லை என்பதால் மேடுகள் பள்ளங்கள் முட்கள் என்று பல்வேறு திசைகளிலிருந்தும் நான் தாக்கப்பட்டேன். அங்கே சென்று என்ன நடக்கின்றதென்று அறிய வேண்டும் என்பதைத் தவிர வேறு எந்தவித முன்யோசனையும் இல்லாமல் நான் சென்று கொண்டிருந்தேன்.... வழியில் புதரிலிருந்தோ அடர்ந்திருந்த மரத்திலிருந்தோ பூச்சியோ பாம்போ கடித்திருந்தாலும் நான் அதையும் பொருட்படுத்தாமல் போயிருப்பேன். நான் இல்லாத சமயம் போலவே அவ்விடத்தில் என்னைச் சுற்றி யாவும் இருக்கவென்று தன்னிலை மறந்தேன்.

ஒருவித மங்கலான கணப்போடு அடுப்பு போல ஒன்று எரிந்து கொண்டிருந்தது பாதி மறைந்தபடியே ஒரு குச்சியான உருவம் மடமடவென்று காரியமாற்றிக் கொண்டிருந்ததை அங்கே கண்டேன். பகலின் சுறுசுறுப்போடு இரவில் இயங்கும் ஒருத்தனை முதன் முதலில் கண்டு அதிர்ந்தேன். ''நட்ட கல்லும் பேசுமோ நாதன் உள்ளிருக்கையில் சுட்ட சுட்டி சட்டுவம் கறிச்சுவை அறியுமோ''

சன்னமாக முணுமுணுத்த பாட்டின் குரலில் இளமை தெரிந்தது... காலில் பச்சிலைகளை வைத்து இழுத்து நாய் ஒன்றிற்கு அவன் என் பக்கம் முதுகு காட்டியபடியே கட்டிக்கொண்டிருந்தான். மூன்று மைனாக்கள் மற்றும் ஒரு கழுகு, இரவில் அவை விழித்திருக்க முடியாமல் தள்ளாடின. ஒவ்வொன்றிற்கும் முறையே பாட-லோடு கூடிய வைத்தியம். இயல்பாக அவை அவனை அணுக அனுமதித்திருந்தது... தான் என்னைப் பேயறைந்தவன் மாதிரி நிற்க வைத்து விட்டிருந்தது, ''அந்தா.... அத்தி மரம் இருக்குதல்லவா.....? அதற்குப் பூசனை வந்து விட்டது..... இந்தோ.....இருங்கள் வருகிறேன்'' ஒரு பிடி வைத்த பித்தளைக்குவளையில் ஏதோ வைதீக சாமான்களுடன் இருட்டை லாவகமாய்க் கடந்து அந்த உருவம் அடர்ந்த மரப்பிரதேசத்தின் நடுவே போய் அந்த மரத்தின் மேல் ஏறத் தொடங்கியது.... அத்தனை சுலபமாக மரத்தோடு மரமாய் ஒரு பாகம் போல ஒன்றிப் போக எப்படி முடிந்தது....? ஆலமரத்தைப் போலவே ஆனால் சிறிதாக விழுதுகள் விழுந்த அதுதான் அத்தி மரமென்றே எனக்கு அப்போதுதான் தெரியும்..... மேல் முகட்டுக் கிளையை நடுவாய்க் கத்தி கொண்டு கிழித்துக் குவளையில் இருந்த ஒரு வகை திரவத்தை ஊற்றி விட்டுக் கீழிறங்கி வேர்களின் வாய் அருகே வே-கமாய்க் குழி வைத்து அடிவேரைப் பாம்பு போல சுருட்டி இழுத்து திரவ ரசத்தை அதில் இழுத்துத் தடவி மண் முழுதும் மூடி அதன் மிச்சத்தை ஊற்றி நிமிர்ந்தான் அவன். எனக்கு மேல் மூச்சு கீழ்மூச்சு வாங்கிற்று..... "இப்போ..... பார்.... இனி உனக்கு நல்ல காலம்தான் அத்தி......... நீ யார்......? சாமிகளுக்குக் கோவில் வாகனமாகப் போற மரச்சாதி, சாவே....... கிடையாது உனக்கு.........'' வழி முழுவதும் பல வித தழைகளைப் பொறுக்கிய வண்ணம் பேசிக்கொண்டே திரும்ப வருபவனின் முகம் காணத் தவிக்கிறேன். முகமே இல்லாதவன் போல சடா முடி மறைந்த அழுக்குச் சித்தன் அவன். அவனை முன்னாலிருந்து பார்ப்பதற்கும் பின்னாலிருந்து..... பார்ப்பதற்கும் வித்தியாசமே இல்லை.

நொண்டி நாய் எங்கிருந்து வந்தது? மைனாக்களை அவன் எங்கிருந்து எடுத்து வந்து வைத்தியம் செய்தான்? கழுகுக்கு வலியென்று இவனுக்கு எப்படி தெரியும்....? அதன் பிறகு நடு நிசி தாண்டும் வரையில் ஏதேதோ இலை தட்டை கீழ் என்று கிளறி பல்வேறு வகையான நாற்றங்களைக் கிளப்பிக்கொண்டே இருந்தானே... அவற்றை மருந்தென்று கொடுக்கஎங்கிருந்து இவனுக்கு தைரியம் வருகிறது....?

எல்லா மனிதர்களின் நோயாளி குணத்தையும் தன்னை நோக்கி மட்டுமே எப்படித் திருப்பினான்? பயங்கர மர்மம் என்னை

துரத்தியடித்துப் பரிதவிக்க வைத்தது. ஒரே ஒரு ஆள், அந்தப் பகுதியின் பறவைகள், கால்நடைகள் மரஞ்செடிகள், வயற்காடுகள் மற்றும் மனிதர்கள் யாவருக்கும் நோய் தீர்க்கும் கிறுக்குச் சித்தனாக அன்றைய இரவில் கண் முன் தோன்றினான்.

இருபது இருபத்தைந்து பேர் சேர்ந்து பார்க்கும் வேலையை அந்தக் கிறுக்கன் மண்டபத்தில் உட்கார்ந்து ஒருவன் பார்த்ததை நான் பார்த்த அந்த இரவில் பலவிதத்தில் அங்கே அடித்த அந்த இலைகளை இணைத்து எரித்துக் குழைத்து அவன் மேற்கொண்ட ஆய்வுகளின் நாற்றம்.... என் மீது வீசுவதைத் தவிர்க்க என்னால் முடியவே இல்லை. எங்கே போனாலும் என்ன செய்தாலும் அந்த நாற்றம் என்னைத் துரத்தியது. கிறுக்கனை நேரே சந்திக்க வருகிறேன் என்றதும் யேசுபாதம் லேசாய் அதிர்ந்தான். அவனது மனைவி அளவற்ற ஆர்வம் கொண்டாள். அங்கிருந்தவர்கள் .... என்னுடைய இந்த முடிவைத் தவறாக எடுத்துக் கொள்ளவில்லை.... விவரிக்க முடியாத ஒருவிதப் பரபரப்புடன் யேசுபாதம் தான்.... ‘‘அதுவும் சரிதான். அதுவும் சரிதான்’’ என்று மறுபடி மறுபடி கூறிக்கொண்டிருந்தான். எதோ ஒருவித சலனம் என் எண்ணங்களைக் கிறுக்கனுக்கு எதிராக உக்கிரத்துடன் இலக்காக்கியது.

காட்டுச்செடிகளையும் நடுநிசி கூழ்களையும் நம்பும் ஒரு அரைப் பைத்தியம் எப்படி ஒரு தேர்ந்த மருத்துவனாக முடியும்? கால்நடை மருத்துவமனைகளையும் ஆரம்ப சுகாதார நிலையங்களையும் மூடவைத்து விட்ட அந்தக் கைநாட்டுக் கேஸ் என் கேள்விகளுக்கு மண்டியிட்டானென்றால் ஏதோ உலகக் கல்வி மூலம் ஊரை மீட்கலாம் என்கிற எண்ணம் யார் யாரெல்லாம் செத்தார்களோ.... என முணுமுணுக்கிறேன்.

ஆனால் சந்தை கூடியதே கிறுக்கனுக்காகத்தான் போல.... அங்கங்கே கூட்டமாய் அவனையே எதிர்பார்த்து விற்க வந்தவர்களும் வாங்க வந்தவர்களும் இரண்டையுமே செய்ய வந்தவர்களும் இருந்ததைக் கண்டு நான் மூச்சடங்கிப் போனேன். முன் அறிவிப்பு கொடுத்த கடவுளை எதிர்பார்த்துக் காத்திருப்பது போல அவர்கள் இருந்தார்கள்..... ஆடுகள்.... மாடுகள்.... கோழி.... பன்றி..... வாத்து.... எருது.... குதிரை என்று ஒருபக்கம் கால்நடைச் சந்தை.... மலச்சிக்கல், பாரிச வாயு, மூலம், குன்மம், குஷ்டம், விஷக்கடி, நீரிழி..... வயோதிக மலச்சிக்கல்.... குடல்புண் என்று மறுபுறம் ஒரு பெரிய மனிதச் சந்தை.....

விவசாயிகள் சிலர் தாழ்ந்த கதிர் தழைகளோடு வயலுக்குப் பரிகாரம் கேட்கக் கூடியிருந்த திக்கில் அவன் திடீரென்று முளைத்தான். மனசு மாறினால் குருவிகள் மரங்களோடு பேசப் போய்விடுவான். அதுவரை வைத்தியம்.

- ‘‘துத்தி இலைல பசும்பால்.... அரைச்சி சாறு எடுத்து சல்லடையாக்கின களிம்பு இது மூலத்த 20 நாள்ல விரட்டி விடலாம்.... புளி, காரம் வேண்டாம். எலுமிச்சை சாப்பிடு ஊர் சேர்மனாமே இப்ப நீயி...... சந்தோஷம்’’
- ‘‘இது சுவாச கோசம் கௌவி.... இதுக்கு கொன்றை தான் கேட்கும். தூதுவள பொடி இது.... கலந்து பால்ல போட்டுக் குடி.... டீயை நிப்பாட்டிப்புடு கருக்கல்ல குளிக்காத’’
- ‘‘இது ஒன்னுமே இல்ல தம்பி... மூக்குல ரத்தம் வந்தா என்ன? வரட்டுமே.... இந்தா கடுக்காயி ஆத்தாகிட்ட குடுத்து அரச்சி இடுப்பில பொட்டலமா வெச்சிக்க..... ரத்தம் வராப்ல இருந்திச்சின்னா மூக்குப்பொடி மாதிரி உறிஞ்சிக்க.... போயிரும்’’
- ‘‘என்ன.... சரியா போய்டுதா.... கொடிப்பால பாலு வெச்சியா... விஷம் எதுவானாலும் முறிஞ்சிடும்’’
- ‘‘நாய்க்கடி தானே... எந்த ஊரு.... கரிகால்பட்டியில வெறிநாயே கிடையாது .... காயத்துக்குப் பச்சிலை போதும்’’
- என் ஆன்மாவை மேலும் அதிர்ச்சியடைய வைத்தது அவனது வேகம் மட்டுமல்ல..... கிறுக்கனின் மருத்துவத்திற்குக் காசும் இல்லை வரிசையும் இல்லை.... அநாவசியச் சீட்டு இல்லை சிரமம் இல்லை.... அங்கேயே மருந்து உண்டதும் தீர்வு.... அயல்நாட்டுப் புத்தகங்கள் பல்கலைக்கழக பரீட்சையில் முதலிடம்.... அய்யோ சொந்த மண்ணின் சொரணையே இல்லாத என் கல்லூரிப் படிப்பு.....
- ‘‘ஒன்றுக்கடிக்கிறப்ப ரத்தமும் வருதா... பயந்துராத.... இது ஒண்ணுமில்ல.... இந்தா இது சோத்துக் கத்தாழ, தோலை சீவிடு உள்ள சதை இருக்கில்ல தண்ணீல கழுவிட்டுச் சாப்பிடு.... பயங்கரமாகக் கசக்கும். கசப்பப் பாக்காத..... ரத்தம் நிக்கினுமில்ல.....?’’
- ‘‘வயக்காட்டுலதானே பாம்பு கடிச்சிது....? எந்த ஊர்ப் பக்கம்? காவக்கேணியா.... அப்ப மண்ணுளிப்பாம்பு தான் பெரிசு..... விஷத்த எடுத்திரலாம். இந்தப் பாம்பு கடிக்காது நக்கிப்புடும்.... அது பிறகு வெண் குஷ்டமா ஆயிர வாய்ப்பு இருக்கு.... கொல்லன் கோவைக் கிழங்கு தான் மருந்து.... நம்மூர் பாம்பாச்சே இங்கேயே தான் மருந்து.... தம்பிய அனுப்பு மண்டபத்துல தாரேன்......’’

என் உடலின் ஒவ்வொரு அணுவிலிருந்தும் நான் படித்த ஏட்டுக் கல்வி உதிர்ந்து கொண்டே இருந்தது.

‘‘உனக்கு என்னப்பா.... நல்லாதானே இருக்குற’’

என்னிடம் தானா அவன் பேசுகிறான்?... எந்த முன் தயாரிப்பும் இன்றி வந்து விட்டது பரிதவிக்க வைத்தது..... நடுங்கி சமாளித்தபடி..... ''இளநீர் குடிச்சிட்டேன்.... சளி பிடிச்சுகிச்சு....'' என்றேன்.

தாடிக்குள்ளிருந்து அழுத்தமான சொற்கள் என் முகத்தில் தெறித்தன. ''அவ்வளவுதானா.... எந்த இளநீர் குடித்தாய் நீ.....?''

''இளநீருன்னா இளநீருதான்..... தேங்காய்க்குள்ள இருக்குமே அது....'' நான் அசடு வழிந்தேன்.

''இளநீருல.... பத்து இளநீரு இருக்கு! அடுக்கிள நீர்... ஆயிரம் காச்சி இளநீர், கருவிள நீர், குண்டறக்கச்சி இளநீர், கவுலி பாத்தி இளநீர், செவ்விளநீர், கோரிளநீர், பச்சை இளநீர், மஞ்சள் கச்சி இளநீர்.....''

என் மூன்றாம் வகுப்பு ஆசிரியர் முன் நிற்பது போல சித்தாந்தம் ரீதியில் வாயடைத்துப் போய் நிற்கிறேன். இதுபோல நான் முன் எப்போதும் நின்றது கிடையாது.... ''அம்மா. அருமை அம்மா பார்த்துக் கொள்வாள்'' என்று ஒரு குழந்தை நிற்பது மாதிரியான நம்பிக்கையான மனநிலை.... அதோ உண்மையான வைத்தியன் என் முன்னே நின்று கொண்டிருந்தான்.

''நம்ம ஊருல குண்டறக்கச்சியும் மஞ்சள் கச்சியும் தான் கிடைக்கும்... குண்டறக்கச்சி இளநீர் குடிச்சிருப்ப தம்பி அதக் குடிச்சா மலச்சிக்கல் தீரும். ஆனா சளி பிடிக்கும். அதுக்கு மஞ்சள் கச்சி இளநீரேதான் மருந்து....''

எப்போது அந்தத் கிட்டத்துத் தென்னைமரத்தில் ஏறினான்.... எப்போது பறித்தான்.... எப்போது உடைத்தான். அதோ என் முன் மருந்துடன் நின்றிருந்தான் அந்த விஞ்ஞானக்கிறுக்கன்....

என் உடம்பில் நான் கற்ற ஆங்கிலக்கல்வி கொடுத்திருந்த போலி கவுரவமும் திமிரும் சடசடவென்று முறிந்து கீழே உதிர்ந்தன.

அவனதுகைகளைப்பிடித்துக்கொண்டேன்...இதையும்தெரிந்தவன் போல அவன் அதை அனுமதித்தான்.... பொலபொலவென்று என் கண்களிலிருந்து கண்ணீர் வழிந்தோடியது.

5

களவாணி

கடலே...... என்னருமைக் கடலே......... வழக்கம் போல எந்தத் திரையிட்டும் அடக்கமுடியாதகனத்தகண்ணீரையும்தாங்கொண்ணா மனச்சுமையையும் சுமந்து உன்னிடம் வந்துள்ளேன்... உருக்குலைந்த தொழிலாளி ஒருத்தனின் சுத்தியலுக்கு அடியில் உடைபடும் கல்லைப் போல நொறுக்கப்பட்டு விட்டேன். இனி எந்தக் கோணத்திலிருந்தும் சொல்வேன், நேர்மையற்றது வாழ்க்கை இரக்கமற்றது இது. இந்த வாழ்க்கையிடம்....ஒரு அவசரக்கார ஜேப்படித் திருடனான அதனிடம் இழப்பதற்கு என்னிடம் இனி எதுவுமே இல்லை. சென்றமுறை வந்தபோது உடன் அழைத்து வந்தேனே. அந்த ஒப்புயர்வு அற்ற ஒரே நம்பிக்கையும் கொலை செய்யப்பட்டு விட்டது கடலே..... இப்போது நான்தான் என்று தெரிந்து என்னைத் தேடுகிறார்கள்.... பிடித்து விடுவார்கள்.....

மிகப்பெரிய திருடனாகவும் மோசடிக்காரனாகவும்.... பிறந்தேனா? இல்லை வாழ்க்கையில் புகுந்து வீசிய ஏதோ ஒரு முடைநாற்றம் என்னை அப்படி உருக்குலைத்து விட்டது. இப்போதும் தான் கேட்கிறேன். என்ன அப்படி பெரியதாகக் களவாடி விட்டேன் இரக்கமற்ற கொலை பாதகப் பேர்வழிகள் எத்தனையோ செய்து விடுவதில்லையா? ஒரு குழந்தையாக என்னைப் பாவிக்க உன்னால் மட்டுமே முடிந்திருக்கிறது. கசக்கும் விஷயத்தைக் கூட விரும்பி அகமகிழ்ந்து சுவைத்துக் கொண்டிருக்க உன்னால் முடிகிறது. எல்லாவற்றையும் தோற்றுவிட்டு வந்து நிற்கும் உன் குழந்தையைப் பார். உருக்குலைந்த ஓவியம் ஒன்றிலிருந்து வீசும் ஒற்றை ஒளியைப் போல நீ மட்டும் இல்லையென்றால் என் கடலே நான் என்னவெல்லாம் ஆகிப்போயிருப்பேன்.

எல்லோரையும் போல இருந்திருக்கக் கூடாதா என்பாய். இதைத்தான் சொல்லிச் சொல்லி என்னை அவமானப்படுத்தினார்கள். ரொம்ப ரொம்பச் சின்னஞ்சிறு சிறுவனாக இருந்தபோதே நீ தானே... என்று எல்லாவற்றிற்கும் என்னையே பலியிட்டார்கள். சரி ஏன் எனக்கு மட்டும் இப்படி எல்லாம் ஆகிப்போனது. பாடசாலையில் ஒவ்வொரு முறையும் தனது பசியைக் குடும்பத்தின் கொடூர தரித்திரத்தை எட்ட வைத்து விட்டு எனக்காக என்று உயிரைக் கொடுத்து அப்பா

இல்லாத பிள்ளை என்று புதிதாய்ப் பென்சில், இரண்டு ரப்பர் என்று வாங்கித் தருவாளே அம்மா. அப்படி இருந்தும் அடுத்தவனின் பழைய பென்சிலும் தேய்ந்த ரப்பரும் பென்சில் பெட்டியும் என்னைக் கவர்ந்தது ஏன் கடலே.... அபசுரமான அந்த அபசுரம் எனக்குப் பிடித்திருந்தது. ஏன்? அவ்விதமான செயல்பாடுகளிடமிருந்து அம்மா என்னை எவ்வளவோ மீட்க முயன்றும் அவற்றின் மீது பற்றுதல் வைக்கத் தூண்டியது எது? சுலபமானதல்ல... ஒவ்வொரு விதத்தில் ஒவ்வொரு வகையான மனிதரிடமிருந்து அபகரித்தல். பிறகான அவர்களது தவிப்புக்கு எவ்வளவோ வருந்தியிருக்கிறேன். இந்த ஒரு தடவை மட்டும் தப்பிவிட்டால் போதும். இனிமேல் இந்த இழிவான வேலையைச் செய்யவே மாட்டேன் என்று உறுதியிட்டுத் தாய்மேல் சத்தியம் கடவுளே காப்பாற்று உயிரையே தருவேன். ஒருவாரம் கிட்டத்தட்ட அப்பாவிகளின் உலகில் சாதுவாக இருந்திருக்கிறேன். ஒரு தடவை அல்ல. எனது மனசாட்சியின் கதவை ஓங்கி எதுவோ சாத்திய ஒவ்வொரு தடவையும் கடலே... நடந்த எல்லாவற்றிற்குமாக நான் மனம் குமுறி உறக்கத்தைக் கைவிட்டு இனி ஒருபோதும் இல்லை என்றேதான் முடிவுடன் இருக்கலானேன். ஆனால் அந்த நாள் விரைவில் வந்து சேர்ந்து விடுகிறது. காணாமல் போன ஏதோ ஒன்றிற்காக மனிதர்கள் எனது பையை, உடம்பைச் சோதிப்பார்கள் அல்லது பழைய காணாமல் போன ஒரு சம்பவத்தைச் சொல்லிக் கேலியாக... புதிய நண்பன் ஒருவனிடம் என்னைப் பற்றி உண்மையைச் சொல்லிக் காப்பாற்றுதல்.... ச்சீ வெறுத்துப் போய் சலிப்பெய்திட வைத்து விடுகிறது. இது. பிறகு திரும்பி விடுவேன் என்ன பழைய ரகசிய புரியின் பாழ் மூலைக்கு.

எனக்காக ஒவ்வொரு முறையும் சாவில் மூழ்கி மூச்சடக்கி கூடத்தில் சத்தியம் செய்து ஊராரின் ஏச்சுக்கள் அனைத்தையும் தாங்கிக் கொண்டு ''ஏம்புள்ளயா... இருக்காதுங்க'' என்று விழிகளில் பொங்குவாளே. அந்த அம்மாவிடமிருந்தே பள்ளிக்கூடத்திற்குக் கட்ட வைத்திருந்த பணத்தைத் திருடிய கோர சம்பவம் தான் என்னிடருந்த அந்த அதிசய மிருகத்தை அவளுக்குப் புரிய வைத்திருக்க வேண்டும். அப்படியாகக் கைக்குக் கிடைத்த பணத்தைச் செலவு செய்யக்கூட தெரியவில்லை. அப்போது 'நெல்லிக்காய்' கிழவி வந்து அவிழ்த்தாள் மூட்டைய்யை ''உம் மவன் முப்பது ரூபாய்க்கு வாங்கி எல்லாருக்கும் திங்கத் தரானே வசதியாய்ட்டியா?'' பெத்த வயிறு அல்லவா, பற்றியெரிந்த அதில் வைத்துக் காய்ச்சிய இலுப்பக்கரண்டியால் அன்று வைத்த 'சூடு' உன்னிடம் மறைப்பதில் என்ன கடலே... இதோ இந்தத் தொடையின் அடி இடுக்கில் உட்காரும் இடத்தில் கருத்துப் பளபளக்கும் அவமானச் சின்னத்தைப் பார் கடலே.... கிட்டத்தட்ட

ஒரு மாதகாலம் பதறிப் பதறித் தன்னை வைதபடி அவளே வைத்த மருந்தில்கூட ஆறாத மனம் என்ன மனம்? இப்போது யோசிக்கிறேன். ஆமாம்.... அப்போதே நான் செத்துத் தொலைந்திருக்கக்கூடாதா....

கடைசிமுறை அந்தக் காயத்திற்காக டாக்டரிடம் போனபோது முழுதும் பரிசோதித்தபின் மருந்தை எழுதத் தேடினார். அவரது பேனா என் ஜட்டிக்குள் இருந்தது. விளையாட்டிற்கா என்றார். முகத்தின் கடுகடுப்பை கண்டு நடுங்கிய அம்மாவுக்காக ''வேணும்னா வெச்சுக்கோ'' என்றபடி அம்மாவைத் தடவினார். எத்தனையை சகித்துக் கொள்வாள் அம்மா. இந்த நீச மகனைப் பெத்ததுக்குக் கடலே .... ஒரு அம்மிக்கல்லைப் பெத்திருக்கலாம் அவள்.

பிறகு அந்தப் பிள்ளையார் கோயில் சம்பவம். ஆனால் உன் மீது ஆணையாகக் கடலே... அதை நான் வேண்டுமென்று செய்யவில்லை. விநாயகர் சதுர்த்திக்கு நான் திருந்த என்று வேண்டிக்கொண்டு அம்மா சுண்டல் படைத்தாள். இப்படி பலவாறு பலமுறை பல கோவில்களில் பலவகை நேர்த்திக்கடன்கள் எனக்காக செய்தே வந்தாள். எல்லாம் இந்தக் கள்ளக் குழந்தைக்காக. பிள்ளையார் கோவிலில் சூடத்தட்டிலிருந்து காணிக்கைகள் காணாமல் போயிருந்தன என்றார்கள். வீட்டில் என் உள்ளாடைகளைக் கூட அம்மா விடவில்லை. பதற்றத்தில் வியர்த்திருந்த அவளுக்கு நம்பவும் முடியவில்லை. அப்போது உண்டியலும் உடைபட்ட செய்தி வந்தது. சாமி உண்டியல் உடைத்தவன் உருப்படமாட்டான். கண் அவிந்து போகும் என்றாள். எவ்வளவோ விதத்தில் நல்ல மாதிரியாகக் கேட்டாள். அவளது கெஞ்சல்களுக்கு மனம் இறங்கித்தான் விடுகின்றேன். ஆனால் கடலே... உன் மீது ஆணையாக எனக்கு எதுவுமே தெரிந்திருக்கவில்லை. அம்மாவும்கூட என்னை நம்ப மறுத்தாள். கண்ணீரைக்கூட நடிப்பு என்றாள். ஒரு தடவை போயிட்டு வா.... அப்போதான் திருந்துவாய் என்றாள். ஒரு தடவை போலீசோடு அனுப்பியும் வைத்தாள். அய்யோ கடலே. ஏன் இப்படியெல்லாம் நடந்தது....? யாருடைய முன் தயாரிப்பின்படியோ சம்பவங்கள் நகர்த்தப்படுகின்றன. எல்லாமே சிதைந்து நொறுக்கப்பட்ட இந்தக் கோரமான திருப்புமுனை. அப்போது நான் அப்பாவிதான் என்றால் பெத்தவளே நம்ப மறுக்கிறாள்.

''ஒப்புக்கொண்டால் அடிக்கமாட்டோம்'' என்றபடி அடித்தார்கள். முதுகுத்தண்டில் லத்திக் கட்டையால் மோதியபோது உயிர்போய் உயிர் வந்தது. கடவுளே எனக்கு வேறு எந்த வழியும் அப்போது தெரிந்திருக்கவில்லை. இத்தனைக்கு என் மாமா ஒருத்தர் போலீஸில் இருந்தார். ''சொல் தறுதலப்பய மகனே... என் பொண்ணுக்கிட்டியே வாட்சை திருடின நாய்தானே நீனு...

எடுத்தில்ல சொல்லுடா...'' சட்டை டவுஸர் எல்லாவற்றையும் கழற்றி விட்டார்கள். இரவு வக்கிரமாய் என்னைச் சிதைத்தெறிந்ததை என்ன என்பது? ''என் காலில் விழு ஜட்டியைத் தரேன்'' விழப்போகும் போது ஜட்டி வேற ஒருத்தர் கை மாறிவிடும்... கதறி அழுதுதபடி நான் ஜட்டியின் திசைக்குத் தாவுவேன். ஓடினாக்க.... குதிக்குதுடா.... லத்தியால் குத்திக்காட்டி வக்கிரமாய் சிரித்தபடி ஜட்டி வேறு திசைக்குத் தாவியது.... சரி சற்று நேரத்தில் நான் சோர்ந்து போனேன். காதில் ஓங்கிக் கடைசியாய் அறைந்தார் மாமா... திசைகள் தோறும் இருந்து அறைந்தது போல விக்கித்துக் கதற வைத்து விட்டது அது.... ''வேணா மாமா....'' என் பேச்சு மட்டும் யார் காதிலும் விழவில்லை. கையெடுத்துக் கும்பிடுறேன்.... அம்மணமாய் யார் யார் காலிலோ விழுகிறேன். லத்திக் கட்டைகளுக்கும் அந்த அறையில் இருந்தவர்களுக்கும் எந்த வித்தியாசமும் இருக்கவில்லை கடலே....

''உன்னை அடித்தார்களா?'' நீதிபதி கேட்டார். உயிர்போகும்படி வீங்கிய விரைகளை ரகசியமாய் என் உள்ளாடைகள் மூடியிருக்க மாமா லத்திக்கு மேலும் பயந்து ''சத்தியமாய் இல்லைங்க சத்தியமா இல்லைங்க'' பலமுறை கூவிய என்னைப் பார்த்து நீதிபதியும் சிரித்தார். ஒப்புக்கொண்டதற்கு மேலும் எனக்குத் தெரியாத இரண்டு தெரு வீட்டு திருட்டுகளும் என் மீதே கடலே... முழுமையாகச் சுமத்தப்பட்டன. ஐய்யோ எதையும் புரிந்து கொள்ளும் மனப்பக்குவம் எனக்கு அப்போது இல்லை. இதைச் செய்தாயா... அதைச் செய்தாயா... எல்லாவற்றுக்கும் ''ஆமாம்.... ஆமாம்....'' தம்பி இதை நீ செய்திருக்க முடியாதப்பா.... செய்திருந்தாலும் அந்தப் பணம் எங்கே அப்பா? என்று யாருமே கேட்கவில்லை கடலே....

இந்த நியாயமற்ற உலகில் யாருமற்ற தனியனாய்க் களவாணிப் பட்டத்தோடு நான் சிறைக்கு அனுப்பப்பட்டேன்.... அன்றைக்கும் அம்மாவின் புடவைத் தலைப்பைக் கட்டிக் கொண்டு எப்படிக் கதறி அழுதேன். ''இப்போது அழுது என்ன பயன்?'' என்று மாமா சொன்னது எல்லாவற்றையும் நம்பிய ஒருத்தியாகவே அம்மா இருந்தாள்.

6 மாத காவல் முடிந்து முதல் முறை வீடு வந்தபோது எப்படியோ இருந்தது. எதைச் சொன்னாலும் யாரும் நம்பத் தயாராக இல்லை. வேறு ஊருக்குப் போகக்கூடாது. நாள் தவறாமல் வந்து கையெழுத்து போட்டுவிட்டுப் போக வேண்டும். 'இவர்கள் ஜாக்கிரதை' என்று பஸ் நிலையத்தில் ஜனங்கள் கூடும் தியேட்டர் வீதிகளில் பத்தோடு பதினொன்றாக என் படமும் சேர்க்கப்பட்டிருந்தது.

மனிதனுக்கு வாழ்க்கை தேவையாய் இருக்கிறது. கடலே... எல்லாரிடமிருந்தும் விரட்டப்பட்ட உனது ஒற்றை மகன். பார்த்த

மாத்திரத்தில் பொருட்களைப் பதுக்கியவர்கள்..... கண் எதிரே காதில் விழும்படி "மாமியார்வீட்டு மருமவம்பா" என்று கேலி செய்தவர்கள். "வெளியே விட்டாங்களா இனிமே பூட்டுக் கெலாம் கலிமுத்திருமே" என்றார்கள். சிறையிலிருந்து திரும்பியவனுக்கு ஊர் வாயே போதும், ஆளைச் சீண்டி ஆத்திரத்தைக் கிளப்பி மீண்டும் சிறைக்கே அனுப்பி வைத்துவிடும்.

தங்கமணி, ரகோத்தமன் சிறையில் கிடைத்த சொந்தங்கள். எப்பேர்ப்பட்ட பூட்டையும் லாவகமாக நெம்பி விடுவான் தங்கமணி. வீட்டையே பேர்த்தெடுக்கும் அளவுக்கு ஒரு பெரும் ஜாம்பவானாக வாழ்க்கை அவனை வளர்த்திருந்தது. போலீசுக்கு அவனும் அவனுக்குப் போலீசும் மிக நன்றாக நேர்ந்தவர்கள். இங்கே இங்கே போ.. இதை இதைச் செய்... என்று போலீசிலேயே சொல்ல அவனுக்கு ஆள் இருந்தது. பிறகு பின்னாலேயே போய்ப் பிடித்து வருவார்கள். தேடியதில் இவ்வளவு தான் கிடைத்தது என்று இழந்தவருக்குக் கொடுத்ததில் மீதியை சுருட்டும் லாவகம் கடலே... அந்த நீசத்தனமான சூழலில் நானும் சிக்கிக்கொண்டேன்.

மருத்துவரிடம் பேனாவை அபகரித்தது போலவே விதவிதமான மனிதர்களிடமிருந்து விதவிதமான புதையல்களை அடிக்கத் தொடங்கினேன். வேலை கொடுக்காதவர்கள் ... மனிதனாக மதிக்காதவர்கள் ... யாரென்றே தெரியாதவர்கள் ஒரு பிசாசு போல நான் ஊரை ஆட்டி வைக்கத் தொடங்கினேன். "கவலைப்படாதே.... நானிருக்கிறேன்" என்று அம்மாவோ யாரோ ஒரு வார்த்தை சொல்லி இருந்தால் கடலே இந்த அளவிற்குப் போயிருக்க மாட்டேன். "வா.... உன்னை நான் நம்புகிறேன்" என்று யாராவது ஒரு வேலை கொடுத்திருந்தால் கூட கடலே நானோ இந்தப் பாழ்கிணற்றில் உதவிக்கரமற்று ஊராரால் உதறித் தள்ளப்பட்டு விட்டேன். என்னருமைக் கடலே இன்று உன் முன்னால் உட்கார்ந்து கதறிக் கொண்டிருக்கிறேனே. இதுபோல என் நெஞ்சில் அறைந்து வைத்திருப்பவைகளைக் கேட்க யாராவது ஒருத்தர் இருந்திருக்கக்கூடாதா?

ரகோத்தமன் இருந்தானே என்பாய்... இல்லையென்று சொல்லவில்லை. அவன் என்ன செய்வான் பாவம்... வழிப்பறி செய்யவே அவன் பிறந்தானா என்ன? எப்பேர்ப்பட்ட மனிதன். குழந்தை குட்டிக்காரன். கொஞ்சமாவது இரக்கம் காட்டினார்களா? விரல் நகத்தைப் பிடுங்கி கால் அடியை வீங்க வைத்து ... எங்கள் ஒற்றை அறைக்குள் அவனைக் கொண்டுவந்து போட்ட நாளில் நான் எப்படி பதறிப் போனேன். களவாணி ஆக்கப்பட்டவனின் வாழ்க்கைக்காக இரக்கம் காட்ட யாருமே முன்வர மாட்டார்கள்.

''நாய் வாலைக்கூட நிமிர்த்தி விடலாம் ஊர் வாயை நிமிர்த்த முடியாது'' நான் இரண்டாம் முறை சிறைக்குத் திரும்பியபோது ஆசுவாசப்படுத்தினான் ரகோத்தமன். சனியன் பிடித்த வாழ்க்கை அவனது. தன் குழந்தைகளுக்காக என்று குற்றவாளியாக அவன் ஒவ்வொரு முறையும் தயாராக இருந்தான். என் கதையைக் கேட்டுவிட்டுக் கண்கலங்கிய முதல் மனிதன். என் மாமாவைப் பற்றி பல உண்மைகளைச் சொல்லி என்னைச் சில்லிட வைத்தவன். கதறி அழவும் நடந்தவற்றிற்காக வருந்தவும் என்னை அவன் அனுமதித்தான் கடலே....

வெளியே வருவது... மனம் போனபடி சுற்றுவது.... இழிசொல்.... திட்டு.... யாராரோ வருகிறார்கள் என்று என்னை ஓடிவிடச் சொல்லும் அம்மா.... காறித்துப்பும் சுற்றம்.... பிறகு மீண்டும் களவு... உள்ளே போவது என்று ஒருவித நேர்த்திக்கடன் சடங்கு போல பழகிப் போனேன் கடலே..... எந்தப் பிடிமானமும் அற்ற வாழ்வில் சுழன்று வீசும் புயலில் சிக்கி மூச்சுத் திணறிப்போனவனை இன்னமும் தின்று கொண்டிருக்கிறது மனம். மாமாவின் பிள்ளைகளில் ஒருவன் டாக்டரானான். பெண் அரசு அதிகாரி ஆனாள்..... மற்றொருவன் போலீசுக்கே வருவதற்குப் பெரிய பரீட்சை எழுதுகிறான். அம்மா சொல்லுவாள் பள்ளிக்கூட நாட்களில் இன்னமும் நினைவிருக்கிறது.

''நீதான் நன்றாகப் படிக்கின்றாய்'' என்று. கணக்கை அவ்வளவு லாவகமாக நான் போடுவேன்... எத்தனைமுறை அவளுக்கு என் மாமன் மகளுக்கு வீட்டுப்பாடம் சொல்லிக் கொடுத்துள்ளேன். கடலே... என்னருமைக் கடலே.... யாராவது இதைப் புரிந்து கொள்ளக்கூடாதா....

ஒரு காட்டுத்தீ போல இந்த விஷயம் என் நெஞ்சில் எரிந்துகொண்டே இருந்தது.... தன் மகளுக்குத் திருமணம் என்று எனது சிறை நாளை மேலும் மூன்று மாதம் நீட்டிக்க வந்தாரே அன்றைக்கு என் மாமாவிற்கு ஏதாவது செய் என்று ரத்தம் கொதித்தது. களவாணியின் மனம் ஒரு ஓயாத கடல் மாதிரிதான் கடலே....... அலை மோதிக்கொண்டே இருக்கும் வாழ்க்கை, கரைக்குப்போய்ப் போய் திரும்பும் உனது அலைபோல வெளியே போய் மீண்டும் சிறைக்கே திரும்புவது அது.... ஆனால் சீற்றம் பெற்றால் ஊரையே விழுங்குவதில்லையா நீ... அப்படித்தான் பொங்கியெழத் தயாரானேன் நான்....

இரண்டுமாதம் நீட்டிப்பு செய்து திருமணம் ஆன மறுவாரம் என்னை விடுவித்தார்கள். அந்த அவமானம் தான் கடலே.... அதைத் தாங்கிகொள்ள என்னால் முடியவில்லை.... ஏதாவது செய் என்று

நெஞ்சம் கதறிக்கொண்டிருந்தது அல்லவா.... பூட்டிய வீட்டிற்கு ஊர் தூங்கிய போது தீவைத்து என் நெஞ்சைக் குளிர்வித்தேன். தூரத்திலிருந்து நீண்டநேரம் அந்த ஆறாத நெருப்பை அள்ளி அள்ளி அது வெளிகளை அணைத்ததைப் பார்த்துப் பார்த்து மனதைத் தேற்றினேன். ஓ... ஓ...வென்று வெறியோடு கத்தினேன். ஊருக்குப் போயிருக்கும் மாமா குமுறும் குமுறலை நினைத்து நினைத்துப் பெருமூச்சுகள் விடுகிறேன்.

சத்தியமாகச் சொல்கிறேன் கடலே... கடவுளுக்குத் தெரியும் யார் களவாணி என்று. நடந்த எல்லா சம்பவங்களின் ஒரே சாட்சியான உனக்குத் தெரியும். இனி ஒருபோதும் அந்தப் பாழ் சிறைக்குப் போக விரும்பவில்லை நான். அம்மா போதும், அம்மா இனி உனக்கு உன் களவாணி மகன் இல்லை. மற்றவர்களுக்கு முன் என்னோடு பேசவே கூசுவாயே... இனி பேச வேண்டியது இல்லை... கூச வேண்டியது இல்லை. சின்ன வயசில் வாங்கிய மார்க்குக்காக அணைத்துக் கொண்டு சிலிர்ப்பாயே... அதை மட்டும் நினைத்துக் கொள்கிறேன். அம்மா ஒரு நாள் புரிந்துகொள் உன் மகன் யாரென்று....

அதோ...கடலே...போலீஸ்மோப்பநாய்களின்மூச்சுக்காற்றைக்கூட ஒரு களவாணி நன்றாக அறிவான்.... அவர்கள்தான் வந்துவிட்டார்கள். அணைத்துக் கொள் கடலே... எனக்கு அவர்களிடமிருந்து விடுதலை கொடு.... உனது எல்லையற்ற கரங்களால் உனக்குள் என்னை மூழ்கடித்துக் கொண்டு விடு... நீயும் கைவிட்டு விடாதே.... கடலே....

6

ஷேக்ஸ்பியர் நாவல் எதுவும் எழுதவில்லை

ஷேக்ஸ்பியர் பற்றிய ஒருநாள் பிரத்யேக அரங்கம் ஜேக்ஸ்பெல்லர் பவனில் கடந்தமாதம் 15ம் தேதி மூன்று அமர்வுகளாக நடத்தப்பட்டது. முன்னணி கருத்துரையாளர்கள், கட்டுரையாளர்கள், இலக்கியக் கலைஞர்கள், அவர்களது உறவினர்கள், பார்வையாளர்கள் மற்றும் மைக்செட் அரங்க வேலையாட்கள் உட்பட மொத்தமாக நூற்றி அறுபத்தாறு பேர் கூடியிருந்தோம். 'அமிர்தம் மாத நாவல்' எனும் வெகுஜன நாவல் இதழை (ராணி முத்து மாடல்) நடத்திவரும் அமிர்தம் ஜனகராஜன் மற்றும் அவரது வேலையாட்கள் ஒருவித திடீர் ஆர்வக்கோளாறு ஏற்பட்டு எற்பாடு செய்திருந்தார்கள்.

வெகுஜன இதழ்கள் சிறுபத்திரிகையாளர்களைப் பெரும்பாலும் தத்தெடுத்துக் கொண்டு விட்டது போலவே தோன்றுகிறது. இந்த வகை கூட்டம் இதுவரை நடந்ததே இல்லை என்று பெரிய அளவில் விளம்பரம் செய்யப்பட்டது. ஒருவித நிரந்தரத் தன்மை எனும் பாசாங்கு அது. அதைச் செய்வதில் அடையப்படும் திருப்திகர மனநிலையில் உள்ள போதையை அவர்கள் உணர்ந்திருக்க வேண்டும் அல்லது அதில் கிடைக்கும் அறிவுஜீவி எனும் அடையாளம் காரணமாக இருக்கலாம். வானத்தை நோக்கிப் போலீஸ் சுடுவதைப் போல உடனே எங்கள் கூட்டம் சிதறி ஓடும் என்று அவர்கள் எதிர்பார்த்திருக்கக்கூடும். ஆனால் ராணியை மொய்க்கும் வேலைக்காரத் தேனீக்களைப் போல நாங்கள் அந்த முயற்சிகளை நோக்கி இழுக்கப்படுகிறோம். நாங்கள் பேசுகிறோமா பேச வைக்கப்படுகிறோமா, கேட்க வைக்கப்படுகிறோமா என்றெல்லாம் யோசிப்பதற்குள் போக்குவரத்து ஒரு கட்டுரைக்கு ஆயிரம் கூலியும் என்றால் புதிர்மொழிக் காரர்கள் சாணித்தாள் கதையாளர்கள் எங்களது புதைகுழியிலிருந்து வெளிப்பட்டு பொறியில் மாட்டிக் கொள்ளும் ஒரு எலியின் அப்பாவித்தனத்துடன் ... லபக்!

முதல் அமர்வு 'ஷேக்ஸ்பியர் நாவல்களில் சமூகம்' என்ற பொதுத்தலைப்பின் கீழே மதுராந்தகம் முருகப்ப வேலன், கலம் கவிதை மைந்தன் பேராசிரியர் சுந்தரசேரன் ஆகியோரது முறையே

ஷேக்ஸ்பியர் நாவல்களில் வறுமை, ஷேக்ஸ்பியர் நாவல்களில் குடும்பமுறை, ஷேக்ஸ்பியர் நாவல்களில் அக்கா தங்கை, அண்ணன் தம்பி உறவு ஆகிய தலைப்புகளில் அமைந்த கட்டுரைகளைக் கொண்டிருந்தது. அதிகாரியானவை. மாணிக்கம் ஐ.ஏ.எஸ். தலைமை தாங்கினார். அவற்றில் சுந்தரசேரனின் கட்டுரை ஷேக்ஸ்பியரின் பன்னிரண்டாவது இரவு பற்றியது. ஜெபஸ்டினும் வயலாவும் மெஸ்ஸலினிலிருந்து எப்படி பல மைல்கள் கடந்து புயலில் சிக்குண்டு பிரிந்தனர் என்பதை ஒருவித மயக்கமொழியில் நாவல் முன்வைக்கும் போது அண்ணன் தங்கை உறவு நிலை பற்றிய சீரான நிராகரிக்க முடியாத துடிக்கும் மொழியின் ஏமாற்றத்தொனி தற்செயலான நிகழ்வுகளுக்காக நம்மைத் தயார் செய்யும் என்பதைத் தமிழ் நாவல் கோட்பாடுகளின் அடிப்படையில் சுந்தரசேரன் முன்மொழிந்தார். சிஸரோவிற்கு ஒரு சகோதரனோ சகோதரியோ இருந்திருந்தால் நாவலின் போக்கே மாறியிருக்கும் என்கிற நிதர்சன உண்மையை இந்தக் கட்டுரைக்குக் கருத்து தெரிவித்த பெங்களூர் சுடர்தாசன் சுட்டிக் காட்டத் தவறவில்லை. இந்த அமர்வின் மற்ற கட்டுரைகளில் பொதுவாக ஷேக்ஸ்பியர் நாவல்களில் ஆய்வு மேற்கொண்டு முனைவர் பட்டம் பெறும் அவசரமே காணப்பட்டது.

ஒருசிறு தேனீர் இடைவேளைக்குப் பிறகு மீண்டும் அடுத்த அமர்வு தொடங்கியபோது மேடையின் பின்புறம் ஷேக்ஸ்பியர் புகைப்படத்தில் அவருக்கு நெற்றியில் பொட்டு அனாவசியமாக வைக்கப்பட்டுள்ளதற்குஎதிர்ப்புதெரிவிக்கும்வகையில்திருநெல்வேலி இலக்கிய அரைவட்ட அமைப்பின் நான்கு வருகையாளர்கள் கோஷங்கள் எழுப்பினர். மேலோட்டமாகப் பார்க்கிறபோது பொட்டு வெறும் தூலமான பிரச்சனையாக இருக்கலாம். ஆனால் எப்படி அது ஒரு கலாசார அதிகார வன்முறை என்பதை உணருமாறும் போராட்டம் வெற்றி அடையும் வரை கோஷங்கள் தொடருமென்றும் அவசரமாய்த் தயாரான துண்டுப் பிரசுரங்கள் வினியோகிக்கப்பட்டன. தாளில் பதிவு செய்தல் என்பதன் அரசியல் தன்மையை முதன் முதலில் தனது நாவல்களில் கொண்டு செய்தவருக்கு ஏற்படுத்தப்பட்ட மிகப்பெரிய அவமானம். அவசரமாய்ப் பொட்டின்மீது வெள்ளை பூசப்பட்டதும், கறுப்புப்பொட்டு, வெள்ளைப் பொட்டு போல பிறகு காட்சியளிக்கவும் தெரிந்த அந்தக் கணத்திலிருந்து அடுத்த நிகழ்வு தொடங்கியது. தலைப்பு: ஷேக்ஸ்பியர் நாவல்களில் அரசியல். இலங்கை எழுத்தாளர் பண்டார வடை பாணர் தலைமையில் கட்டுரைகள் அனந்த பாஸ்கரன் ஷேக்ஸ்பியர் நாவல்களில் இனவி-டுதலை எனும் தலைப்பிலும் கோவை நாராயணன், ஷேக்ஸ்பியர் நாவல்களில் பாட்டாளி வர்க்க சித்திரிப்பு எனும் தலைப்பிலும் ஜெயந்திராம கோபாலன் ஷேக்ஸ்பியர் நாவல்களில் பெண்ணியம்

என்ற தலைப்பிலும் கட்டுரை வாசித்தனர் புதிய பல சந்தேகங்களால் பார்வையாளர்களைத் தனது வழக்கமான சொல் அம்புகள் கொண்டு திறமையாக வளைத்துப் போட்டார் கோவை நாராயணன். ஜூலியஸ் சீஸர் நாவலில் வரும் காஸியஸ் பாட்டாளி வர்க்கப் பிரதிநிதியாக-வே செயல்படுவதாக ப்ரூட்டஸ் ஒப்புதல் அளிக்கிறான். சீஸர் கொ-லையுறும் நாவலின் முக்கிய இடம் பிரஞ்சுப்புரட்சியை உற்பத்தி செய்யுமளவு திறமையாக எழுதப்பட்டுள்ளது. ஆயுதந்தரித்த பைத்தியக்காரனான ஆண்டனியோ கதாபாத்திரம் காலங்காலமாக வாசிக்கப்பட்டு வரும் நாவல் நபர்களிடமிருந்து முற்றிலும் மாறுதலித்து நிற்கிறது''. டிட்டினியஸ், பின்டரஸ் ஆகியோருக்குச் சாகும் தருவாயில் காஸியஸ் கூறுவது போல வரும் ஷேக்ஸ்பியரின் நாவல் வாக்கியம் ''என்னை முதுகில் குத்திவிடு'' என்பதா அல்லது வெறுமென குத்திவிடு என்பதா? என்று பார்வையாளர் மத்தியிலிருந்து ஒரு கேள்வி எழுப்பப்பட்டது வேற்றுகிரக ஜீவராசி போலிருந்த ஒரு பெண்மணி பெரும்பாலோரால் 'முதுகில்' என்பது ஏற்கப்பட்டதாகக் கத்தினாள். மீண்டும் ஒருவித சுறுசுறுப்பான கூச்சல்கள் எங்கும் கேட்கத் தொடங்கின. பூசப்பட்ட முலாம்கள் சுரண்டப்படுவது போன்ற மைக் ஒலிக்குப் பிறகு பண்டார வடை பாணர் அடுத்த கட்டுரையாளனை அழைத்தார். ''முதுகிலா''? ''முதுகில் இல்லையா''? கூட்டம் மண்டபத்திற்கு வெளியே டீ குடிக்கப் போனது.

விற்பனை யுகத்தின் மையத்திலிருந்து ஷேக்ஸ்பியர் நாவல்களில் பெண்ணியத்தைத் தான் அணுக இருப்பதான முன்னுரையோடு ஜெயந்திராம கோபாலன் தனது கட்டுரையைத் தொடங்கியபோது அறையில் பதினெட்டுப் பேருக்கும் குறைவாகவே இருந்தார்கள். அன்றும் இன்றும் என்றும் காதலியாக இருப்பவளான கிளியோபாட்ரா..... 'வீட்டில் இருப்பது' எனும் பெண் சார்ந்த யோக்கியதையை இழந்தவளாகவே ஷேக்ஸ்பியர் நாவல்களில் சித்திரிக்கப்படுகிறாள். ஒழுங்காகப் பல்கலைக் கழகத்திற்கு 16 வயதில் படிக்கப் போகாமல் எட்டுவயது தன்னைவிட பெரியவ-ளான அன்னா ஹத்தவேயைக் கட்டாயம் செய்து மனைவியாக்கிய.... ஷேக்ஸ்பியர் அவளைநோக்கிச் செலுத்திய ஆணாதிக்க அடக்குமுறை பின்நாட்களில் மேற்கொள்ளப்பட்ட பிரபலமான ஸ்டாட்போர்டு ஆய்வுகளில் நிரூபணமாகியுள்ளது. மனைவிக்கு அடக்குமுறை நாவலில் கிளியோபாட்ராவுக்கு காதல். ஆனால் ஜெயந்திக்குக் கருத்துரை என்ற பெயரில் பதில் சொல்ல வந்த கார்கில்தாசன் மிகவும் சாமர்த்தியமாக இந்தப் பிரச்சனையையே தவிர்த்து விட்டு மேலோட்டமாகப் பேசியது சப்பென்று ஆகிவிட்டது. வெறும் 18 பேருக்கும் குறைவான பார்வையாளர்கள் என்று ஜெயந்தி

மீது இரக்கம் ஏற்பட்டிருக்கலாம். இந்த அமர்வின் இன்னொரு கட்டுரையாளரான அனந்த பாஸ்கரன் குரல் எழும்பாமல் எதையோ முணுமுணுத்தார். தலைமை வகித்த பாணர் சொன்னது போல அவர் செய்தது உண்மையான படுகொலை.

உணவு இடைவேளைக்குப் பிறகு கூடிய மூன்றாம் அமர்வு இரண்டு கட்டுரையாளர்களைக் கொண்டு அமைக்கப்பட்டிருந்தது. முதலாவது பின் நவீனத்துவத்தின் பார்வையில் ஷேக்ஸ்பியர் நாவல்கள் புதுவை புகாரியின் கட்டுரை. ஷேக்ஸ்பியர் வாழ்வும் நாவல்களும் இறுதியான திகம்பரதேசிகனின் கட்டுரை. அமர்வுக்குத் தலைமை தாங்க பின் நவீனத்துவவாதி யாரும் கிடைக்கவில்லையோ? பேராசிரியர் குமாரக்கூத்தனைப் போட்டிருந்தார்கள். ஷேக்ஸ்பியர் என்று அழைப்பதே குற்றம் என்றார். செகப்பிரியன் இந்த உலகையே விரும்பியவன். பேராசிரியரின் இந்தப் பெயர் தமிழ் அறிவிப்புதான் கருத்தரங்கின் முத்தாய்ப்பாகக் கடைசி அமர்வு நிகழ்வாக அமைந்தது. தமிழில் நாவலே இல்லையா என்றார். செகப்பிரியன், செகப்பிரியன் என்றே தனது உரை முழுவதிலும் நூறு முறைக்கு மேல் குறிப்பிட்டு அவர் பேசியது யாருக்கும் சிரிப்பு வரவில்லை என்பதை இங்கே குறிப்பிட்டு எழுத வேண்டும். வழக்கம்போல புதுவை புகாரியின் நவீனத்துவக் கட்டுடைப்புகள் செய்து அசத்தினார். ‘‘நீங்கள் விரும்புவது போல’’ எனும் ஷேக்ஸ்பியர் நாவலில் வரும் அரண்மனை பளுதூக்கியான சார்லஸ் கதாபாத்திரம் ஆலிவர் ட்யூர் மற்றும் ஓர்லாந்தோ என்று யாருமே தப்பவில்லை. 'As you like it' என்கிற நாவல் தலைப்பு ‘‘உங்கள் விருப்பம் போல்’’ என்றுதான் மொழிபெயர்க்கப்பட வேண்டுமேயொழிய நீங்கள் விரும்புவது போலஎன்றுமொழிபெயர்த்ததுபிச்சைக்காரத்தனமானவேலை.அது ஷேக்ஸ்பியரின் மொழி ஆளுமையைக் காயடித்து விடுவதாகப் பிறகு கட்டுரைக்குக் கருத்து தெரிவித்த இளையமதி கூறியபோது அரங்கமே அதிரும் வண்ணம், புகாரி மைக்கில் பிசாசு போல பெரிய சிரிப்பு சிரித்து எல்லாவற்றையும் பயமுறுத்திவிட்டார். ‘பியல்’ நாவலை தான் கட்டுடைக்கப்போவதாகவும் டெம்ப்பஸ்ட் எனும் ஷேக்ஸ்பியர் நாவலின் தலைப்பைப் புயல் என்று மொழிபெயர்ப்பதாகவும் முடிந்தால் தடுத்துப் பார்க்குமாறும் புகாரியிடமிருந்து மிரட்டலும் எழவே அரங்கம் ஸ்தம்பித்தது.

‘செகப்பிரியன் எல்லோருக்கும் பொதுவானவர். அவரது நாவல்களில் உரிமை கொண்டாட எந்தத் தனிமனிதனுக்கும் அருகதை இல்லை’ என்று பேராசிரியர் தான் ஏதோ இறுதித் தீர்ப்பு வழங்கியது போல தீர்மானமாக அறிவித்தார். இதுவரை சிரிக்காமலிருந்த நவயுகத்தின் இறுதிப் பண்பாட்டாளர்களான

அரங்க அங்கத்தினர்கள் யாவரும் வயிற்றைப் பிடித்துக்கொண்டு விழுந்து விழுந்து விரித்தார்கள். தற்கால வேதனைகள் சிதறிப் போயின. அற்றுப்போய்விட்ட தொடர்ச்சியை இணைப்பதற்கான முடிச்சுகளைத் தேடித் துழாவியபடியே கடைசிக் கட்டுரையை திகம்பர தேசிகன் வாசித்தார். பழங்காலத்து மொழியில் அமைந்த மரணமடைந்த வார்த்தைகள் போல அவரது சொற்கள் இருந்தன.

ஸ்டார்ட்போர்டில் மேயராகக்கூட இருந்த செல்வந்தரின் மகன் சாதாரண நாவலாசிரியராக எளிமையாக வாழ்ந்து மறைந்ததையும் நாவல்களில் அந்த எளிமைத் தன்மை வெளிப்படுவதையும் பல்வேறு உதாரணங்களோடு ஒரு கல்லூரி மாணவரின் பரீட்சை விடைத்தாளில் மதிப்பெண் பெறும் ஆர்வத்தோடும் கெஞ்சுதலோடும் நீண்ட விடையின் தொனியில் தேசிகனின் கட்டுரை இருந்ததாகப் பிறகு கருத்துரையாளர் பட்டி பெரியசாமி பேசியதை அப்படியே அந்தக் கட்டுரைக்கான பொதுக்கருத்தாகக் கொள்ளலாம்.

மேலும் சில செய்திகள் :

ஈனக்குரலில் இறுதிவரை பேராசிரியர் எதிர்ப்பட்டவர்களிடமெல்லாம் அடித்துச் சொல்லிக் கொண்டேயிருந்தார் ‘செகப்பிரியன்தான்... செகப்பிரியன் தான்’’

பொட்டுப் பிரச்சனைக்காகப் போராடிய நான்கு அரைவட்ட இலக்கியப் போராளிகளில் இருவர் பிறகு மீண்டும் தனது சொந்த நெற்றியில் பொட்டுகளுடன் தென்பட்டனர்.

உணவு இடைவேளையின்போது அமிர்தம் ஜனகராஜன் வந்தார். தனது நிறுவனத்தின் உயர்ந்த படைப்புகளான அமிர்தம் நல்லெண்ணெய் ஒரு பாக்கெட், அமிர்தம் இனிப்புப் பொட்டலம் ஒன்று மற்றும் அமிர்தம் ஸ்திரி மார்க் உப்பு பாக்கெட் ஒன்று அங்கு வந்திருந்த அனைவருக்கும் வழங்கினார். முன் நவீனத்துவ, நவீனத்துவ மற்றும் பின்நவீனத்துவ அன்பர்கள் யாவரும் தர வித்தியாசமின்றி வாங்கித் தங்களது ஜோல்னாப் பைகளில் அவற்றை அழுத்திக் கொண்டனர்.

7
பக்திக்குரிய இடம் கோவில் மட்டுமல்ல.....

ரெக்டர் அய்யா.... ஏன் இப்புடி பண்ணிட்டிங்க...........? ஜெப மோதிரத்தை கக்கூஸ் பிளஷ் அவுட்டுக்குள்ள போட்டுட்டேன்னு என்கிட்ட சொல்லக் கூடாதா.... தேடித் தந்திர மாட்டேனா... நா வேற மனசப் போட்டு என்னத்தியோ யோசிச்சுகிட்டு.... சட்டையை கழட்டி மாட்டியாச்சு.... கைய ஓட்டக்குள்ள இனி விட வேண்டியது தான்.... இடம் இன்னும் கொஞ்சம் ஈரமில்லாதபடி இருந்தா மேலும் படுத்துக்கிட்டு கைய விடலாம்.... ஆனால் அது இந்த பிளஷ் அவுட் ஓட்டைக்குள்ற இருக்குமா.... பாதர் என்னவெல்லாம் பேசிட்டாரு.... யாரு? நான் திருடுறேனாம்....

அதுவும் கக்கூசுக்குள்ள அவரு அவசரத்துக்குக் கழட்டி வச்ச தோத்திர ஜெபமோதிரத்தை இங்கே கழுவ வந்த நான் திருடினேன்னு சொல்றாரு... தேவன் சாட்சி.... மரிதான் பதில் சொல்லோணும்..... உசுரே போயிரும் இந்தக் கௌவனுக்கு .... பாக்குறது பிசுநாறிப் பொளப்பாக இருக்கலாம்.... ஆனால் ..... ஒரு புராது கிடையாது. ‘‘டேய்.... இல்லன்னா பிளஷ் அவுட்ல கையப் போட்டு எடுத்து அரைமணியில குடுத்திடு....’’ சாமியாரு சொல்லிட்டாரு.... போலீசுல வத்தி வெச்சிருவாராம். அய்யா நானு புள்ளகுட்டிக்காரன்.... இதுல இப்போ பாத்தா வெறும் பீயாதான் வருது..... மோதிரத்தைக் காணோம்....... இது என்ன .... ஏதோ ... கம்பி மாதிரியில்ல இருக்கு இதுவும் இல்ல.....

பதினெட்டு வருசமிருக்குமா... இருபது வருசம் இருக்குமா.... ஆத்தாடி .... வேளாங்கண்ணியில பெரிய பொசலு அடிச்ச வருசம் இங்கின வந்தேன்.... இதே கக்கூஸை இருபது வருஷமா கழுவிக்கிட்டு இருக்கிறேன். தோட்டத்துல இருக்குதே வெளிக்கக்கூசு? அதை முன்னெல்லாம் நான் கழுவினது இல்ல... தோமையார் பாதர் இருந்தப்போ.... அப்போ சின்னப் பய நானு. பொண்டாட்டி புள்ள கூட ஊருல இருக்க விட்டுப்போட்டு இங்கின வந்தவன்... அவரு கூப்ட்டு தன் கக்கூச மட்டும் கழுவ என்னை உத்திரவு போட்டாரு....ஞானப்பிரகாசம் பாதரும்....விக்டர் பாதிரியும் என்னைய எடுத்தெறிஞ்சு கூட பேசமாட்டாங்க எத்தினி உதவிங்க.... இப்படி

கெடப்பாரே அக்கடானு பெரிய டேவிடு பாதர்... எத்தினி தடக்க..... ''பளிச்சினு இருக்கப்பா''ன்னு சொல்லுவாரு, அப்போவெல்லாம்.... தண்ணிப் பஞ்சம் வேற.... ஒரே ஒரு கொவளத் தண்ணியிருந்தாக்க போதும் கரையும் கக்கலும் போக இதே கையால ஆசிடு கூட போடாம பளபளன்னு தேச்சி விட்ருவேன்....

இவ்வளவு ஏன்... ஒரு வருடம் ஈஸ்டருக்கு கர்தினால் வந்தப்போ... அவரு தங்கினது கிழக்கால பெரிய மாளிகைலதான் ஆனா அங்கே கக்கூசு கெடந்து நாறுதுன்னுட்டு பிஷப்பே அவரை இங்கினதான் எல்லாத்துக்கும் கூட்டிக் கிட்டு வந்தாரு.... இந்த வெள்ளப் பீங்கான்ல நடுவாண்டி ஒரு ஏழெட்டு செம்பழுப்புப் புள்ளிங்க இருக்குதே அதை ரத்தம்னு நான் நெனச்சிட்டேன். அப்போ ஒரு பத்து பன்னெண்டு வருசமிருக்கும். அருள்சாமி ரெக்டருதான்... ஒரு சாயந்திரமா கூப்ட்டு... கரையாயிருச்சு கழுவுடான்னாரு வந்து பாத்தா செக்கச் செவேல்னு... அட தேவனே.... இது ரத்தமாட்ருக்குதேனு ஆடிப் போயிட்டேன். லேசா தண்ணிய விட்டா... கலஞ்சிக்கிட்டு ஓடுது.... ஆனா கறை போக மாட்டேங்குது.... ஒருமாதிரியா நெடி வேற அடிச்சிக்கிட்டு....தேங்கானாரப் போட்டு ஒரு தேய் தேச்சா கை வெரலு எரிச்சலெடுக்குது. இது என்றா கண்றாவினுட்டுத் திரும்பினேம் பாரு ரெக்டரு பாத்துக்கிட்டு நிக்கிறாரு.... நீங்க போங்க சாமி... நான் தொடக்கிறேன்''ன்னு சொல்றேன்... ''அது ஏதோ சென்ட்டு பாட்டில் வெளிநாட்டுல இருந்து வந்திருச்சிரா...கொட்டினா எரியுது... அதான்''ன்னு சொல்லிகிட்டே ஒருமாதிரியா நிக்கிறாரு வேர்த்துப் போன மாதிரியாய்டிச்சு அவருக்கு...

அப்பால அஞ்சு நிமிசம் தான்.... ''டேய்...மயக்கமா வருதுடா....''ன்னு னுட்டாரு. நான் தனியாளா ஓடோடிப்போயி மாதா கோயில்ல இருந்து பங்கு சாமியாரக் கூட்டிக்கிட்டு கையோட வந்தேன். சாமியார ஆஸ்பத்திரியில சேத்தாங்க விஸ்கினு நெனச்சு செண்ட்டு பாட்டில குடிச்சிட்டாராம்னாங்க.... அப்புறம் ஏழுெட்டு நாள் தெனக்கியும் ஆசிடு போட்டுப் போட்டுத் தேச்சி... கையில தோலே உரிஞ்சிடுச்சி தெரியும்ல....' இப்போ வெறும் சின்னப் புள்ளிங்க தான்...அந்த அளவுக்கு சுத்தமா வெச்சிருக்கிறேன். இந்த கக்கூஸ் ரெக்டர் பாதிரிங்களுக்காக.... இவரு என்னடான்னா நான்தான் திருடிட்டேன்கிறாரு உள்ளே ஏதோ கொளகொளப்பா வருது. அட சோப்பு போலிருக்குது. சோப்பு உள்றப் போட்டுட்டாரே சாமியாரு. மோதிரத்தையும் போட்டிருப்பாரோ.

என்ன... இது திடீர்னு ஒரேமயிரு மயிரா வருது. தலைமுடியும்... செமையா... நாத்தமடிக்குது... .நரகலு... நாறாம என்னத்த செய்யும். பெரிய டேவிட் சாமியாரோட அப்பா வந்திருந்தாரே. தொண்ணூறு வயசிருக்கும். நடக்க முடியல, நிக்க முடியல.... அவரு வந்தப்ப

ரொம்பக் கஷ்டம்பா... ஒவ்வொரு தடக்க அவரு கக்கூசு போய் வந்ததும் மறுபடியும் மறுபடி தேக்கச் சொன்னாங்க. அவரால உக்காந்து போக முடியாது கால்வெக்கிற எடம் இப்போது இத்தனை சுத்தமாக இருக்குதே அதுலவெல்லாம் கெடக்கும். சமயத்துல அந்த நீல செவுத்துல பேளுவாரு அவரு. சங்கடம் பாக்க முடியுமா? ஆனா நல்ல மனசு. எது மிஞ்சினாலும் என் கிட்டதான் தருவாரு... காலு என்ன காலு. தலைவெச்சிப் படுக்கலாம். அந்த அளவு சுத்தமாகக் கழுவி விட்ருவேன். சாமியாரே தாங்கிக்க முடியாம போயி குளிச்சிட்டு வாம்பாரு. அந்த மனுசன் ஒரு நாளு சட்டையிலேயே பேண்டுட்டாரு. இந்தாடா கழுவி சுத்தமாக்கி சட்டைய நீயே எடுத்துக்கனு சொல்லிட்டாரு சாமியாரு. நல்ல சட்டை ரொம்ப வருசம் வெச்சிருந்து போட்டேன். பெரிய டேவிட் பாதரோட அப்பா செத்துட்டதும் அந்த சட்டையை நான் போட்டுக் கிட்டு வர்ற அன்னிக்கு மட்டும் சாமியாரு என்னையத் திட்ட மாட்டாரு. நாத்தமெல்லாம் எவ்வளவோ பாத்தாச்சு.

நல்லவேளையப்பா கையக்கிழிச்சிருக்கும்....பிளேடுபோலருக்குது... துருப்பிடிச்சுப் போன பழைய பிளேடு.... கன்னங்கரேல்னு எப்படி இருக்குது இது... இன்னொரு துண்டத்தைக் காணோம். இது என்னை பேனாவா.... கண்ட்றாவி.... அதுல எல்லாம் பீ அப்பிக்கிட்டு கெடக்குது.... எனக்கு சிரிப்பு வருது.... மூணு வருஷம் முந்தி பிரிட்டோ பாதரு வந்தப்போ.... அப்போ இதேமாதிரி தேடிக் குடுத்தேன். நாத்தம் தாங்கல மணி ராத்திரி பதினொன்னுகிட்ட ஆயிருச்சு. பிரிட்டோ பாதரு சேர் போட்டுக்கிட்டு உள்ளேயே உட்கார்ந்திருந்தாரு.... இப்படித்தான் நீளமா முழுக்க முழுக்க அப்பிக்கெடந்து கெடச்சிது. நல்லாக் கழுவினேன். வெளிநாட்டு சோப்பு கொடுத்தாரு செண்ட்டு அடிக்கக் குடுத்தாரு. வெளியில சொல்லிராத பெரிசு''ன்னு நூறு ரூபா குடுத்தாரு. பொண்டாட்டி கேட்டப்ப கூட நேந்துகிட்டார் பணம்னு சொல்லிட்டேன்... அந்த வாரம் ஞாயிற்றுக்கிழமை பாவ மன்னிப்பு அதே பாதர்கிட்ட பொய் சொல்லிட்டேன் பாதர்னு நாங்கேட்டப்போ திருத்தந்தை போற்றுகிறார்''னு ரெண்டு தடவை சொல்லி ஆசீர்வதிச்சாரு.

அப்படியெல்லாம் பாத்தவன் நான்.... தேவ மைந்தன் மேல ஆணை என் பிள்ளைகள் எதுவும் கூட கொள்ள இல்ல.... அத்தோட பிள்ளைக மேலயும் சத்தியமா சாமி... நான் திருடலீங்க..... ஜெப மோதிரம்... கிடைக்க வழி செய்யுங்க அப்பனே பொண்டாட்டி சாகக் கெடக்கா அம்மா... மரியே... பயணம் வெக்கிறேன்.... நடந்தே வாரனம்மா... இந்த நாத்தக் கெழவனுக்கு வேற நாதியில்ல தாயீ மோதரத்தக் குடுத்திடு.... மரியே துணையினா எப்பேர்ப்பட்ட கக்கூஸ்

கறையையும் கரைச்சிடுவீயே அம்மா... இதுக்கு ஒரு வழி காட்டம்மா.... போலீசுன்னா சேசுவே உசிரு நாண்டுக்கிடும்.

மறுபடி மறுபடி உருண்டை உருண்டையா நரகலு.... இது ஏதோ கல்லு மாதிரியில்ல இருக்குது.... இது என்ன மரமா கருத்துப் போயிருச்சு.... மரி.... தாயே.... அய்யா.... தேவகுமாரா குடுத்திரு அய்யா ஒருவேளை இங்கே குமிச்சதுகள்ள இருக்குமோ.... அப்பாடியோவ். இதோ இருக்குது...''

''அய்யா... ரெக்டர்... சாமி.... என்னைய மரி கைவிடலய்யா.... தேவகிருபை எனக்கு இருக்குது.... அய்யா நான் திருடலிங்க. சாமி இந்தாங்க மோதிரம்''

''....................................''

''நீங்க கோவில் பணி செய்யிறவரு. நான் கக்கூசுல வேலை செய்யிற சாதாரண கௌவன். யாருட்டயும் மூச்சு விட மாட்டேன் அய்யா... மரியே துணை அய்யா..... சேசுவுக்கு வெளிச்சம்.... ரெக்டர் அய்யா கக்கூசுல இருந்து பொம்பளிங்க முடீ நிறையா வந்திச்சுங்க.... அதையும் சொல்லலிங்க அய்யா..... ஒரு கழுவு கழுவி விட்டு நான் கௌம்பறேங்க.... சாமி''.

8
நான்காம் உலக நாடு

அந்த அதிர்ச்சி தரும் செய்தி அங்கு எழுதப்பட்டிருந்தது. அதனை எழுதியவர்கள் முன் விடியலில் சற்றே தளர்த்தப்பட்ட மெல்லிருளில் ஓடி மறைந்திருக்க வேண்டும். கைக்குண்டுகளை வீசி விட்டு ஓடும் அவசரம் செய்தி வாக்கியங்களில் காணத் தக்கதாய் இருந்தது. மக்கள் அதனைப் படிப்பதும் பிறகு சற்றே தவிப்பதும் பிறகு மீண்டும் படிப்பதுமாய் இருந்தனர். ''அடுத்த இரண்டாம் ஞாயிறு. ஆறு பேர் இருவர் பெண்கள்'' இவ்வளவுதான் அதனையே,

''அடுத்த இரண்டாம் ஞாயிறு

ஆறு பேர்

இருவர் பெண்கள்'' என்று மடித்து எழுதியிருக்கிறார்கள், கடவுளே இது மீண்டும் தொடங்கி விட்டதா என்ன?

அந்தச் செய்தி தரும் அர்த்தம் வேறு என்னவாய் இருக்க முடியும்? அவர்கள் மீண்டும் வந்து விட்டார்கள். வந்துகொண்டே இருப்பார்கள். நிறுத்த மாட்டார்கள். இப்போது என்ன? பெண்கள் மீதும் தைரியமாகக் கை வைக்கத் தொடங்கி விட்டார்கள். இந்த ஊரடங்கு ஊரில் யாரும் மனிதர்கள் வாழ முடியுமா? இரண்டாம் ஞாயிறு என்றாலே அஞ்சி நடுநடுங்கிச் சாகும் ஒரு ஊரில் வந்து விழுந்தாகிவிட்டது. நேற்றுதான் அரசாங்கம் அறிவித்தது. ''சரி இனி மனம் திரும்புங்கள். எல்லாம் முடிந்துவிட்டது. இப்போது மீண்டும் செய்திகள், அந்த எழுத்துகளை அழிக்கக் கூட தைரியமில்லாத சிப்பாய்களா அவர்களைத் தடுக்கப் போகிறார்கள். கஷ்டகாலம்தான்.

வேல் ரத்தினம் பழக்கதோசத்தால் தெற்கே பார்த்தார். மீன்கடைகாரிகளுக்கு பதில் எங்கே பார்த்தாலும் பச்சை வழுக்கைக் குல்லாக்களுடன் சிப்பாய்களே தென்பட்டனர். ரொட்டித்துண்டுகள் மொத்தமாகக் காய்கறிகள் ஒன்னரை கிலோவுக்கு வாங்கினார். பணம் தீர்ந்து போனது. பழங்கள், கொஞ்சம் வாங்க முடியும். மரணத்தைக் கூட தனக்கு சாதகமாக்கிப் பயன்படுத்த வியாபாரிகளால் மட்டுமே முடியும். லேசாக வியர்த்தது. திடீரென்று ஒருவித சலசலப்பு ஏற்படுவது போலிருந்தது. சிப்பாய்கள் திசைக்கு ஒரு வராக நிலையெடுத்துக்

கொள்வதைப் பார்க்க முடிந்தது. திரும்பி கூடுமானவரை வேகமாக நடக்கத் தொடங்கினார். பழங்கள் இனி வாங்க முடியாது. பின்னால் கடைகளை வேகமாக மூடிக் கொண்டிருந்தார்கள். குழந்தைகள் ரொட்டித் துண்டுகளோடு நிறுத்திக் கொள்ள வேண்டும். இன்னும் என்று அவை பசிக்கு அழும் போது தர பழங்கள் கிடையாது. கரகரத்த குரலில் ஒரு ராணுவ ஊர்தி அறிவித்துக் கொண்டிருந்தது. இன்னும் ஆறு நிமிடங்களில் சாலைகள் காலியாக வேண்டும். மணி என்ன இருக்குமென்று தெரியவில்லை. எல்லாருக்கும் இது பழகிப் போய்விட்டது. ஆறு நிமிடம் கிட்டத்தட்ட அரை பர்லாங். இன்று இவ்வளவு தூரம் வந்தது தவறு. ஆனால் வீட்டுக்கு அருகில் என்றால் காய்கறிகள் கிடைக்காது. வரட்டு ரொட்டியை எத்தனை நாள் தின்பது? பால் விலை அதிகம். அபூர்வப் பொருளாகி விட்டது பால். குழந்தைகளுக்கு அலுத்துப் போகிறது. வேல்ரத்தினம் கிட்டத்தட்ட ஓடினார். மொத்தமாக ரெண்டுகிலோ இருக்காத அது அதன் பாட்டுக்குக் கனத்தது. உண்மையில் கனத்தது அவர் வயது. மூச்சுத் திணற ஓடினார். மகள் இருந்திருந்தால் எவ்வளவோ வசதியாக இருந்திருக்கும்.

இதே சாலைகளை மாலைநேர உலாக்களின் போது வேல்ரத்தினம் மிகவும் நேசித்து இருக்கிறார். இப்போது யோசித்தால் அவைகளில் எதுவும் நிஜம் போல இல்லை. குழந்தைகள் குதூகலத்துடன் பள்ளிச் சாலைகளுக்குப் போன தெருக்களா இவை. கண்ணுக்கு எட்டிய தூரம் வரை எறும்பு சாரியைப் போல வாகனங்களால் அவற்றிலிருந்து வந்த வாழ்க்கை எனும் கேளிக்கைக் காரனின் ஆரவாரக் கூச்சல்களில் நிரம்பி வழிந்த சாலைகள் இன்று செத்த சர்ப்பம் போல படுத்துக் கிடக்கின்றன. எங்கும் மரணத்தின் சாயம் பூசப்பட்டு விட்டது. யுத்தம் எல்லோரையுமே கைதிகளாக்கி இரும்புக் கதவுகளுக்குப் பின்னே நிறுத்துகிறது.

இன்னும் நான்கே நிமிடங்கள் என்றது ஊர்தி. நாலு வருடங்களாக இதேதான் பீதியடைந்த முகங்களும் அழுது கதறும் பெண்களும் ஆத்திரத்தை அடக்கிக்கொள்ள வேண்டியுள்ளது. பூமிக்கடியில் பாதுகாப்பு அரண்கள்; மக்கள் வாழும் பகுதிகளை யுத்தம் நிறைத்தது. எல்லாவற்றையுமே பழகிக் கொள்கிறார்கள். எந்தப் புகாரும் செய்வது கிடையாது, எப்போதும் மூச்சு வாங்க ஓட வேண்டியிருக்கிறது. எடுத்த காரியம் முடிந்துவிட்டது என்று சுவர் அறிவிப்பு குறுகிய அமைதியை ஏற்படுத்துகிறது. இரைப் பறவையைப் போல ராட்சசத்தனமாய்ப் தங்களைக் கவ்விக்கொள்ள வந்த மரணத்திடமிருந்து தப்பியவர்கள் போல மிச்சமிருந்தவர்கள் ஆபூர்வமாகப் புன்னகைக்கிறோம். எல்லாம் கட்டுப்பாட்டிற்குள் வந்துவிட்டது என்று அரசாங்கம் (அது எங்கே இருக்கிறது) அறிவிக்கும்.

சாலை திரும்பும் புகை வண்டி நிலைய திசையில் ஓடிக் கொண்டிருந்த ஒருத்தி கண்ணில் பட்டாள். மகளாக இருக்குமோ என்று ஒரு நொடியே சிந்தித்தார். சென்ற ஞாயிறுக்கும் முதல் ஞாயிறு காலை கடைவிரிக்கும் நேரத்தில் வெளியில் வந்தவள் எங்கே போயிருப்பாள் என்று தேடவும் அவர் முயற்சிக்கவில்லை. ராணுவத்திடம் புகார் செய்தால் அவளது முடிவை ஊர்ஜிதப் படுத்தி விடுவார்களோ என்று பயந்தார். இந்த பயந்தாங்கொள்ளி சனியன்களுக்கு என்ன தெரியும்? அதைவிட மகள் இன்னும் மோசமாகத் திட்டுவாள். அரசாங்கக் கட்டுப்பாட்டில் இயங்கிய தொலைக் காட்சி நிலையத்தில் உயர்ந்த பதவியில் இருந்தவள். எல்லாம் கனவு போல இருக்கிறது. இயல்பு நிலை என்பது எங்கோ பார்வைக்கு எட்டாத தொலைவில் இருண்ட குழியில் இருக்கிறது. அளவு கடந்த மதிப்பும் மரியாதையும் எடுத்ததற்கெல்லாம் வேலைக்கு அரசாங்கம் ஆள் கொடுத்திருந்தது. திரும்பின பக்கமெல்லாம் மகளைப் பற்றி பலர் பேச அவர் கேட்டதுண்டு. கை நிறைய சம்பளம், விரல் நுனியில் அதிகாரம் எல்லாம் களவாடப்பட்டது. ஏதோ நடக்கப் போகிறதென்று ஏன் முன் உணர்வு இல்லை. எல்லாம் இயல்பாக இருப்பதாக நடத்த அரசோடு சேர்ந்து அவளும் நடிக்க வேண்டியிருந்தது கூட காரணமாக இருக்கலாம்.

வியர்த்துக் கொட்டியது. ''வேகம் வேகம்'' என்று ஒரு சிப்பாய் கத்திக் கொண்டிருந்தான். ஒரு ஆம்புலன்ஸ் தறிகெட்டு ஓடியதையும் எங்கோ ஒரு வேட்டுச் சத்தம் வருவதையும் கேட்க முடிந்தது. காலம் மிக நெருங்கி விட்டது என்றுதான் தோன்றுகிறது. அடுத்த ஒரு திருப்பம் பிறகு அவருடைய பதினாறாவது வீடு. சாலைகளில் அவரோடு சிலர் எஞ்சியிருக்கவே செய்தார்கள்.

இம்மாதிரியான அவசரப் பொழுதுகளில் மகள் யார் வீட்டிலாவது நுழைந்திருக்கலாம். ஒருவேளை இப்போது வீடு திரும்பியிருக்கலாம். இரண்டு வாரங்களுக்கு ஒரு முறைதான் ஊரடங்கு தளர்த்தப்படுகிறது. இப்போது இதுவாவது இருக்கிறது. பள்ளிக்கூடமும் பழக மனிதர்களும் இல்லாமல் அடுத்த தலைமுறைக் குழந்தைகள் முட்டாள்களாகி வருகிறார்கள். ஆனால் திடீரென்று அவள் அவருடைய மகள், அரசாங்கத்தை மிகக் கேவலமாக விமர்சிக்கத் தொடங்கினாள். என்ன தைரியம் எப்பேர்ப்பட்ட யோசனை என்று யுத்தக்காரர்களை ஆச்சரியத்தோடு பாராட்டியதும் கூட சரிதான். இப்படி ஒரு பொட்டை அரசாங்கம் இருப்பதற்கு அவர்களே அதிகாரத்தைக் கைப்பற்றட்டும் என்று அவள் நினைத்திருக்கலாம். ரத்தக் கொதிப்பு ஏறியவளாக ஒவ்வொரு பொழுதிலும் பற்களைக் கடித்தாள். விரக்தி, சோகம். கடவுளே எங்கள் குழந்தைகளுக்கு இந்த நிலைமை ஏன் வந்தது?

அடைந்து கிடக்க அவளுக்குப் பிடிக்கவில்லை. அவளது குழந்தைகள் பற்றி அவள் மிகவும் ஆத்திரப்பட்டாள். நிலைமை சீராக வேண்டும். இல்லையேல் குழந்தைகளைக் கொன்று விடலாம். முட்டாள்களாக குண்டுகளுக்குப் பயந்தவர்களாகப் பசியில் துடிப்பவர்களாக அவர்களைக் காணச் சகிக்காமல் அவள் அப்படி சொல்லியிருக்கலாம். லட்சியத்திற்காக ரத்தம் சிந்துவோம். யுத்தக்காரர்களின் முழக்கத்தை அவள் விரும்பியது போலவும் இருந்தது. கிளர்ச்சி தொடங்கியபோதே ஏதாவது செய்திருக்கலாம். கிளர்ச்சியை யுத்தமாக்கியது அரசாங்கம்தான் என்று பெரும்பாலும் சொல்கிறார்கள். ஆட்சியில் நிலைக்க யுத்தம் ஒரு யுக்தி என்கிறது.... செத்தே போய்விட்ட எதிர்க்கட்சி யுத்தத்தைத் தவிர வேறெதுவும் செயல்படாத நிலையில் ஆட்சி ஒரு கேடா என்று பகிரங்கமாக மகள் பேசியபோது அவர் பயந்து போனார். அவளும் ஒரு இலக்காகி இருக்கக் கூடும். எல்லாச் சம்பவங்களாலும் யாரோ லாபமடைந்து கொண்டிருக்கிறார்கள்.

இப்போது குழந்தைகள் பரபரக்கும். தாத்தா வாங்க.... வந்திடுங்க என்று வாசலைப் பார்த்துச் சின்னது அழும். மனசு பொங்கியது அவருக்கு தனிமையில் தவிக்கும் குழந்தைகளுக்காக அவர் மேலும் முழு பலத்துடன் ஓடத் தொடங்கினார். மகள் வேலை கிடைத்து வந்திருக்கவே கூடாது. அரசாங்கச் சிப்பாய்களே இங்கு யுத்தப் படையாகவும் நாடகமாடுகிறார்கள்... என்று கூட சொல்லப்படுகிறது.

இப்போது சாலையில் யாருமில்லை. திடீரென்று தனியாக உணர்ந்தார். தூரத்தில் மேலும் வேட்டுச் சத்தங்கள் சாலையோரத்தில் ஏதோ தென்பட்டது. அதையெல்லாம் பார்க்கக் கூடாது. வீடு, குழந்தைகள்.... வீடு.... மகள்... குழந்தைகள் குபுக்கென்று ஒரு சப்தம் இரண்டு தப்படி வைத்திருப்பார். காலில் ரத்தம். குதிகாலில் குண்டு பாய்ந்திருக்க வேண்டும். நிலை தடுமாறினார். துப்பாக்கிச் சத்தம் மேலும் கிட்டே வந்தது. முகத்தை நிமிர்த்திப் பார்த்தார். தோளிலும் நெஞ்சிலும் வலி, சுற்றிலும் மங்கிக் கொண்டிருந்த திசையில் துப்பாக்கி வைத்திருந்தது ஒரு பெண். அசைவுகள் அவரது மகளைப் போலவே இருந்தன. மகள் தானா இல்லை இருக்க முடியாது. அவள் கட்டாயம் இன்று வீடு திரும்பியிருப்பாள். குழந்தைகளுக்காக. காய்கறிகள் சாலையில் சிதறி அவர் ஆறுபேரில் ஒருவர் ஆனார்.

9
திருடப்பட்டவர்கள்

1980-ம் வருடம் நடந்த நிகழ்ச்சி அது. இந்த இருபத்தி ஐந்தாண்டுகள் அது தான் எங்களை ஒன்று சேர கட்டிப் போட்டிருக்கிறது. குளிராலும் பட்டினியாலும் இன்னும் சமூகத்தின் மோசமான வசை மொழிகளாலும் நைந்து நூலாகிப் போயிருந்த நாங்கள் அங்கே அந்தச் சிறைச் சாலையின் வாசலில் காத்திருந்தோம். யாரை எதிர் பார்த்துக் கூடியிருந்தோமோ அவர் எந்த முன்னறிவிப்புமின்றி எப்போது வேண்டுமானாலும் அழைத்து வரப்படலாம் என்று தோன்றியது. இப்படியான சந்தர்ப்பங்களில் அவர் எங்களுக்குத் தந்தது தரிசனமா அல்லது நாங்கள் அவருக்குத் தந்தது தரிசனமா என்பதை விளங்கிக் கொள்ள முடியவில்லை.... என்று ஒருமுறை கூறியிருக்கிறார்.

நாங்கள் ஆறுபேர் இருந்தோம். பிறந்தோம் என்பது மட்டும் நிரந்தர நிஜமாக இருந்தது. ஒரு தாய், ஒரே தந்தை, எல்லாம் பீதியடைய வைக்கும் விஷயங்களாக எங்களை வளர்த்தன. அதெல்லாம் பொருந்தாதவர்களும் சமூகத்தில் இருக்கத்தானே செய்கிறார்கள். அம்மட்டில் சகோதரர்களாக நாங்கள் உணரத் தலைப்பட்டோம். ஆனால் எல்லாமே கோணல்மாணலாகப் பெயரை நிறையபேர் வைத்துக் கொள்கிறார்கள். குடும்பங்களில் இது சகஜம். வேதனையும் அதிர்ச்சியும் தான் மிஞ்சுகிறது. என்னத்தைச் சொல்வது? எங்களது பெயர்களைத் தெரிந்து கொள்ளத்தான் நாங்கள் கடுங்குளிரில் அங்கே அந்த சிறைச்சாலை வாசலில் பீதியோடு காத்திருந்தோம்.

யாருமே பேசிக்கொள்ளவில்லை. மரச்சிற்பங்களைப் போல அங்கே போலீஸ்காரர்கள் தென்பட்டார்கள். இரவு விடை பெற்று மேலும் ஒரு பகல் எங்களை இதோ என எல்லோருக்கும் வெளிச்சம் போட்டுக் காட்ட வந்து கொண்டிருந்தது. கழற்றிச் சுவரில் சாத்தப்பட்டிருந்த ஒரு துப்பாக்கியிலிருந்து பனித்துளிகள் வழிந்து ஓடிக்கொண்டிருந்தன. நான் எச்சிலை இழுத்து விழுங்குகிறேன். தாகத்தால் வறண்டு போயிருந்தேன். இந்தச் சந்திப்பைப் பற்றி நினைத்திருந்ததால் தான் உயிரோடு இருக்கிறேன். ''இந்தப் பையன்களை அதற்குள் யார் உள்ளே விட்டது?'' என்று அதிகாரி ஒரு பயனுமின்றிக் கேட்கிறார். திடீரென்று எழுந்த அந்தக் குரல் யாருக்காக நாங்கள் காத்திருந்தோமோ, அவரை அழைத்து வரப் போகிறார்கள் என்று உணர்த்தியது போலிருந்தது.

பழைய ஞாபகங்கள் யாருக்குமே இல்லை. எத்தனை முறை யோசித்தாலும் ரயில்பாதை நால்ரோடு, சர்ச் வாசல் திருவிழா, பெரிய ஹோட்டல் முன்... ஒரு பெண்ணின் இடுப்பில் ஒரு ஆணின் தோளில்.... ''அய்யா பிச்சை அம்மா.... பிச்சை....'' முதல் ஞாபகம் வாழ்க்கையில் வேறு எதுவும் யாருக்கும் வரவில்லை. ''குழந்தை பசியால துடிக்குது பார்த்துக் குடுங்கம்மா...'' ஒருவேளை இதுதான் அம்மாவின் குரலா.... நெற்றியில் ஆழமான வடுவோடு இருந்தவன் அடித்துச் சொன்னான். ''இருக்கவே முடியாது. எங்கம்மா தர்மதேவதை''.

கோவில் ப்ராணநாயகி அம்மனின் ரூபமாகத் தனது அம்மாவைக் கற்பனை செய்து வைத்திருந்த எங்களில் முதியவனான சுருட்டை முடிக்கற்றை செல்வச் செழிப்பிற்கே அடையாளம் என்றான். கட்டுக்கடங்காமல் மகிழ்ச்சி தாண்டவமாடும் ஏதோ பெரிய பங்களாவிலிருந்து அவன் இந்த வாழ்விற்குள் அர்த்தமின்றி அபகரித்து வரப்பட்டிருக்க வேண்டும். அவனது அப்பா கால நேரமின்றி ஓய்வு ஒழிச்சலின்றிப் பல நிறுவனங்களை நடத்தும் பெரிய மனிதர். அவருக்குச் சொந்தமாகத் திரை அரங்குகள் இருக்க வேண்டும். ஒருமுறை பிளாக்கில் நுழைவுச்சீட்டுகள் விற்றுப் பிடிபட்டவன் இந்தச் சுருட்டை, அவனது தந்தை போலீஸையே விலைக்கு வாங்கக் கூடிய செல்வாக்கு படைத்தவர். மூன்று போலீஸ்காரன்களையும் பற்றிச் சொல்லுவான். அப்பாவின் அலுவலக காவல்காரர்களை விட்டுப் பந்தாடுவான். அவர்களின் அலறல் தாங்காமல் அவர்களை விட்டு விடுமாறு அவனது அம்மா ப்ராண நாயகி கெஞ்சுவாள் ''அவர்களை விட்டு விடு... நீ கிடைத்து விட்டாயே அதுவே போதும்'' அதைச் சொல்லி சுருட்டை நீண்ட நேரம் அழுவான். போலீஸால், திரையரங்கச் சிப்பந்திகளால் சிலசமயம் போட்டி விற்பனையாளர்களால் என்று அவன் அடிக்கடி உதைபடுவான். வெறுங்கையோடும் காயங்களோடும் இருப்பிடம் திரும்பும் சமயங்களில் எல்லாம் அவன் தொடங்கி விடுவான். ''போலீசையே விலைக்கு வாங்கலாம்.... அவன்களை அந்த வேசி மகன்களைப் பந்தாடுவேன்....''

ருசு விரைவில் கிடைக்க வேண்டும். நாங்கள் எங்களது பெற்றோர்களைக் கண்டுபிடிக்க வேண்டும். 1980-ம் வருடம் அந்தச் சம்பவம் நடப்பதற்கு ஆறுமாதங்கள் முந்தி என்று நினைக்கிறேன். திடீரென்று ஒரு நாள் பிரகாசமான ஒரு உண்மையை எங்களுள் இளையவனான நொண்டி எங்களுக்காகக் கொண்டு வந்தான். சிறையிலிருந்தவர் பற்றியது அது. நாங்கள் உச்சி வெயிலில் ஒன்று கூடியதே இல்லை. எப்போதும் காலையில் அதிகாலையில் இந்தப் பாழ் நகரின் பொந்துகளுக்குள் வேலை தேடிப் புறப்படும் நாங்கள்

அன்றைய இரவில் படுத்து ஓய்வெடுக்கவே மீண்டும் கூடுவோம். மிகுந்த சோர்வில் உறங்குவோம். மற்றபடி இரவு என்பது எங்களுக்குள் ஒருவிதத்தில் கணக்கு முடித்துக் கொள்ளவே தனது மிருகத்தனமான முகத்தில் புன்னகையைத் தவழ விட்டது. எல்லாம் ஆபத்தான சந்தோஷங்கள், 'நொண்டி' சொன்னான்: ''அவரைக் காவலில் வைத்து விட்டார்கள்''.

ஒருவாரம் முன்பு வரையில் எங்களுக்கு அவர் இருந்தார், இரவில் கணக்கு அவரிடம் ஒப்படைப்போம், எதுவுமே எடுத்து வர வில்லையென்றால் உதைப்பார். ஆனால் வாரி எல்லாருக்கும் தருவார். சிகரெட், பிரட் மேலும் தேவையான எதுவும் சில சமயம்தான் குடிக்கும் அந்த நாற்றமெடுத்த சாராயத்தை எங்களுக்கு ஊற்றுவார். மிகவும் அன்பான தருணங்களில் எங்களில் யாருக்காவது தனது புதிய மேற்சட்டையைக் கொடுத்து விடுவார். பலவிதமான நெருக்கடிகளின் போது எங்களைக் கண்டெடுத்ததாகக் கூறுவார். ஆறுபேரில் இளையவனான நொண்டிக்குத் தனி சலுகைகள். சைக்கிளில் சவாரி, அவரோடு விருந்து, சில சமயம் காலையில் ரயிலடிக்கு அழைத்துப் போவார். எக்கச்சக்கமாகப் பணம் எப்போதும் வைத்திருப்பார். கேட்டால் தரமாட்டார். ஒரே ஒரு பேருந்தில் ஏறி இறங்கினால் பத்து பன்னிரண்டு பணப் பைகள் இன்னாசியின் கையில் புரளும். அவரை அப்படித்தான் அழைத்தார்கள். எங்களுக்கு என்று அவரோடு ஒரு கிழவியும் இருந்தாள். ஆனால் நொண்டிக்கு உடம்பு காய்ச்சலெடுத்த ஒரு இரவில் ஏதோ ஒரு வாகனம் அடித்து அவள் சாலையில் இறந்து கிடந்தாள். அவள் தான் இன்னாசியையே கண்டெடுத்தவள் என்றான் நொண்டி. அவளைக் புதைக்கவும் இறுதிச் சடங்குகள் செய்யவும் இன்னாசி அண்ணன் எந்த முயற்சியும் செய்யவில்லை. அனாவசிய செலவெல்லாம் அவருக்குப் பிடிக்காது. அரசாங்கம் எதற்கு இருக்கிறது என்றார்.

ஆனால் இன்னாசி அண்ணனோடு ஒரு காலையில் ரயிலடிக்குப் போய் பாதியில் திரும்பிய நொண்டி அந்தச் செய்தியைக் கொண்டு வந்திருந்தான். அவரைக் காவலில் வைத்துவிட்டார்கள் ''சுருட்டையும், மூக்கனும், நானும் நம்பிக்கை கொண்டோம். 'பிக்பாக்கெட்' கேசுகளை ரெண்டு நாளில் விட்டு விடுவார்கள்.... இது ஒன்றும் புதிதல்ல....'' மூக்கனே இப்படி ஒருமுறை பிடிபட்டிருக்கிறான். மற்றபடி நாங்கள் பொதுவாக இப்படி அப்படி உதைபடுவோம் பலவிதமான எங்களது செயல்கள் சமூகத்திடமிருந்து உதை வாங்க வைத்தன. காயவைத்த துணிகள், ஒன்றிரண்டு உணவுப் பொருட்கள், சிலசமயம் தோட்டத்தில் பழங்கள் நாங்கள் திருடுவோம். மற்ற எங்களது வேலைகளும் மாட்டிக்கொண்டால் உதை படவைக்கும்

வேலைகளாகவே இருந்தன. ஆனால் இனி வெளியே விடுவது கஷ்டம்....'' நொண்டி திரும்பத் திரும்பக் கூறினான், ''பிள்ளை பிடிப்பவன்....'' என்று போலீஸ்காரர்கள் கூறியபடி அண்ணனை அடித்தார்கள்.

அடுத்த நாள் தினசரியில் இன்னாசியின் படம். எங்களில் யாருக்குமே படிக்கத் தெரியவில்லை. மூலைக்கடையில் மட்டும் சொன்னார்கள். ''உங்களுக்கு நல்ல காலம்டா... அவன் உண்மையைச் சொன்னால் உங்களது அப்பா அம்மாவிடம் போய்விடலாம்'' மறுநாள், அதற்கும் மறுநாள் யாருக்கும் எதுவும் தோன்றவில்லை. சாவதானமாக எழுந்து வேலை எதற்கும் போக நிர்பந்தங்கள் இல்லாத நாட்களால் நாங்கள் போதையேறிப் போனோம். இதைச் செய்... இது எனக்கு எடுத்து வா... இவ்வளவு பணம் வரவில்லையென்றால் சிகரெட்டு சூடு... மிரட்டுவதற்கு யாரும் இல்லை. பொந்திலிருந்து எலிக்குஞ்சுகள் வெளிச்சத்திற்கு வந்தது போல நாங்கள் திக்கெங்கிலும் தென்படத் தொடங்கினோம்.

இரண்டு மாதங்களில் நாங்கள் ஒருமாதிரி எங்களது பழைய வாழ்விற்கு இன்னாசி அண்ணன் இல்லாமல் திரும்பி இருந்தோம். அவரவர்களின் பிழைப்பு அல்ல எதுவும்.எங்கள் அறுவரின் பிழைப்பு. நாங்கள் விரைவில் புரிந்து கொண்டோம். நெற்றியில் வடுவோடு இருந்தவன் அவனை நாங்கள் வெட்டு என்றேதான் அழைத்தோம். அவன் சொன்னான். நாங்கள் விலகக் கூடாது. அவரவர்களின் அவரவர்களது பிழைப்பு என்று பிரிந்தால் என்ன ஆகுமென்பதற்கு அவனே சாட்சி. அண்ணன் கைதானதற்கு ஆறு நாட்கள் பிந்தி பல இரவுகள் அவன் வெளியே தங்கினான். யாரிடமும் ஒட்டவில்லை. 'நான் தனியன் இனி யார் தயவும் வேண்டாம்' என்பது போலிருந்தன அவனது செய்கைகள்.

பிறகொரு நாள் உடம்பெங்கும் ரத்தம் சொட்ட அவன் திரும்பி வந்தான். அவனது காயங்கள் சொல்லின நாங்கள் அனாதைகள்... பலவீனமானவர்கள்.... தீங்கற்றவர்கள். ''என் அம்மா... தர்ம தேவை...'' பிதற்றிக்கொண்டே இருந்தான். நான் சென்று கைக்காசு முழுவதையும் போட்டு மருந்துகள் வாங்கி வந்தேன். அதற்குள் சுருட்டை அவனது காயங்களைச் சுத்தம் செய்திருந்தான். துணி துவைப்பதன் அன்றைய வேலை நாள் நொண்டியுடையது. அவன் 'வெட்டு'க்கு உடை மாற்றியிருந்தான். மூக்கன் ஏதோ கொஞ்சம் உணவு தயாரித்தான். கட்டையன் உடனடித் தீர்வாகக் கொஞ்சம் தேனீர் மூலைக் கடையிலிருந்து வாங்கி வந்திருந்தான். நாங்கள் அய்ந்து பேரும் 'வெட்டு' வைச் சுற்றிலும் உட்கார்ந்தோம். ஏதோ ஆத்திரம் வந்தவர்கள் போல நாங்கள் செயல்படத் தொடங்கினோம். எங்கிருந்து வந்தோம்.

எப்படி பெரியவர்கள் ஆனோம் என்று எங்களுக்கே ஆச்சரியமாக இருக்கும் அந்த அற்புதங்கள் நிகழ்த்தினோம். எங்களில் ஒருவருக்காக நாங்கள் எதுவும் செய்வோம். உயிரைக் கொடுத்தாவது நாங்கள் ஒருவருக்கு ஒருவர் பாதுகாப்பாக இருப்போம்.

நாங்கள் தென்பட்ட இடங்களிலெல்லாம் இங்க ஏன்டா வந்தீங்க என்று மிரட்டியவர்கள் குப்பைத்தொட்டிகளில் இரை தேட வைத்தவர்கள். எந்தக் குற்றம் நேர்ந்தாலும் எங்களையே உதைத்தவர்கள். தப்புக்காரியங்கள் செய்யக்காசு கொடுத்தவர்கள். ஆறு மாதத்தில் நாங்கள் புரிந்து கொண்டோம். எங்களுக்கு என்று யாருமே இல்லை எங்களைத் தவிர. பத்து நிமிடம் டி.வி. பார்க்க அனுமதித்த வாத்தியார் பிளாட்டில் இரண்டுமணி நேரம் விதம்விதமான வேலைகள். ராவுத்தர் கொடுத்த முதல்நாள் பிரியாணிக்காக ஏழெட்டு மணிநேரம் கோழிப் பண்ணையில் பீ அள்ளுகிற வேலை. உணவு விடுதி ஒன்றில் சுருட்டைக்கும் நொண்டிக்கும் பெஞ்சு துடைத்துத் தட்டு கழுவுகிற வேலை கிடைத்த போது... மிச்சமோ சொச்சமோ உண்பதற்கு உணவுப் பஞ்சம் வரவில்லை. மேஸ்திரிகளுக்கு உதவியாளனாக நானும், பார் ஒன்றில் வெய்ட் பாயாக மூக்கனும் போனபோது எங்கள் அறுவருக்குள் ஆத்மார்த்த ஒப்பந்தங்கள் வெளியே சொல்ல முடியாதபடி உருவாகியிருந்தன.

வெட்டும், கட்டையனும் ஒரு மெக்கானிக் கடையில் உதவியாளர்களாகப் போவதற்கு மேலும் ஒரு மாதம் பிடித்தது. வேலைப்பளு வாழ்வின் மீதான மற்றக் கேள்விகளைக் கொண்டு வந்த அந்த மாதத்தில் எங்களைத் தேடி ஒரு போலீஸ்காரர் வந்து சேர்ந்தார். இன்னாசியால் திருடப்பட்டவர்கள் என்று எங்களைப் புதிய பெயர் சொல்லி அவர் அழைத்தார். திருடப்பட்டவர்கள். விதம்விதமான ஊர்களிலிருந்து வந்த ரயில்களிலிருந்தும் பேருந்து நிலையத்திலும் மேலும் கடற்கரை கோயில் போன்ற கூட்டம் கூடும் இடங்களிலிருந்தும் எங்களது குடும்பங்களிடமிருந்து நாங்கள் திருடி வரப்பட்டோம். அய்யோ பல இரவுகள் உறக்கமின்றிக் கழிந்தன. ஊரார் யாவருக்கும் யாவரும் தெரிவித்தார்கள். இவர்கள் திருடப்பட்டவர்கள். ''யாரு பெத்த பிள்ளைகளோ... திருட்டுக் கொடுத்த மகராசிகள் என்ன பாடு பட்டார்களோ'' என்று பதைபதைத்த போலீஸ்காரர் பிறகு விஷயத்திற்கு வந்தார்.

எங்களது சொந்த அப்பாக்கள் அம்மாக்களிடம் எங்களை சரியாக ஒப்படைக்க இன்னாசி அண்ணனிடம் விவரங்கள் பெறப்பட்டன. நாங்கள் விரைவில் தெரிந்து கொள்வோம். எங்கள் பிறப்பின் அனைத்து ரகசியங்களையும் எங்கள் பெற்றோர் விரும்பினால் நாங்கள் அவர்களிடம் ஒப்படைக்கப்படுவோம்.

எதிர்ப்பட்டவர்களையெல்லாம் அம்மாவா என்று தேட வைத்துவிட்டது அது. அதுவரை பெரியதாகத் தெரியாத கிழிசல் இது. இந்த யோசனையே பயங்கரமாக இருந்தது. மூச்சடைய வைக்கும் நெரிசல்களில் கூட லாவகமாக வாழ்ந்து பழகிய நாங்கள், எங்களுக்கு என்று தனித் தனி வீடுகள், ஊர்கள், உறவுகள் என்பதை நினைத்து உடைந்து போனோம். நாங்கள் நாங்கள் அல்ல. வேறு வேறு நபர்கள். புதிய பெயர்கள். முகங்களும் மாற்றமடையுமோ என்று எண்ண வைத்து விடுகிற பதற்றம் எங்களை முழுசாகக் கவ்விக் கொண்டது.

எங்களது உண்மையான அடையாளங்களை எங்களுக்குச் சொல்ல அந்த நாள் பிறகு குறிக்கப்பட்டது. ஆனால் நாங்கள் அதற்குள் இரண்டு முறை சிறைக்குச் சென்று இன்னாசி அண்ணனைச் சந்திக்க முயன்றோம். ஏதும் பேசாமல் நிர்க்கதியாக; நின்ற எங்களைப் பார்த்துக் கொண்டு மட்டுமிருந்தார். குற்ற உணர்ச்சியாக இருக்கலாம். பண்டிகை ஒன்றின் போது மறுமுறை அண்ணன் எங்களோடு இல்லாத முதல் பண்டிகை இரவில் உறக்கம் கொள்ளாமல் நாங்கள் புரண்டு புரண்டு படுத்தோம். கை நிறைய பணமும் அவரவர்களுக்குக் கிடைத்த பண்டிகை பதார்த்தங்களும் இருந்தும், எங்களைக் சூழ்ந்திருந்த எங்கள் எதிர்காலம் பற்றிய மர்மங்கள் எங்கள் உறக்கத்தைக் குதறியெறிந்தன. சிகரெட், பீடி.... எப்போதாவது சாராயம் என்று எதை விடுவது? எதை அடைவது? சட்டென்று மறுநாள் காலையில் நீங்கள் யாருமில்லை என்று எல்லோரும் சொன்னால் வேறு என்ன செய்வது? பிறகு மூன்றாம் முறை வந்த போது போலீஸ்காரரிடம் சுருட்டை கேட்டான்... ''எங்களை ஏற்றுக்கொள்ள யாருமே வரா விட்டால்?'' எந்தவிதப் பதற்றமும் இன்றி அவர்களால்தான் இருக்க முடிகிறது. ''சீர்திருத்தப் பள்ளியோ, அல்லது அனாதை விடுதியோ.... இருக்கவே இருக்கிறது...''

அன்றைய நாள் வந்தே விட்டிருந்தது. இருபத்தைந்து வருடங்கள் ஓடிவிட்டன. குளிராலும் பட்டினியாலும் இன்னும் சமூகத்தின் மோசமான வசைகளாலும் நைந்து நூலாகப் போயிருந்த நாங்கள் அங்கே அந்தச் சிறைச்சாலையின் வாசலில் காத்திருந்தோம். பரபரத்த அந்தத் தருணத்தின் நிமிடங்கள் ஒவ்வொன்றாகக் கழிந்து கொண்டிருந்த போது திடீரென்று நொண்டி வேகமாக வெளியேறத் தொடங்கினான்: ''நான் யாரிடமும் திரும்பிப் போக விரும்பவில்லை'' சட்டென்று எங்கள் உடலின் இறுக்கம் விடைபெற்றதை நாங்கள் கண்டோம். பெரியதொரு இக்கட்டிலிருந்து அவனால் காப்பாற்றப்பட்டோம். அன்று ரயிலேறியவர்கள். இன்று வடக்கத்திய மாநகரம் ஒன்றில் இந்த இருபத்தைந்து வருடங்களாக அந்த நாள் எங்களை ஒன்றுசேர கட்டிப் போட்டிருக்கிறது.

நாங்கள் பிறகு என்ன ஆனோம், எப்படியெல்லாம் உயர்ந்தோம் என்பது இன்னாசி அண்ணன் உட்பட அந்த பழைய நகரசவாசிகள் யாருக்குமே தெரியாது.

10
கடைசிச் சங்கு

அவனை அங்கே எதிர்பார்த்தார்கள். சற்றும் தாமசம் செய்ய வழியில்லை கஞ்சியை, மிளகாயை சுவர் ஓரம் வைத்தான். ''ந்தே.... பெரிசு....துண்ட்டு....போ'' மருமகளின் குரல். கரண்ட் பொட்டிபோட்டு மகனின் சட்டையைத் தேய்த்துக் கொண்டிருக்கிறாள். அவன் விசுக்கென நடந்தான் ''பெரிய்ய..... மிராஸ் வேலைடா.......'' அவ-ளேதான். ஒருநொடியில் நெஞ்சில் பதறினான் கிழவன். ஆத்தாமையால் கண் உருண்டது. பிறகு எட்டி நடை, வீம்பு பாதி.

''வந்திட்டியா.....''

''ஆங்....ங்க''

''நல்லாத்தான் தான் இருந்தாரு...... வர்ற மாசம்னா அம்பது வயசு-தான்........ மாருவலியில் போயிட்டாரு........... சாப்பிட்டு வந்திட்டீல்ல......... வேலைய ஆரம்பிச்சிரு.............''

பையிலிருந்து சங்கை எடுத்தான் கெழவாடி....... மருமவளின் கிண்டல் இன்னமும் மனசில் ஓடிக் கொண்டிருந்தது. தம் மனசுக்கும் தம் காதுக்கும் ஓடிய அவளது வார்த்தைகளின் மேல் தனது ஒவ்வொரு அடியும் விழப் போவதாகக் கருதியபடி இடக்கை மணியை அறைந்தது...... ஓவென்று..... ஓலமிட்ட நினைவுகளை சங்கிற்குள் திணித்தான். அது காற்றை உலுக்கி ஊரை எழுப்பியது............ ''ஊ......ஊ.....பூம். டிங்டிங்......டிங்டிங்........டிங்டிங்''

மூன்றாம் வகுப்புப் போக விடவில்லை அப்பன் முத்துக்கருப்பு, எப்படியெல்லாமோ சால்சாப்பு சொல்லி செத்த வீட்டுக்கெல்லாம் போக ஊர் பிரித்து விட்டது. மகனுக்குப் பெயர் சங்கு என்று மாறிய வருடங்கள் கழித்து மொத்த ஊரையும் கொடுத்து விட்டுக் குடல் புண்ணில் உசிரைவிட்டது.

''அப்பனவிட நல்லா ஊதுவாம்பா... தூங்கமாட்டான்.... சோறுதண்ணி .... டீ காசு அநாவசியமா வந்த இடத்துல கேக்கமாட்டான்....''

விடியவிடிய கெழவாடி ஊதும் சங்கில் வாய்பிளந்து கிடந்துள்ளன எத்தனையோ பிணங்கள். சமயத்தில் அழமாட்டாதவரையும்

அழ அழ வைத்துவிடும் ஓர் ஓலமாக அர்த்தராத்திரியில் திக்குகள் முழுவதும் விரிந்து பொழுதுகளை நெஞ்சடைக்க வைத்துவிடும் வேலை. யார் ஊதினாலும் வராத துக்கத்தை ஊதிட ஒரு வம்சாவளி பயிற்சி வேண்டும். கெழவாடி ஊதும் சங்கு அவனது ரத்தத்தில் ஊறி வருடங்கள் பலவற்றால் காலம் பத்திரமாக அவனது அப்பன் மூலமாக ஊருக்காகச் சேமித்து வைத்த ஒன்று. அவனது உயிரை உருக்கியபடியே அது ஒருவனின் கடைசி மூச்சை உலகிற்கு அறிவிக்கிறது.

ஒப்பாரிப்பாடிகளில் புருஷனால் விரட்டப்பட்ட ஒருத்தியை ஓரிரு இழவு வீடுகளில் தொடர்ச்சியாக சந்தித்த சந்தர்ப்பத்தில் கலியாணம் கட்டிக்கொண்டான். ''போதுமய்யா... நமக்கு இந்த எளவு வீட்டுப் பொளப்பு....'' மகனுக்குக் ''கல்யாணம்'' என்று மாரிதான் (அதுதான் அவனைக் கட்டிக் கொண்டவளின் பெயர்) பெயர் வைத்தாள். சோற்றுக்கு மட்டுமல்ல சட்டைத்துணி, புத்தக மூட்டை, பரீட்சை பணம் என்று எல்லாவற்றிற்காகவும் யாரோ ஊரில் உயிர்விட்டு வழி செய்தார்கள். மாரியின் பிடிவாதம் இல்லையென்றால் இந்த அளவிற்குக் கல்யாணம் படித்திருக்க வாய்ப்பே இல்லை.... சாவு வீடுகளுக்காகவே பிறந்தவளின் பிள்ளை, சகோதரன், சகோதரி என்ற உறவுகள் இல்லாமல் எல்லாவற்றிற்கும் தன்னையே முன் வைத்து வளர்ந்து விட்டான். பல நேரங்களில் சாவு வீடுகளிலிருந்து வந்த புதுத்துணியே அவன் அணிந்தது. அரசாங்கம் தந்த சலுகைகள் பள்ளிக்கூடக் கணக்காயன் கருணையால் அவ்வப்போது தடுமாறிக் கிடைத்தே வந்தன. மற்றபடி மாரியின் முகராசிக்கும் குழைவான வார்த்தைகளுக்கும் ஊரில் எல்லாக் கெட்ட நேரங்களுக்கும் காசு கிடைத்தது.

முத்துராசக் கவுண்டர் சம்சாரத்திடம் அப்படியாக வாங்கிய ரூபாய் முன்னூறு முழுசாக அடைப்பதற்குள் மாரி நோவில் இறந்து போனாள். அரசாங்கத்தில் ஆபீஸர் வேலை கலியாணத்தைத் தேடி வந்தபோது அவள் இல்லை. அதை நினைத்தால் மட்டும் இவனால் தாங்க முடிந்ததே இல்லை. உயிரை கொடுத்துப் படிக்க வைத்துவிட்டுப் போய்விட்டாள். இரண்டு சங்கதிகள் அதிகமாயின. எளவு வீடுகளில் பிரத்யேகக் காரியங்களின்போது கெழவாடி அதிகம் அழத் தொடங்கினான். இத்தனை ஆத்தாமையோடு வெட்டியாளு அழுவது எளவு வீடுகளை மேலும் துக்க மெருகுகூட்டிவிட்டது. இன்னொன்று குடி.

போலீஸ்காரர் உசுப்பினார் ''என்னென்ன வேணும்.... எல்லாத்துக்கும் சொல்லிட்டியாப்பா''. கெழவாடி சுயநினைவுக்கு வந்தான் நிறைய வேலைகள் இருந்தன. கீற்று ஓலை, தீச்சட்டி, நெல்லு,

எள்ளு, அரிசி, பானை, வரட்டி, விறகு, சணல், புதுவெள்ள, கழி. உதவிக்கு ஆளே இல்லாதவனானான் அவன். அப்பனும் மகனுமாக இவன் சிறவனாயிருந்த காலத்தில் எல்லாம் செய்தது பழங்கதை. வேறு ஆட்களே தேவையில்லாதிருந்தது. சாவு வீட்டு வேலையை அப்பன் செய்ய சுடுகாட்டு வேலை வெட்டியான் வேலை முச்சூடையும் சங்கே செய்துவிடுவான். ஆத்தோரம் கருவேலமுள் காட்டிற்கு அருகே அந்த நாள்களில் பிணங்களை ஊர் எரித்தது. ஆனால் தெற்கே யூனியன் ஆபீஸுக்கு அருகில் அரசாங்க சுடுகாட்டில் சாதி ஆட்களும் பிறகு போகத் தொடங்கினார்கள். அரசாங்கச் சுடுகாடு என்றால் சாவு சர்டிபிகேட் எளிதில் கிடைத்ததே அதற்குக் காரணம்.

காய்ந்து கருத்து சாம்பல் நிறமாயிருந்த மாரியை எரித்ததும் அதே இடம்தான். புள்ளத்தாச்சியாயிருந்த அவள் இறந்தது தான் அவனை இந்த அளவிற்குப் பாதித்துவிட்டது. கல்யாணத்திற்கு ஒரு தம்பியோ தங்கையோ இருந்திருக்கக் கூடாதா? இன்றைக்கு சங்கிற்குப் போக ஓர் இடமாவது இருந்திருக்கும். விதவிதமான பிணங்கள் விதவிதமாய் சாங்கியங்கள்.

புருஷனும் பெண்சாதியுமாக செல்லப்ப கவுண்டர் சாலைவிபத்தில் இறந்தபோது பெண்ணா ஆணா முதலில் எதை எரிப்பது என்ற பெரிய குழப்பத்தில் சங்கு வைத்ததே சட்டமாக இருந்தது. ‘‘பொம்பளதான் முதல் சுமங்கலிப் பிணம். ‘முதல் கொள்ளி முந்தானைக் கொள்ளி. ராத்தங்காத சனிப்பிணங்கள். ஊர் கொள்ளாத ஊதாரி சாவு. நாண்டுக்கிட்டு செத்திருந்தா நாலுப்பாலு’’ தலையாரிக்கு எல்லாம் தெரியும்.

‘‘புள்ளத்தாச்சிக்காரி.... அப்படியே செய்யிறதா வேற ஏதாச்சும் சாங்கியம் இருக்குதோ’’ மாரி சாவுக்கு இவனையே கேட்டார்கள். சங்கு பதற்றத்தில் உடல் நடுங்கிப் போனான். பிணங்களை ஒரு பொருட்டாகவே நினைத்தறியாதவன். ஆசாரிக்கு மரம் போல தலையாரிக்குப் பிணம். வயிற்றைக் கிழித்துக் குழந்தையை வெளியே எடுத்து மாரியின் மார்மேல் வைத்து இவன் கண் முன்னால் எரித்தார்கள். ‘‘பொம்பளப் புள்ளப்பா....’’ ‘‘இல்ல.... ஆம்புளதான்....... நா பார்த்தேன்பா’’ என்கிற வாக்குவாதங்களுக்குத் தீப்பிழம்பான அவர்களிடம் எந்த பதிலும் இல்லை. உறைந்துபோன சங்கின் ஜீவநாடி அனைத்தும் அன்றைய சங்கொலிக்குள் புதைந்து சிதைந்தது. அன்றிலிருந்து சங்கின் ஓலமே கூடிவிட்டது. எரியும், புதையும் ஒவ்வொரு பிணத்தின் மீதும் சங்கின் வாஞ்சை, பிணைப்பு எல்லாம் மாறியது போலிருந்தது.

எதிர்ப்பட்டால் காரிய பலிதம் இல்லையென்று ஒதுக்கியே வைக்கப்பட்டவன். எளவு வீடுகளில் தவிர வேறு எங்குமே தென்பட

லாயக்கு இல்லாதவன் இந்தச் சங்கு. கல்யாணம் உயர்சாதி பெண் ஒருத்தியைக் கலியாணம் செய்து கொண்டு ஊர் திரும்பியபோது எவ்வளவு பெருமையாக இருந்தது. அதிகாரி என்பதால் எடுபிடிக்கு பியூன்கள், சலாம் அடிக்கும் கணக்கர்கள். வீடு தேடி வந்து விசாரிக்கும் போலீஸ் அதிகாரிகள், டெலிபோன், சொந்தமாகவும் பயன்படுத்த ஒரு ஜீப்பு வண்டி. மிருதுவான சிவப்பு சதைக்காரியாகக் கல்யாணத்தின் மனைவி வீட்டோடு ஒட்டவில்லை. பிண வீடுகளில் சங்கு ஊதி, சாவு சாங்கியங்கள் அடுத்த நாள் சாம்பல் கரைத்துப் பால் ஊற்றும் வரை எல்லாம் செய்யும் ஒரு தலையாரிக்காரனை மாமனாராக வெளியில் சொல்லிக்கொள்ள அவளுக்கு அத்தனை அசிங்கமாக இருந்திருக்க வேண்டும். கடவுளே.... வாழ்க்கை இப்படி சங்கைப் பழிதீர்த்துக் கொண்டது. ‘‘ஊரைவிட்டு விட்டு வந்திரு... இந்தப் பிழைப்பு இனி வேண்டாம்...’’ கல்யாணம் சரியான பொண்டாட்டி தாசனாகவே மாறிப் போனான். எந்த வேலை படிக்க வைத்ததோ, எந்த சங்கு இந்த அளவிற்கு அவனை உயர்த்தியதோ அதைத் தூக்கியெறிந்து விட அவனே சொல்லுமளவு அவனது வாழ்வை மாரி மெருகு ஏற்றியிருக்கிறாள். அவனால் விடமுடியாதென புதிய உறவுகள் சேர்ந்தன. ‘‘கஷ்டப்பட்டு மாத்தல் வாங்கியாந்திருக்கேன் பெரிசு.... பட்டணம் போயிரலாம் வரியா.... இல்லியா....’’ இரண்டு நாட்களாக சங்கு வதைபட்டுக் கொண்டிருக்கிறான். மாரியும் அவனும் வாழ்ந்த ஊரை, பிழைப்பை விட்டு விடுவதா? மாரி இருந்திருந்தால் ஒருவேளை முடிந்திருக்கும். ‘‘பெரிய்ய.... மிராஸ் வேலைடா’’ மருமவளின் வார்த்தைகள் நெஞ்சைப் பிசைந்து கொண்டே இருக்கின்றன. இப்போது என்ன செய்வான் சங்கு? ஏதாவது செய்தாக வேண்டும்.

‘‘என்னாச்சு கெழவாடி.... இந்தா இந்தப் பயலை கூடவே வெச்சிக்க.... எனக்கு வேலையெல்லாம் சீக்கிரமா ஆகணும்.... சுடுகாட்டுக்குப் போய்ட்டு வந்திரேன்... ஊர் தாண்டி மில்லுல சாவ சொல்லிரு.... ந்தே.... கெழடு.... ஏய்.... எந்திரி.....’’ போலீஸ்காரர் அதிர்ந்தார். சங்கு கெழவாடி அசைவதாயில்லை. ‘‘ஏய்.... எல்லாரும் இங்க வாங்கப்பா’’ உயிர் இருக்கிறதா இல்லையா என்று அறிய முடியாதபடி இருந்தது சங்கின் உடல். கல்யாணத்திற்குச் சொல்லியனுப்ப ஓடினான் பையன். தன் வீட்டில் மட்டுமல்ல சங்கு கெழவாடி செத்தால்கூட சங்கு ஊத ஊரில் வேறு யாரும் கிடையாது என்று பட்டபோது போலீஸ்காரருக்கு லேசாக வியர்த்தது.

11

நாத்திகன் மனைவி

ஊரெல்லாம் இதே பேச்சு. மலர்க்கொடி மாரியம்மன் கோவில் வந்திருந்தாள். அதுவும் எப்படி? தனது நாத்திகப் புருஷனுடன்! கோவில் பூசாரி ஆடிப்போனான்-ஊருக்குள் சொல்ல ஓடிப் போனான் அவனது மகன். அம்மன் பண்டிகைக்குக் கூடாத கூட்டம் கூடி விட்டது. நாத்திகன் கோவிலுக்கு வந்ததைப் பார்க்க இன்று நேற்றல்ல, இருபத்தியாறு வருஷங்களுக்குப் பிந்தி மலர்க்கொடி இன்று நாத்திகனைக் கோவில் படியேற வைத்திருக்கிறாள். சரியான கைகாரி. என்ன சொக்குப்பொடி போட்டாளோ.

மலர்க்கொடியின் புருஷனை அறியாதவர்கள் அந்த ஊரில் இருக்க முடியாது. சுத்துப்பட்டு ஊர்களில் எல்லாம் கூட அவன் பிரசித்தம். மதம், சாதி, சாமி, சம்பிரதாயங்கள் அனைத்தையும் தூக்கியெறிந்தவன். அம்மா சாவில் மதத்தையும், சாலையில் தம்பி விபத்தில் போன போது சாமியையும் துறந்தவன் போலல்ல நாத்திகன். நல்ல அறிவாளி. தெளிந்த வானம் அவனுடையது. பேச்சில் சூரன்; அதென்னவோ படித்தே அவன் நாத்திகன் ஆனான். அதிகம் படிப்பவர்களையெல்லாம் அவனைக் காட்டி ''அப்புடி ஆயிறப் போற''. என்றே ஊரில் கேலி செய்யுமளவுக்குப் போய் விட்டது அவனது நாத்திகப்பித்து.

தீச்சட்டி தூக்குவது; அலகு குத்திக் கொள்வது; சாமியாடுவது; அய்யோ அவன் அனைத்தையுமே கேலி செய்வான். அவனது கேள்விகளுக்கு பதில் சொல்லவே முடியாது. கட்சிக்காரப்பய.... நாக் கொளுப்பெடுத்தவன்.... படித்த திமிர்பிடித்தவன் என்றெல்லாம் கெழடுகள் வாய்க்கு வந்தபடி ஏசித் தீர்த்தார்கள். ஆனால் அவன் கேட்கும், சில கேள்விகளுக்கு பதில் யாருக்குமே தெரியவில்லை. அதனாலேயே திட்டினார்கள். பெரிய சாதிக்காரர்கள் அவனைப் பரம விரோதியாகப் பாவித்தார்கள். ஆனால் அதற்குக் காரணம் இருந்தது. பல்லக்கு திருவிழாவின் போது கூத்துக்கு நடுவில் புகுந்து ஒலி பெருக்கியில் 'சாமியை நம்ம சாதிக்காரன் தொடக்கூடாது என்றால் நமக்கு உடம்பில் சாமி வருவது ஏன்?'' என்று கேட்டு வைத்தான். ஊரெல்லாம் ஒரே ரகளை ஆக்கிவிட்டது. விஷயம் போலீஸ் வரை போகாமல் அமுக்கி விட்டார்கள்.

மலர்க்கொடிக்கும் அவனுக்கும் கல்யாணம் ஆனது வேறு கதை. நெய்தலூர்க் காரியான மலர்க்கொடிக்கு நாலைந்து வருடமாகக் கல்யாணம் ஆகாமல் தள்ளிப் போனது. அவளுக்குத் தாலி பாக்கியம் கிடையாது என்று ஜோதிடர்கள் கணித்திருந்தார்கள். நாடி ஜோசியக்காரனிலிருந்து, குடுகுடுப்பைக்காரன் வரையில் எல்லோரும் அதையே கூறியதால் மலர்க்கொடியின் அப்பாவாகிய நெய்தலூர் பஞ்சாயத்து போர்டு அவை உறுப்பினரான வையாபுரி மிகவும் ஆடிப்போனார். தாய் படுத்த படுக்கை ஆனாள். எனவே அம்மன் திருவிழாவிற்கு நேர்த்திக்கடன் செய்ய நாத்திகனின் தூரத்து உறவினர்களான அவர்கள் வந்து தங்கினார்கள். விஷயத்தைக் கண்டதும் ஏகத்துக்குக் காதல் வந்து விட்டது. அவர்கள் ரெஜிஸ்டர் ஆபீஸில் இரண்டு சாட்சிகளுடன் 'குடும்ப வாழ்க்கை ஒப்பந்தம்' செய்து கொண்டார்கள். கால்கட்டு போட்டால் சரியாகி விடுவான் என்று நினைத்தபடி இருந்த ஊர், நாத்திகனுக்கு இப்படியாக திடீர் திருமணம் ஆகிய கதை கண்டு தாங்க முடியாத அளவு அதிர்ச்சியுற்றது. மலர்க்கொடியை நினைத்து பக்தைகள் மிகவும் மனம் வருந்தினார்கள்.

மணமாகிய புதிதில் மலர்க்கொடிக்கு அவள் புருஷன் என்ன பேசினாலும் (எல்லோர் வாழ்க்கையிலும் நடப்பது போலவே) இனித்தது. பொட்டு வைத்தாலும் மஞ்சள் தேய்த்துக் குளித்தாலும் அவன் கேலி செய்தான். பொட்டு வைக்கும் வழக்கம் வந்தது எப்படி என்பதற்கு நாத்திகன் ஒரு கதை சொன்னான். நெற்றியில் நாமம் பெண்கள் வைத்தால் கன்னி. பொட்டு என்றால் கன்னி கழிந்தவள், பொட்டு வைத்தபடி விபசாரியான நித்தியகன்னி புருஷர்களை வளைத்துப் போட்ட கதை கேட்டுக் குமட்டலெடுத்தது மலர்க்கொடிக்கு. இதுதான் அம்மன் கதை என்று அவன் சொன்னபோது ஏற்பட்ட அதிர்ச்சியில் தலை சுற்றி அடுத்த பத்தாவது மாதத்தில் குழந்தை பிறந்துவிட்டது அவளுக்கு.

பையனுக்குப் பழனி என்று பெயர் வைக்க தாத்தா வையாபுரி விரும்பினார். என்னதான் கட்சிக்காரர் என்றாலும் அவர் ஒரு பழுத்த முருகபக்தராக இருந்தார். ''பழனி, சிதம்பரம், விழுப்புரம், திருச்சி, தஞ்சாவூர் என்று ஊர்ப் பெயரை வெச்சுக் கொல்லாதீங்க.... அதுக்கு ஆப்பிரிக்கானு கூட வைக்கலாம்... பையன் பேரு பெட்ரிக் நீட்ஸே....'' .....என்றான் நாத்திகன்.... சத்தியமாக நீட்ஸே யார் என்று மலர்க்கொடி உட்பட அங்கே யாருக்கும் தெரியவில்லை. தெரு பைப்பில் குளித்து கிட்டிப்புள் ஆடி எங்க ஊர் நீட்ஸே வளர்ந்தான். படிப்பு சுட்டுப் போட்டாலும் ஏறவில்லை.

நாலாங்கிளாஸ் இரண்டு முறை நீட்ஸே பெயிலான போது வையாபுரி பையனுடைய ஜாதகத்தைக் கணித்தார். ஏழு எழுத்தில்

பெயர் வைத்தால் பிள்ளை ஓகோவென்று வரும் என்றார் பட்டணத்து பால ஜோதிடர் ''நீட்ஸே எப்படிப்பட்ட பெரிய அறிவாளி தெரியுமில்ல.....'' என்று சீறினான் நாத்திகன்;

''கிறித்துவனையும் யூதனையும் தலைகுனிய வைத்தவன். முப்பது வருஷம் யாருடனும் பேசாமல் ஒளிந்தே வாழ்ந்து தத்துவ விளக்கமானவன். அவன் பெயரை மாற்றினால் தொலைத்துவிடுவேன்'' எப்போதும் அர்ச்சனை மலர்க்கொடிக்குத்தான். போன தடவை அறுபடை வீட்டுக்கும் மொட்டை அடிக்கிறேன்னாரே உங்கப்பா... பையன் பாஸ் பண்ணினானா... மொட்டை அடிச்சா மயிருதான்டி வளரும் படிப்பு இல்ல....'' ஒரு பக்கம் அப்பா, மறுபக்கம் புருஷன் என்ன செய்வாள் பாவம் மலர்க்கொடி?

சரி பண்டிகைகளாவது வாய்க்கிறதா, அதுவும் கிடையாது. வேண்டுமென்று நோம்பி, பண்டிகை என்றால் கிழிந்த துணி, பழைய துணி மேலுக்குப் போட்டுக் கொள்வான் நாத்திகன். ஊரே வேட்டு வெடிக்க வரும் தீபாவளி அன்று முக்கி முக்கித் தூங்குவான். பொங்கல், பிள்ளையார் சதுர்த்தி என்று எல்லா பண்டிகைகளின் கதையும் இது தான். இதெல்லாம் போதாதென்று கோவில் திருவிழாக்களில் அவன் அடிக்கிற கூத்து. ஈசுவரன் கோவில் பூஜையின்போது ''ரிஷிபத்தினிகளைக் கெடுத்த சிவனின் மர்ம ஸ்தானத்துக்கா பாலபிஷேகம்?'' என நோட்டீஸ் அடித்து பக்தர்களுக்கு வினியோகித்தான். உதைக்கத் தேடிய போது நான்கு நாட்களுக்கு அகப்படவில்லை. முருகன் கோவில் உற்சவத்தின் போது ''வள்ளி தேவானைக்குக் குழந்தை பிறக்காதது ஏன்... முருகன் அலியா?'' என்று ராத்திரி இருட்டில் கோவில் சுவரில் எழுதி வைத்தான்.

நாத்திகனின் கேள்விகளுக்கு எல்லையே இல்லை. ஒரு மதம் தான் என்று இல்லை. ''ராவுத்தர் வீட்டுப் பசுவுக்கு ஏன் இல்லை முக்காடு?'' என்றும் ''கேளுங்கள் தரப்படும்... என்பது தான் ஏசுவின் தாரக மந்திரம் என்றால் சர்ச் வாசலில் பிச்சைக்காரன் ஏன்?'' என்றும் கேட்டு எல்லா வகையான மனிதர்களுக்கும் கெட்டவன் ஆனான். ஊரில் கடன் கொடுக்கக் கூட ஒரு ஆள் கிடையாது அப்படி இருக்கும் போது உத்தியோகம் மட்டும் யார் தருவார்கள்?

இந்த நிலையில் அய்யப்பசாமிக்கு வையாபுரி மாலை போட்டார். பேரப் பிள்ளையும் உடன் போக விரும்பினான் ''எம் புள்ள மலைக்குப் போனான்னா ஊரு சிரிக்கும்டி'' என்றபடி சீறிப் பாய்ந்தான் நாத்திகன். ''இமயமலைக்குப் போகச் சொல்லு பேராவது கிடைக்கும்'' சாக்குப் போக்கு சமாதானம் சொல்லி எப்படியோ நீட்சேவை 'நீட்சே சாமி' ஆக்கினாள் மலர்க்கொடி... அய்யப்ப பஜனை,

சீர் செனத்தி என்று வரும் உணவும் சொற்பப் பணமும் தான். வேறு என்ன? கொண்டுவந்த நகை அனைத்தும் பிடுங்கிக்கொண்டது வாழ்க்கை. வீட்டில் சோறு எப்படி வந்தது என்று மட்டும் அவன் கேட்டது கிடையாது. இதில் தங்கத்தை 'மஞ்சள் பிசாசு' என்று பரிகசிக்கத் தவறவில்லை. வீட்டு நிலைமை விளங்காமலில்லை அவனுக்கு, விவரமான ஆள்தான்.

கட்சிக்காரர்கள், கழகத்தோழர்கள் வீட்டுச் சீர்திருத்தக் கலியாணங்களில் நாத்திகன் முழக்கம் நாடறிந்த ஒன்று. அந்த நாட்களில் குடும்பத்தோடு விருந்துண்ண அவர்கள் போவார்கள். மற்றபடி ஊரிலிருந்து வையாபுரி வந்தால்தான் வசந்தம். செவ்வாய், வெள்ளி விரதம் என்று மலர்க்கொடியே உருவாக்கிக்கொண்ட பட்டினிகளும் உண்டு. வெளியிலும் சொல்ல முடியாது. வேண்டாமலும் இருக்க முடியாது. சராசரி பெண்ணுமல்ல, சரிவிகிதப் பெண்ணுமல்ல. உதாரணமாக சமையற்கட்டிலோ வேறு வேலைகளிலோ ஒருபோதும் நாத்திகன் உதவியது கிடையாது.எதைச் செய்தாலும் அதிலுள்ள சம்பிரதாயத்தைப் பார்த்து நொட்டாங்கு சொல்வதில் மட்டும் தவறியது இல்லை. நாலு பேர் பார்க்கத் தாலி கிடையாதே ஒழிய மத்தபடி சராசரி மனைவி மலர்க்கொடி.

ஆக,வையாபுரி,நீட்சே சாமியும் இன்ன பிற சாமிகளுடன் சேர்ந்து சபரிமலைக்குப் பயணம் வைக்கும் நாள் வந்தது. பஜனைதான் வேண்டாம், என்னடா மகன் ஒரு பயணம் வைக்கிறானே என்று மலர்க்கொடிக்கு அப்பா வீடு போய் வழி அனுப்ப ஒரு விருப்பம். நாத்திகனை எதிர் நோக்காமல் ஒரு முண்டு தானாகவே நெய்தலூர் போனாள் மலர்க்கொடி. எல்லா சாமிகளுக்கும் இருமுடி முடிந்து பயணம் புறப்படும் அந்தச் சமயத்தில் நாத்திகனின் குரல் சாமிகளை அடைந்தது... "விஷ்ணு வுக்கும் சிவனுக்கும் பிறந்தானாம் அய்யப்பன்; ஆணுக்கும் ஆணுக்கும் பிள்ளை பிறக்குமா... சிவனுக்கு எய்ட்ஸ் வராதது ஏன்?" என்று வழக்கம் போல் ஆரம்பித்தது நாத்திகப் பிரசங்கம்... அவனுக்கு மேடை தேவை கிடையாது, ஒலி பெருக்கி தேவை கிடையாது... முச்சந்தி போதும் ஒரு மூன்று பேர் போதும் "நெய்யும் அரிசியும்.... தேங்காயும்... ஏழைக்குக் கொடு மலை பத்திக் கொண்டால் ஜோதி... வீடு எரிந்தால் நெருப்பா?" ஊரே சிரித்தது. அன்றைக்கு ஆடிப் போன வையாபுரி அய்யப்ப மலைக்குப் போய் வந்த கையோடு படுத்த படுக்கை ஆனார்.

தன்னால் தான் அவர் படுத்த படுக்கை ஆனார் என்பதை மறுத்த நாத்திகன், "பம்பை சேறு புனிதமுன்னு புருடா விடறானுங்க... பாவத்தையாவது... கழுவுறதாவது.... சீக்காளியாகி வந்தது தான் மிச்சம்... நான் சொன்னா... உங்களுக்கெல்லாம் காதில் விழாது..."

என்று கூச்சலிட்டான். அப்பாவைப் பார்க்க அவரசமாய் ஓடிய மலர்க்கொடிக்கு அடுத்த அதிர்ச்சி காத்திருந்தது . ஒரே மகளான அவளை மறந்து தனது சொத்தை எல்லாம் முருகன் கோவிலுக்கு எழுதிட அவர் தீர்மானித்து விட்டிருந்தார். மலர்க்கொடியும் எவ்வளவோ நாசூக்காகவெல்லாம் கேட்டுப் பார்த்தாள். பாவம் இந்தச் சொத்தை விட்டால் நீட்சேவுக்கு வேறு கதியே கிடையாது. பிள்ளைக்குப் படிப்பு இல்லை.... பிடிப்பும் இல்லை என்றாகி விட்டால் பரம்பரையே தடுமாற வேண்டியதுதான்.... ''என்ன வேணா சொல்லிக்கடி... உம் புருஷப்பயலக் கோவிலுக்குக் கூட்டிக்கிட்டு போனா....சொத்து உண்டு..... இல்லியானா..... இல்லை....'' என்று உறுதியாய்க் கூறிய வையாபுரி பொட்டுனு போய்டுவாரோ எனும் அளவு ஆழமாக இருமினார்.

மலர்க்கொடிக்கு அழுவாச்சியே வந்து விட்டது.... நாத்திகனாவது கோவிலுக்கு வருவதாவது. இதெல்லாம் நடக்கிற கதையல்ல. சரி சொத்து அவ்வளவுதான். என்ன பைத்தியக்கார அப்பனோ என்று நொந்தபடி வீடு வந்தாள். பல தினங்கள் வேண்டாத தெய்வமில்லை, போகாத கோயிலில்லை.அப்பாவின் மனசு மாறவில்லை.வேம்பாத்தா கோவிலுக்குப் போய் வந்ததும் நாத்திகன் இருக்கிற வெறுப்பு போதாதென்று வழக்கமான தனது பிரசங்கத்தைத் தொடங்கினான்.. ''ஒரு வேப்பமரத்தைப் பாத்திரக்கூடாது... உடனே பாவாடையக் கட்டி விட்ருவீங்களே....'' என்றபடி நமட்டாய்ச் சிரித்தான் ''இத்தினி வருஷமா என் கூட சேர்ந்துதானே இருக்கிற.... ஏன்டி இன்னமும் திருந்த மாட்டேங்கிற'' என்று மனம் வருந்தினான்.

''தாலி பாக்கியம் நிலைக்காதுன்னு ஜோசியன் சொன்னானில்ல... செத்தாலும் சரின்னுதானே கலியாணம் செய்துக்கிட்டேன். எனக்கு ஏதாச்சும் ஆச்சா... இதெல்லாம் பித்தலாட்டம்டி இன்னுமா நம்பிக்கிட்டு இருக்குற.....'

''தாலி பாக்கியம் தானே நிலைக்காதுன்னாங்க..... நீங்கதான் தாலியே கட்டுலியே... கட்டியிருந்தா தெரிஞ்சிருக்கும் உண்மையா.... பித்தலாட்டமான்னு''.

''பார்க்கலாமா... தாலிகட்டிப் பாத்துருவோமா... அப்புறமும் நான் உயிரோட ..... இருந்தா கோவில மிதிக்கப்படாது.... சாமி சடங்கு எல்லாத்தையும் முச்சூடா விட்டுறணும். ஒத்துக்கிறயா நீ...''

''நீ மட்டும் கோவில்ல வெச்சு எனக்கு சம்பிரதாயமா தாலி கட்டுய்யா.... அப்புறம் சாமி பக்கம் தலைவச்சுக் கூட படுக்கலிய்யா.... நானு''

திடீரெனக் கிடைத்த சந்தர்ப்பத்தால் காளி அவதாரம் எடுத்தாள் மலர்க்கொடி..... அப்புறமென்ன ஊரே வாய் பிளக்க, அம்மன் கோவில்

பூசாரி உடல் நடுங்க கோவில் படியேறிப் போய் நாத்திகன் மலர்க்கொடிக்கு மூனு முடிச்சுப் போட்டான்.

மகன் நீட்சே மணி அடித்தான். விஷயத்தைக் கேள்விப்பட்ட வையாபுரி முழுசாக சொத்தை அவசரமாய் நாத்திகனுக்கே எழுதிக் கொடுத்து விட்டு உயிர் விட்டார்.

சொத்து வந்தது எப்படியென்று பலவிதத்தில் குழப்பிக் கொள்ளப் போகிறான் நாத்திகன். எல்லா விஷயங்களின் மொத்த மர்மமும் அறிந்தவள் மலர்க்கொடிதான். சொத்துக்கு சொத்து.... தாலிக்குத் தாலி.... ஆனால் ஒன்று இனி மலர்க்கொடி கோவிலுக்குப் போக மாட்டாள்.... விரதம் இருக்க மாட்டாள். சாமி, பூஜை சம்பிரதாயம் எதையும் செய்யமாட்டாள்.... அவள் நாத்திகன் மனைவி.

12

விட்டு விடுதலை ஆகவில்லை...

எனவே இக்கடிதம். ஏற்கனவே இரண்டு முறை இதுபோலச் செய்திருக்கிறீர்கள். இலக்குகளற்ற உங்கள் போட்டிகள் என்னைச் தோற்கடித்தன. இம்முறை என் தோல்வி என் தோல்வி அல்ல. எப்பேர்ப்பட்ட மனிதன் பாரதியைப் பற்றி எழுதிய கதையைப் போய் பகிஷ்கரித்துள்ளீர்கள். இப்போது பதில் சொல்லுங்கள்.

விதிகளின்படி இது குறித்த கடிதப் போக்குவரத்து எதுவும் நான் செய்யவில்லை. தவிர அது என் சொந்தக் கதை. கற்பனையல்ல.... உறுதியளித்திருக்கிறேன். சான்றளித்தேன். வெறும் பரிசுக்காக அல்ல என்றாலும் அந்தக் கதை பிரசுரமாகி விட வேண்டும் என்று தூர இருக்கும் இந்த ஊரிலிருந்து ஒரு போர்க்காலப் பதற்றத்துடன் காத்திருந்தவனை அலைக்கழிக்கிறீர்கள். என் தோல்வி அல்ல.

சொல்லப் போனால் சற்றும் எதிர்பாராத விதமாக நான் எழுதிய அற்புதம் அது. எனது முப்பத்தி ஆறாம் பிறந்த நாளில் கண்டுபிடித்தேன். எங்கள் ஊர் கேப்பர் குவாரி பெரிய சிறைச் சாலையில் கழித்தான் பாரதி தனது முப்பத்தி ஆறாம் பிறந்த நாளை என்று. பாரதி என்பது யார் என்று கேட்க மாட்டீர்கள் என்றே கருதுகிறேன். யாரும் பார்க்க முடியாததை எல்லாம் தன் மூலமாகப் பார்க்க வைத்தவன். அந்த முப்பத்தி ஆறாவது பிறந்த நாள் ஆண்டில் புதுவையிலிருந்து பல ஊர்கள் சுற்றி நடந்தே வந்து பழைய நகர் ரயில் நிலையத்தில் பசியோடு அலைந்தான். நீங்கள் என்னை நம்புவதாக இல்லை. ரயிலில் வந்திருந்தால் பட்டினம் போயிருப்பான். இடையில் தான் எதுவோ நடந்துள்ளது. எழுதப்பட்டு வருகின்றன அதைப் பற்றிய ஊகங்களுடன் பல காவியங்கள். என் பகிஷ்கரிக்கப்பட்ட கதையின் முதல் அத்தியாயத்தில் ''அவர்கள் (காவலர்கள்) அந்தச் சிறைக்கு அன்று காலை அவரை இழுத்து வந்திருந்தனர்'' என்ற தொடக்கம் இவற்றை மீறியது. பின் வாங்க முடியாத அளவிற்கு வாசகனை இழுத்துப் போட வேறு உத்திகள் தோற்கடிக்கப்பட்டு விட்டன. நடுவர்களிடம் சொல்லுங்கள். விமர்சனங்களுக்கு அஞ்சவில்லை.

மனக் கண் முன் நிற்கிறது. ''ஜட்காவுமில்லாத குதிரை வண்டியாகவும் அல்லாத எட்டு சக்கர காவலர் வாகனம் ஒன்றில் இரு புறமும் தனிக் குதிரைகளில் காவலர் விரைந்து வர வந்த கைதி

அவர்'' வளைத்து எழுதியதன் நோக்கம் வேறு பழைய நகரிலிருந்து புது நகருக்குள் வர வேண்டியதில்லை.திருப்பாதிரிப்புலியூருக்கு வெகு தொலைவில் சின்ன வண்டிப்பாளையம் அங்கே இளைப்பாறிய குதிரைக் காவலன் விசாரித்திருக்கக் கூடும் அந்தத் கைதி யார் என்று.

பாரதிக்குக் கரையேற்றி விட்ட குப்பம் பற்றித் தெரிந்திருந்தது.... கற்றுணை பூட்டிக் கடலில் பாய்ச்சிய போது அப்பர் கரை ஏறிய ஊர். இந்த விவரங்களை வரலாற்று ரீதியில் எந்த ஆடம்பரமும் இன்றித் தாங்கி கொள்ளும் வாகான எழுத்துத் தொனியோடு அமைத்திருந்தேன். வாக்கிய வரிசைகளைக் கட்டங்களுக்குள் வருடக்கணக்குகளை அளித்திருந்தது கதைக்கு அதிகமான உண்மை நிலையைப்பின்னிருந்து பலமாகத்தாங்கிடத்தான்.'வெளிக்கோட்டும் உள்கை சட்டையும் பிடுங்கப்பட்டன. ஆனால் கைதிகளுக்கான அறைகளை விட அதிகம் வெற்றிடங்களில் வெட்டவெளியில் உலா வர அவன் விரும்பியிருப்பான்.'

கசப்பான அனுபவம் சிறைக்குச் சென்று மேலும் தகவல்களைச் சேகரித்தது. ''சற்றும் வசதியற்ற நாளில் வந்து விட்டீர்கள்'' என்று அத்தனை முறை சென்ற போதும் விரட்டாத குறையாக அனுப்பி வைக்கப்பட்டேன். அவனுக்காக ஒதுக்கப்பட்ட அறையில் இன்று ஒரு நூலகம் உள்ளது. கதையில் பதிவு செய்ய முடியாமல் போன இன்னொரு விஷயம் காய்ந்து கலைந்து சாம்பல் நிறமாக உள்ள அவனது மார்பு உயரச் சிலை. இருளிலிருந்து வெளிவந்தவன் போன்ற முகபாவனையுடன் நகங்கள் இல்லாத உருவச்சிலை பற்றி வெதுவெதுப்பாகப் பரிதவிப்பு எனக்கு ஏற்பட்டது. ''வீணாக்க அவகாசம் எதுவும் இல்லை'' சிறைக்காவலரின் உறவினர் மகளோடு படித்தவளின் அறிமுகம் சற்றே உதவியது. ஒரு காலை பிரதான கதவுக்குள் வைத்து உள்ளே உட்டிப் பார்க்க ஒத்துழைத்த காவலன் பிறகு தனது வேலையை எனக்காகப் பணயம் வைத்தாக கடைசியாக இருந்த கொஞ்சம் காசையும் ''கையூட்டு இல்லை'' என்று அவரசமாகப் பிடுங்கிக் கொண்டான். அந்த ஒற்றைக் கதவிலிருந்து நின்று கொண்டிருந்த கைதிகளின் கால்சராய் ஊடாகத் தொலைவில் கிழக்கு மூலையில் அநாதரவாகத் தாங்கிக் கொள்ள சுவர் தவிர வேறற்ற ஒரு நிரந்தரமற்ற தன்மையைப் பதிவு செய்ய வேண்டி இருந்தது. உறங்காமல் செல்லம்மாவை நினைத்திருந்த ஒரு இரவைத் தவிர எனும்போது லௌகிகவாதியாகக் குறைத்து விடவில்லை, வாழ்க்கையின் மீது பிணைப்பு இல்லாதவனல்ல என்பதைக் காட்டிடத்தான் தனது முதல் மகளை எண்ணிக் கதறுகிறான். ''அழுவதற்கே அவகாசமில்லாமல் இருந்தவனின் வாழ்க்கை

முழுவதையும் ஒரு கணம் அர்த்த வெளியேற்றி விட்டது. இரவு தலைகோதிவிட்ட காற்றை அணைத்தபடி இருட்டை எதிர்நோக்கி விம்மி அவன் அழத் தொடங்கினான் எல்லாவற்றிற்காகவும். மனைவிக்காக மகள்களுக்காக எல்லாவற்றையும் போல இல்லாமல் போனதற்காக இரவின் கூட்டைக் கொதிப்படையச் செய்தபடி கவிஞன் கண்ணீர் விட்டான்'' எழுதியிருக்கக் கூடாதோ என்று இப்போதும் கருதவில்லை. காவியங்களில் பாரதி அழுவது இல்லை. சரி, அவனும் மனிதப் பிறவி மகாகவியாக இருக்கலாம். சராசரி தகப்பன் தான்.

தவிர அந்தக் கடைசி அத்தியாயம். கடையத்திற்குப் போக வில்லை நான். விடுதலை ஆகவில்லை என் பாரதி. யதார்த்தம் செத்து எத்தனையோ நாள் ஆகிறது. எல்லாமே வெறும் ஊகங்களாக மாறி விட்டதை நீங்களே ஒப்புக்கொள்வீர்கள். நானே போய் பாரதியோடு உரையாடுவதில் எந்தக் காலப் பிசகும் இருப்பதாக நான் கருதவில்லை. எனது முப்பத்தி ஆறாம் பிறந்த நாளில் அவனது முப்பத்தி ஆறாம் பிறந்த நாளாய் சந்திப்புகள். இதில் தலையிட உங்கள் நடுவர்களுக்கு உரிமை கிடையாது என்பதை முதலில் தெரிந்துகொள்ளுங்கள்.

அறையைக் கதவற்ற அலங்கோலத்தோடு திருப்தியற்ற குறுகிய அவகாசத்தில் மனதில் பதித்தபடி காலியாகக் கிடந்த நடைபாதைகள், மரத்தடிகள், புல்முளைக்காத பெரிய வெட்டவெளிகள் மற்றும் அந்த ஒற்றைப் பெரும் பள்ளம் என விளக்கம் ஏதும் தேவையில்லாத அளவு தொண்டையிலிருந்து எழும் விம்மல் போன்ற சொற்களால் சுலபமல்ல இது, என்பதற்கொப்ப நான் எழுதியிருந்ததை உங்கள் நடுவர்கள் படித்துப் பார்த்தார்களா என்று அய்யமுறுகிறேன். பார்த்துப் படிக்கட்டும் வழிச் செலவு என் பொறுப்பு.

அவனுக்குப் பூட்டப்பட்ட விலங்கு கூட பாதுகாக்கப்படவில்லை. முகாம் பொறுப்பாளன் ஆங்கிலம் தெரியுமா என்று சினமுறுகிறான். சரளமான ஆங்கிலம் கொதிகலன்களில் சூடாக வைக்கப்பட்ட சொற்களின் ருத்ரதாண்டவம். ஆண்மையற்ற ஒரு மொழி வரலாற்றில் முதன் முதலில் செழிப்பான உணர்வுகளுடன் சுரணையறுகிறது. அவன் உதிர்த்தவை வார்த்தைகளின் நீண்ட நிழல்கள் ''சொல் ஓவியமான இந்த வாசகத்தால் மொத்தினான் முகாம் பொறுப்பாளன். பிறகு தனி அறை'' மூன்றாம் அத்தியாயம்.

பகலில் நடமாட முடிந்தது. காற்றாடப் போய் வருபவனில்லை. கற்றோடு போய் வருபவன். இன்னொரு சமயமாய் இருந்தால் கேப்பர் குவாரி மலையை ரசித்து மூழ்கியிருப்பான். அன்றைக்கும் அதுதான் நடந்தது. குதிரை மண்டபத்தில் வெள்ளைக்காரர்கள் நிறுத்தம் செய்து ஓய்வெடுத்த போது கைதியாகி விட்டிருந்தாலும்

பாரதி அங்கிருந்த ஏரியைக் கண்டு உள்ளக்களிப்பு எய்தினான். மழை லேசாகப் பெய்யத் தொடங்கிய அந்த நாளில் பறவைகள் ஆர்ப்பரித்த அந்த இரவு கவிஞனைச் சூழ்ந்திருக்கும், புல் முளைக்காத மலையடிவாரம். பாறைகளால் ஆனது அது. வெறும் உடம்போடு காத்திருந்த அவைகளில் கால் வைக்க அனுமதிக்கப்படவில்லை அவன். தன் தொழில் நிலைக்குச் சற்றும் பொருந்தாத மௌனத்தோடு தனிமையான அந்த மாலைப்பொழுதில் இடம் தன்னைத் தேடி வந்திருப்பதாகக் கருதிக் கொண்டான். தற்காப்பிற்கு சொற்களைத் தவிர வேறு எதுவும் இல்லாதவன்.'' பரிசுக்காக எழுதவில்லை. இதை தவிட காட்டுவதற்கு வேறு நிரூபணங்கள் தேவையில்லை என்றே தோன்றுகிறது.

மற்றபடி இந்த இரவு அத்தியாயம் இருபத்தி ஆறு நாட்கள் மணியாகவும் நொடியாகவும் உடைத்துப் போடப்பட்டிருந்தன. அதே நாட்களில் சொற்களின் தூய சகோதரன் எவ்வளவோ செய்திருக்க முடியும். காகிதங்கள் தரப்படவில்லை. ஒரு நூலகத்தில் வெறும் அலங்காரமாக இருந்த சொற்களுக்கு விடுதலை கொடுத்தான். அவனே அடைக்கப்பட்ட அவலத்தை எழுதியிருந்தேன். ''இன்று உனக்குப் பிறந்த நாள்....''

''பாரத மாதாவுக்கு எழுச்சி.... தமிழ் அன்னை என்னால் உயிர் பெற்றாள்'' மற்றும் காவலர்கள் கெடுபிடிகள். மோசமான கெட்ட வார்த்தைகளால் வசவுகள், நோய். தின்று கொண்டிருந்த நோயால் உணவுக்காக வாழ மறுத்தவன் நன்றாகத் துழாவி விட்டார்கள். அன்று பாரதியைச் சந்திக்க யாருமே வரவில்லை. பரிசுகள்... விருதுகள்.... பட்டயங்கள்.... அவனுக்குக் கிடைத்தவை அவமானங்கள் மட்டுமே. கொலைப் பட்டினிக்கும் அஞ்சாதவன். யதார்த்தம் பற்றி அக்கறையில்லை இன்னமும் விடுதலை ஆகவேயில்லை. பலவிதமானவர்கள் பலவிதமாய் அவனைச் சிறை வைத்த வண்ணம் இருப்பதை எழுத எனக்கு உரிமை உண்டு. வெறும் மோசடிகளே பரவிவிட்ட இன்றைய சகல கலை அம்சங்களிலிருந்தும் அவன் விடுதலை பெற வேண்டியுள்ளது.

விதவிதமாகக் கொண்டாடுகிறார்கள் தலைவர்கள் பிறந்த நாளைத் தொண்டர்கள். வெறும் வார்த்தை அல்ல பிறந்த நாள் போது மட்டும் நினைக்கப்படும் ஒருத்தனை எப்போதும் நினைத்திருக்கிறேன். தற்போது நாடே தலைவர்களின் குடும்பத்திற்காக மாடாய் உழைப்பது என் பிசகு அல்ல.

பரிசை விடுங்கள். உங்கள் குழு தனது ரசனையை மெய்ப்பித்துக் கொண்டுள்ளது. அன்று அவனைச் சந்திக்க யாருமே வரவில்லை என்பதற்காகத்தான்.... எத்தனை ஆண்டானால் என்ன? அன்றைய

தினத்தைக் கைவிட மனமின்றி அவனது தனிமையை எண்ணி அவ்விதம் எழுதினேன். உரையாடலில் என்னால் முடிந்ததே அந்தப் பரிசு போதும். கடைசி வரிகளை எண்ணுகிறேன் அழுகையை அடக்க முடியவில்லை. எழுச்சி தரும் அவற்றின் முன் முரட்டுத்தனமான உங்கள் போட்டிகள் மண்டியிட வேண்டும்.

"பிறந்த நாள் செய்தி?"

"இமைப் பொழுதும் சோராதிருங்கள்"

அவன் தான் முன்னோடி, தோல்விகளுக்குக் கூட......

13
சென்ற ஞாயிற்றுக்கிழமை

சென்ற ஞாயிற்றுக்கிழமை நடந்தது. அப்படி இப்படியென்று நீ செத்துப் போய் ஒரு வாரம் ஓடிவிட்டது. அம்மா ரொம்ப அழுதிருப்பாள். ராஜாங்கம் ஊருல இருந்து வந்திருப்பான் பெரிய மாலையாக வாங்கி வந்து உனக்குப் போட்டுக் கண்ணீர் விட்டிருப்பார்கள் உன்னைத் தெரிந்த உனக்குத் தெரிந்த பலரையும் உனது திடீர் மரணம் நெஞ்சடைக்க வைத்திருக்கும். சற்குணத்தைத் தவிர.

பெயரிட முடியாதது உன் வாழ்க்கை. அது முன் திட்டமிடப்படாதது. எதிரும் புதிருமாக நிற்கிறீர்கள். எப்போதும் வாழ்க்கைக்கும் உனக்கும் ஊர் சிரிக்க சண்டை ஒன்று வேகமாய் வேகமாய் என்று நாய் மாதிரி விரட்டும். இல்லையேல் நீ முன் போக சண்டிப்பிசாசு போல குறுக்கால படுக்கும். மிகப் பெரியதொரு சூதாட்டம் போல. அதை வெல்லப் பெரு முயற்சி செய்து கடைசியாக அதைத் தோற்று உன்னையும் தோற்று... சனியன் எதற்குமே அவகாசம் அற்றுப் போனாய். ஏமாற்றங்களை விற்றுப் பிழைக்க முடியாது. வேலைக்குப் போவதற்காக வாழ்க்கையா வாழ்வதற்காக என்று வேலையா, வேலையில் கிடைத்ததை வைத்து வாழ்வது என்பதுதான் சரி என்றால் நீ வாழவில்லை. வேலை மட்டும் பார்த்திருக்கின்றாய்.

பல பேருக்குப் பல விதத்தில் பயன்பட்டு இருக்கிறாய்.

"............... ஆபீசுக்குப் போயாச்சா"

தகவல் பலகையாக

"தாசு வந்தாச்சு மணி 8ஆ பாரு?"

கைக் கடிகாரமாக

".........வீட்டு வழியாத் தானே போறே இதக் குடுத்திருவியா"

தபால்காரனாக

இன்னும் சுமைக் கழுதையாக, பயணம் செய்யும் ஊர்தியாக, ஏற்றிவிடும் ஏணியாக, சிலருக்கு கரண்ட்பில், சிலருக்கு ரேஷன் எத்தனையோ பேர் வாழ்க்கையில் பங்கு கொண்டிருக்கிறாய் என்பது உன் வாழ்க்கை ஆகிவிடுமா?

சொல்ல என்ன இருக்கிறது...... காதலுக்கு உதவியிருக்கிறாயே ஒழிய காதலித்தது இல்லை. அதுமாதிரிதான். வாழ்வதற்கு உதவியிருக்கிறாயே ஒழிய வாழ்ந்தது இல்லை.

நீ பிறந்தது வளர்ந்தது எல்லாம் திருச்சி பக்கம். ராஜாங்கம் அடிக்கடி சொல்வது போல நாடே அழுதுகிட்டிருக்கும்போது நீ பிறந்தாய் ரேடியோவில் சோக கீதம் பிழியப்பட்டது. ஜவகர்லால் நேரு இறந்து போன இரண்டாம் நாள் அவரது அடக்க தினத்தில் நீ உயிர்த்தாய். ஜவகர் தாஸ் என்று இருந்தாலும் எல்லோரும் தாசு என்றுதான் அழைத்தார்கள். பிற்காலத்தில் வெறும் தாசு உனது இயல்புக்கு ஏற்ப கிறுக்கு தாசு என்றாகி விட்டிருந்தது.

நீ பிறந்து இரண்டு வருடம் கழித்து தான் என்றாலும் நீ முகமறியாத உன் அப்பாவின் மரணம் உன் பிறப்போடு என்று ஆயிற்று. தண்டிக்கப்பட்ட தாயின் வாழ்வில் நீயே ஒரு புயலாக அடிக்கத் தொடங்கினாய். கூட்டுக் குடும்பத்தில் சமையல்காரிக்கான இடத்தில் அம்மா அற்புதமாகப் பொருந்திப் போனாள். குற்றவாளி போல நடத்தப்பட்டு வந்த நீ பள்ளிக்கூடத்தில் வீட்டின் மற்றெல்லாருடைய குழந்தைகளையும்விட மோசமாய்ப் படித்தாய் என்பது சினிமா கதைகளுக்கு முரணாக இருந்தது. பள்ளிக்கு அனுப்பப்பட்டு அய்ந்தாம் வயது வரையிலான ஆண்டுகளில் உனக்கு இழைக்கப்பட்ட கொடுமைகளின் மொத்த விளைவாக உனது நடத்தைகள் அமைந்தன. கிளாஸ் வாத்தியார் முதல் விளையாட்டு வாத்தியார் வரை என்ன வேலை சொன்னாலும் செய்து, மீதி நேரத்தில் கால் பிடிக்கவும் பயன்படுத்தப்பட்ட நீ வேறு எப்படி அழைக்கப்பட முடியும்? உன்னை பார்த்த மாத்திரத்திலேயே இவனுக்கு ஏதாவது ஒரு வேலை தருவோமே என எண்ணமிட்டன. பையன்களுக்குக் கூட போகப் போகப் புரிந்தது நீ யாரைப் போலவும் இலையென. உனக்குள் பலவிதமான மாற்றங்கள் எழத் தொடங்கின. உனக்கே உனக்கு என்று சில குணங்கள் நீ ஏன் அப்படி நடந்து கொள்கிறாய் என்று உனக்குப் புரியாதவனாக நீ இருந்தாய். யாரோ பெரிய மனிதர் உன் மேல் உட்கார்ந்து பேசிக்கொண்டே இருப்பது ஏன்? சொல்லத் தெரியாத இடத்திலிருந்து உனக்கு வரும் கட்டளைகள் ஏன் வீட்டை மனிதர்களை மறந்து, அப்பாவைத் தேடி என்று நாட்கணக்கில் பசி மறந்து நடந்து நடந்து சோர்ந்து திடீரென்று வீடும் அம்மாவும் வர ஊர் பரிகாசம் ஏன்? வயதான பிறகும் வேட்டி கட்டத் தெரியாதது ஏன்? சட்டை பட்டன் வராதது ஏன்? குழந்தைகளுடன் தெருவில் கிடப்பது ஏன்? எதற்கு எடுத்தாலும் சிரிப்பதும் பசித்தால் எல்லோரிடமும் சோறு கேட்பதும் ஏன்? இந்த எண்ணற்ற 'ஏன்' களுக்கு உனக்கு விடை தெரியாது. ஆனால் மனிதர்கள் இதற்காகத்தான் உன்னைப்

பரிகாசம் செய்தார்கள். அடித்தார்கள். தாழையூர் பெரியப்பா பிரம்பு வாங்கியதும், பெரியம்மா உனக்கு அடிக்கடி வேப்பிலை அடித்ததும் இந்த 'ஏன்'களுக்காகத்தான். அம்மா தனக்கு இழைக்கப்பட்ட வார்த்தைகளில் விவரிக்க முடியாத எல்லாக் கொடுமைகளையும் சகித்துக் கொண்டதும் இந்த ஏன்களுக்காகத்தான், எருமையைப் போல வளர்ந்து விட்ட உன்னைத் தனது தள்ளாடும் கைகளால் குளிக்க வைக்கும் அம்மா குளியலறைக்குள் கதறி அழுததும் இந்த ஏன்களுக்காகத்தான், கோவில் சங்கிலி பிணைக்கப்பட்ட போதும் நீ குழந்தை மாதிரி கெஞ்சியதில் பெரியப்பாவுக்கு ஏதோ திருப்தி அல்லது சுகம் இருந்திருக்க வேண்டும். எனவேதான் நீ கெஞ்சும் சந்தர்ப்பங்களுக்காகவே உன் முன் ருத்ரதாண்டவங்கள் தொடங்கினார் பெரியப்பா என்பது வெறும் வார்த்தை அல்ல, உன்னைப் பொறுத்தவரை அந்தச் சொல்லில் ஏராளமான காயங்கள் இருந்தன.

அழுக்குவேட்டியைத்தூக்கியெறிந்துவிட்டுஉனக்குபெரியடிராயர் தைத்துப்போடவைத்த அந்தச் சந்தர்ப்பம்.... மூர்த்தியிடமிருந்து நாலு ரொட்டித் துண்டுகளுக்காக அவன் பாலியல் வக்கிரங்களுக்கு நீ தீனியானாய். ஆனால் பெரியப்பாவின் தாக்குதல்களுக்கு நீ காட்டிய எதிர்ப்பு இருக்கிறதே, அது ஒரு புதுவகைப் போராட்டம் அன்றைக்கு என்ன நடந்தது? மூர்த்தியிடம் நீ செய்த ஜாலங்களை தனது மகளின் மூலம் அறிந்த அவர் உனது கெஞ்சலின் சுகத்தை அனுபவிக்க முடிவு செய்தார். உன்னை மடக்கி தூண் காலில் அமர்த்தி தனது பிரபு பிரயத்தனத்தை அவர் தொடங்கியும் நீ கதறவில்லை; கெஞ்சவில்லை அம்மே... பே... பே.... என்று நா குளறவில்லை.

திடீரென ஒரு மலை போல எழுந்த நீ நூறு மடங்கு அதிக பலத்தை எங்கோ அணைபோட்டு வைத்திருந்தாய். நிலை குலைந்து சாய்ந்த பெரியப்பா, அதிர்ச்சியில் வியர்த்த உறவினர்கள், குமுறலில் குளித்த அம்மா எல்லோரும் பதற இடுப்பு வேட்டியைக் கழற்றியெறிந்து அம்மணமாய்வீதிக்குஓடி பெண்கள் கதவுகளை அடைத்துக்கொள்ள, குழந்தைகள் சிதற நான்கு திசைகளையும் பார்த்து நீ போட்ட கூச்சல்.

என்ன சொல்ல வந்தாயடா தாசு...? உனது செல்லுபடியாகாத நிலைக்காக உலகினை நோக்கி சாபம் விடுத்தாய் அல்லவா? உனது நிலைக்குக் காரணம் எத்தனைப் பயித்தியக்காரர்கள். தகப்பன் சாவு எனது பிறப்போடு என்று நினைத்தவர்கள். துட்ட ஜென்மம் என்று கட்டிப்போட்டு உனது குழந்தைப் பிராயத்தை ஒழித்தவர்கள். கெட்டப்பழைய உணவை உனக்கே கொடுத்தவர்கள். பிஞ்சு நெஞ்சில் நஞ்சைக் கலந்த மாமாக்கள் வெறி பிடித்து உன்னை அடித்து உனது

குடும்பிகளை ருசிக்கும் போதையேறியவர்கள். ஒரு காப்பிக்காக முப்பது குடம் தண்ணீர் தூக்க வைத்தவர்கள். சாக்கடை கழுவச் சொன்னவர்கள்...கக்கூசில் விழுந்த சில்லறை பொறுக்க வைத்தவர்கள். கால்கடுக்க ரேஷன் கியூவில் மணிக்கணக்கில் நீ நிற்க.... கவுண்ட்டர் நெருங்கியதும் வந்து சேர்ந்து கொண்டவர்கள்.... இன்னும் வேப்பிலை அடித்தவர்கள். சங்கிலி பிணைத்தவர்கள்... அண்ணாகயிறில் டின் கட்டி விட்டவர்கள்.... உன்னைப் பயித்தியமாய் அடித்த இத்தனைப் பயித்தியங்களுக்கும் ஒருசேர சாபம் விட்டாய் அல்லவா....

"வெய்யில் ஏறிப் போயிருக்குது"

"அம்மாவாச நெருங்குது இல்ல....."

"முத்திப் போச்சாமே.... இதுக்கு"?

"இது.... ரொம்ப மோசமாயிடும்...ச்சு.

"எங்கினையாவது கொண்டு தள்ளிடணும்..."

"இனி கட்டியே போட்டு வைங்கப்பா...."

"என்னக்கிதான் விடுமோ இந்தச் சனியன்.... செத்தும் ஒழிய மாட்டேங்குது...."

"ஒரு கல்யாணம் செஞ்சு வெச்சா சரியாயிரும்னும் ஜோசியக் காரரு சொல்றாரே....."

"ஏய்.... பையித்தியத்த ஆரப்பா கட்டிப்பாக.....?"

"இவனுக்கும் எவளாவது எங்கினயாவது பிறக்காமலா போயிருப்பா.....?"

பிறந்திருந்தாள் சற்குணம். உனது தாயின் கருணைக்காக, பெரியப்பா வாக்களித்த சொத்துக்காக.... தன்னையே பணயமாக வைக்கத் துணிந்த அபலை. பல் துருத்தியதற்காக... கருப்பாய் இருந்ததற்காக, படிக்காமல் போனதற்காக, முதல் தாரத்துக்குப் பிறந்ததற்காக வாழ்வின் எதிர்த் திசையில் போராட வந்தவள். நிச்சயமற்ற திசையிலிருந்து உனக்காக மிகப் பத்திரமாய் வாழ்க்கை அவளை அனுப்பி வைத்திருந்தது. அவளது பார்வை, அளவற்று ஊறும் பாசம் இவை அம்மாவுக்குக் கண்ணீரை வரவழைத்தன. தவிர அம்மாவின் புகை வாழ்வைப் பங்கிட்டுக் கொள்பவளாக அவள் இருந்தாள்.

"அவன் இப்போ கிறுக்கு தாசு இல்லப்பா... மாப்ள தாசு..." ஊர் கொடுத்த வேலைகள் ஒரு வாரம் கிட்ட அண்டவில்லை. ஆனால் தாசு.... உனக்கும் உன் சற்குணத்துக்கும் இடையில் ஏற்பட்டிருந்த அந்த உறவு.... உலகில் எழுதுவதற்கும் சொல்வதற்கும் விளங்கிக் கொள்வதற்கும் இல்லாத சில விஷயங்கள் இருக்கத்தான் செய்கின்றன. எழுந்து குளித்து... உன்னைக் குளிக்க வைத்து.... நீ சாப்பிட்டாயா...

தூங்கினாயா என்று பார்க்கவும் எங்கே என்று உன்னைத் தேடவும் உனது உடம்பில் வழியும் வியர்வை துடைக்கவும் உரிமையுடன் "வேண்டாம்ங்க... செய்யாதீங்க...." என்று அதட்டவும் நீ அனுமதித்த உன் சற்குணம். எல்லாம் அவள்தான் என்பது உனக்குப் புரிந்திருந்ததா தாசு? ஒரு வருடம் உனது வாழ்வில் பெரிய மாறுதல் எதையும் கொண்டு வந்துவிடவில்லை என்றாலும், ஏதோ கற்றுக் கொள்ளத் தேவையாயிருந்த ஒன்றை வாழ்க்கை உனக்கு கற்றுக் கொடுத்துக் கொண்டு தான் இருந்தது. ரேஷன், தண்ணீர்க்குடம்... சந்தை, கடை, சாக்கடை விஷயங்கள் வளமையான உனது அடையாளங்களாய்த் தொடரத்தானே செய்கின்றன.

சற்குணம் வந்த இந்த ஒரு வருடத்தில் முதல் முறையாக நீ ஓடிப்போனாய்... எது இப்படியெல்லாம் உன்னைச் செய்ய வைத்தது தாசு? வீடுகளை, வீதிகளை, நாட்களை, வாரங்களைக் கடந்து நீ வந்து சேர்வதற்குள் என்னவெல்லாம் நடந்துபோனது....

"தாசு இருந்திருந்தா தண்ணீ தூக்க எவ்வளவு வசதியா இருக்கும்... எங்க போனானோ பாவம்...."

"தாசு இன்னும் வரலையா.... ரேஷன்ல சர்க்கரை போடறாங்க... ஈஸ்வரா எவ்வளவு கஷ்டமாயிருக்கு.... அந்தப் புள்ள ஒருத்தன் இல்லன்னா...."

"சாக்கடை அடச்சிக்கிட்டு ஊரே நாறுதுப்பா.... கிறுக்கு தாசு இல்லாம பெரிய தொல்லப்பா...."

"தாசு எங்க.... தாசம்மா..... எங்க வீட்டில நாளைக்கித் தெவசம்... அதுக்குள்ள வந்தான்னா.... அனுப்புங்க.... சாப்பிடத்தான்..... காலைலயே அனுப்பினீங்கன்னா கொஞ்சம் தண்ணி இழுப்பான்..... அவனில்லாம கையே ஒடஞ்சா மாதிரி இருக்கும்மா...."

இருக்கின்ற உனக்கு இல்லாத மரியாதை, இல்லாத உனக்கு இருப்பதை சற்குணம் உணர்ந்துகொண்டாள். மனிதர்களா இவர்கள் என்று பொங்கிய அந்த நவீன கண்ணகியின் முலைக்காம்பாய் நீ சமூகத்தை நோக்கி அந்த ஈவு இரக்கமற்ற சுயநலமிகளை முன்வைத்து ஆயுதமாய் வீசிட ஆகக் கடைசியாக அவள் உன்னைத் தேர்ந்தெடுத்திறாள்.

"இது... என்ன.... இது..."

"குடிங்க.... நல்லது..... கொஞ்சம் கசக்கும் ஆனா இதக் குடிச்சா கடவுளைப் பாக்கலாம்"

"குடிச்சாக்க..... கட்டாயம் கடவுள் வருவாரா?

"எம் மேல நம்பிக்கை இல்லயா.....?"

மகாத்மா ஒரு கன்றுக்குட்டிக்கு செய்தது போல இது. விடுதலை. சட்டத்திலோ சமூகத்திலோ வேறு பெயரில்லை.

"நீ... நீயும் வருவியா சற்குணம்"

நீ போ தாசு. அம்மாவை விடுவிக்க வேண்டும். ஒவ்வொரு வேலைக்கும் வியர்வை சிந்தித் தவித்து ஊர் உன்னை நினைத்து வேதனைப்படுவதைப் பார்த்து அணுஅணுவாக ரசிக்க வேண்டும். சற்குணத்திற்கு நிறைய வேலை இருக்கிறது.

14
உடலைத் தொலைத்தவன்

“ஹலோ.... கிடங்கியா அது?”

“உடல் ஏதாவது இருக்கிறதா? யாருமே வந்து தனது என்று கோரிக்கை விடுக்காத.... உடல்?”

“தேடித்தான் சொல்ல முடியும்”

“மீண்டும் அழைப்பேன் நன்றி”

அடையாளம் எதுவும் சொல்லவில்லை. பிரேத அறை மேற்பார்வையாளனாக வேலைக்கு வந்து வருடங்கள் பல ஆன பின்பும் தொலைபேசி விசாரிப்புகளுக்கு அவனது வசதிக்கேற்ப பதில்களை வரவழைத்துக் கொள்ள சாமர்த்தியமில்லை அவனுக்கு. கொட்டாவி வருகிறது. மணியைப் பார்க்கிறான். ஒன்று இருபது. இந்த அர்த்தராத்திரியில் உடல் தேடல். தொலைபேசியில் அழைத்தது பெண்குரலா என்று சந்தேகமுறுகிறான். இந்தத் தடுமாற்றம் சீரடைய வாய்ப்பே இல்லை. நிச்சயப்படுத்த முடியாத தூண்டுதல்களுக்கு அவன் ஆளானது முதல் தடவையல்ல....

கிறீச்சிட்டுத் திறந்த அறைக்கதவு ஙே என்று வாய்பிளந்த அந்தக் கிழப்பிணத்தைக் காட்டிப் பரிகசித்தது. இருளை நோக்கிச் சென்று கொண்டிருந்த எண்ணங்களை திசைமாற்றி ஒளியை நாடச் செய்பவன் போல் முகத்தை வைத்துக் கொண்டான். பெரியவரின் பிரேதத்தை எடுத்துச் செல்ல நாலுமணிக்கு வருவதாகக் கூறியிருந்தார்கள். மேலும் அந்த அறையில் அன்றைக்கு இடுகாட்டிற்கு முந்தைய இரவைக் கழிப்பவை இரண்டே உடல்கள். பதிவேட்டைத் திறந்து முகவரிகளைப் படித்தான்.

உடல்களிடம் இதுதான் பிரச்சனை. நம் விருப்பத்திற்கு அவற்றை நடத்த முடியாது. மனிதர்களைவிட அவர் தம் உடல்களுக்கு மனிதர்கள் காட்டும் மரியாதை குமட்ட வைப்பது. இவ்வுலகின் இரைச்சல்களுக்குப் பிறகு மிச்சமிருக்கும் அமைதி எங்கு இருக்கிறதோ அங்கு அழைத்துச் செல்லும் மர்மம் அவர்களை அப்படி ஆக்கி விடுகிறது. அவனுக்கு என்று பணி செய்ய ஒரு நாளைக்குக் குறைந்தபட்சம் அரை டஜன் உடல்களாவது வருவது வாடிக்கை. உடல்களிடம் ஆரம்ப நாட்களில் அவன் நிறைய

பயந்திருக்கிறான். இரவுகளை இவற்றோடு கடத்த வேண்டிய வாழ்வைத் தொடங்கியபோது அதைத் தொடர முடியுமென்று அவன் கருதவில்லை.

அறையிலிருந்து வரும் சிறு சத்தங்களால் அரண்டு போய் அவன் பதறிய நாட்கள் அதிகம். யாரோ முனகுவது போலவும் அசைவது போலவும் முழு நம்பிக்கை கொண்டும் இருக்கிறான். குலை நடுங்கிட வைக்கும் இந்த வாழ்க்கையை அவன் உடல்களுக்கே அர்ப்பணித்துவிட்டான்.

பதிவேட்டிலிருந்து தெளிவாகப் புரிந்தது. அன்றைய இரவின் பூத உடல்கள் முன்னமே அடையாளம் காணப்பட்டவை; உறவினர்களால் உறவினர்களுக்குத் தகவல்கள் கொடுக்கத் தேவையான அவகாசத்திற்காக இங்கு விடப்பட்டவை. மறுமுறை தொலைபேசி அழைக்கும் வரை காத்திருக்க வேண்டியது தான். அப்படி வரவிருக்கும் அந்த அழைப்பின் போது என்னவெல்லாம் கேட்டு வைத்துக் கொள்ள வேண்டும் என்று அவனது மனம் வேகமாகத் திட்டமிட்டது.

நகரின் பிரதான பொதுமருத்துவமனையான இதன் பிரேதக் கிட்டங்கியில் தொலைபேசி வசதியெல்லாம் அந்த நாட்களில் கிடையாது. நேரில் வந்தால் கூட கச்சிதமாகக் காட்ட இரண்டு மின் விளக்குகள் கிடையாது. பலபேர் உடல்களைப் பிரேதக்கிட்டங்கிகளில் கிடத்த வேண்டாமென்று கெஞ்சுவார்கள். வாடகைக்கார் காரன்கள் படுமோசம். உடல்களை எடுத்துச் செல்ல லேசில் ஒப்புக்கொள்ள மாட்டார்கள். பிரேதங்களை முன் வைத்து நடக்கும் பேரத்தில் ஈவு இரக்கமே இருக்காது. மிகவும் கடினப்பட்டு இவன் பாதுகாத்து வைத்த உடல்களைக் கையைக் காலை மடக்கி ஒடித்து டிக்கியில் திணித்துக் கொண்டு போவதற்கு உயிருள்ளவர்களை அழைத்துப் போவதைவிட பத்துமடங்கு கிராக்கி, அமரர் ஊர்திக்காரன் இவர்களைவிட மோசம். தொலைபேசி அழைத்தது.....

"ஹலோ.... கிட்டங்கியா"

"........ம் சொல்லுங்க..."

"நான்தான்... உடல் ஏதாவது இருக்கிறதா.... யாருமே தனது என்று கோரிக்கை வைக்காத... உடல்?"

"இல்லை, பார்த்தாகிவிட்டது.... அடையாளம் சொல்லி வைத்தீர்கள் என்றால் மறுபடி இங்கே உடல் வந்தால் உதவுவேன்...."

"வயது நாற்பது... ஒல்லியான உடல்....."

"பெண்ணா....."

"ஆண்தான்........."

"வேட்டி சட்டையா.... பேண்ட் அணிபவரா....."

"பேண்ட் அணிவது வழக்கம் தான்... ஆனால் எவ்வளவோ தேடி விட்டோம் தயவு செய்யுங்கள்."

"நாளைக்கு மீண்டும் தொலைபேசியில் இதே எண்ணிற்குக் கூப்பிடுங்கள் பார்க்கலாம்"

"............................"

வயது ஆக ஆக உடல்களின் இறுக்கம் குறைவதை அறிவான் நாற்பது வயதில் இயற்கை முடிவு சாத்தியமில்லை. இப்படி தொலைபேசியைத் துண்டித்திருக்க வேண்டாம். இது போதும் என்று எதிர்பார்த்து விட்டுவிட்டான். இப்போது அந்த உடலின் வருகைக்காக வேவு காக்க வேண்டும். ஆதரவற்ற தனிமையில் வாழும் இந்த உடல்கள் அவனது வாழ்வின் கொள்முதலாவது வேடிக்கை.... பேண்ட் அணியும் உடல், சட்டையில் ரத்தம் படிந்த உடல், வேட்டி அணிந்த உடல், உள்ளாடைகள் கதறும் உடல்கள், நரம்பால் ஏற்றுக்கொள்ள முடியாத அவலட்சணங்களின் பிரதிபலிப்பாக நசுங்கிப் போன உடல்கள்.

உபாதைகள் தரும் உடல்களும் உண்டு. முன்பு அவற்றால் தொல்லைகள் மிக அதிகம். அழுகிய தனது நாற்றத்தால் எலியை வரவழைத்து விடும் உடல்கள். கண்ணைத் தின்று முதுகில், காலில் உறைந்த ரத்தம் குடிக்கும் எலிகளை உடல்கள் தடுக்க முடியாதவை. எல்லாவற்றிற்குமாகச் சேர்த்து அவன் சமாளிக்க வேண்டி வரும். குளிர்சாதன வசதி செய்வதற்கு முன் பயங்கரத்தின் உச்சநிலையைப் பார்த்து ஒருவித ஆச்சரியமே அவன் கொள்ளுமளவு ஆகியிருக்கிறது. உடைந்த கதவுத்தாழ்ப்பாள்கள் சாத்த முடியாத கொல்லைப் புறக்கதவுகள் வழியே நுழைந்த இருட்டு நாய்கள் இருதயநோய்க்கு பலியான ஓய்வு பெற்ற தாசில்தாரின் உடலைச் சிதைத்த அன்று அவனுக்கு ஏற்பட்ட அவமானத்தை எண்ணிப் பலமுறை அழுதிருக்கிறான்.

வயதானதால் சிதைந்தவை, உறவுக்கார முரடர்களால் வெட்டப்பட்டவை, மருத்துவர்கள் வெட்டிய பாதி சிகிச்சையில் நொய்ந்த உடல்கள், திடீர் என்று வியர்த்துப் பொட்டுனு போனவர்களின் உடல்கள், குடியைக் கெடுத்த குடியால், வயிற்றுநோவால், மூளைக்கட்டி, பெயர் தெரியாத வியாதியால்.... வேலையில் ஏற்பட்ட அகால சம்பவத்தில் இறந்த லாந்தர் கம்ப உடல்கள், விழிபிதுங்கி மூளை கசங்கி துவைக்கப்பட்ட சாலையோர விபத்தால்.... விதவிதமான உடல்கள் விதவிதமாக அவ்விடத்தில் வந்து சேர்க்கப்பட்டன. மிகப்பெரிய அந்தக்

கிட்டங்கியில் உடல்களைக் கொண்டு வந்து சேர்க்கப்படும் பணிக்காக மட்டும் நூற்றுக்கணக்கானவர்களை உயிருடன் அரசாங்கம் நியமித்திருந்தது. யார், எங்கே, எப்படிப்பட்ட நிலையில் கண்டெடுத்தாலும் அரசாங்கம் சார்ந்த, சாராத ஊர்திகள் இவ்விடத்திற்கே கொண்டு வந்து சேர்ப்பிக்க முடியும்.

அட்டவணை மரபினன் மட்டுமே மேற்பார்வையாளனாக ஆக முடிந்த பிரேத அறையில் ஆசாரம் மிகுந்த பிராமண உடல்கள். சிவ-லோகபிராப்தி அடைந்த சுத்தசைவ உடல்கள், பரலோகராஜ்யத்திற்கு வழிதேடும் கிறித்துவப் பாதிரிகளின் உடல்கள்.... இறைவனின் கலிமாவுக்குக் கடன்பட்ட ராவுத்தர் உடல்கள்... எது செத்தாலும் வாக்கப்பட்ட பறையர் தம் முரட்டு உடல்கள்... உடல்களின் மாடமாளிகையான இதில் அவனால் அவை பாதுகாப்பாகப் பேணப்பட்டன. “பிரேதக் கிட்டங்கி போல அமைதியாக நாடு இருந்து விட்டால் எவ்வளவோ வசதியாக இருக்கும்” என்று பேசி ஓட்டு வாங்கிய ஊர் மந்திரிகள் பிரேதத்தை நாடு அஞ்சலி செலுத்தும் விதமாக இரண்டு நாட்கள் கூடுதலாகப் பாதுகாக்கப் பிரேதப் பராமரிப்பாளனாக இவனை அரசாங்கம் அனுப்பி வைத்து மரியாதை செய்ததை மறக்க மாட்டான். மிகக் குறைவான அளவு பனிக்கட்டியையும் உடல் தைலத்தையும் கொண்டு மூன்று நாட்கள் தனது திறமைகளை அவன் காட்ட மந்திரியின் உடலைக் காட்டிய போதெல்லாம் தொலைக் காட்சியில் வந்தான். பார்த்துக் குதூகலித்த அவன் வீட்டில் இருக்க வில்லை ஏழு நாள் அரசு முறை துக்கம்...

பலமுறை அனுபவித்திருக்கிறான். உடல்களிலிருந்து அவன் ஒரு போதும் எடுக்காத விலை உயர்ந்த ஆபரணங்களை எடுத்தானென்ற திருட்டுப்பட்டத்தை. பெண் உடல்கள் ஆரம்பத்தில் வந்தாலே குதூகலமானவன் ஒன்றிரண்டு அப்போது உருவிக்கொண்டது உண்டு என்றாலும் இத்தகைய நகைகளை மனைவி விரும்பவில்லை. பிசாசுகளின் தங்கத்தால் வீட்டிற்கு சூன்யம். பண்டிகைதினங்களில் கூட மூடப்பட முடியாதது இந்தப் பிரேத ராஜ்யம். எப்போதாவது அவன் விடுப்பில் போனால் கடுப்பில் வந்து ஒருநாள் இருந்து அவனுக்குப் பல நாள் தொந்தரவுகளை உண்டாக்கி வந்த அலுவலக துணைப்பதிவாளன் ஏதோ வாயில் பெயர் நுழையாத ஊர் ஒன்றிற்கு மாற்றல் வாங்கிக்கொண்டு போய்ச் சேர்ந்து விட்டான்.

மீண்டும் வாசல் வழியாக சலசலத்தது. மணி நாலாக இருக்க வேண்டும். கிழவனின் உடலைச் பெற்றுச் செல்ல வந்திருந்தார்கள். விளக்கைப் போட்டுக் கதவைத் திறந்தான். வாலாட்டிய பெரிய கருப்பு நாயைக் கல்லாலடித்து விரட்டினான். வந்தவர்களைப் பார்த்து அது குரைக்கத் தொடங்கியது. ஷ் என்று அதை வந்தவர்களில்

ஒருவன் அடக்க முயன்றான். உடல்களை எழுப்பி விடும் என்பது போலிருந்தன அவனது சைகைகள்....“தலையைப் பத்திரமாகப் பிடியுங்கள்... அது மட்டும் தொங்கி விடக்கூடாது. மற்றபடி சுமக்க உடல்கள் லாவகமானவை” என்று இவன் சொல்லி விளக்கியபோது வந்தவர்களில் ஒருவன் விசும்பி அழத் தொடங்கினான்... தொலைபேசி அழைத்தது.

“ஹலோ....”

“கிட்டங்கியா..........”

“ஆ.... ஆமாம்..........”

“நான்தான்........ உடல் ஏதாவது கிடைத்ததா...யாருமே தனக்கென்று கோரிக்கை வைக்காத உடல்....”

“நான் உங்களைக் காலையில் தானே பேசச் சொன்னேன்.”

“அவரசம் அய்யா... தவித்துக் கொண்டிருக்கிறேன்.”

“இவ்வளவு பதறுகிறீர்களே.... யாருடைய உடலைத் தேடுகிறீர்கள்......?”

“என்னுடையதைத்தான்.... நான்கு நாட்களாயிற்று.... கடற்கரை கூட்டத்தில் தொலைத்தேன்... தயவு செய்யுங்கள்”

கலகலவென்று அவன் சிரித்த அந்தச் சிரிப்பு விசும்பி அழுதவனை மூர்ச்சையடைய வைத்திருந்தது.

15
கடைசீ நடராசன்....

நடராசன்கள் மன்றத்திற்கு இப்படி ஒரு நிலைமை வருமென்று அதன் தலைமைச் செயலகப் பேச்சாளர் முதுகுளம் நடராசன் கொஞ்சம் கூட நினைத்துப் பார்க்கவில்லை. நடராசன்கள் மன்றத்தின் எட்டாம் மாநாடு நடந்து முடிந்த ஒரு வாரத்தில் மன்றமே கலைக்கப்பட்டதுமட்டுமல்ல...முதுகுளம் நடராசன் மட்டுமே இந்தப் பெயரோடு மிச்சமிருந்தார். மற்ற ஆறு லட்சம் அங்கத்தினர்களும் எங்கே பதுங்கினார்கள் என்று கூட தெரியவில்லை. தெரிந்தவர்கள் அவ்வளவு பேருமே அரசு போட்ட தடாலடி உத்தரவினால் முகமாற்றம் பெயர் மாற்றம் ஊர் மாற்றம் இன்னும் என்னென்ன மாற்றம் உண்டோ அத்தனையையும் செய்து கொண்டு தப்பிக்கவென தலைதெறிக்கப் பதுங்கிவிட்டார்கள்.

ஏழு வருடங்களுக்கு முன் செய்யாறு கணபதிவிலாஸ் ஓட்டலில் உட்கார்ந்து பதினோரு நடராசன்கள் சேர்ந்து தங்கள் பெயரினைக் கொண்டாடிய நாளில் 'நானும் நடராசன் தான்' என்று ஓட்டல் சிப்பந்தி ஒருத்தனும் சேர்ந்து கொண்டான்.

இரவு பன்னிரண்டு மணி வரை நீண்ட அந்த சந்திப்புத்தான் நடராசன்கள் மன்றத்தைத் தொடங்கியதற்கான அடிப்படை தில்லை நடராசன். "அதை நான் பார்த்துக் கொள்கிறேன். இதை நான் பார்த்துக் கொள்கிறேன்" என்று ஏகத்திற்கு ஆர்வம் பாட்டினார். தமிழ்கூறு நல்லுலகின் அனைத்து நடராசன்களும் ஒன்று படுவோம் கூவன்னா நடராசன் அறைகூவல் விடுத்தார்.

நகரங்கள், கிராமங்கள், நகர்ப்புற கிராமங்கள், கிராமப்புற நகரங்கள் எங்கும் பரவியது. இது ஒருவித நோயா என்று பலரும் வியந்தனர். "நடராசன்களே நாம் இனி இழப்பதற்கு ஒன்றும் இல்லை. ஆனால் அடைவதற்கோ ஏராளம் உள்ளது" யார்தான் அந்த ஏராளத்தை அடைய மறுப்பார்கள்.... "வீழ்ந்தது போதும் நடராசன்களே எழுங்கள் ஒரு கடலெனப் பொங்குவோம்" போஸ்டர்கள், துணிபேனர்கள்... பத்திரிகை விளம்பரங்கள் வேறு... "எழுந்தால் அனைத்து நடராசன்களும் சேர்ந்தே எழுவோம். வீழ்ந்தால் நடராசன்கள் யாவரும் சேர்ந்தே வீழ்வோம்" என அறை கூவின.

“வேண்டாம்ப்பா… நமக்கெதுக்கு வம்பு”……

“இப்படி ஒதுங்குறயே… நீயெல்லாம் ஒரு நடராசனாப்பா…. நமக்கு… நாமதான் இருக்கோம்… வேற யாரு இருக்காங்க….”

வேறு வழியில்லாமல் நகர்மன்றத்தில் நடந்த முதல் கூட்டத்திற்கு நண்பர் நொண்டி நடராசனால் அழைத்துப் போகப்பட்டார்… முதுகுளம் நடராசன். அங்கே பலவிதமான உள்ளூர் நடராசன்கள் வந்திருப்பதைக் கண்டார். தனது அலுவலகத்தில் முதன்மை மேலாளராக இருந்த ஜரிகை நடராசன் முதல் கடைநிலை ஊழியரான கிழிசல் நடராசன் வரை அனைவரும் இருந்தனர். கொத்துப் பரோட்டாவும் சுடச் சுட காப்பியும் அனைவருக்கும் வழங்கி ருசியில் சொக்கியபோது தானும் உறுப்பினரானதைக் கண்டார் முதுகுளம் நடராசன்.

பிறகு மாதாந்திரக் கூட்டங்கள்…. உரிமை மீட்புப் போராட்டங்கள், மறியல். அலுவலகக் கதவுக்கருகே கோஷ ஆரவாரம். மாதச் சம்பளத்தில் இருநூறு ரூபாய் முழுசாய் மன்றத்திற்குப் பறிபோனாலும் உள்ளூரில் முதுகுளம் நடராசனின் கிராக்கி கூடிக்கொண்டுதான் வந்தது. மன்றப் பிரதிநிதி என்பதால் எங்கே என்றாலும் அவரது பேச்சுக்கு மதிப்பு. லாரி முழுவதும் நடராசன்களைக் குவித்துக் கொண்டு சிதம்பரத்தில் நடந்த முதல் மாநில நடராசன்கள் மன்ற மாநாட்டிற்கு அவர் போனபோது உள்ளூர் நடராசன்கள் மன்றத்தில் அவரே வருங்காலத் தலைவரானார்.

‘முன்னால் விரிந்திருந்த பிரம்மாண்டக் கடமை முழுதும் நிறைவேறும் வரை’ என மாநாடு சூளுரைத்தது. அர்த்தங்கள் நுட்பமானவை. செய்யாறு நடராசன் தலைவராகவும் தில்லை நடராசன் செயலாளராகவும் ஒரு மனதாகத் தேர்ந்தெடுக்கப்பட்ட அந்த நாளில் நெல்லையிலிருந்து வந்திருந்த நடராசன்கள் பதவிகள் யாவும் வடக்கேயே போனதற்காக முணுமுணுத்தார்கள். வடக்கு நடராசன்கள். தெற்கு நடராசன்கள். சரிவை முன் அனுமதித்த கணக்கற்ற பிற நடராசன்கள் மூத்த நடராசன் ஒருவரைத் தெற்கேயிருந்து பொதுச் செயலாளர் ஆக்கினார்கள்.

ரயிலில் வந்திறங்கிய சென்னை நடராசன்கள் செயற்கைக் கோள் ஒளிபரப்பில் மயிரிழையில் தப்பி ரயிலின் மேற்புறக் கூரையில் உட்கார்ந்து வந்த கதையை விதவிதமான பேட்டிகளில் சொன்னார்கள். பழங்கால வரலாற்றில் நடராசர்களின் பங்களிப்பு, இலக்கியம், ஓவியம் என காண்பதற்கு ஒவ்வொரு மூலையிலும் விஷயங்கள் நிறைய இருந்து ஆர்வம் கிளம்பும் கண்காட்சியைத் திறந்து வைக்க முதுகுளம் நடராசனுக்கு ஒருவாய்ப்பு கிடைக்கும் என்றும் அதில் அவர் ஆற்றும் வீர உரை அவரைத் தலைமைக் கழகப்

பேச்சாளர் ஆக்கும் என்றும் யாருமே எதிர்பார்க்கவில்லை.

இளைஞரணி நடராசன்கள் கோவை தொழுகை அரங்கில் நடத்திய "இப்படைதோற்கின் எப்படை வெல்லும்" மாநாட்டில் முதுகுளம் நடராசன் ஆற்றிய சரித்திரப் புகழ்மிக்க உரையில் தான் முதல் வேட்டும் வைக்கப்பட்டது. "மத்திய நடராசன்களுக்கு இணையாக மாநில நடராசன்களுக்கும் கிராக்கிப் படியும் அகவிலைப்படியும் வழங்க வேண்டும்."

வழங்க வேண்டும்.... வழங்க வேண்டும்....

வழங்கிடு..... வழங்கிடு

வழங்காவிட்டால் வரும் கேடு.........

கேடு அல்ல கெடு... எட்டாம் மாநாடு வரை எதுவுமே வழங்கப்படவில்லையா என்ன? சதவிகிதக் கணக்கில் சலுகைகள், நடராசன்கள் நினைத்தால் நடராசன்கள்....

நடராசன்கள் நினைக்காவிட்டால் நடராசன்கள் இல்லை.... நிலுவையில் உள்ளதைக் கொடு, உடனே கொடு. நிலுவையில் இல்லாததையும் கொடு.... கொடு...." ஓய்வூதியக்கார நடராசன்கள் போட்ட சிறப்பு மாநாட்டிற்குக் காவல்துறை தடை விதித்தது. மாநாட்டிற்கு வருவதற்குப் பெரு முயற்சி எடுத்த தொண்டுக் கிழ நடராசன்கள்... ஏமாற்றத்தில் முகம் வாடினார்கள். மாநாட்டு வசூல் கணக்குகேட்ட மூத்தநடராசனை தில்லைநடராசன் மன்றத்திலிருந்து வெளியேற்றிய அந்தச் சம்பவம் நடந்தது.

அவமானத்தில் குன்றிப்போன மூத்த நடராசன் தற்கொலை செய்து கொண்டார். விஷயம் வெளியே தெரிவதற்குள் கிழ நடராசன்கள் அழைத்த சிறப்பு மாநாடு சோக மாநாடாக மாறியது. "வரும் நான்காம் மாதத்திற்குள் வழங்காவிட்டால் நிறுத்தத்தில் குதிப்போம் என்று மூத்த நடராசனின் கல்லறை முன் கூடிய தெற்கத்திய நடராசன்கள் சூளுரைத்தார்கள். இதைக் கேள்வியுற்ற வடக்கத்தி நடராசன்கள் தாங்கள் கூடி சூளுரை செய்ய ஒரு கல்லறை இல்லாததை எண்ணி நொந்துபோனார்கள். மனம் வாடியவர்களுக்கு அப்போது கூட விரைவில் ஏராளமான கல்லறைகளைக் கிடுகிடுவென்று ஆறாய், ஏழாய்ப் பிரிந்துபோன நடராசன்கள் மத்தியில் முதுகுளம் நடராசன் நோய்வாய்ப்பட்ட செய்தி ஊசிநூல் போல மத்தைய்யல் போட்டு விட்டுது. உலக நடராசன்களே ஒன்றுபடுங்கள்.

நோய்வாய்ப்படவில்லை, வாய்நோய்ப்பட்டார் முதுகுளம் நடராசன். தொண்டையில் அறுவை சிகிச்சை சிகிச்சைக்கு உலக நடராசர்கள் நிதியுதவி செய்ய உதவியளித்தனர். பனங்கல் நடராசன்கள் நிதியளிப்பு கூட்டத்தை வித்தியாசமாக அலுவலகத்திற்கு

உள்ளேயே வைத்து அசத்தினார்கள். எல்லாப் பக்கங்களிலிருந்தும் கரகோஷங்கள் பிறகு கோஷங்கள்... யாரோ எதையோ திட்டமிட்டுக் கொண்டிருந்தார்கள்.

தந்துவிடு தந்துவிடு....

நிலுவையில் உள்ளதைத் தந்துவிடு....

"முதுகுளம் நடராசனின் கனவை நிறைவேற்றுவோம்" பலரும் எதிர்பார்த்தது போல முதுகுளம் நடராசன் இறந்து போகவில்லை.

நடராசன்கள் மன்றத்தின் மருத்துவ அணியும் எவ்வளவோ முயன்றது. மத்திய நடராசன்களுக்கு இணையான அகவிலை கிராக்கிப்படி.... குறித்த கனவை முதலில் கண்ட முதுகுளம் நடராசன் அடுத்தமாதம் நடந்த மகளிர் அணி மாநாட்டிலும் உரை நிகழ்த்தவே செய்தார். சாந்தி நடராசன், சுதா நடராசன், கோமதி நடராசன் என அனைத்து மகளிர் நடராசன்களும் ரசிக்கும் வண்ணம், மகளிர் நடராசன்களுக்கான அரசு ஒதுக்கீட்டை முன்வைத்து சரித்திரத்தில் இடம் பிடித்தார் முதுகுளம் நடராசன்.

ஏதோ பேச்சுக்கு என்று நினைத்தவர்கள் அதிர நான்காம் மாதமாகிப் போனது. நிறுத்தம்! பஸ் நிறுத்தம்! அரசு அசையவில்லை. எனவே வேலை நிறுத்தம் "நாடெங்கும் நடராசன்கள் யாரும் வேலைக்குச் செல்லாவிட்டால் நாட்டை நடத்துவது யார்?" தில்லை நடராசன் அறிக்கைவிட்டார். அனைத்து நடராசன்கள் கூட்டமைப்பு அதை அமுலாக்கம் செய்யப் பரபரப்பு தேடியது. பத்திரிகைகள் அதிர்ந்தன.

முதுகுளம் நடராசனின் அறுவை சிகிச்சை நடந்த நாளில் நடந்தது வேலை நிறுத்தம். "உலகமே நின்று விட்டது. கடலலையெனப் பொங்கியது" என்றார்கள். நடராசன்கள் நினைத்தால் நடராசன்கள். நடராசன்கள் நினைக்காவிட்டால் நடராசன்கள் இல்லை. பத்திரிகைகளில் கொட்டை எழுத்தில் வந்த நடராசன்களின் எல்லாத் தொலைக்காட்சியிலும் வந்துபேசித் தள்ளினார்கள். கவிஞர் நடராசன்கள், எழுத்தாளர் நடராசன்கள், பாடகர் நடராசன்கள்....

நடராசன்கள், நடராசன்கள், வேலைக்கு வராத நடராசன்கள். மாநாடு போட்ட நடராசன்கள், போக விடாத நடராசன்கள், மன்ற நடராசன்கள், எல்லா வகை நடராசன்களும் தூக்கிலிடப்படுவார்கள் என அரசு திடுதிப்பென்று அறிவிக்குமென எந்த நடராசனும் எதிர்பார்க்கவில்லை. எல்லாத் திசைநோக்கியும் சிதறி ஓடத் தொடங்கினார்கள். வடக்கத்தி நடராசன்கள், தெற்கத்தி நடராசன்கள், நட்(நாசா)சட்டத்தின் கீழ் வருகிற குற்றவாளி நடராசன்கள் ஆனார்கள்.

ஆறு லட்சம் நடராசன்களையும் ஒரே இடத்தில் வைத்துத் தூக்கி லிடுவதா அல்லது பல ஊர்களில் பல இடங்களில் வைத்துத் தூக்கி லிடுவதா என யோசனைகள் வல்லுனர்களிடம் கேட்கப்பட்டன. நீதிமன்றம் போன கண்ணீர் நடராசன்கள் நீதிபதியைப் பார்த்துக் கொண்டு வாயடைத்துக் காத்திருந்தனர். வேறு வேலைகள் உள்ளன. இது மாதிரி அற்ப விஷயங்களுக்கு என்று தான் தீர்ப்பாயங்கள் அங்கே சம்பளம் மொத்தமும் தண்டமாகிறது. இங்கே நேரம் தண்டமாகிறது.

"அவனவனுக்குப் பேரே இல்லை.... பேரு தான் இருக்குதேன்ற கொளுப்புடா உங்களுக்கு.... நல்லா வேணும்" நடராசன் அல்லாதவர்களும் நாட்டில் பலர் இருந்தனர்.

'ஆறு லட்சம் பேரைத் தூக்கிலிடுவது தவறு, வேறு வழிகளில் முயற்சிக்கலாம். ஆனால் இதுவரை விண்ணப்பித்து வரிசையில் ஆண்டுக் கணக்கில் நிற்பவர்களை நடராசன்கள் ஆக்குங்கள் என எல்லா நடராசன் அல்லாதவர்களும் சொன்னார்கள். ஆனால் ஒரே ஊரில் அவர்களை அடைத்து ஏவுகணைகளை ஏவி சோதிக்கலாம். நாட்டிற்காக உயிர்விட்ட நடராசன்கள் ஆவார்கள்' என்றர் பிரபல விஞ்ஞானி. ஓய்வுபெற்ற நடராசன்கள் ஒவ்வொருவராக அவசரம் அவரசமாகப் பெயர் மாற்றம் செய்யத் தொடங்கினார்கள். மனைவியே இல்லாதவர் மனைவிக்கு நோய் என்றார். தலையில் முடியே இல்லாத வழுக்கை நடராசன் ஒருவர் முடியிறக்கப் போனேன் என்றார். தில்லை நடராசன் வெறும் தில்லை ஆனார். பலரும் பல விதத்தில் பெயர்மாற்றம், முகமாற்றம் என முடிந்தவரை மாற்றம் பெற்றனர். நாள் நெருங்கிக் கொண்டிருந்தது. சாலச்சிறந்தது மரபணுமுறையே என்று பேட்டியளித்தார் அயல்நாட்டு உயிரியல் அறிஞர்.

ஆறு லட்சம் பேரை ஒரே நேரத்தில் என்றால் நாட்டுக்கு இன்னின்ன வழியில் இது இது மிச்சமாகுமென்று ஒவ்வொரு வல்லுனராக அறிக்கைவிட்டுக்கொண்டிருந்தார்கள். மக்கள் தொகை கட்டுப்படும் ஒன்றும் வலிக்காது சுலப முறைகள் வந்துவிட்டன. வேண்டுமானால் இப்படி செய்யலாம்... அவரவர்கள் கையில் விட்டு விடலாம். இவர்களுக்கே ஊதியம் மற்றும் ஊழியம் செய்து வெறுத்து விட்டது. வேறு மக்களை எப்போது கவனிப்பது? லாப நஷ்டங்களைப் பார்த்துச் சொன்னதே நடராசன்கள் தான். போஸ்ட் மார்ட்ட ஊழல் வெடிக்கப் போகிறது என்றது எதிர்க்கட்சி. இவர்களுக்குப் புரியாததே இல்லை. கயிறு கறுப்புத் துணி, கையைக் கட்ட தனி தாம்புக் கயிறு என்று ஒவ்வொரு வரையும் தூக்கிலிட 'மிஸ்ஸலேனியஸ்'. மூன்று ரசீதுகளில் மறக்காமல் கையொப்பம் வாங்கி விடுங்கள் என்று உயரதிகாரிகள் திரும்பத் திரும்பக் கூறினார்கள்.

விதவிதமான ஊர்களிலிருந்து விதவிதமான நடராசன்கள் பிடிபட்டார்கள். அலுவலகக் கோப்பில் ஈப்புக் கொட்டகையில் தனது சொந்த அலுலவக இருக்கையில்.... என சிலர் பிடிபட்டார்கள். இவர்கள் இவர்கள் இல்லை என்று கதறியபடி பறந்தன உயிர்ப்பிச்சை வேண்டும் கருணை மனுக்கள்.... இறுதியாகக் கேட்பது உயிர். உயிரைத் தவிர வேறு ஒன்றுமில்லை. இந்த தேசத்திற்கு என்னவோ ஆகிவிட்டது.

ஆஸ்பத்திரியை விட்டு வெளியே வந்த முதுகுளம் நடராசன் சுற்றி வளைக்கப்பட்டிருந்தார். முழங்கால்களின் நாயகர்.... கனவு கண்ட மேதை......

"உம் பேரு என்னப்பா?" தேதி என்ன.... இன்னும் எத்தனை நாள் உள்ளது?

"மூ.... முதுகுளம்"

"கடைசீ நடராசன் என்கிற கதையை எழுதினது நீதானே ..... சொல்லு.... சொல்லுடா...."

"இதோ பாருங்கள்..... வாடா போடாவெல்லாம் வேண்டாம்... தூக்குக் கயிறு வாங்கியே நஷ்டப்பட போவது அரசாங்கம் தான்.... கதையை யாரும் எழுதுவதாகத் தெரியவில்லை...."

அதை அரசே நடத்திக் கொண்டிருக்கிறது.....

உயர் காவல்துறை அதிகாரி முகம் சுளித்தார்.

"நீ.... யாருய்யா.... அதைச் சொல்லு...." எந்தப் போராட்டத்தையும் முற்றிலும் ஒடுக்குவதை யார் தான் பார்த்துக் கொண்டிருக்க முடியும்.

"மருத்துவமனையில் தான் முதலில் கூடினோம். நேற்றிரவு அறிவித்தோமே படிக்கவில்லையா?" முதுகுளம் மேலும் குழப்பினார்.

"நடராசன் அல்லாதார் மாமன்றம்... அதன் மாநில தலைமையகப் பேச்சாளர் நான்"

"அரசுக்குப் பெரிய மிச்சத்தை ஏற்படுத்தி விட்டீர்கள்" அதிகாரி கைக் குட்டையை எடுத்து முகத்தின் வியர்வையை அழுத்தித் துடைத்துக் கொண்டார்.... கதையை முடித்து வைத்ததற்கு நன்றி".

16

மகாத்மாவின் குழந்தைகள்

'ஆச்சார்ய... குறுக்கிடுவதற்கு மன்னிக்கவும், சுல்தானிடமிருந்து ஆட்கள் வந்திருக்கிறார்கள். அவள் தர்மபத்தினி அங்கே செய்வதறியாது தவித்தாள். ஜெபம் செய்து கொண்டிருக்கும் தனது ப்ராணநாயகரிடம் எப்படி இதைச் சொல்வாள்...? இத்தோடு பத்து தடவைக்கு மேல் சொல்லிப் பார்த்துக் கொண்டாயிற்று.

சந்தியா வந்தனம் செய்ய ஆரம்பித்தால் பின் அவரை இடியே விழுந்தாலும் கொள்ளை போய் கொலை நடந்தாலும் அசைக்கக் கூடாது, அது அப்படித்தான். ராஜாங்கத்தின் பிரதான ராஜதந்திரிகளில் ஒருவர்.

அரண்மனையின் மத்திம அமைச்சின் பிதாமகர். ராஜ உபசாரங்களுக்குக் குறைச்சல் இல்லை. ஜனங்களின் அனைத்து சௌகர்யங்களையும் மனதிற்கொண்டு மகாராஜாவை வழி நடத்தும் பிரதான ஆலோசகரான ஆச்சார்ய ஆத்ம மகா ரிஷியை சுல்தானின் பரம்பரையே துதித்துப் போற்றி கிட்டே வைத்துக் கொண்டது.

சாட்சாத் அந்த ஸ்ரீவத்ஸ பிரம்மரிஷியே மறு அவதாரம் கொண்ட ஆச்சார்யராக வந்திருக்கிறார் என்று ஜனங்கள் நம்பினார்கள். அதோ அவர்....

சரீரத்தைச் சுருக்கி ஆத்மார்த்த ஜெபத்தில் அய்க்கியமாகி இருக்கிறார். உடன் கைகட்டி வாய்பொத்தினபடி உத்தரவு களுக்காக ஜேஷ்டபுத்திரன் புஷ்கர்ணன் காத்திருக்கிறான். அவனிடமாவது சைகைகள் காட்டலாம் என்றால் அவரை விட்டுக் கண்களைக் கூட அவன் எடுககவில்லை.

"முக்தாவித்ரும்ஹேமநீலதவளாச் சாயைர் முகைஸ்த்ரிக்ஷ்ணை..." ஆச்சார்யாரின் குரல் கணீரென்று ஒலிக்கும். சகல பாபங்களை நிவர்த்திக்கும் காயத்திரி தியானம் கேட்பவரைக் கிறங்க அடிக்கும்.

'யுக்தாமிந்து நிபத்த ரத்நமகுடாம்' இன்று ஏனோ அந்தக் குரலில் வழக்கமான பதம் இல்லை. அக்குரல் உடைந்து போனது போல ஒலித்தது. தர்ம பத்தினியான ரௌத்ரீயம் மையின் கண்களில் குளம் கட்டியுள்ளது.

மாலேபட்சம் முடிந்து நவராத்திரி தொடங்க வேண்டும் ஆனால் ஹிரண்ய ஸ்ரார்த்தம் நடக்கவில்லை. ஆச்சார்யருக்கு ஏதோ ஆகியிருக்க வேண்டும். அது குறித்துப் பேச்செடுத்தாலே.... திக்குகளை வெறித்தபடி மவுனி ஆகிவிடுகிறார்.

சுல்தானின் உத்தரவுகளை முன்னின்று அமல்படுத்தும் நெருக்கம். அவருக்கே இப்படி செய்யுங்கள் என எல்லாவற்றிற்கும் ஆச்சார்யா தான் என்றாலும் சமீபகாலமாய் அவரது போக்கு மாறிவிட்டது. ராஜவிசுவாசியான அவர் சரியாக அன்ன ஆகாரம் உட்கொள்வதும் கிடையாது. அவ்வப்போது நித்திரை கலைந்து வியர்த்தபடி இரவுகளைக் கழிப்பதையும் அவள் பார்த்துக் கொண்டுதான் இருக்கிறாள்.

தேசத்திலும் பிரச்சனைகள் ரொம்பவே அதிகரித்துவிட்டன. தர்பாரில் நிறைய பேர் ராஜ மதத்தைத் தழுவி விட்டிருந்தார்கள். ஆச்சார்யரின் யோசனைகள் பலவித மாறுதல்களைக் கொண்டு வந்தன. ராஜ மதத்திற்கு மாறியவர்களுக்கு வரியிலும் கிஸ்தியிலும் சலுகைகள்.ராஜசபையில் நூல்கானும் பீவி பேகத்தின் தலைச்சனான ரகீம்மும் அதிகார தாக மெடுத்து ஆச்சார்யரை ஓரம் கட்டப் பார்ப்பதாகப் புஷ்கர்ணன் சொல்கிறான்.

இதற்கு அர்த்தம் என்ன? லோக மாதாதான் காப்பாற்ற வேண்டும். சுல்தானிய தந்தை யாகிய ரகமத் இரண்டாம் மாமன்னர். ஆச்சார்யரிடம் பல வித்தைகள் பயில தனது மகனை அனுப்பி வைத்தனர். ஞான குருவை சுல்தான் கைவிட மாட்டார் என்று மட்டும் ஊர் நம்பியது. இருந்தும் நம்மிடம் என்ன இருக்கிறது. ஸ்வாமி என்ன நினைக்கிறாரோ... அதுதான் ஆச்சர்ய எல்லாவற்றிற்கும் கூறும் பதில் இதுதான்.

கரோமி யத்யத் கைலம் பரஸ்மைஸிமத்.....நாராயணாயேதி.... ஸமர்ப்பயாமி அப்படி முடித்து விட்டார். புஷ்கர்ணன், பஞ்சாத்திர உத்தரணியை வாங்கிக் கொண்டான். சூர்ய ஒளியில் ஆச்சார்யரின் உடல்பிரகாசித்தது. துளசியைத் தரிசித்து விட்டுப் பின் மண்டபத்தில் சிறு பிருந்தாவனத்தின் தரூபா மண்டபத்தில் சற்று உட்காருவது வழக்கம். பிறகு உள்ளே தாகசாந்திக்கு வருவார். தனக்காக எதையுமே வேண்டிக் கொண்டு அவள் பார்த்தது இல்லை.

துளசி மகா மாடத்தைக் கடந்தவர் அவள் நிற்பதைக் கண்டார். ஒரு புன்னகை மலர்ந்தது. அரச சபையிலிருந்து அழைப்பு அல்லவா? அவரது பார்வையே கேட்டது..... ரெளத்ரீயம்மை தலையசைத்தாள்.

'வந்தனங்கள் சுல்தான்... ராஜ்யத்தின் பேரும் புகழும் பரவட்டும். சற்று நேரத்தில் ராஜசபையில் இருந்தார். சுல்தானின் முகம் வாடி இருந்ததைக் கண்டார். தீர்மானமான எதையாவது கண்டிப்பாக

முடிக்கும் தமது முயற்சியின் போது அது தரும் வலியில் அவரது முகம் அப்படியிருப்பது வழக்கம்.

'ஆச்சார்ய நீங்கள் இல்லாமல் என்னால் ராஜ்யம் நடத்த முடியாது. நல்லது மகா சுல்தான்.'

"பீவி... பேகம் அரச உத்தரவு பெற்றுக் கொண்டு விட்டார்..."

"என்னவென்று....?"

"அரச சபையில் ராஜ மதத்தினருக்கே இடம் என்று உத்தரவு கொடுத்துவிட்டேன்..."

"............"

"உங்களிடம் ஆலோசனை பெற முயன்றேன்."

"ஜெபத்தில்... இருந்தேன்........."

"நீங்கள் இல்லாமல்...என் ஞானகுரு இல்லாமல் எப்படி ராஜ்ஜியம் நடத்துவது....?"

"............"

"ஒரு முடிவு செய்துவிட்டேன்... எனக்கு நீங்கள் தான் முக்கியம்....."

"நல்லது......... சுல்தான்"

"இன்னேரம் வீட்டில் உங்கள் மனைவிக்கும் மகனுக்கும் இமாம் முடித்திருப்பார்........ உங்களையும் இவர்கள்........"

"............"

"நீங்கள் இல்லாமல் ராஜ்யம் நடத்த முடியாது...ராஜமதத்தினருக்கே அரச சபை....."

"கூட்டிக்கழித்துப் பார்த்தேன்........ உங்களை எதிர்த்துப் பேச யாருக்கும் சக்தியில்லை.... உங்களை இழக்கவும் எங்களால் முடியவில்லை........."

"............"

"குருவை சிரச்சேதம் செய்வது இசுலாத்தில் இல்லை...... நான் முடிவு செய்தேன்......... ராஜமதம்

இப்போது முதல் உங்களை த்தழுவுகிறது..... யாரங்கே.... இவரை இமாமிடம் அழைத்துப் போங்கள்..... பாங்கு ஓதி... சுன்னத்து செய்து .... கலிமாக்களைக் கற்பித்து........."

"............"

"ஆச்சார்ய....இறந்துவிட்டார்கள்...அவர் இல்லை...இனி உங்களது பரம்பரைக்கு இசுலாத்............. அல்லாஹ்வின் கட்டளையினைத் தன் அடிப்படையில்......... வேறு பெயர் தருவேன். நான் அறிந்த அரேபிய

மகா கவிஞனின் பெயரை உங்களுக்குச் சூட்டுவேன். உங்கள் பெயர் ஹத்தீம்தாய்.... உங்கள் பரம்பரை இனி ஹத்தீம் தாய்.......... பரம்பரை என்று அழைக்கப்படும்......"

"வலி இருக்கிறதா ஹத்தீம்?"

அவன் உடனடியாக பதிலளித்தான். தெரியவில்லை பாவா.... அவனது நெற்றியை அவர் பெரியவர் வாஞ்சையோடு தடவிக் கொடுத்தார். ஆறு வயதுக்குழந்தை சொல்லத்தெரியாமல் தவிப்பதைக் கண்டார்... இன்ஷா அல்லா....

உறவினர்கள் கிளம்பி- யிருந்தார்கள்... பத்து நாட்களாகக் கலகலப்பாய் இருந்த இடம் இப்போது வெறிச்சோடி விட்டது. காய்ந்து கருத்து சாம்பல் நிறத்திற்கு வந்துவிட்டது. மாலைப் பொழுது தொழுகை முடிந்து வீடு திரும்பிக்கொண்டிருந்த பலரும் ஹமீது பாவாவின் வீட்டைப் பார்த்த வண்ணமே சென்று கொண்டிருந்தனர். முந்தின தினம்தான் குழந்தைக்கு சுன்னத்து செய்விக்கப் பட்டிருந்தது. ஹரிது பாவா பாங்குவுக்கும் பெயர் வைப்பிற்கும் போலவே இதற்கும் தன் உறவுமுறை அனைத்தையும் அழைத்திருந்தார். 'இயா.... ஹமீது சாபு... ஆஸ்பிடல்... நஹீ?'

பலரும் கேட்டார்கள். ஆஸ்பத்திரியில் சுன்னத் செய்வது இந்த மாகாணத்தில் வழக்கமாகி விட்டது. இருந்தாலும் ஹமீது பாவா தன் பாணியில் ஹஜரத்தை வரவழைத்து மரபுப்படி கலீமாவைக் கச்சிதமாகச் செய்தார். குழந்தையும் இந்த அளவிற்கு ஒத்துழைக்கும் என்று நினைக்கவில்லை. அறுப்புச் சடங்கின் போதோ அடஜான் உட்பட எல்லாப் பெண்களுமே அழுது விட்டார்கள்.

"அல்லாஹ் அக்பர்.... அல்லாஹ் அக்பர்" குழந்தை கண்களை மூடியபடியே திரும்பச் சொன்னது. அப்படித்தான் மகனே ஹமீது அவனுக்குத் தெரியாமல் கண்ணீரைத் துடைத்துக் கொண்டார். இன்ஷா அல்லா....

'பாவா...........?

'எ... என்ன் மகனே....'

'எதற்காக அழுகிறீர்கள்.... பாவா? நான் நன்றாகத்தானே இருக்கிறேன். அல்லாவின் ஆண்டவனின் பிள்ளைதானே நான்.... நாளை முதல் ஓதுவேன்.... தானே....'

'பாவா அழவில்லையடா.... என் தங்கமே.... உனக்கு வலியெடுக்கவில்லை தானே.....?

'குத்துகிறது பாவா.... கொஞ்ச நேரம் முன் ஒன்றுக்கிருந்த போது லேசாக ரத்தம் வந்தது.... நாநி கட்டுகள் போட்டான்.'

இசுலாத்துக்காக அல்லாவின் கலிமாக்களுக்காக அவரது மகன் வலி பொறுப்பான். காட்சி ரூபங்கள் வார்த்தைகள் என சில அவனுக்கு மனமாற்றத்தைக் கொண்டு வரலாம். எல்லாம் வல்ல சல் கைவிடார். இனி பிள்ளை தொழுகைக்குத் தயாராகிவிட்டான். ஒரே வருடம் ஏழாவது வயதில் நோன்பும் தொடங்கிவிட்டால், அப்புறம் அவன் தன்னைப் பார்த்துக்கொள்வான்.

'ஹாதத்து அஷ்ஹது அன்லா இலாஹா இல்லல்லாஹு வஷ் வஹ்தஹீ அவர் இரண்டாம் கலீமாவை மறுபடி உரைக்கலானார். 'லாஷரீ கலஹீ வசுஷ் ஹது அன்ன முஹம்மதன் அப்துஹூவரஸ் லுஹூ

'அல்லாஹூ.... அக்பர்' குழந்தை மறுமொழி கூறியது.

'பாவா....?'

'என்ன மகனே...?

'எத்தனை கலிமாக்கள் பாவா.....?'

'கலீமா.... கடமைகள் நமக்கு அய்ந்து மகனே... நான்கு வயது நான்காம் மாதம் நான்காம் நாள் நான்கு நாழிகையில் குர்- ஆன்கள் கற்பிக்கப்பட்டதில் முதல் கடமை.... சுன்னத்து சுகமாகி தொழுகை.

'நாளை முதல் தொழுகட்டுமா?

'சுபமானதும்.... தொழுக நானே மஸ்ஜீத்துக்கு அழைத்துப் போகிறேன்.....'

நாநியின் ஜான் நமாஸையும் எடுத்துக்கிட்டுப் போகணுமா பாவா?

ஹமீதுக்கு சிரிப்பு வந்தது. பெண்கள் தொழுகைக்குப் பயன்படுத்தும் விரிப்பை மஜீத்துக்கு எடுத்து வர விரும்புகிறது குழந்தை. அதுதான் குழந்தை.

'பாவா.......'

தொண தொணக்காதே வலி வந்துவிடும். உறங்கு.... மகனே...

'பாவா....'

"........................."

"நாமிருக்கும் ஊரின் பெயர் பஞ்சமகல் தானே........."

"ஆ... ஆமாம்.... மாநிலம் குஜராத் ஏற்கனவே சொல்லியிருக்கிறேனே..."

"நாம் மட்டும் ஏன் தமிழ் பேசுகிறோம் பாவா... ஜமீல் கிண்டல் செய்கிறான் பாவா....?

"என் அம்மாவின் அம்மாவான தாதியின் அம்மா தான் காரணம் மகனே... அந்தக் காலத்தில் வெள்ளைக்காரர்கள் வந்தார்கள்

அல்லவா... திப்பு சுல்தான் மைசூரிலிருந்து அதைக் கடந்து 1798-இல் கம்மியன் கோட்டை எனும் ஊரில் வெள்ளைக் காரனை எதிர்த்துப் படை அனுப்பிய போது அதன் தளபதி என் பாவாவின் தாத்தா. அங்கே தமிழ்நாட்டில் தென்ஆற்காட்டில் உன் தாதி உம்மாவைக் கண்டுபிடித்து நிக்கா வைத்து அழைத்து வந்தார்.... தமிழும் நமது மொழியாகிவிட்டது.

'தாதி அல்லாகிட்ட போய்ட்டாங்க இல்ல....'

'மராட்டிய சிவாஜி தெற்கே படையெடுத்துச் சென்றபோது.... அங்கே பண்ருட்டி என்கிற ஸ்தலத்திற்கு அருகே ஒரு மஸ்ஜித் இருப்பதைக் கண்டு கொதிப்புற்றார்.

குதிரை மேல வருவாரே அந்த சிவாஜி மகாராஜா.....

ஆமாம்..... மஸ்ஜித் என்றாலே அவருக்குப் பிடிக்காத ஒரு காலம் மகனே அது.... விருட்டென உள்ளே நுழைய வாளை உருவினாராம்.... அங்கே அவுலியா பெரியவர் இருந்தார். அவர் உன் தாதிக்கு சோட்டா ஆவார்....

"நில்.... வீரனே...." அவுலியா சொல்கிறார். உத்தரவு போல அப்படியே நின்றாராம் சிவாஜி.... உன் கோபம் நியாயமற்றது என்கிறார். "நான் என்ன நினைக்கிறேன் என்பது உமக்கு எப்படி தெரியும்?" என திகைத்தார் சிவாஜி... "மராட்டிய வீரனே.... எமக்கு அல்லாவின் அருளால் எல்லாம் தெரியும்.... மதங்களை ஒன்றுபோல நீ கருதப் பழகு.... ரத்த ஆறுகள் போதும்....."

"எல்லா மதங்களையும் ஒன்றுபோல எப்படி கருதுவது?" கர்ஜிக்கின்றான் மராட்டியன் "பைத்தியம் போல உளறுகிறீர்...."

"வானின் ஒளி ஒன்றுதான்.... அது வெண்மை... ஆனால் நீர்த் திவலைகள் அதை ஏழு நிறங்களாய்ப் பிரித்து வானவில் ஆக்குகிறது. எல்லாம் வெண்மையின் பகுதிதானே, மதங்களும் அப்படியே அவை கடவுளின் நிறப்பிரிகை...." அவுலியாவின் சொற்கள் மராட்டிய வீரனைத் திருத்தியது. அப்பேர்ப்பட்ட பரம்பரையில் வந்தவள் உன் தாதி... ஹமீது லேசான மூச்சொலியைக் கேட்டார். குழந்தை கதை கேட்ட ஜோரில் தூங்கி இருக்க வேண்டும். அறையின் வெளிச்சத்தை மங்க வைக்க வேண்டும். அமைதியான இரவு, புத்திசாலிக் குழந்தை. இன்ஷாஹ் அல்லா... பெரிய ஆளாக வருவான்.

ஹமீது எழுந்து கொண்டார்... ஆண்டவரின் வரம் இந்தக் குழந்தை கொல்லனின் உலையில் புடம் போடப்படும் தங்கத்தைப் போல இவனை அவர் அல்லாவின் பட்டறையில் நிமிர்த்துவார்....

"ஏன் எழுந்து விட்டீர்கள் பாவா...." அவர் திடுக்கிடப்படவில்லை. அவருக்குத் தெரியும்.... அவரது மகன் அப்படித்தான்.

"பாவா .... எனக்கு ஏன் இந்தப் பெயரை வைத்தீர்கள்........."

"ஒரு காலத்தில் சுல்தான்களின் அரசசபையில் பிரதான அமைச்சர்களாக இருந்த ஹத்தீம் தாயின் பரம்பரை நமது, உனது பாட்டனார்களின் பெயரான ஹத்தீம்தாய் உனக்கு சூட்டப்பட்டுள்ளது. இன்ஷாஹ் அல்லா...."

தேவயானி நீ இங்கே இருக்கிறாயா.... நான் எங்கேயெல்லாம் தேடுவது....? வாரிச் சுருட்டிக் கொண்டு படுத்திருந்தவள் திடுக்கிட்டு எழுந்தாள். "அய்யோ ஹத்தீம் இப்போது இங்கே ஏன் வந்தீர்கள்... ஊர் முழுவதும் இரக்கமற்ற ரத்த வெள்ளம் ஓடுகிறது".

'தவறு தேவா எனக்குப் புரியவில்லை. மக்கள் தலைவர்களைப் பிரித்தார்களா.... தலைவர்கள் நாட்டைப் பிரித்தார்களா....? ரயிலைக் கொளுத்தியது மட்டும் சரியா....?

'எது எப்படியானால் என்ன ஹத்தீம்.... அவர்கள் கொலை வெறியோடு உங்களையும் தான் தேடுகிறார்கள்?

'......... என்னையா?'

'இவனால் எப்படி இத்தனை அலட்சியமாய் இருக்க முடிகிறது? தேவயானிக்கு பதற்றத்திற்கு நடுவிலும் ஆச்சரியம் தாங்கவில்லை. அவர்களுக்கு நடுவில் இருப்பது.... சகோதர உறவா... நட்பா ஏதோ நூற்றாண்டுகள் பல பழகி உறவினர் ஆனது போல அவர்கள் ஏன் கவரப்பட்டார்கள்? உன்னிடம் பேச வரவில்லை தேவயானி..... தமிழைத்தான் தேடி வந்தேன்.... இருக்கலாம்.

குஜராத்தின் ஒரு பொந்தில் மத்திய அரசு அலுவலர் ஒருவரின் மகளான தேவயானியும் அவனும் படிக்கும் அந்த ஒற்றைக் கல்லூரியில் அவர்கள் மட்டுமே தமிழ் பேசியது பிரதான காரணியாக அமைந்து விட்டிருக்கலாம்.

இரண்டாயிரம் வருடங்களுக்கு முந்தைய மொழி.

அவர்கள் இருவருமாக அம்மொழியின் பல வரலாற்று ரகசியங்களைத் தேடித் தேடி எடுத்துப் பகிர்ந்தபோது நட்பின் இலக்கணம் சராசரியைக் கடந்தது. தெளிவில்லாத பனிக்கால கண்ணாடியைப் போல ஏதோ உணர்வுகளை மெத்தென்று அம்மொழி உறவு அவர்களுக்குள் விதைத்திருந்தது.

சின்ன வயதில் தமிழகத்தின் தென்கோடி நகரமொன்றில் தான் எழுதக் கற்ற தமிழை அவனுக்கு அவள் போதிக்கும்வரை அம்மொழியைப் பேச மட்டுமே தெரிந்திருந்தது அவனுக்கு.

வீட்டின் பரண் மேல் கிடந்த 'சத்திய சோதனை' அவர்களுக்கு ஒரு அதிசயப் பாலமாயிற்று. குஜராத்தியில் தான் எழுதப்பட்டது. அவன்

அதன் மூலத்தைக் கொண்டுவந்தான் அன்றிலிருந்து புதியவெளிகளை உறவுப்பாலம் அடைந்து கொண்டே போனது....

அத்தியாயங்கள் பலவற்றை அவன் குஜராத்தியில் வாசிப்பான். உரக்க வாசிப்பான். அவனது குரல் மிருதுவான சங்கீதமாய் அவளுள் கரையும். அவளோ அவன் வாசித்ததன் தமிழ் மொழி பெயர்ப்பை அதே சங்கீதக் குரலில் வாசித்தளிப்பாள்.

அவளுக்குள் அவனது குரல் சென்று மொழி வழி வளர்சிதை மாற்றங்கள் பெற்று அவளிடமிருந்து வெளிவருவது போலிருக்கும். தேவயானி உறக்கத்தில் கூட இந்த வேலையைத் தொடர்வது போல உணர்ந்திருக்கிறாள் இது என்ன உறவு... அவர்கள் மகாத்மாவின் குழந்தைகள்.

‘எந்த மொழியில் இருந்தால் என்ன... மகாத்மாவுக்கு மொழி வேற்றுமை கூட கிடையாது....’

அவர்கள் நிறைய மாறிடத் தொடங்கினார்கள்.... திருக்குரானை இதே தொனியில் தான் வாசிப்பீர்களா ஹத்தீம்? உங்கள் வீட்டுக்கு ஒரு நாள் வர வேண்டும்.

ஹத்தீமின் தந்தைக்கு அவளைப் பிடித்திருந்தது. வெளிப்பெண் ஒருத்தி தமிழ் பேசுவதைப் பார்த்து வருடங்கள் ஆகிவிட்டன. உன் பெயர் என்ன? தே... தேவயானி?’

‘ஆற்காடு தெரியுமா... தமிழ்நாட்டில் வடக்கு பக்கம் கடலூர் கிட்டே கம்மியன்பேட்டை பண்ருட்டி அவுலியா தர்கா....?

“அப்பாவுக்குத் தெரிந்திருக்கலாம்?

“ஹத்தீமின் தாதி... அதாவது என் பாட்டியின் அம்மா.... அந்த ஊர்தான்....”

‘ஆச்சரியமாக இருக்கிறது’

“அவுலியாவை மராட்டிய மாமன்னனின் மனம் மாற்றிய அந்த இமாமைப் பற்றிக் கேள்விப்பட்டிருக்கிறீர்களா....’

“அப்பாவுக்குத் தெரிந்திருக்கும்”

பர்தா அணிவது எப்படி என்று ஹத்தீமின் தித்தியிடம் விளையாட்டாகக் கற்குமளவு நெருக்கம் ஏற்பட்டபோதுதான் ஊரில் நெருடத் தொடங்கியது.

ஹத்தீம் தமிழை எழுதியது மட்டுமல்ல.. குஜராத்தியில் தான் படைத்திருந்த கவிதைகளைத் தமிழில் எழுதிக் காட்டுமளவுக்கு முன்னேறியும் இருந்தது ஆச்சரியம் தான்....

‘உன் வீட்டில் உணவருந்திய குருவியைப் பார்.....
என் வீட்டில் நீர் அதற்கு....

உணவுக்கு மதம் எதுவும் இல்லை தண்ணீருக்கும் குருவிக்கும்....
கூட '

இப்படி எத்தனையோ கவிதைகள். 'தேவா... நாம் ஆற்றின் பக்கம் செல்வோம்...

இன்று திருவிழா..........'

"ஹத்தீம்.... வேண்டாம் சொல்வதைக் கேள்... அவர்கள் வெறி கொண்டு உன்னையும் தேடுகிறார்கள்... போய் விடுங்கள்.... பலர் கொல்லப்பட்டு விட்டதை நீங்கள் அறியவில்லையா...."

"எங்கள் மஸ்ஜிது பக்கமோ வீதிக்கோ அவர்கள் போக முடியாது... என்விஷயத்தில் அப்படி நடந்துகொள்ள மாட்டார்கள்...எல்லோரும் இங்கே தெரிந்தவர்கள் தானே...."

அதற்குள் வெளியே சலசலத்தது.... அய்யோ அவர்கள் வந்துவிட்டார்கள்....

"ஜல்தி.... கரோ.... மே.... மாலும்.... இதர நம்ம பெண்ணைத் துரத்துகிறான்.

"அவன் இங்கேதான் இருக்கிறான்" இவர்கள் யார்.... ஹத்தீம் திடுக்கிட்டான். வெளி ஊர்க்காரர்கள்....கொடிய ரத்த ஆயுதங்கள்....
"ஓடு.... ஓடிப்போய் விடு ஹத்தீம்....." தேவயானி துடிக்கின்றாள்.... பதற்றமா.... கதறலா....?

"மதங்கள்.... கடவுளின் நிறப்பிரிகை" அவன் எதையோ சொல்லிக்கொண்டே அவர்களிடம் பிடிபடுகிறான்.....

"விடுங்கள்......... அவர் தமிழ் நாட்டுக்காரர்...." தேவயானி கெஞ்சுகிறாள்....

"ஆனால் முசுலீம் அல்லவா" ஒருவன் இந்தியில் கேட்கிறான்....

"அவுத்துக்காட்டச்சொல்லிட்டா...தெரிந்துவிடும்..." இந்த இந்தி... ஹத்தீமுக்கும்

புரிந்தது......

"சொல்வதை...... கேளுங்கள்........" தேவயானி ஏதோ சொல்லிக் கொண்டிருக்கும் போதே.... அவன் ஓடத் தொடங்கினான்..... "நில்லு........ நில்லு.........." பல குரல்கள் இந்தியில் இரைந்தன.... வெறி மிகுந்த குரல்கள்.

"கடவுளே" அவன் வீதியில் சில பிணங்களைக் கண்டான். அவர்கள் தொடர்ந்து வருவது தெரிந்தது......தலைதெறிக்க ஓடியவன் ஒரு முச்சந்தியின் மத்தியில் அந்தச் சிலையைக் கண்டான்.காந்தியின் சிலை...... உயிர் போனாலும் போகட்டும் என்று மடமடவென பீடத்தில் ஏறி அந்தந் சிலையை அணைத்துக் கொண்டான்.

17

அனுசரணையோடு

தயாரிக்கப்பட்ட விவரசேகரிப்பு வினாவங்கி...

“அது அதுவாகவே அமைந்துவிட்டது முருகேஷ்.... எனக்கு என் வயது எப்படி ஞாபகம் இருக்கும். தங்கம்மா எனக்கு யார் வைத்த பெயர் என்பதும் நினைவில் இல்லை. இந்தப் பட்டணத்தில் இப்படியெல்லாம் கேள்விகளைக் கேட்டுக் கொண்டிருப்பது நீதான். எட்டுக் கேள்விகள் மட்டும் தான் என்றாய்.... உனது அனுசரணை-யோடு தயாரிக்கப்பட்ட விவரசேகரிப்பு வினா வங்கியில் ஆம் அல்லது இல்லை என்று மட்டுமே விடையளிக்க வேண்டிய 16 கேள்விகள் உள்ளன. நான்கு கேள்விகள் பிறப்புறுப்பு நோய்கள் சம்பந்தமான மருத்துவக் கேள்விகள். பால்வினை நோய் மற்றும் எய்ட்ஸ் சம்பந்தமான விழிப்புணர்வை சோதிக்கும் அந்த 8 கேள்விகளைத் தவிர்த்தால்... (என் போன்ற ஒருத்திக்கு சந்தேகம் வருவது இயற்கை தானே) இந்த வினா வங்கி எதற்கு....

கைகால் இல்லாதவர்கள், அனாதைகள் ஏன் குஷ்டம் பிடித்தவர்களுக்குக் கூட பிறந்தநாள் பண்டிகை அப்பா நினைவு நாள் என்றும் தொடங்கி பெயர் பிரபலமானதாலும் பெயர் பிரபலமாக வேண்டுமென்பதற்காகவுமான இரண்டுக்கும் இனிப்பு/உடுப்பு/ஒரு வேளை உணவு என்று தேடி வருபவர்களின் தானம் செய்யும் திருப்தி பட்டியலில் கூட நாங்கள் இருக்க முடியாது.

சானடோரியம் ரயில் நிலையத்தில் என்ன நடந்தது. பிரயாணச் சீட்டைக் கேட்டு முத்திரையிடவும் சரி பார்க்கவும் வேண்டிய அதிகாரி நாய் என்ன செய்தான்? தண்டவாள சுகம் தர மறுத்த இரண்டு குழந்தைகளின் தாய் ஒருத்தியை ஏதேதோ கேள்விப்படாத காரணங்கள் கூறி இறக்கிவிட்டுத் தானும் இறங்கி விட்டான். பசி வயிற்றைப் பிசைய பிழைப்புக்கு ஆள் தேடியவளை அந்த அம்மாவின் கண்ணீரும் கதறலும் கலங்க அடித்தது.

குழந்தைகள் அலங்கமலங்க விழித்தன. போர்ட்டர் பயல்கள் எச்சில் இலைக்குப் பறக்கும் நாய்கள் போல மேயத் துடித்த அந்த இரவில் ஒரு போன் செய்ய விட்டானா பொறுக்கி.... பெயர் வாயில் நுழையாத வடக்கத்திக்காரி.... மொழி புரியவில்லை என்றாலும் கதறலும் ஓலமும் புரிந்தன எனக்கு... ‘பயப்படாதீங்க... அம்மா....?’

நான் சொன்னதும் புரிந்திருக்க வேண்டும் அவளுக்கு... "உன் வேலையைப் பாரு...." இரவோடு இரவாக அவளை அவளது குழந்தைகளை நொறுங்கிப் போக வைத்திருப்பார்கள். ரொம்ப சாதாரணப் பேச்சு மொழியெல்லாம் வேலைக்கு ஆகாது முருகேஷ். கூவன்னாவிலிருந்து பூவன்னாவரை அனைத்து வகை கெட்ட வார்த்தைகளையும் அவிழ்த்துவிட்டேன்...யில் போலீசுங்க இரண்டுபேர் பெரிய லத்தியைத் தூக்கிட்டு வந்தார்கள்... அந்தம்மா ஆடிப் போனது... எத்தனை பேரைப் பார்த்திருப்பேன். இன்னும் அரைமணி போக்குக்காட்டினால் அடுத்ததாக ஏதாவது ஒரு ரயில் வந்து விடும்.... அந்தம்மாவால் முடியவில்லை மயக்கம் வந்துவிட்டது. நானும் அவளும் மட்டுமே பெண்களுமாக மிஞ்சியிருந்த அந்த இரவை நினைக்கிறேன். அவளது பால் கொடுத்துப் பெருத்த மாரில் லத்தியை வைத்துப் போலீஸ்காரர்கள் குடாயத் தொடங்கிய அந்த நிமிடம் என்னை இப்போதும் துடித்து ரத்தக் கொதிப்பை ஏற்படுத்துகிறது. வடக்கு கிழக்கு தெற்கு மேற்கு இந்தக் குரூரர்களின் விரகவெறிக்கு எல்லாப் பெண்களிலும் இருப்பது ஒன்றே. காண்டம்களினால் எய்ட்ஸ் நோயை விரட்டி விடலாமென்று முழுமையாக நம்பி ஏற்றுக் கொள்கிறீர்களா? என்கிற உன் கேள்விக்கு ஆம் அல்லது இல்லை என்று மட்டுமே பதிலெழுதுவதில் சாத்தியம் எதுவும் இல்லை. ஆண்களின் பிறப்புறுப்புகளில் கடவுள் இயற்கை உறைகள் செய்து பாம்பு சட்டைகளின் உரிப்புத்தனங்களைப் பொருத்தும் அசாத்திய நிகழ்வில் கூட சிக்கல்கள் உள்ளன.

முருகேஷ்.

அருவமும் உருவமும் போன எங்களுக்கு அறிமுகமற்ற ஒரு கேள்வி உள்ளது. ஒருவனுக்கு ஒருத்தி எனும் வாழ்க்கை நெறியைப் பற்றியது அது. அறைக்கும் இல்லத்திற்கும் நிறைய வித்தியாசம் உள்ளது. உள்ளே தாளிட்டுக் கொள்ளாத மவுனம். வலியேற்படுத்தாத பந்தம். அச்சுறுத்தாத அதிகாரம் இவற்றைப் பற்றி சினிமாவில் மட்டுமே அறிந்தவர்களிடம் என்ன கேள்வியோ? எங்கள் உலகமோ போலி ராஜகுமாரர்களுடையது.

ஆனால் ஆல்பர்ட்ஸ்டான்லியை அப்படி சொல்லிவிட முடியாது. கிழக்கத்திய மாநிலம் ஒன்றிலிருந்து மாற்றலாகி இந்தப் பட்டினம் வந்திருப்பதாகக் கூறியவன் பெயரைக் கூட மாற்றியே பாதுகாப்பு கருதி ஆண்கள் கூறும் எங்கள் உலகில் நான் பார்த்த வித்தியாசமான வாடிக்கையாளன். ஒரு முறை கூட அழாமல் இருந்ததில்லை. ஆரம்பத்தில் எரிச்சல் ஊட்டுவதாக இருந்தது இது. ஆனால் அவன் அறிமுகப்படுத்தி இருந்தான். நேரில் பார்க்க முடியாத அவனது மனைவி தேவமரியாள் பற்றிய நிறைய செய்திகள்.

‘என்னால் ஒப்புக் கொடுக்க முடியாதடி... நாயே....’ அவன் அவளை இரைந்தபடி என்னை ஒருநாள் ஓங்கி அறைந்தான். எட்டி உதைத்தான். ஜடையைப் பிடித்தான். நன்றாகக் குடித்திருந்தவன் பாவம் நான் எல்லாம் கொடுத்தேன். பொண்டாட்டியை அடிக்க தைரியம் இல்லாதவன். தொடைநடுங்கி என்று நினைத்துவிட்டேன். எப்போதாவது தான் வருவான் இருட்டில் இழுத்து என்னை அணைத்து ‘மரியளே’ என்றே என்னை அழைப்பவன் வந்தால் ஓலங்களின் சித்திரவதை... நான்கு நாட்கள் வலிக்கும் வண்ணம் கன்னங்கள் பருக்கும். பிறகொருநாள்... அவன் அழுதபடி கூறினான். “மன்னித்துவிடு அவளை மரியாளை உயிராக நினைப்பவன் எப்படி அடிப்பது அவளுக்கு வலித்தால் பொறுப்பது முடியாது. ஆனால் கோபத்தைத் தணித்துக் கொள்கிறேன். அவளுக்காக வலிதாங்கு பணம் தருவேன்.”

நான் வியர்த்திருக்கிறேன்... என் மீது இந்தப் பாவப்பட்ட ஜென்மத்தின் மீது மட்டும் யாராவது இந்த அளவிற்கு உசிரை வைக்க முடியுமானால் நம்பி ஒற்றை ஆன்மாவாக அன்றே மரித்திருப்பேன். அவன் ஆல்பிரட் ஸ்டான்லி என்னைப் புணர்ந்ததே கிடையாது என்றால் நம்புவது கஷ்டம். நாலு மணி நேரம் அய்ந்து மணிநேரம் அவனைப் பணிய வைக்கத் தோற்றவள் நான். கடைசியாக ஒரு நாள் நடுச் சாமத்தில் வலி தாங்காத என் முனகல்களுக்கு மனம் இரங்கினான். புதிதாய் அவன் மாயச்செய்கையைத் தோற்கடிக்கும் ஆச்சரியம் விடியலில் காத்திருந்தது.

ஆணுறைகள் வாடிக்கையாளர் விபரக் கை ஓலைகள், என் மண்டை மயிர்க் கொற்றை என கிடந்த அந்தக் குப்பைத் தொட்டியில் கிடந்தது அந்தத் திருமண மோதிரம். யாருடையதாக இருக்குமென்று நான் நிமிடங்களில் கணித்துவிட்டேன். ஆல்பர்ட்டிற்கு ஏ , தேவமரியாளுக்கு டி ஆங்கில எழுத்துகள் பொறித்தது. அய்யோ அவ பெயர் உண்மைப் பெயர் என்பதில் ஆரம்பித்தது பித்து. அடுத்த இரண்டு நாட்களில் என்னை எப்படியோ விவரங்கள் கேட்டறிந்து அந்த வீட்டின் முன் நிறுத்தியது.

முருகேஷ் என் வாழ்வுக்கு நன்றி தெரிவிக்கும் முறை காலத்திற்கு வந்து விட்டதாகக் கருதி நான் அங்கே போன அந்தச் சந்தர்ப்பமும் கைவிட்டபோதும் சொல்கிறேன். ஒருவனுக்கு ஒருத்தியா ஒருத்திக்கு ஒருவனா என்பதில் வாழ்க்கை எனும் பந்தயக்குதிரை மீது பணம் கட்டி வெற்றியடைய முடியாது போன முரட்டு பலியாடுகளால் தீர்மானமாகச் சொல்ல முடியாது.

எந்த நேரமும் மரணம் நிகழலாம் என்பதான அவசரத்தோடு இயங்கும் வெளி உலகம் என் போன்றவர்களுக்குத் தந்த சட்ட

ரீதியான பெயர் பாலியல் தொழிலாளி அல்லது செக்ஸ் வொர்க்கர்... வீசியெறியப்பட்டிருந்தவர்கள் தான், முதலில் நோய்வாய்ப்பட்டதைக் குறித்த உன் கேள்வி குறித்த பெருத்த சந்தேகமும் ஏற்படுவது இயற்கை தானே! பாலியல் நோய்கள் பற்றி புது பிறப்பு அமைப்பினர் எங்களில் சிலரை அழைத்து நடத்திய வகுப்பு ஒன்றை இப்போது நினைத்துப் பார்க்கிறேன். ஆரம்பத்தில் ஜனநேசிப்பின் பொறுப்பான வெளிப்பாடு என்றேதான் நம்பிப் போனோம். விதவிதமான ஆண்கள். தங்களது பெண் சமூக சேவகிகளுடன் உரையாடியபடியே ஒரு அதிகாரக் குரலில் ஏதோ ஆண்டவனின் கட்டளை போல திரும்பத் திரும்பக் கூறினார்கள். இந்த வேலையை நாங்கள் விட்டுவிட வேண்டும். இன்றிலிருந்து விடுதலை. இனி மனம் திரும்புங்கள். எழுப்புதல் ராஜாக்கள் சொல்லி விட்டார்கள். மிட்டாய்க் கடை, இட்டிலி வண்டி, அங்காடி ஏன் தையல் இயந்திரங்களும் தருவோம். மீட்புக்கு அடங்குங்கள். விடுதலை.

முயற்சிகளுக்குத் தயாரானோம். மாத வாடகைக்குச் செங்கல்பட்டுக்கும் செம்பியத்துக்கும் இரண்டு முறை முன்பணம் வாங்கிய பயலை நம்பி நான் போயும் இருக்கிறேன். அதுபோன்ற நாட்களில் கடினத்தை உணர்பவர்கள் இல்லை. மாத வாடகைக்கு அழைத்துப்போய் ஏழெட்டு பேராகத் தொழிலில் இறக்குபவர்களுக்காகவே வந்துள்ளன நவீன கண்டுபிடிப்புகள். செல்போனில் ரேட், ஈ-மெயிலில் ஆல்பம், எப்படியோ நேரத்தை ஏமாற்றி வயிறு கழுவி சம்பாதிப்பது அத்தனை சுலபமல்ல... முருகேஷ்.

எல்லாவற்றிலுமிருந்து விடுதலை என்றதும் மனம் திரும்புகிறோம். பொறுப்பான புதுப் பிறப்பு அமைப்பின் செயல் அலுவலர் ஒரு கையெழுத்துக்கு ஐந்தாயிரம் என்றார். வட்டிக்கடை மட்டும் வேண்டாம் அது கவுரவமான வேலையல்ல. இணை இயக்குநர் ஒரு பாய் திரும்பத் திரும்பக் கூறினார். தொப்புளுக்குக் கீழே படை. கவட்டை காளான் பிறப்புறுப்பில் எரிச்சல். எல்லாவற்றிற்கும் இலவச சிகிச்சை. பட்டாளத்தில் கூட பதக்கங்கள் உண்டு. நாங்கள் எங்களுக்காக வாழ்ந்ததே இல்லை. வெளிச்ச சங்கோஜங்களான நாங்கள் வேகமாய் உணரத் தொடங்கினோம். சூதாட்டத்தின் பகடைக்காய்கள் என்று பாலியல் நோய்கள் அலட்சியப்படுத்த முடியாதவைதான். ஆனால் நோயும் வந்துவிடக்கூடாது, கூத்தியாளும் சென்றுவிடக்கூடாது என்பதுதான் ஆண்களின் அறிவு ஜீவிதம் அல்லவா!

ஆனால் என் பிரிய முருகேஷ், நீ ஒரு அனாதை. நான் அபலை. பெண்ணா ஆணா என்பதற்கு அப்பாற்பட்டவனே. இலக்குகளற்ற

உன் நிமிடங்களுக்கு முன் இலக்கு முறிந்தவளின் காலம் மண்டி இடுவதில் தவறில்லை. அலங்கோலமான உன் மொன்னை முகமும் கைகட்டியபடிபேசும் உன் முரட்டுக் குரலும். இந்த வினா வங்கியைத் தயாரித்திருக்க முடியாது. எனக்கு உன்னைத் தெரியும். நீ என்றால் வருமானம்.வாடிக்கையாளர்கள் அனைவரின் ஒற்றை முகவரி நீதான். மற்றபடி அரவாணிகளால் கேள்வி எதையும் கேட்கவும் முடியாது. பதில் எதையும் புனையவும் முடியாது. இனி என் கேள்விகளைப் படி.

நாம்நமக்குநாமேசொல்லிக்கொள்ளாதவிஷயங்களில்வருகிறேன். என் சொந்த தீவிரத்தன்மை மீதே சந்தேகம் கொண்டவளான நான் கண்டுபிடித்தேன். புதுப் பிறப்பு ஒரு அமைப்பு அல்ல. எங்கள் கையெழுத்து பெற்று அரசாங்கத் திட்டங்களின் மூலதனத்தை விழுங்கும் முதலைக் கூட்டம். விபசாரம் மூலம் பணம் ஈட்டுவது குற்றம் என்றால் விபசாரிகள் மூலம் ஈட்டும் கொள்கைக்கு என்ன பெயர்?

சானடோரியம் ரயில் நிலையத்திலிருந்து தப்பித்ததில் சூட்சுமம் இல்லை. ‘‘இந்தாடா இத்தானே வேணும். நாயி’’ நான் அதிகாரி பொறுக்கியைக் குறி வைத்து வெறியோடு ஓடினேன் உள்ளாடைகளையும் வானில் கொடியசைத்தபடி. ரயிலாண்டிகள் அலறி ஓடிட பிடித்தாள் அந்த மாதரசி அடுத்த ரயிலை. கேள்வி இரண்டு. ஆண்களை ஒடுங்க வைக்கப் பாதுகாப்பானது எது? நிர்வாணம் வருமானம் மட்டும்தானா?

ஆனால் ஆல்பர்ட் ஸ்டான்லியின் விஷயத்தை விட்டு விட முடியுமா முருகேஷ். அந்தத் திருமண மோதிரத்தோடு தேடிக் கண்டுபிடித்து உறங்காது கனத்த விழிகளோடு தைரியத்தை வரவழைத்துக் கொண்டு அந்த வீட்டின் வாசல் முன் நின்றேன். நாய் இருந்தது. குரைக்கவில்லை. மோதிரத்தை வாங்கிக்கொண்ட அந்தப் பெண்மணி அவள்தான் தேவமரியாள். அதை வாரிஅணைத்தபடி கதறி அழுகிறாள். பதற்றத்தில் முகம் நொந்தவளான என்னிடம் ஒரு ஏழு வயது பையன் சொல்கிறான் ‘‘நீங்க யாரு? டாடி மிந்தா நாள் காலைல மாரு வலியில செத்துப் போயிட்டாரு’’ அய்யோ முருகேஷ் விம்மல்களை விழுங்கத் தெரியாதவள் நான். விபசாரிகள் அழுது பார்த்திருக்கிறாயா.கட்டிக்கொண்டு அழுவதற்கு மட்டும்யாருமற்றுப் போன துரதிருஷ்டப் பிறவியான என்னைப் போன்றவர்களை எந்தப் பட்டியலில் சேர்ப்பாய்? இது என் கடைசிக் கேள்வி. உன் வினா வங்கியில் ஒருபோதும் இடம் பெறத் தகுதியற்றது இது. அய்யோ முருகேஷ் விபசாரம் என்பது என்ன குற்றமா? தண்டனையா?

18

ஒரு தூய மொழியின் துயரக் குழந்தைகள்

அந்தக் கடையிலிருந்து வெளியில் வந்தவருக்கு காலிப்பாத்திரத்துடன் எப்போதும் அழுது வடியும் தரித்திர புருஷர்களின் கையிலிருந்து தேசம் விடுபட்டு சுபிட்சம் அடைந்து விட்டதாகவே பட்டது. நம்பவும் நம்பாமல் இருக்கவும் ஒரே சமயத்தில் முடியாமல் திணறிப்போனார். பலசரக்குக் கடையிலிருந்து கிடைத்த கைக்கடிகார வெள்ளிப்பெட்டி கையில் கனத்தது.

"மன்னிக்கவும் வாங்குவதற்குக் காசு சுத்தமாகக் கிடையாது."

"பரவாயில்லை நீங்கள் கேட்டது சவர பிளேடுதானே?"

"அ..........ஆமாம்"

அதற்கு இந்தக் கைக்கடிகார வெள்ளிப்பெட்டி இலவச இணைப்பு... அதை நீங்கள் எடுத்துக் கொள்ளலாம்," தூய தமிழைக் கேட்டுப் பரவசமடைந்தார்.

சரி ஒரு விரலகல சவர பிளேடிற்குக் காசு எதுவும் தராமல் ரொம்ப நாட்களாக அவர் ஆவலோடு வாங்க விரும்பிய வெள்ளி கைக்கடிகாரப் பெட்டி அவருக்குக் கிடைத்துவிட்டது. தேசத்தின் பெருந்தன்மை சிலிர்க்க வைத்தது. கல்யாணப் பரிசாகக் கிடைத்த தங்கமுலாம் கைக்கடிகாரத்தை இனி அவர் மூடி வைக்கலாம்.

"வேறு எதாவது வேண்டுமா?" கடை வாசலுக்கு வரும்போது பணிப்பெண் இனிய தமிழில் அவரைக் கொஞ்சினாள். "உங்களுக்கு எது வேண்டுமானாலும் நீங்கள் எடுத்துக்கொள்ளலாம்." தொலைக்காட்சிப் பெட்டி, ஒலிநாடாக் கருவி, பெரிய விளக்குடன் கைவைத்து எழுதும் மேசை, ஒரு குவியலாகக் கிடந்த வீட்டு உபயோகப் பொருட்கள், கண்ணாடி வளையல், பீங்கான் சமையல் பாத்திரங்கள்."

"இல்லை.......... நன்றி! எனக்கு எதுவும் வேண்டாம்."

அவர் சொன்னதைக் கேட்டு அவள் மிகவும் வருத்தம் அடைவது போலிருந்தது. வீதிக்கு வந்ததும் பக்கத்துக் கடையிலிருந்து அவரை

அழைத்தார்கள். அது ஒரு துணிக்கடை. பளபளத்த புத்தாடைகளுக்கு நடுவே கிழிந்த உள்ளாடைகளை மறைத்தபடி இருந்தது. அவரது மேல் சட்டை. தேர்ந்தெடுக்க முடியாத அளவுக்கு விதம்விதமான ஆடைகள் பட்டால் தங்க முலாம் பூசி மினுமினுத்த வேட்டியும் ஜிப்பாவும் அவருக்கு எடுப்பாக இருந்தன. அவர் எவ்வளவோ மறுத்தும் அவர் ஆடைகளாலும் அவரை நிரப்பினார்கள். முகம் பார்க்கும் கண்ணாடியில் சொந்த உடம்பைப் பார்த்துச் சிலிர்த்துக் கண்களில் நீர் மல்க நன்றி என்றார்.

"பரவாயில்லை, இது எங்கள் கடமை,"

நிமிடங்கள் பல பார்த்துக் கொண்டு கண்ணாடி முன் நின்றார். உண்மைச் சம்பவம்தான்,. மேலும் செய்வதறியாது அவர் நின்றபோது "இந்தக் கண்ணாடி வேண்டுமா உங்களுக்கு...?" என்றபடி சிப்பந்தி ஒருவன் ஸ்நேகப் புன்னகை புரிந்தான். நெக்குருக எச்சில் விழுங்கியபடி பரிதாபமாகச் சொன்னார்: "நன்றி"

இத்தனைப் பெரிய கண்ணாடி அவரது வீட்டுக்குள் நுழைய நுழைவாயில் தடுக்கும்.

சாலையில் எதிர்ப்பட்டவர்கள் முகமன் தெரிவித்தனர், இவர் இன்னார் தெரியுமா என்று தனது குழநதைகளுக்குக் காட்டியவளின் தலையில் நிறைய முடிக்கற்றை. மனைவியை உடன் அழைத்து வந்திருக்கலாம். தூக்கமின்மை, பட்டினி பார்க்காமல் எழுதியதன் பலனை அவள் உணர்ந்திருக்கக்கூடும். இரண்டுமுறை செத்துப் பிழைத்தாள். ஒவ்வொரு பதிப்பகமாக இறுகிய முகத்துடன் சென்று திரும்பியபோது இறுதி நம்பிக்கைகளைக் கொன்றவள். திருமணத்தின்போது அவரை வெறித்தனமாக நேசித்தாள். எழுத்துகளை ஆச்சரியத்துடன் ரசித்தவள்தான். அவர் என்ன எழுதினாலும் மேசையிலேயே இருப்பதை வருடப்போக்கில் உணரவைத்த நாட்களால் மாறிப்போனாள். சிறுபத்திரிகைகள், திருமணப் பிரசுரங்களில் அச்சான எழுத்துகளைக் குழந்தை மாதிரி ரசித்து பின், "வருமானம்?" என்று விளித்தவள்.

அற்புதங்களின் மேல் அதனாலேயே நம்பிக்கை வற்றிப் போனது. அய்ந்தாம் தமிழ் மாநாட்டிற்கு மதுரைக்கு வருமாறு அரசின் அழைப்பும் வரவேற்பு அலுவலரின் கடிதமும் வந்தபோது எல்லாம் சரியாகிவிட்டது என்றே தோன்றியது. எதிர் வீட்டில் பக்கத்து வீட்டில் மனைவியின் கடைசி நகையின்பேரில் கிடைத்த காசு வைத்துக் கொண்டு மதுரை போனவர். நான்காம்நாள் இரவு ரயிலில் வெறுங்கையுடன் திரும்பி வந்தார். குழந்தைகளுக்குத் தின்பண்டங்கள்கூட வாங்கி வரவில்லை என்றாள் மனைவி அழாத குறையாக. "கொஞ்சமும் தவறவிட முடியாத அளவிற்கு எல்லார்

பேச்சுகளும் முக்கியமாகப் பட்டது" என்றார். "இனிமேல் எப்படியும் வேலை வரும்" என்று சொல்லிக்கொண்டிருந்தார். ஒவ்வொரு இரண்டாம் புதன் கிழமையிலும் வேலைவாய்ப்பு அலுவலகத்திற்குப் போக மொத்தமாக நாலு ரூபாய் மற்றும் சில்லறை தேவைப்பட்டது. அடையாளஅட்டை புதுப்பிக்கும் கடிதங்களைத் தவிர அங்கிருந்து எதுவுமே வரவில்லை.

"அந்தக் காலத்துத் தமிழ்ப் பண்டிதப் படிப்புக்கு கிராக்கியில்லை" என்றான் வேலை வாய்ப்பு அலுவலகக் கணக்காயன். "பேசாமல் கடைகளில் எடுப்பு வேலைக்குப் போங்கள்." நர்சரிப் பள்ளிகளில் போய் வேலை கேட்டார். இவர் பேசும் தமிழைக் கேட்டு உள்ளுக்குள் பரிகசித்து மரியாதையோடு விரட்டினார்கள்.

மனம் உடைந்து அழுதபோது, "இவன்களுக்கு என்ன தெரியும்?" என்று மனைவி தேற்றினாள். எப்பேர்ப்பட்ட அறியாமையென்று துயரப்பட மட்டும் செய்தவரின் சுத்த தமிழ்ப் பேச்சைக்கூட சுற்றத்தார் கேலி செய்தது உண்டு. இன்று நாட்டில் இத்தனை பெரிய திருபபம்.

மறுதோன்றி அச்சகத்திற்கு வெளியே மூன்று பேரால் திடீரென்று நிறுத்தப்பட்டார். ஒரே மாதிரியான பித்தான்கள் வைத்த சீருடையில் இருந்த மூவரும் வலுக்கட்டாயமாக அவரை ஒரு உணவுச் சாலைக்குள் அனுப்பினார்கள். "நான்கு மணி நேரமாக உளவு பார்க்கிறோம். நீங்கள் எதுவும் சாப்பிடவில்லை," என்றார்கள். மன்னிப்பு கேட்க வாயைத் திறந்தார். "தங்களைப் போன்றவர்கள் பட்டினி கிடக்க அனுமதிக்க மாட்டோம்" எவ்வளவோ கெஞ்சினார். அதற்காகப் பட்டினிப் போராட்டம் நடத்துவதில் என்ன பயன்? நாங்கள் பார்த்துக் கொள்கிறோம் என்றார்கள்.

எல்லாவற்றையும் சேர்த்து ஒரு பிடி பிடித்தார். இந்த உணவுக்காகத்தான் அலைக்கழிக்கப்பட்டார். இரண்டு ரூபாய் முதல் இருபது ரூபாய்வரை கொடுத்தார்கள். எல்லா இடங்களிலும் கைவிரிக்கப்பட்டு வீட்டில் அவர் தொடங்கிய சிறப்பு வகுப்புகளுக்கு வந்த பையன்கள் பன்னிரண்டு, பதிமூன்று பேர் இருந்தார்கள். ஒவ்வொருவர் முகத்தையும் ஒவ்வொரு நாள் உணவிற்கு நம்பியிருந்தார்கள். பள்ளிக்கூடங்கள் விடுமுறை விடும் மாதங்களில் கொலைப்பட்டினி. இம்மாதிரி சுவையான உணவைப் புசிக்காமல் இல்லை. ஊர் சட்டமன்ற முன்னாள் உறுப்பினர் வீட்டுத் திருமண வாழ்த்துப் பா எழுதியவரை திருமண விருந்தில் கைவிடவில்லை யாரும். பக்கத்தில் உட்கார்ந்து சாப்பிட்டவரிடம் திருமணம் என்பதற்கு ஆசிரியப்பாவின் ஒரு இடத்தில் கைகொள்விழா என்று ஏன் எழுதினாரென விளக்கம் கூறிக்கொண்டே சாப்பிட்டார். அவர் அதைப் பற்றியெல்லாம் விசாரிக்கவே இல்லையெனினும்.

புதுச்சேரி பாரதி நூற்றாண்டு விழா உணவையும் மறப்பதற்கு இல்லை. பன்னீர் ரசத்தையும் பாயசத்தையும் விரும்பிச் சாப்பிட்டார். ஈமச்சடங்கு செய்ய கையில் பைசா ஒன்றில்லாதபோது ரத்தத்தில் வாந்தியெடுத்து முதல் குழந்தை புதுச்சேரி போய் வந்த பத்தாம் நாளே உயிர்விட்டதுதான் குடும்பத்தை நிலைதடுமாறச் செய்துவிட்டது. தமிழ் புகழ் பேசிக்கொண்டிருக்க தினமும் மாலையில் தவறாமல் வரும் திண்ணைப் பேச்சாளர்கள் கூட வருவதைத் தவிர்க்கத் தொடங்கினார்கள். பிறகு துக்கமும் தோல்வியும் தொடர உணவு குறித்த இச்சைகள் இன்றியே கழிக்க நேர்ந்தது. சமையல் என்றில்லை, பொதுவாக மனைவி பேசுவதையே தவிர்த்தாள்.

சுவையான பதமான கத்தரிக்காய் துவையல் நாக்கிலேயே நிற்கிறது. நான்கு தப்படி எடுத்து வைப்பதற்குள் ஏழெட்டு ஏப்பங்கள் விட்டார். ஏனோ வானொலி நிலைய சம்பவம் ஞாபகத்திற்கு வந்தது. மூன்று மாதங்களுக்கு ஒருமுறை சங்கத்தமிழ். அறநெறி நிகழ்ச்சிகள் மூன்று நிமிடம் பேச வானெலி சம்பளம் நூற்றி அய்ம்பதும் போக்குவரத்துக்கு எழுபதும் என்று சுளையாக இருநூற்றி இருபது செக்காகக் கொடுத்தது. ஒரேநாளில் ஏழெட்டு நாட்கள் ஒலிபரப்புப் பதிவு செய்தார்கள். தீவிரமாக உட்கார்ந்து இரவு பகல் எழுதி அடித்துத் திருத்திப் பிரதியெடுத்துப் படிக்க வரும் பையன்களிடம் முன்பணம் கொஞ்சம் பெற்று வானொலி நிலையம் செல்வார். குரல்வளமும் உள்ளடக்கமும் திருப்திகரமாக இருப்பதாகச் சொன்ன அதிகாரி அடுத்த தடவை நேரடி ஒளிபரப்பு என்றான். அவன் முடிவுக்காகப் பிறகு வருந்தினார்.

'இரண்டு நிமிடம் பேசிய பேச்சில் முடிவில் கேட்டனர். பெரிதாய் ஒரு ஏப்பம், திடுக்கிட்டுச் சற்றுநேரத்தில் வாத்திய இசை என்றார்கள், அன்றைக்கு வானொலியால் கைவிடப்பட்டார். "பசியேப்பம் வந்தது; பசியேப்பம் வந்து காரியத்தைக் கெடுத்துவிட்டது." வியர்த்தபடி வருந்தியவரை "எல்லோரும் சொல்வது போல அப்படி ஒன்றும் கேட்கவில்லை." என்று வழக்கம் போல் தேற்றினாள் மனைவி.

மேலும் நான்கைந்து ஏப்பங்கள் மனசார விட்டார். உணவுச் சாலையிலிருந்து வெளியே வந்தபோது கதவருகே காத்திருந்த காவலன் உங்களுக்குத் தூக்கம் வந்தால் பூங்காவில் மலர்ப்படுக்கை," என்றான். "இல்லை....... வீட்டுக்குப் போகிறேன்" என்றவருக்கு திடீரென்று வீட்டிற்கு ஏன் கிளம்பினோம் என்ற யோசனை வந்தது. இத்தனை நேரம் அதை யோசிக்க முடியவில்லை.

காலையில் சவர பிளேடு வாங்கக் கிளம்பியது. பூங்காவின் வழியே நடந்தவர் அங்கிருந்த அனைவரையும் எழுந்து நிற்க வைத்திருந்தார். இரு கரங்களையும் கூப்பி சாஷ்டாங்கமாக வணக்கம்

வைத்தார்கள். வணங்கியது என்னை அல்ல தமிழை என்று சொல்லிக் கொண்டார். பாவேந்தர் பாசறையின் சார்பில் யாருக்கோ நடந்த பாராட்டு விழாவில் இதையேதான் சொன்னார். யாரைப் பாராட்ட வேண்டுமோ அவரை விடுத்து மேடைக்கு ஒட்டாமல் பேசியதாக விழா தலைவர் மேடையிலேயே சொன்னது நீண்ட நாட்களுக்குச் சங்கடப்படுத்தியது.

பூங்காவாசிகள் 'புதுப்புனல்' பத்திரிகையில் வளைகுடா யுத்தத்தின்போது வெங்காய விலையேற்றத்தைக் கேலி செய்து எழுதிய அவரது வெண்பாவைப் படித்திருப்பார்களா என்று ஐயமுற்றார். அது வெளிவந்தபோது அவருக்கு எழுதப்பட்ட பாராட்டு தபால் அட்டைகளை இப்போதும் மனப்பாடமாகச் சொல்வார். பிறகுதான் தனது அந்தப் பிறந்த நாளிலிருந்து அடுத்த பிறந்தநாள் வரை ஒரு நாளைக்கு ஒரு வெண்பா என முன்னூற்றி அறுபத்தைந்து வெண்பாக்கள். படிக்கவில்லை யாரும் அவரைத் தவிர. என்றைக்காவது பயன்படும் என்றார் மனைவியிடம்.

வீட்டுக்குப் போகும் எண்ணம் வந்தபோது எல்லாவற்றையும் அவளிடம் சொல்ல வேண்டும் போல தலைதெறித்தது. ஆட்டோ வந்தது; கிட்டத்தில் நின்றது. 'தயவு செய்து எறிக்கொள்ளுங்கள்' என்றான் பணிவுடன் ஆட்டோ ஓட்டுநன். வார்த்தைகள் இது-வரை இதுபோல தோற்கடித்தது இல்லை. அவரால் வாய்திறக்க முடியவில்லை. திரும்பத்திரும்ப அவர் இருக்கிறாரா என்று பார்த்துக் கொண்டே ஓட்டினான். மிக்க நன்றி என்றான். தளர்ந்து இருந்தார். ஏதோ சொல்ல வாயெடுத்தார். 'உலக அமைதிக்காக உங்களுக்கு சவாரி இலவசம்'.

வீட்டுக்குள் அவசரமாக ஓடி மனைவியை அழைத்தார். ஆட்டோவைக் காட்ட வேண்டும். மரத்தூண் அருகே முற்றம் வரை வந்தவரை மாற்றம் தடுத்தது. அலங்கோலமாக இருந்தது. எல்லோரும் அமைதியாக இருந்தார்கள். விளக்கில் படுத்தபடி அசைந்து கொண்டிருந்தது அவரது நிழல்.

"சவர பிளேட் வாங்க வெளியில் போனார்" மனைவி வந்தவர்களிடம் அழுது கொண்டிருந்தாள். "எல்லாம் என் கெட்ட நேரம் லாரி மோதிவிட்டது"

பூ மாலை, புதுத்துணி, நறுமணம் வீசும் ஊதுபத்திகள். புதிய தென்னங்கீற்றால் கலை ஆர்வத்தோடு வேயப்பட்ட கடைசிப் பல்லக்கு இறந்தபின் கிடைப்பது எல்லாம் இலவசம்.

19
முருகேசு

"கோவாலு.... முருகேசு... ருக்கானாடா" அவள் வாசற்கடை தாண்டி சாக்கடை சந்தில் நின்று கொண்டிருந்தாள். இளங்காளி. கலைந்த தலையும் அவளும். கோவாலு சித்தே காற்று வெறித்தான். நினைவுகளில் பிதுங்கி நெஞ்சு கிடந்து அடித்துக் கொண்டது.

"எக்கா.... அவன் பள்ளியோடமே வரலக்காவ்...." இளங்காளி கொஞ்சம் திடுக்கிட்டாள். நிசமாலுமா சொல்ற நீ..." என்றாள். பதற்றம் தெரிந்தது. சாக்கடைச் சந்தில் கொசு பிடுங்கியது. சொறிந்து கொண்டாள் புள்ளத்தாச்சி.

"வெள்ளனையா வெளிக்கியிருக்க போன பயடா... அய்யாருக்கு இப்போது என்ன சால்ஜாப்பு சொல்ல நானு?" என்றபோது அவளுக்கு அழுவாச்சி வந்து விட்டது போல பட்டது. சற்றைக்கு மௌனம் இனம் புரியாது விழித்தது.

"லேய்.... கோவாலு.... தோப்புக்கு மேக்கால போயி தேடிட்டு வருவமா..."

"முட்டமுட்ட.... எழுதோணும்... க்கா"

"சுருக்கத் திரும்பலாம்டா.... இங்கினதானே புறத்தாண்ட...." அவளைப் பார்க்கவும் பாவமாய் இருந்தது. கிளம்பும்போது வீட்டில் சொல்லிக் கொள்ளவில்லை அவன். ஆத்தா இப்போதைக்குத் தேடமாட்டாள். அய்யனுக்குப் பீடி கொடுத்தாச்சு. இனி சுருண்டுரும். சிம்னியைச் சின்னதாக்கி ஜன்னல் கட்டையில் வைத்து நோட்டை மூடினான். எழுத உட்கார்ந்தானே தவிர ஒரு பக்கம்கூட ஓடவில்லை. இருட்டை இருட்டை வெறித்துக் கொண்டிருந்தான். முருகேசனை நேற்று மாலையில் பார்த்ததுதான். ரொம்ப பயத்திலிருந்தது அவன் மனசு.

வழியிருட்டில் யார் எதிர்பட்டாலும் 'முருகேசாயிருக்குமோ' என தவித்தாள் இளங்காளி. அவளுக்கும் மூச்சிறைத்தது. "அப்பாயி போயிட்டதுலேர்ந்தே அவன் சரியில்லடா. நெதமும் அய்யன்கிட்ட லோள்பாட்டுதான்" என்றாள். கோவாலுக்கோ நெஞ்சும் வயிறும் சந்திக்குமிடத்தில் விருக்கென வலித்தது. முந்தின வாரத்தில்

முருகேசு கணக்கு வாத்தியாரிடம் பதிமூனாம் வாய்ப்பாடு சொல்லத் தெரியாமல் செக்கையாக உதைவாங்கியதை நினைத்துக்கொண்டான். காலில் பட்டை பட்டையாய் தழும்பு விழும்படி அடித்திருந்தார். மாலை வரை முருகேசு விக்கிவிக்கி அழுதான். அதற்குப் பிறகு அவன் பள்ளியோடமே வரவில்லை.

சல்லிசான நட்சத்திரங்கள். ராவில் ராவுத்தர் தோப்பு பக்கம் போவது கோவாலுக்கு முதல்தடவை. அதுவும் இந்த மாதிரி இடங்களுக்கு முருகேசு இல்லாமல் வரவேமாட்டான் அவன். திக்பிரமை பிடித்தவன் போலிருந்தன அவன் சைகைகள். தோப்பு ராவுத்தர் சம்சாரம் இருட்டில் ஒரு ஒட்டு மாங்கன்று போல படர்ந்திருந்தாள். "அதாரப்போய்... நில்லு செத்த... ஆரு வோணும்" என கூவிவிட்டு லாந்தரை உயர்த்தி அவர்களை உத்துப் பார்த்தாள். பிறகு "அட..... முண்டாகண்ட பேத்தி.. எந்தாயீ... முனியம்பய வூட்லில்லியா..." எனக் கேட்டாள்.

"அய்யனிருக்குது.... அபிஜான்....எம்பட தம்பிப்பயதான். காணல்ல... பாக்கோணும்" என்று கூறிவிட்டு பதிலுக்காகக் காக்காமல் தோப்புக்கு மேக்கால விரைந்தாள் இளங்காளி. கோவாலும் எட்ட நடை போட்டான்.

"முருகேசு... அப்போய் முருகேசு...." இளங்காளி குரலில் இரண்டு ஆந்தைகள் பறந்தன. எத்திக்கிலிருந்தும் பதிலில்லை. அழுவாச்சி முட்டியது அவளுக்கு.

கோவலின் கையை இறுக்கப் பற்றிக் கொண்டிருந்த இளங்காளிக்கு வியர்த்துவிட்டது. உடல் ஒருதரம் குலுங்கிப் பெருமூச்சு அறுபட்டு வந்தது. அடக்கிக் கொள்ளப் பிரயத்தனம் செய்தாள். "எங்கலே.... போயிட்ட முருகேசு...." எனக்கூறினாள். கோவாலுக்கும் சும்மா கிடக்க முயவில்லை. "அவனிங்க இல்லையாற்றுகதக்காவ்" என்றான். குரல் தொண்டைக் குழியிலிருந்து வெளியே வரவில்லை. பயமாக இருந்தது. வெக்கை பிடித்த ராத்திரியில் தோப்புப் பக்கம் புஸ்புஸ் என்று எதுவோ சத்தமெழுப்பியது. இருட்டுப் பூச்சிகள் மரக்கிளை மேலே ரீங்காரமிட்டு தியானித்த ஓசை மனதை என்னவோ பண்ணியது.

இளங்காளி குத்துக்காலிட்டு அழுதாள். கோவாலுக்கு எரிச்சல் வந்ததோடு ஆதங்கம் அதிகரித்தது. நெஞ்சு கிடந்து பிளிறியது. வயிற்றுக்குள் யாரோ வண்ணான் துவைப்பது போன்ற விம்மல்கள் உருண்டு சென்றன. எச்சிலை விழுங்கியபடி "எக்காவ்... ஒருவேளை ... குவார்ட்டர்சுக்குப் போயிட்டானோ..." என்றான். காற்றில் சொற்கள் எதையாவது பிடித்துக் கொள் வென அல்லாடின. இளங்காளி சற்றுத் தெம்பு வந்து எழுந்தாள். "வா... வேன்... பாப்பம்".

தோப்பிலிருந்து குவார்ட்டர்சுக்கு என்றால் மறுபடி ஒரு கோடிக்கு நடக்க வேணும்; வழியில்கூட முருகேசு வரலாம். தூரத்து இருட்டில் லாந்தர் ஒன்று வந்த வண்ணமிருக்கிறது. கொஞ்சம் கொஞ்சமாய் ஒரு பூச்சியைப் போல ஒளிபயணம். மேலும் கீழும், கீழும் மேலும் இருட்டு, விளக்கு இரண்டும் ஆடின. ஆள் யாரென நிச்சயமில்லை, ஒருவேளை லாந்தர் போகிறதோ?

"வெள்ளனையாவே போயிட்டானா...."

"அதுவேன் கேக்குத கோவாலு கருமாந்தரம்... நேத்து புடிச்சலோலாய்ப்பா ... வம்பௌவு."

முருகேசு நேற்று அய்யனிடம் வல்லிசா உதை வாங்கியிருப்பது புரிந்தது. கணக்கு வாத்தியார் அடித்ததிலிருந்து முருகேசு பள்ளியோடம் போவதாய் வீட்டில் டிமிக்கி கொடுத்து விட்டு ராவுத்தர் தோப்பில் காசு வெச்சுக் குண்டு ஆடுவதும் அவனுக்குத் தெரியும்.

அவர்கள் ஒன்பதாவதில் ஒன்றாய் படிக்கிறார்களே தவிர முருகேசு ஏழாவது ரெண்டு தடவை படித்ததால் கோவாலை விட மூத்தவன். கிழிந்த டவுசரை மூட்டுவதேயில்லை. சூம்பிப் போன காலை மறைக்க முடியாமல் சாய்த்து சாய்த்து அவன் நடக்கும்போதோ பாவமாய் இருக்கும். எல்லா வாத்தியார்களுமே அடிக்கிறார்கள். ஆபீஸர் வீட்டு புள்ளையளை மிரட்டவும் இவர்களுக்கே மேலும் விழும். கணக்கு வாத்தியார் தவிர மற்ற வாத்தியார்கள் முருகேசை சற்றுக் கண்ணியமாய் நடத்தினார்கள். வகுப்பில் பல மாணவர்களுக்கும் முருகேசு விளையாட்டுப் பொருளாய் இருந்தான். கேலிக்குரிய வஸ்துவாய் தான் போய்விட்டதாகக் கூறி அடிக்கடி அவன் கண்கலங்குவதுண்டு.

வகுப்பிலுள்ள பெண்பிள்ளைகள் பக்கம் முருகேசு திரும்பவே மாட்டான். ரொம்பவும் மகிழ்ச்சியான போதுகளில்கூட அவன் அதிகம் சிரித்து கோவாலு பார்த்ததில்லை. சில நேரங்களில் பெஞ்சியில் முகம் பொத்தி அவன் குலுங்கி அழுவதுண்டு. அப்புறம் அடுத்த நாள் பள்ளியோடம் வரமாட்டான். கணக்கு வாத்தியார் முருகேசை அடித்தபோது நிலை தடுமாறி அவன் கீழே விழுந்துவிட்டான். அவ்வளவுக்கு வளர்ந்த பையன் குமுறிக் குமுறி அழுதது வகுப்பையே உலுக்கியெடுத்துவிட்டது. முருகேசு அழுவதைக் கணக்கு வாத்தியாரும் பார்த்தார். அந்த ஆளுக்கு அழுவாச்சி பெரிய விசயமல்ல. அது பதிமூனாம் வாய்ப்பாட்டை விடச் சின்னதுதான்.

பள்ளியோடம் போகாது தோப்புக்குப் போன நாட்களில் கூட விடாமல் கோவாலை முருகேசு சந்தித்து வந்தான். யாரிடமும்

கோவாலு எதையும் சொல்ல மாட்டான் என்கிற நம்பிக்கை. “முருகு... ரொம்ப நாளு லீவு போட்டாக்கா.... டெஸ்ட்டு எழுத முடியாதாமா? கிளாஸ் வாத்தியாரு சொல்லச் சொன்னாருடா...” என்று ஒருநாள் கோவாலு கூறியபோதும் “பள்ளியோடம் வாரதே புடிக்கில கோவாலு” என்றபடி அவன் அழுதான். கணக்கு வாத்தியார் முருகேசை நெஞ்சிலடித்திருந்தது பிறகு விளங்கிற்று.

நேற்று கூட கிளாஸ்வாத்தியார் அவன் வீட்டுக்கே ஆளனுப்பி இனி வருவானா மாட்டானாவென கேட்டுவரச் செய்ததைத் தோப்பில் சாயந்திரம் கோவாலு முருகேசிடம் சொல்லிவிட்டான். ஆடிப்போய் விட்டான் முருகேசு. அவனது உடம்பு உதறலெடுப்பதையும் பேச வாயற்றுப் போனதையும் எண்ணியபோது தன் மீதே வெறுப்பு வந்தது கோவாலுக்கு.

தோப்பு ராவுத்தர் எதிர்ப்பட்டார். இருட்டிலும் தொப்பை பளபளத்தது. கறுந்தாடி நரையைத் தடவியவாறு கிட்டமாய் வந்தார். கையில் தண்ணீர் செம்பு.

“ஆரத் தேடுதீகள் ... பிள்ளையளா...” எனக் கூறிய போது கூடவே ஏ...வ்வென நீண்ட ஏப்பம் வெளிப்பட்டது.

“எம்பட தம்பியக் காணோம் ராவுத்தரு அய்யா.”

“ஆருபுள்ள... மொண்டி முருகேசோ... பாவம் புள்ளய உஸ்கூல விட்டு நிப்பாட்டீகளாமா?.... ஏம்பாவம்.”

“நாங்க எங்கின அய்யா நெறுத்துனம். இவந்தேன் வல்லிசாப் போகலீங்க.. அவகளே தொரத்திப்புட்டாக....”

“அத்தேன்.... இங்கின வந்து அளூது கெடந்துச்சு புள்ள....”

“அதெப்போ பாத்தீக ராவுத்தர் அய்யா... பொறவாண்டி பொழுது சாஞ்சும் வூட்டுக்கு வரலீங்களே....”

“இங்கினதான் பாத்தேன்... சூடு போட்டானாமா முனியம்பய... இவிரு ரொம்ப புலித்தினாரு உஸ்கூல்ல...”

“தெண்டக் கருமாந்திரம்... நானும் ஆத்தாளுமா எம்புட்டு சால்சாப்பு செய்தோமுங்க... ஆரு கேக்கேங்கா எம் பேச்ச.....’

“அட லாசுப்பய மவ... இப்புடியா தாங்குவாக... புள்ள கண்ணிப்போயில்ல கெடந்தேன்.... அவங்கெடக்காங் குருட்டு கூமுட்ட....”

“எப்போ பாத்தீங்க ராவுத்தர் அய்யா... புள்ளய....”

“கருக்கில்ல இல்லே பார்த்தேன்... பொறவு அங்கினதான் வாரதா சொன்னான். முனியங்கெட்டகேடு கபோதி.... வாயிலவும் வவுத்துலயும் சூடுபோட்டா வாய்ப்பாடு வந்திடுமாப்புள்ள. என்ன

வாத்தியருவளோ வத்திப்பயலுவ...." ராவுத்தருக்கு மறுபடி ஏப்பம் வந்தது.

"புள்ளய உன்னும் காணலீங்க.... எங்கின போச்சோ...."

"இன்...ஷா... அல்லா... திக்கெல்லாங் கெடந்து தேடுதுகளாக்கும்... இம்மா நேரமா பீத்திங்க போச்சுதா புத்தி.....?"

"இந்தப் பயகூட இருப்பானுட்டு...."

"நெதக்கியும் பொலுது விடிஞ்சா... இங்கின வந்து காசு வெச்சுக் குண்டு வெளையாடுதான் மொண்டி... ஆரு கேக்கா?"

"நெசமாலுமா சொல்லுதீக...."

"நீனாச்சுங்... நானஸ்த்தனா பெத்துப்போடு புள்ள.... எத்தினிதிங்க.... ஆறிருக்குமோ... புள்ளத்தாச்சி இருட்டச் சுத்தறா...."

தோப்பு ராவுத்தர் செம்போடு போய்விட்டார். மேலும் சில ஏப்பங்களோடும்.

அவர்கள் நடந்தார்கள்.

தண்ணிடேங்கைத் தாண்டினால், கோவிந்தங்கோனா தறிப்பட்டறை வரும். விடிய விடிய ராத்திரி ஓடிக்கொண்டிருக்கிறது. அதைக் கடந்தால் ஒரு தையல் கடையும் இரண்டு சைக்கிள் கடைகளையும் உள்ளடக்கிய மளிகை 'ஸ்டோர் கடை' வரும். அதையும் கடந்தால் குவார்ட்டர்ஸ் வந்துவிடும்.

கோவிந்தங் கோனாதறியைத் தவிர வேறு சத்தமே ராவில் இல்லை. கடைகள் மூடப்பட்டு கடைக்காரர் குடும்பம் பந்தலுக்குக் கீழ் படுத்திருந்தது. செத்துப்போன பகலுக்காகப் பக்கத்துக் குட்டையில் தவளைகள் ஒப்பாரி வைத்தன. லாந்தர் கம்பத்தை மூழ்கடித்தன ஈசல்கள்.

இனி கோவாலுக்கு சக்தியில்லை. உடம்பு கிடந்து, தண்ணிக்குத் தவித்தது. நடப்பது சிரமமாயிருந்தது. "எக்காவ்...ஊருக்கு எங்கினாலும் போயிட்டானா முருகு...." என்றான்.

"எங்கேவே பேயிருவான். எந்தச் செறக்கி மொண்டிய கூப்ட்டு சோறு வெக்கேங்கிறா... எளவெடுத்த ... பய" இளங்காளி எரிந்து விழுந்தாள். தூரத்துப் பரமத்தி மோகனா டாக்கீஸ்ல "மருதமலை மாமணியே..." பாடியதைக் காற்று அபூர்வமாய் தெளித்தது. படமே விட்டாங்கவென்றவுடனே கோவாலுக்குப் பயத்தில் மூத்திரம் முட்டியது. நிச்சயம் வீட்டில் ஆத்தா தேடுவாள். நாயொன்று நாராசமாய் குரைத்தபடி அவர்களை நோக்கி வந்தது. சனியன் பிடித்த பொளப்பை கோவாலு நொந்துகொண்டான்.

அதற்குள் இளங்காளி உடைந்து போனாள் “அய்யகோ.... இப்ப என்னத்த செய்யறது, ஆத்தாளுக்கு மேலு நல்லால்லரா.... காலமுன்னயே காச்ச... இந்த ஓடுகாலிப் பயலுக்கு ஒரு பொறுப்பு வேணாம்? அத்தினி குண்டிக் கொளுப்பு.... போக்கத்தநேயி....” என பல்லைக் கடித்தாள். பாவம் புள்ளத்தாச்சி, வியர்த்துக் கொட்டியது.

“கணக்கு வாத்தியாரு மேலதாங்க்கா தப்பு” என்று கூறி விட்டு அந்தராத்திரியிலும்பயத்தில்யாராவது பாத்துவிட்டார்களோவென சுத்தியிலும் பாத்துக் கொண்டான் கோவாலு. எத்தினியோ பேரை இதுவரை கணக்கு வாத்தியார் அடித்திருக்கிறார்.

அவர் உதைக்கும் முறைகளோ மூத்திரம் கொட்ட வைப்பவை. கணக்குப் புத்தகத்தைப் பார்த்தாலே பயம் வரவழைக்கும் படியாய் இருப்பவை. மேசையின் ஒரு வழியே அடியில் போய் மறு வழி வர வேண்டும். உட்கார்ந்து உடலை சுருக்குவார்கள். அதைச் கடப்பதற்குள் செருப்புக்கள் துவைக்கும். அந்த முறைக்கு ‘திமிசடி’ எனப் பெயர். இப்படி பல அடி முறைகள் ஒவ்வொன்றுக்கும் மாணவர்கள் பெயர் வைத்தார்கள். கணக்கு வாத்திக்குக் கூட, அவருக்கு ‘ஆட்டுக்கல்லு’ என்ற பட்டப்பெயர் உண்டு. ஆனால் அது ரொம்பவும் ரகசியமானது.

ஏழெட்டுப் பையன்கள் சுற்றிலும் கைகோர்த்தபடியிருக்க நடுவில் ஓடமுடியாதபடி நையப் புடைத்தெடுப்பார். அது சங்கிலி அடி. ‘கொடுக்குப்புடி’ என்று ஒன்று. ரெண்டு விரலுக்கும் நடுவால பென்சிலைச் சொருகி விரலைச் சேர்த்து அழுத்திப் பென்சிலைத் திருகுவார். வலி உயிர் போயிரும். ராத்திரியில் அவர் அடிப்பது போல கனவு வந்தாலே போதும். காலங்கார்த்தாலயில் காய்ச்சலடிக்கும்.

நரக வேதனையெல்லாம் ரெண்டுபெஞ்சிகளுக்குப் பின்னிருந்த பையன்களுக்குத்தான். முன்பெஞ்சில்நன்றாகப்படிக்கும்பையன்களும் வசதியான பையன்களும் அடிவாங்குவதில்லை. அவர்களைப் போல படிக்க முடிவதில்லை. பின் பெஞ்சி மாணவர்களோ அழுக்காக மக்குகளாக இந்தார்கள். தப்பு செய்தால் மாணவியரை கெட்ட வார்த்தைச் சொல்லி திட்டுவார் கணக்கு வாத்தி. இந்த அடி விவகாரமெல்லாம் மாணவியருக்கு இல்லை. அவர்களும் முன் பெஞ்சியின் மாணவரோடு இவர்கள் படும் சித்திரவதைகளை வேடிக்கை பார்த்தார்கள்.

போன வருசம் தமிழ் அய்யாவும் மாற்றலாகிப் போய்விட்டார். அதுபோல் இந்தக் கணக்கு வாத்தியாரும் போய்விட்டால் எவ்வளவு நன்றாக இருக்கும் என்று மாணவர்கள் வேண்டிக் கொண்டனர். முன்பெஞ்சிப் பையன்களுக்கும் தெரியாது, வேண்டுதல் ரகசியமாய் பாதுகாக்கப்பட்டது.

கோட்டர்சு கேட் கதவு சாத்தியிருந்தது. வாட்சுமேன்கூட தூங்கிவிட்டான்போல. "ஏனுங்க.... இருக்கீகளா...." என்று இளங்காளி கூவினாள். சற்றுநேரம் சலனமேயில்லை. நின்று கொண்டே தூங்கிய கட்டடத்தைப் பார்த்தபடி நின்றனர் இருவரும் "ஏனுங்க... அய்யா... தொறக்கீங்களா...." என்றாள் அவள். இப்போது வாட்சுமேன் வருவது தெரிந்தது.

ஆபீஸ் கூட்டிப் பெருக்கிக் கக்கூசு நாலு வீட்ல கழுவி அங்கு வேலைக்கு இருந்திச்சு அவளோட அக்காகாரி. இவ்வேளையில் இருக்கமாட்டாள். முருகேசு பயதான் வெளக்கு இருந்தால் எழுத கொள்ள வருபவன். சிலநேரம் அங்கினேயே தூங்கிருவான். வாட்சுமேன் தங்கமான ஆள்.

"அதாரப் போய்... எளங்காளி புள்ளையா, இங்கின பாக்கோம். மேலு ஏதும் நல்லாலயா...."

"எம்பட தம்பி பய இங்கிருக்கு தானாட்டு....

"ஆரு மொண்டி முருகேசா?... இங்கின வரக் காணமே...."

"இங்கினயும் இல்லீங்களா.... குடிகெட்டுப்போச்சே நா என்னத்தப் பண்ணுவே... னோ" ....

"கால கருக்கல்ல கவண்டர் கொல்ல கிணத்து மேட்டுப் பக்கம் பார்த்தேன்.... பொரவாண்டி காணலப்பா...."

"நேத்து அய்யன் சூடு வெச்சிது வாட்சுமேனய்யா...."

கேட் கதவைப் பதற்றத்தோடு வாட்சுமேன் பிடித்துக் கொண்டான்.

கோவாலுக்கு சேமட்டில் அடித்தது. 'கிணத்து மேடா.? அது சரியான காவு ஆச்சே'.? போன வைகாசி திருவிழாம்போது பொண்டாட்டி கெட்டதுக்கு மாயாண்டி கவுண்டர் கிணத்துல விழுந்து நாண்டுகிட்டான். வயிறு வீங்கிப்போய் கண்ணுங்க பிதுங்கிப் போயி கிடந்தவனைப் பக்கத்தில் வேடிக்கை பார்த்த ஞாபகம் கோவாலை செவுளியில் அறைந்தது.

"கிணத்துமேட்டுல கண்டப்பவே பேசாத விட்டீகளே... போச்சுதையா... புள்ள போச்சு.... நானென்னத்தப் பண்ணுவேன். ஆருக்கு என்ன சால்சாப்பு சொல்லுவேன். அய்யோ குடிமுளுகிப் போச்சு ஆத்தாடி. புள்ள போச்சே..." வாயில் வயித்தில் அடித்துக் கொண்டாள் இளங்காளி. வேர்க்க விறுவிறுக்கக் கிணத்து மேட்டுக்கு அவர்களோடு ஆபீஸை மறந்து வாட்சுமேனும் ஓடினான்.

சுயம்புலிங்கம் பிள்ளைக்கு மண்டைக்குள் ஒரு நூறு கன அடி ஆழத்தில் வலித்தது. முருகேசனை அறிமுகம் செய்ய இன்னமும்கூட

வரவில்லை. "சகதியேறிப் போன மழைக்கால மாலைப் போதில் தனது சூம்பிப்போன காலை மறைக்க முடியாதவனாய் நிற்பவன்தான் முருகேசு" என்று எழுதி அடித்து விட்டான். மறுபடி முயற்சி. இம்முறை "சொத சொதவென குழம்பாகிப் போன தனது ரத்தக் குளத்திலிருந்து ஒரு ஃபீனிக்ஸ் பட்சியாக எழுந்து நிற்க முயலுகிறான் அவன். அவன்தான் முருகேசு" என்று கதையைத் தொடங்கிப் பார்த்தான். ரொம்பவும் போலித்தனமாய் பட்டதினால் அதையும் அடித்தான்.

கதை எழுதுவதையே விட்டுவிடும் யோசனை சுயம்புலிங்கம் பிள்ளையை ஆட்கொண்டது. மெத்தப் படித்த மேல் குடி மேதாவிகள் ஒருபோதும் இவனது கதையில் வருவதில்லை. அவர்கள் போல சொகுசில் அமிழ்ந்து காதல் சாகசங்களில் திளைக்கும் வாய்ப்பை சுயம்புலிங்கத்தின் கதாபாத்திரங்கள் அனுபவித்ததே கிடையாது. சுயம்பு ஒருபோதும் அப்படி கதையெழுத முயன்றதில்லை.

ஆனாலும் இந்தக் கதை போல் இந்த அளவுக்கு வேறு எந்தக் கதையும் அவனை பழிவாங்கியதில்லை. கதையை எழுதத் தொடங்குவது தள்ளிப்போய்க்கொண்டே வந்தது அவனுக்கு அளவற்ற சோர்வைத் தந்தது. இதுவரை முருகேசனை அறிமுகம் செய்வது சரிபட்டே வராதிருந்தது எரிச்சல்தான் தந்தது. நீண்ட நேரம் யோசனையில் மூழ்கிய சுயம்பு வாட்சில் மணி பார்த்தான். சாப்பிடும் நேரம் கடப்பதற்குள் மெஸ்ஸுக்குப் போக வேண்டும். மழை விட்டிருந்தது.

மெஸ் மூடப்பட்டுவிட்டால் அப்புறம் வேறிடத்தில் சாப்பிட கையில் சல்லிக்காசு கிடையாது. எல்லாவற்றையும் தலை முழுகிவிட்டு அவசரமாய் எழுந்து கொண்ட சுயம்பு முருகேசனை மறந்து விடலாமா என யோசித்தான். ரூமை பூட்டிவிட்டு வெளியேறியபோது தோல்வி சுட்டது. கதை எழுதும் முயற்சியிலும் ஆர்வத்திலும் காலையில் சாப்பிடவில்லை. ஆதலால் வயிறு சத்தமிட்டது. சாலையில் ஜன நடமாட்டம் அதிகரித்திருந்தது கூட அவனது கவனத்தை திருப்பவில்லை. சில பல குடைகள் போயின, வந்தன. முனிசிபாலிட்டி தண்ணி லாரியைச் சுற்றிக் கும்பல் பரபரத்ததும் கூட சுயம்புவை ஒன்றும் செய்யவில்லை. ஒரு எந்திரம் போல அந்தச் சாலையில் அவன் ஊர்ந்தான்.

மெஸ்ஸில் கூட்டம் இல்லை. "வாங்க சார். என்ன தாடி வளர்ந்துக் கிட்டே போவுது" எனக் கேட்டு வைத்ததுப் பட்டைபோட்டு, பொட்டு வைத்திருந்த கல்லா. உள்ளே போனான். சொதசொதவென நனைந்திருந்த தரையைச் சறுக்கிவிடாது நடந்து வாஷ்பேசின் பக்கத்தில் அழுக்கு வாளி பழுப்புத் தண்ணீரில் கைகழுவினான்.

யாரோ கோழையைக் காறித் துப்பியிருந்தார்கள். அவசரமாய் மூஞ்சியைத் திருப்பி கொண்டான். ரொம்பக் குமட்டியது.

மூலையில் ஒடுக்கமாயிருந்த மேசையில் போய் உட்கார்ந்தான். "டேய்... புதுப்பையா... சார் வந்திருக்குறாரு பாரு... நல்லா தொடச்சி விடு பாப்பம்... வா"

மெஸ்ஸில் அடிக்கடி ஆள் மாறுகிறது. எப்போதும துடைக்க மட்டும் புது ஆள் தான். சரியாகத் துடைக்கிறதே கிடையாது. ஹைஜீனிக்காக் இருக்கும் வேறு மெஸ்ஸுக்கு சீக்கிரம் மாற வேண்டும. "எலே.... ; சீக்கிரம் வாடா...." என்றது கல்லா. அழுக்கு பனியன் கிழிந்திருக்க புதுப் பையன் வந்தான்.

"வாத்தியாருட்ட அடிவாங்கி ஊரைவிட்டே ஓடியாந்துட்டானாம்.... பாவம் நொண்டி பாருங்க. அதான் போனாய் போவுதுன்னு வேலைபோட்டுத் தந்தேன். டேய் முருகேசு.... சாரு வந்தா நல்லா கவனிக்கணும். அவருக்கு டேபிள் சுத்தமாயிருக்கணும்" சுயம்புவுக்கு வியர்த்துவிட்டது. எழுந்து வெளியேறியவன் மின்சாரத்தால் தாக்கப்பட்டவன் போல திடுக்கிட்டிருந்தான். எப்போது ரூமிற்கு வந்தான். எப்போது தாள்களோடு உட்கார்ந்தானென அவனுக்கே தெரியாது. பேனாவைத் திறந்தான்.

மூக்குச்சளியைப் பற்றிய அக்கறையேயின்றி உங்களது முகத்தை ஆர்வமற்றுப் பார்த்தவண்ணம் சாப்பாட்டு டேபிளில் எச்சியெடுப்பவனைக் கவனியுங்கள். ஆள் கறுப்பு... கால் ஊனம், பெயர் முருகேசு..." என்று ஒரு வழியாய் இந்தக் கதையை எழுதத் தொடங்கினான் சுயம்புலிங்கம்.

- சுபமங்களா, 1991

20
சோமாசி

'நகராட்சி வண்டியில்
அச்சு முறியும் ஒலியில் கசங்கி
வாயைக் கட்டிய துணியை மென்று
வளைந்து வளைந்து குறுகி
ஒரு தொலைதூர இடுகாட்டிற்குப்
பாதை குறித்த பாதிப்பின்றி
அனாதைப் பிணத்தின்
அந்தி ஊர்வலம் போகும்
அழுகிப்போன வாடை சகிதம்
ஸ்தம்பிக்கும் என் வாழ்க்கை.'

இந்தக் கவிதையைக் கிட்டதட்ட மூன்றாண்டுகளுக்கு முன் தெலுங்கில் எழுதினான் சோமாசி. இன்று காலையிலிருந்து இத்தோடு இருபதாவது முறையாக உனது உதடுகள் சொல்லொண்ணா சோகத்தோடு இந்தக் கவிதையை உச்சரிக்கின்றன. பக்கத்தில் இன்றைய செய்தித்தாள், கையில் கடிதம். விழிகளில் கேள்விக்குறி. நீண்ட அமைதிக்குப் பிறகு உனது நெஞ்சைத் துக்கம் பாறையாகி அழுத்துகிறது. ஓ, உன் சோமாசி செத்துப்போய்விட்டாள்.

ஒரு பொட்டை நாய்க்காக, காமவெறியோடு, ஒன்றையொன்று அடித்துக்கொள்ளும் நான்கு சொறி நாய்கள். கையில் கற்களோடு அவைகளை துரத்தும் கிழிந்த கால்சட்டை சிறுவன். சுட்ட சோளத்தை வாயில் போட்டு ஓசையோடு குதப்பும் கல்லூரி காளையர். நீண்ட நீண்ட பழைய புத்தகக்கடைக் குவியல்களில் தங்களின் ஆஸ்தான எழுத்தாளர்களைச் தேடித் திரியும் ஒரு கூட்டம். ஞாயிற்றுக்கிழமை சோம்பலின்றிச் சுறுசுறுப்பாய் புத்தக விற்பனை நடக்கும்ஹைதராபாத்தின் 'அபிட்டஸ்' பகுதியில்சில ஆண்டுகளுக்கு முன் ஒரு பிளாட்பார புத்தகக் கடையில் சோமாசிக்கும் உனக்கும் பரிச்சயம் ஏற்பட்டது.

சுற்றிலும் பலர் ஹெர்ரால்டு ராபின்ஸ்க்கும், ஜேம்ஸ் சேஸுக்கும் 'நிக்கார்டர்க்'கும் அலைமோதியபோது அவர்களின் நடுவே' டார்ஸ்டாயின் 'போரும் அமைதியும்' புத்தகத்தைக் கடைக்கார சிறுவனிடம் கேட்டுக் கொண்டிருந்தாள் சோமாசி. அவள் சத்தம் போட்டு அந்த நூலின் பெயரை இரண்டாவது முறை சொன்னபோதுதான் உனக்கு 'எதையெடுத்தாலும் 10ரூ'வில் அதைப் பார்த்த ஞாபகம் வந்தது. உன்னிடமிருந்து விஷயத்தை வாங்கியவள் நன்றி கூட சொல்லத் தோன்றாமல் புத்தகத்திற்காக விரைந்தாள்.

'ஈநாடு' பத்திரிகை அலுவலகத்தின் வாசலில், அடுத்த நாள் அவளை நீ மீண்டும் சந்திக்க நேர்ந்தது. ஆட்டோ ஓட்டியோடு ஒரு ரூபாய்க்காக நீண்ட சண்டை. நீ கவனிக்காதது போல் நடக்கவே, ஒரு வழியாய் எட்டணாவை அவன் கையில் திணித்துவிட்டு, பின்னால் ஓடி வந்து உன் முதுகில் தட்டி "நேற்று மறந்தே போய்விட்டேன். புத்தகம் காட்டியதற்கு நன்றி. அந்த நூலை நான் மூன்று மாதமாய் தேடினேனாக்கும்; நீங்கள் படித்திருக்கிறீர்களோ?" என்று பேச ஆரம்பித்தாள்."

உன்னைவிட இரண்டு வயதுக்கு மூத்தவள் சோமாசி. ஆந்திர 'கடப்பா'வின் அருகில் தென்பகுதி கிராமமொன்றில் அவளுடைய தாத்தா (அப்பாவைப் பெற்றவர்) சிறு நிலச்சுவான்தார். அப்பா ராணுவத்தில் மேஜர். சோமாசியின் பிறந்த கதை மிகவும் வேதனையானது. தாத்தா இறந்து போன இரண்டு மணி நேரத்தில், இவளுடைய நோயாளித் தாய் இவளைப் பெற்றுத் தந்துவிட்டுச் செத்துப் போனாள். ஈமக்கிரியைகளுக்கு மேஜர் வருவதற்கே பதினைந்து நாட்களாயிற்று. (அப்போது சீனப்போர் முடிந்திருந்த தருணம்). எல்லாம் முடிந்து இராணுவத்திற்குத் திரும்பும்போது தனது அன்பு மகளை விதவைத் தாயிடத்தில் விட்டுச் சென்றார் மேஜர். பாட்டியும் பேத்தியை வளர்த்தாள்.

தனிமையைச் சிறு வயதிலிருந்தே விரும்பினாள் சோமாசி. நீ மிகவும் ஒட்டப் பழகிய நாட்களில்கூட, பேசிக்கொண்டேயிருக்கும் போது நடுவில் திடீரென்று எதையாவது நினைத்துக் கொண்டு மௌனமாகிவிடுவாள். அந்த நேரத்தில் அவளைப் பார்க்கையில் வினோதமாக இருக்கும். கண்கொட்டாமல் தூரத்துப் பொருள் எதையாவது முறைத்துக் கொண்டிருப்பாள். என்னவென்று கேட்டால் ஒன்றுமில்லையென்று அவசரமாய் சொல்லிவிட்டு புதிதாய் எதற்காகவோ சிரிப்பாள்.

எட்டு வயதிலிருந்தே தனியாக வளர்ந்து இருபத்தைந்து வயதில் வாழ்வை முடித்துக்கொண்ட மாபெரும் கவிஞன் ஜான் கீட்ஸை மிகவும் விரும்பிப் படித்தாள் சோமாசி. ஒருமுறை என்டிமியன்

கவிதையை விடாமல் பதினொரு முறை திருப்பித் திருப்பித் படித்ததாகப் உன்னிடம் சென்னபோது அதிர்ந்து போனாய்.

தனது கிராமத்தில் பள்ளிக் கல்வி முடிந்ததும் பாட்டியை விட்டுப் பிரிந்து ஹைதராபாத் நோக்கி கல்லூரி புகுந்தாள். அவள் கல்லூரியில் படித்ததென்னவோ இயற்பியல்; ஆனால் அவளுக்கு அதில் நாட்டம் அதிகமில்லை. ஓம்ஸ் விதியை மனப்பாடம் செய்து, கலீலியோவை ஒப்புவித்து ஃபோர் அணு அமைப்பு பரீட்சையில் எழுதி, பிராக்டிகல்ஸ் செய்து-பட்டப் படிப்பை முடித்த கை-யோடு விஞ்ஞானத்தைத் தூக்கியெறிந்து விட்டாள். அதன் பிறகு இலக்கியம்தான். மில்டனிலிருந்து கிப்ளின் வரை எல்லா இலக்கியவாதிகளை பற்றியும் உன்னோடு பேசியிருக்கிறாள் சோமாசி. டி.எஸ். இலியட், ஆல்பர்ட் காம்யூ, பாப்லோ நெருடா முதல் உனது ஊர் சுந்தர ராமசாமி வரை தெரிந்து வைத்திருந்தாள்.

“தாகூரைக் கவிஞனென்று ஏற்க முடியாது” என்பதே அவளது தீர்மானம். தாகூர் ஒரு தத்துவ ஞானி மட்டும்தான் என்று சண்டை பிடிப்பாள். “சாதனாவைக் கையில் வைத்துக் கொண்டு நீண்ட, நீண்ட விவாதங்கள் செய்வாள். தாகூரின் கவிதைகளை ஏனோ அவள் அதிகம் விரும்பவில்லை.

இன்னொன்று, சோமாசிக்குக் கடவுள் பக்தியே கிடையாது. ஒருவருடைய சாதி மத விஷயங்களைத் தெரிந்துகொள்ள விரும்பியதில்லை. அவள் சுத்தமான நாத்திகவாதியாயிருந்தாள். இந்த விஷயத்தில் அவளோடு வாதிடுவது மிகவும் கடினமான ஒன்று. “அமெரிக்கா இந்தியாவின் மீது ஏவுகணை விட்டால், அதை உங்கள் சங்கராச்சாரியாரால் தடுக்க முடியுமோ?” என்றெல்லாம் சிக்கலான கேள்விகளைக் கேட்டுத் திக்கமுக்காட வைத்துவிடுவாள். பிறகு “என்னை நவீன விஞ்ஞான ஆபத்துகளிலிருந்து காப்பாற்றாத மதம் எனக்கெதற்கு?” என்று ஒதுங்கி விடுவாள். ஒருமுறை நீ வேலை பார்க்கும் வங்கியின் காஷியர் ஒருவர் அவளோடு ஆத்திகத்திற்காக வாதாடப்போய் தானே ஒரு நாத்திகவாதியாய் திரும்பி வந்தார்; நாத்திகத்தை வலியுறுத்தி நிறைய கவிதை புனைந்திருக்கிறாள் சோமாசி. நீயும் படித்திருக்கிறாய்.

கல்லூரிப் படிப்பு முடிந்ததும் மேல்படிப்பு எதற்கும் முயலவில்லை அவள். ஆனால், தனியாக நிறைய படித்தாள். ஹைதராபாத் ஆஸ்டல் அறையில் தனக்கென்று ஒரு சிறு நூலகமே வைத்திருந்தாள். உன்னைக் கூட்டிக் கொண்டு போய் காட்டியும் இருக்கிறாள். “இத்தின புக்கா?” என நீ அதிர்ச்சியடைந்தாய்.

பாட்டி உயிரோடு இருந்த வரையில் பேத்தியினிடத்தில் பலமுறை திருமணப் பேச்சைத் துவக்கியிருக்கிறார்கள். எதற்கும் மசியவில்லை

சோமாசி. அதற்கு காரணமிருந்தது. சிறு வயதிலிருந்தே பெண் விடுதலையில் அவளுக்குத்தாகம் அதிகமிருந்தது.ஒருமுறைபரீட்சைத் தாளில் தனது பெயருக்கு முன்னால் தாயின் இனிஷியலையும் சேர்த்துப்போட்டுவிட்டு ஆசிரியரின் விமர்சனத்துக்கு ஆளானாள். பிறகொரு முறை, மாதவிடாய் காலத்தில் தீண்டத்தகாதவளாய் தன்னை நடத்தியதற்காகப் பாட்டியோடு பெரிய சண்டை போட்டுக் கொண்டு பிடிவாதமாய் கிராமத்தை விட்டு வந்துவிட்டாள். அப்புறம் பாட்டி, கட்டுப்கோப்புகளைத் தளர்த்திய பிறகே ஊர் திரும்பினாள்.

திருமணத்தை சோமாசி மறுத்ததற்கு இன்னொரு காரணமும் இருந்தது. நமது திருமண முறையை அவள் வெறுத்தாள். பெண் ஆணை விட வயதில் குறைந்திருக்க வேண்டும், என்கிற முதல்படியே தவறு என்று வாதிடுவாள். ஆனால் தனக்கென்று ஒரு கூட்டத்தை வைத்துக்கொண்டு உண்ணாவிரதமிருந்து,ஊர்வலம் செல்லவில்லை. தன் மட்டில் சுதந்திரமாக வாழ வேண்டுமென்று விரும்பினாள். அவ்வளவே, உனக்கு அந்த அளவுகூட தைரியமில்லை. கல்யாணம் செய்யாமல் அவளோடு வாழ நீ மறுத்தாய்.

கிட்டத்தட்ட அந்தச் சமயத்தில்தான் உனக்குத் திருமணம் நடந்தது. எதனாலென்று நினைவில்லை. உனது திருமணத்திற்குச் சோமாசியால் வர முடியாமல் போனது. ஆனால் சில நாட்களிலேயே உன் மனைவிக்கு அவள் சிறந்த தோழியாக முயன்றாள். உன் மனைவியால் அவளைப் புரிந்து கொள்ள முடியவில்லை. உங்கள் நட்பின் மேல் கூட உன் மனைவிக்கு அவ்வப்போது சந்தேகம் வருவதுண்டு. அதனால் நீ சோமாசியிடமிருந்து பொறுக்கித்தனமாய் ஓடிவிட முடிவெடுத்தாய்.

நீ மிகவும் கடினப்பட்டு ஹைதராபாத்திலிருந்து சென்னைக்கு மாற்றல் வாங்கிக் கொண்டு வந்தாய். (உனது புது மனைவிக்குத் தெலுங்கு, இந்தி, ஆங்கிலம் மூன்றையும் கலந்து பேசத் தெரியாது!) பிறகு காலம் உருண்டோடியது. கடிதமெழுதும் பழக்கமெல்லாம் சோமாசிக்கு இல்லை. நீயாவது எழுதி இருக்கலாம். சரியான பெண்டாட்டி தாசன் ஆகிப் போயிருந்தாய். பொட்டை மாறிப் பயல்.

நீண்ட இடைவெளிக்குப்பின் இரண்டாண்டு கழித்து ஒரு அலுவல் நிமித்தமாய் ஹைதராபாத் போனபோது 'லகுடி ஹபூல்' பகுதியில் மீண்டும் அவளைச் சந்தித்தாய். அதே பழைய சோமாசி. தனது தூரத்து அத்தை ஒருத்தியோடு செகந்திராபாத்தில் வசித்து வருவதாகச் சொன்னாள். கையில் ஜே. கிருஷ்ணமூர்த்தியின் 'முதலும் கடைசியுமான சுதந்திரம்' ஜே.கே. சமீபத்திய

மாபெரும் சிந்தனையாளன் என்று புகழ்ந்தாள். வாழ்க்கையைப் பற்றி தானெழுதியிருந்த கவிதைகளைப் படிக்கக் கொடுத்தாள். ஜே.கே.வின் பாதிப்பு எதிலுமிருந்தது. அப்பொழுதும் நீ 'அவளுடைய நீ' தான் என உணரவில்லை.

'அயோத்தியா' ஓட்டலில் மதிய சாப்பாடு, சோமாசி வழக்கமான தனது நெகிழ வைக்கும் மௌனத்திற்குப் பிறகு திடீரென்று "அழகு என்றால் என்ன? சொல்லு பார்ப்பபோம்" என்றாள். நீதிகைப்பிலிருந்து வெளிவந்து அவளுக்குப் பிடித்தமான ஜான் கீட்சிலிருந்தே "உண்மைதான் அழகு. அழகே உண்மையானது" என்றாய். கடகடவென்று நீண்ட சிரிப்புச் சிரித்தாள். பிறகு "இப்படித்தான் மனிதன் இரண்டாம் பட்சம் ஆகிவிட்டான். தனது அறிவுக்குப் பட்டதைச் சட்டென்று சொல்லாது யாரோ சொல்லிய பழைய குப்பைகளைக் கிளறியே தெரிந்து கொள்ள விரும்புகிறான். புரிகிறதோ உனக்கு? என்றாள். நீ பேந்தப் பேந்த முழித்தாய். மாறிவிட்டாள் எனப் பட்டது உனக்கு.

ஏனோ அவளைப் பார்க்க வினோதமாய் இருந்தது. ஒரு சொல்ல முடியாத இயலாமையில் அவள் இருப்பது போலிருந்தது. கொஞ்சம் நேரம் போன பிறகு "எனக்கு எல்லாரையும் வெறுக்க வேண்டும் போலிருக்கிறது" என்றபடி "எல்லாரையும்.... எல்லாரையும்...." என்று இழுத்தாள். கழுத்தில் அந்தச் சதைப்பிடிப்புக்கும் வெளி-யே நரம்பு முறுக்கேறியது அவளுக்கு. "பாருடா நண்பா, ஒருவன் இஞ்சினியராக விரும்புகிறான். ஒருவன் ஆசிரியனாக விரும்புகிறான். ஒருவன் டாக்டராக வாழ விரும்புகிறான். யாருமே மனிதனாக வாழ விரும்பவில்லை...." என்று பற்களைக் கடித்தாள். 'என்ன ஆனது இவளுக்கு' என்று மனசுக்குள் சின்னதாய் வலிக்கவே மெல்ல அவள் இடது கையைப் பற்றிக்கொண்டாய். பிறகு வெகுநேரம் கையை விடவில்லை. "எத்தினி வேஷம் போடறாங்க பாரு... நண்பா" என்றாள்.

"கல்யாணம் செய்து கொள்ளணுமாம். அதுதான் வாழ்க்கையாம்; பெரிய்ய சொல்ல வந்து விட்டார்கள்.... 'பெண்ணென்றால் இப்படித்தான் வாழ வேண்டும் என்றிருக்கிறது' என்று அத்தை மிரட்டுறாங்க நண்பா...." என்று பொரிந்தாள். உனக்கு விஷயம் விளங்கிவிட்டது. "கல்யாணம் இல்லாமல் வாழறது கூட தப்பா.... பாறரேன் ஒருத்தர் பார்வை கூட சினேகமா இல்லயே... வேற ஏதோ தொழில் பண்றவளைப் பாக்குறா மாதிரி...." என்று தொடர்ந்தாள். "பேசாம அப்படி பார்க்கிறவங்களைக் கொலை பண்ணிடவா" என்று கேட்டுவிட்டு வழக்கத்திற்கு மாறாகச் சத்தமில்லாமல் குலுங்கிச் சிரித்தாள்... இல்லை இதுதான் அவள் அழுகிற ஸ்டைல் என்பது உனக்குத் தெரியும்.

அன்றைக்கு மழை பெய்தது. அவள் கொட்டும் மழைக்குப் பயந்து ஒதுங்கிவிடவில்லை. நீ ஒதுங்கினாய், "கண்டோம் கண்டோம்.... இந்தக் காலத்தின் கூத்தினைக் கண் முன்பு கண்டோம்" என ஆனந்தக் கூத்தாடினாள். அசட்டு நாகரிகத்துக்குப் பணியாத அவளது உண்மையான சொரூபம் உனக்கு அளவற்ற அச்சத்தை ஏற்படுத்தியது. ஓடிப் போய்விட முயன்றாய்! கையைப் பற்றிக் கொண்டாள். மற்றவர்கள் முன் நீ கூச்சப்பட்டாய். எல்லோரும் உன்னையே பார்ப்பது போல உணர்ந்தாய். அசடு மாதிரி சிரித்தாய். யார் யாரையோ பார்த்து 'சாரி' என வழிந்து கொண்டிருந்தாய்.

கஷ்டப்பட்டு உனது தங்கும் அறைக்கு அவளை அழைத்து வந்தாய். "இந்தத் துணியை மாத்திடவா நண்பா" என்றாள். ஈரம் சொட்டியது. சினிமாவில் நடப்பது போல, உணர்ந்தாய். அவளை ஏதாவது செய்துவிட துடித்தாய். அவளோ 'உன் ஆண்'தனத்தை மதிப்பவளாகத் தெரியவில்லை. அதுபற்றிய அக்கறையற்றவளாக இருந்து உன்னைப் பழி வாங்கினாள். சிறு சத்தங்கள்கூட உன்னைக் கிழித்துப்போட்டன. நீயோ உனது ஆண்மையின் மீதே குறியாக் இருக்க முயன்றாய். அவளது தன்னிரக்க நிலையை உனக்குச் சாதகமாக்க முயன்றாய். சரியான சாக்கடை நீ.

'எப்படி உன்கூட சண்டைப்போடாது அந்த பொம்பள குடும்பம் நடத்துது?' எனக் கேட்டு வைத்து உன்னை உனக்கு ஞாபகப் படுத்தினாள். உன் பொண்டாட்டி மீது ரொம்பவும் இரக்கப்பட்டாள். சுதந்திரமற்ற ஜடமாய் உன் மனைவி இருப்பதை நினைவூட்டி உன் கழுத்தறுத்தாள். சோமாசியோடு உனது மனைவியை ஒப்பிட முடியாது திணறிப்போய் நீ.

உன் மனைவி ஜன்னல் வழியேயாவது தெருவைப் பார்ப்பது உண்டா... வானத்தை, தோட்டத்தைப் பார்ப்பது உண்டா... உன் துணி துவைக்கும் கல்லாகத் தன்னை உணர்ந்தது உண்டா....?" எனக் கேட்டு உனது இருப்பை ஓங்கி அறைந்தாள். "குடும்பம் என்பது ஆணுக்கு அவ்வப்போது ஒதுங்கும் கழிவறை. பெண்ணுக்கு அது ஒருபிணவறை தானே" என்றாள்.

"உன் கல்யாணம் நிச்சயமானபோது உன் மடியில் தலை வைத்துக் கொண்டு சோமாசி குலுங்கிக் குலுங்கி அழுத நாளை நீ நினைத்துக் கொள்கிறாய். உனக்கு உடம்பு சிலிர்க்கவில்லையா. "வேண்டாம்... நண்பா... ப்ளீஸ் மேரேஜ் பண்ணிக்காத இருந்திடு" என அவள் குழந்தை மாதிரியல்லவா அழுதாள். உனக்கோ சற்றும் இரக்கம் இல்லாதுபோயிற்று. சரியான தொடைநடுங்கி. அப்பா அம்மாவுக்கும், தாத்தாவுக்கும் பயந்து வந்தவன். இப்போது பெண்டாட்டிக்குப் பயந்தாரி.

“யாரோ வீடியோவில் வர வேண்டும் என்பதற்காக... நான் கல்யாணம் செய்து கொள்ள முடியாதுப்பா” என்கிறாள் சோமாசி. இத்தனைக்குப் பிறகும் நீ மௌனம் அனுஷ்டிக்கிறாய். யாரோ ஒருவன், திடீரென உன் மனைவிக்கு புருஷன் ஆகிவிட்டாய். திடீர் நொடியில் அவள் உன்னை விரும்ப வேண்டும். பாசம் ரெடிமேட் பாசமாய் இருக்கிறது உங்களுக்கு. யாரோ ஒருத்தனின் உள்ளாடைகளைத் துவைத்துப் போட உன் மனைவி எத்தனை பெரிய இளிச்சவாயளாகிவிட்டாள். பார்த்தாயா?” எனக் கேட்டு சோமாசி சிரித்த சிரிப்பு உனது காலை வாரிவிட்டுக் கழுத்தை நெரிப்பது உனக்கும் தெரிகிறது.

“போலித்தனமாகப் புணர்ந்து பிறத்தியாருக்காகக் குழந்தை பெத்துக் கொண்டு எதற்காக எனக் கேட்காது பண்டிகை சமையல் செய்து வாழ்நாளில் ஒரே ஒரு முறைகூட உண்மையாகச் சிரிக்காத ஒரு பிழைப்பு எதற்கு நண்பா?” என்று புலம்பிய சோமாசி பேசியதாக நீ உணரவில்லை, அவள் யாரிடமோ பேசுகிறாள். முகமில்லாதவளிடம். உனக்கு அங்கு என்ன வேலை என்பது போல கிளம்புகிறாய்.

உன்னை வழியனுப்ப சார்மினார் எக்ஸ்பிரசுக்கு மாலையில் சோமாசி வந்தது நினைவிருக்கிறதா? ரயில் நகர்ந்த பிறகும் அவள் இறங்கவில்லை. கூடவே வந்திடுவாளென நீ பயத்தில் வியர்த்தாய். இறங்கியபடியே காற்றில் முத்தம் பறக்கவிட்டாள். ‘இனிமேல் ஹைதராபாத் போகவே மாட்டேன்’ என்று உன் மனைவிக்கு நீ சத்தியம் செய்து கொடுப்பாய் என அப்போது அந்தப் பாவப்பட்ட ஜன்மத்துக்குத் தெரியாது.

ஆயிற்று, இந்த ஏழு வருஷத்தில் அவள் பெயரைக்கூட மறந்தாயிற்று. அவளனுப்பும் பிறந்த நாள் வாழ்த்துகளுக்குப் பதில்போடக் கூட யோக்கியதை அற்றவனாகிவிட்டாய். உன் மனைவியைத் திருப்திப்படுத்தத்தானே. எவ்வளவு பெரிய அயோக்கியன் நீ. உன் மீது அன்பு செலுத்த வந்தவளை ஏமாற்றி நெருக்குருகிப் போக வைத்துவிட்டாய். இன்னும் நூறு வருடம் உன் மனைவியோடு வாழ்ந்தாலும் உனக்கு திருப்தி ஏற்பட வாய்ப்பு இல்லை. ஏனென்றால், இந்த அன்பு போலியானது. ஒரு நடிப்பு. மனைவியாக நடிக்கிறாள். நீயும் கணவனாக நடிக்கிறாய். எல்லாம் அடையாளத்திற்காக உண்மையான நேசத்தை, நிஜமான அன்பை நீ கொலை செய்துவிட்டாய்.

எத்தனை இரவுகள் உன் நட்பு பறி போனதற்காக அவள் அழுதிருக்கிறாள் தெரியுமா? ஏங்கி ஏங்கி எத்தனை சந்தர்ப்பங்களை அவள் பெருமூச்சால் நிறைத்திருப்பாள்? யார் யாரைப் பார்த்து உன் நியாயம் வந்ததோ? யாருக்குத் தெரியும். ஏழு வருடத்தில்

அவளது முயற்சிகளைக் கொன்றாய். உன்னைப் பார்க்க அவள் வந்த சந்தர்ப்பங்களில் தனியே கிடந்து ஏங்கி ஏங்கிச் சாக வைத்தாய். சரியான மரக்கட்டை நீ.

இன்றுகூட அழுக்காகிப் போன இன்லேண்ட் லெட்டரில் உனது பழைய முகவரியிலிருந்து மாற்றியனுப்பப்பட்ட முத்திரைகளுடன் அவளது கடிதம் வந்தபோது சுற்றிலும் பார்த்துப் பயந்து மனைவியற்ற நிம்மதியில் கடிதத்தை நீ பெற்றுக் கொண்டதைக் கண்டு தபால்காரன் மனசுக்குள் சிரித்தான். கவிதை வாசகனாக இலக்கியகர்த்தாவாக நீயிருந்த காலத்தை நினைத்துப்பார்த்து அவன் சிரித்திருக்கலாம்.

சோமாசியின் எழுத்து, நீ நினைத்தபடியே அழுத்தமாக உன்னைக் கொஞ்சி இழுத்துப் போகும் முத்துமுத்தான பிரவாகம். வழக்கத்திற்கு மாறாகத் தெலுங்கில் எழுதியிருக்கிறாள். இந்தக் கடிதத்தை நீ யாருக்கும் தெரியாமல் பயந்தாங்கொள்ளியாகக் கழிவறையில் ஒளிந்துகொண்டு வாசிக்கிறாய். செத்துப்போகும் போதுகூட நீ அவளோடு இருக்க வேண்டுமென விரும்புகிறாய். மாயகாவஸ்கியும், போரிஸ் பாஸ்டர் நாக்கும், ஆத்மாநாமும் பின்பற்றிய வழி, தற்கொலை.

"என்னைக் கோழை என்று நினைக்கிறாயா நீ. அப்படி கருதுவாயானால் நீ என்ன மாதிரி ஆள். ஒவ்வொரு நொடியும் சமூகச் சட்டங்களுக்குப் பயந்து பாதி வாழ்நாளைக் கழிவறையில் கழிக்கும் நீ... பிறத்தியாருக்குப் பயந்து பின்பக்கச் சதைமேட்டைச் சொறியக்கூட பயப்படும் நீ... போலித்தனமான புருஷ வாழ்க்கைக்காக உண்மையைக் கொலை செய்து பகட்டாக வாழும் நீ... தைரியசாலியா?" என கேட்டிருந்த கேள்வியால் சோமாசி அந்தக் கடிதத்தை ஒரு வரலாறாக்கி விட்டாள். அதை நீ கிழிக்க முடியாது. வரலாற்றை வாசிக்க முடியும். அழிக்க முடியாது.

அவரசம் அவசரமாக இன்றைய தினசரியைக் கிழிக்கிறாய். 'இளம் பெண் தற்கொலை; காதல் தோல்வியா?' என்பதை உன் மனைவி படித்து விடக்கூடாது. இருட்டில், அவள் தூங்கிய பிறகு யாருக்கும் தெரியாமல் அழு. இனி ஹைதராபாத் ஆஃபீஸ் நிமித்தமாக செல்லலாம். உன் மனைவியிடம் சோமாசி செத்துப்போனதை எப்போதாவது சொல்லிவிடு. அப்போதுதான் அவளது சாவுக்கு அர்த்தம் இருக்கும். உன் மனைவியைக் காதலி. அவள் உனக்காகத் துவைக்க வேண்டும். சமைக்க வேண்டும். சோமாசியின் கவிதைகள் இதற்கு மட்டுமல்ல, உன்னைப் பொறுத்தவரை எதற்கும் பயன்படாது.

நிகழ் 25, 1992.

(சேலம் தாஸ்னா மாநாட்டில் 1992-ஆம் ஆண்டின் சிறந்த சிறுகதைக்கான முதல்பரிசு பெற்றது. மறு பிரசுரம் - சிறுகதைக் கதிர் - 1993)

21

மிச்சமிருப்பவன்

*** "We the People of India having Solemnly Resolved to constitute India in to a Soverei on Socialist Secular Democratic Republic and to securesto all its Citizen: Social, Economic, and Political Justice, Liberty of Thought, Expression, Belief, Faith and Worship; Equality of status and of opportunity and to promote among them all fraternity assuring the dignity of the Individual...."**

THE CONSTITUTTON OF INDIA

• கருகிய சுவர்களும் ஒரு சுடுகாடும் அவனும் மிச்சமிருப்பவர்கள் அவர்களது ஊரில். சாம்பல் குவியல்களை மண் தின்றுவிட்டது. எரிந்த மர விட்டங்கள் எடுத்துச் செல்லப்பட்டுவிட்டன. மூளியாகிப் போன காற்று அச்சுவர்களில் மோதி அனாதையாய் ஓலமிடுகிறது. "அய்யோ... அடிக்கிறாக அய்யா... அப்பச்சி...." என சிறார்களின் மரணக்கூக்குரலுடன் சாம்பலிலிருந்து உயிர்த்தெழும் காற்று அவனைப் பதற வைக்கிறது. இனி தொண்டைக் குழியில் தொமுக்கென்று உயிர் அடைத்துக்கொள்ளும் நடந்த சம்பவங்களின் சாட்சியமாக மீதமிருக்கும் அவன் பதுங்கும் ஒளியைக் கிழித்த வண்ணம் குமுறிக் குமுறி அழத் தொடங்குவான்.

இப்போதெல்லாம் குஞ்சா உறங்குவதும் இல்லை. மீண்டும் அவர்களது ஞாபகங்கள். குருடர்களின் சுபாவங்களுடன் கூடிய ஒரு மொழியில் கூப்பாடி செத்தவர்கள். எரிந்த வீடுகள், புகையை வேண்டுமளவு விழுங்கிக் கொண்ட வானம். கருகிச் செத்த பெண்களின் நிர்வாணத்தை மூடி மறைத்துக் கொண்ட கீற்றுச் சாம்பல். தசைகள் உப்பி நாற்றமெடுத்த குழந்தைகள்.

குஞ்சா பேசுவதில்லை. கலெக்டரும், ஊர் சேர்மனும் எவ்வளவோ முயன்றும் அவன் பேசவில்லை. நடந்த சம்பவங்களோ அவனோடு பேசிய வண்ணமேயுள்ளன. மனதை அதனால் எல்லைகளிட்டுச் செப்பனிட முடிவதில்லை. உயிரின் மீது எவ்விதத்திலும் ஆசையற்றுப் போன பிறகு குஞ்சா எதையும் கவனித்துப் புரிந்து கொள்ள

விரும்பவில்லை. அவன் புரிந்து கொள்ள இனி எதுவும் இல்லை. எல்லாம் போதிக்கப்பட்டவன் இப்படித்தான் இருப்பானா?

அவன் தன்னைத் தனது முழு உயரத்தில் வைத்துக் கண்டு வெகு நாட்களாகி விட்டன. கூனிக் குறுகிப் போனவனின் வழித்தடங்கள் கூட சுவடுகளற்றதாகி விடுகின்றன. விக்கி விக்கி அழுகின்ற அவனது சிறு பிராயத்து சுபாவத்தைத் தவிர வேறு எல்லாவற்றையும் அவர்கள் பறித்துக்கொண்டார்கள்.

இப்போதோ வெறும் குஞ்சா உட்கார்ந்திருக்கிறான். இடிபாடு களுடன் கூடிய இடத்தில் விதியே என உட்கார்ந்திருக்கிறான் எத்தனை வருடங்களானாலும் இவ்விடத்திற்குக் குஞ்சா வருவதுக் நின்று போகாது. உயிருள் வரை வருவான். தனது சொந்த மனிதர்களோடு செத்துப் போகக்கூட லாயக்கு அற்றவனாய் இருந்துவிட்ட அவன் அவர்களுக்காக ஏங்கிச் ஏங்கி செத்துக் கொண்டிருக்கிறான். உலர்ந்த அவனது உதடுகளுக்கு இருபுறமும் கோரைத் தாடியை நனைத்தபடி அருவியாய் கண்ணீர் ஓடிக்கொண்ருக்கிறது.

அவன் இப்போது உட்கார்ந்திருக்குமிடத்தில் அவனுடைய வீடு, புழுக்கமான வீடு. இரவுகளில் அவர்கள் வெளியில் படுத்து உறங்குவார்கள். அவனது வலப்புறத்தில்தான் பெரிய சாலையோடு ஊரை இணைக்கும் வழிப்பாதை. இப்போது அது மிகவும் இளைத்துவிட்டது. மனிதனின் தடம் பட்ட இடம் தவிர எங்கும் புல்லும் பூண்டும் புதரிடுகின்றன. மரங்களும் செடிகளும் பழசை சீக்கிரம் மறந்துபோய் விடுகின்றன. குஞ்சாவின் மனிதர்கள் விட்டுச் சென்ற எல்லையற்ற பதற்றமும் எடுக்க முடியாத பொருட்களும் செத்த விலங்குகளின் எலும்புகளும் அம்மக்களின் கூக்குரலுடன் கலந்து அவ்விடத்தில் உலாவி வருகின்றன. அதை யாராலும் மறைத்து விட முடியாது.

காய்ந்த செத்தைகளை அகற்றியபடியோ அல்லது மிதித்தபடியோ அவ்வீட்டிற்குள் குஞ்சா நுழைகிறான். அழுத்தமாக எச்சில் இழுத்து விழுங்கப் பெறுகிறது. அந்த இடத்தின் அமைதி அவனைச் சீர்குலையச் செய்கிறது. விளக்கு வைத்த இடம், அடுப்பு எரிந்த இடம், படம் மாட்டிய இடம். எல்லாவற்றிலும் மழை தனது அடையாளங்களை ஏற்படுத்திவிட்டது. திடீரென்று அவன் தனது உடல் நடுங்குவதை உணர்ந்தான். பாப்பாத்தி அவ்விடம் இருப்பது போன்ற பிரமை அவனைத் தாக்கியதும் தன்னை மறந்து குஞ்சா கதறத் தொடங்கினான்.

உறிமியடி ஆத்தா கோயிலில் வைத்துப் பாப்பாத்தியைக் குஞ்சா கல்யாணம் செய்து கொண்டான். சிவப்பாக இருந்து விட்டால் போதும், பெண்ணிற்குப் பாப்பாத்தி என பெயர் வைத்துவிடுவார்கள்.

ஊரையே கலக்கிவிடும் அழகு அவளுக்கு. ஒரு கணம் அவனுக்கு அவர்களது வாழ்க்கையின் சுகமான தருணங்கள் ஞாபகத்துக்கு வருகின்றன. அவளோடு திருவிழாவில் கூத்துப் பார்த்ததும், திருட்டுத்தனமாய் நைட்ஷோ ‘உத்தமபுத்திரன்’ பார்த்ததும் வரதா மாமனுக்குத் தெரிந்து கல்யாணம் கட்டி வைத்துவிட்டான். கருவாட்டுக் கொழம்பு அவள் வைக்கணும். அதன் ருசி ஊர் அறியும். எறால் கூடையோடு அவள் போகாத தினங்களில் வரதா மாமன் மகளின் குழம்பு ருசிக்காகவே வந்து சாப்ட்டுர்த் தூங்கி காலையில் போவான்.

மல்லிகா, மலரு, மாரி எல்லாம் குஞ்சாவின் குழந்தைகள். ஆத்தாக்காரியைப் போலவே மல்லிகா நல்ல செவப்பு. மலரும் மாரியும் ரெட்டைகள். ரெட்டையில் ஆண் ஒன்று, பெண் ஒன்று என்பது அபூர்வம். அதில் குஞ்சாவுக்கு ஏகப் பெருமை இருந்தது. பெரியவளான மல்லிகா ஊர் பஞ்சாயத்து பள்ளிக்கூடத்தில் போய் நின்றிட்டது. அவளும் ஆத்தாளோடு எறா வேலை. மகனை எப்படியும் பெரிய படிப்பு படிக்கவிட்டு சென்ட்ரல் கவர்மெண்டில் ஆபீசரு ஆக்கிவிடுவதென குஞ்சாவின் கனவு. இத்தனைக்கும் பள்ளிக்கூடம் போகிற வயதுகூட கிடையாது அவனுக்கு.

பாப்பாத்தி அவன் கண் முன் நிற்கிறாள். மாராப்பு பொசுங்கி வெந்துப்போய் நெருப்பிலிருந்து மாரியைத் தூக்கி வீசிய பாப்பாத்தி. ஏதேதோ உளறி கன்னா பின்னாவென மடிந்து விழுந்து கதறி கண் முன்னால் எரிந்துபோன பாப்பாத்தி. ஆத்தாடி இனி எப்படி குஞ்சா தாங்கிக்கொள்வான். பீதியுடன் ஓடுகிறான். குட்டிச் சுவர்தோறும் முட்டிக் கொண்டு அழுகிறான். மண்ணில் விழுந்து முகம் பொத்திக் குலுங்கிக் குலுங்கி மனதை கொட்டி அரற்றுகிறான்.

வரதா மாமனின் குட்டி சைக்கிளை ஒருகாலத்தில் குஞ்சா ஓட்டிப் பழகி கீழே விழுந்து சிராய்த்துக்கொண்ட அதே தெருதான். மனிதர்கள் நடமாடிய இடம்தானா இது. அவனால் நம்பவும் முடியவில்லை. எல்லாவற்றையும் ரத்தமாக்கியவர்கள் அவனையும் அவனது மக்களையும் சுடுகாட்டை நோக்கி விரட்டினார்கள். இப்போதோ மாமனுமில்லை. சைக்கிளுமில்லை. அந்தியிலும் இருட்டிலுமாகத் தொழில் பார்த்தவர்கள் இப்படித்தான் முடிந்து போக நேர்கிறது.

முதலாளி என்ன செய்திருப்பான்? அவனுக்கு ஆட்கள் மட்டுமா நஷ்டமானது. இனி இப்படி பிறவித்திறமையோடு பாட்டில் சாராயம் விற்பதற்கு ஏரியாவில் ஆள் இருக்காது. விற்காமலா இருக்கிறான். குஞ்சாவின் முழு ஊரே கள்ளச் சாராயம் விற்பதுகள் இருந்த ஊர்தான். கெடிலம் கரை முழுக்க சலசலக்கும் இருட்டில் பரபரப்பு

விற்பனை. பாட்டிலுக்கு முக்கால் ரூபாய் கமிஷன். ஆனால் ஆர்பர் வேலையும் போன பிற்பாடு வேறு என்ன செய்ய முடிந்தது.? எல்லாம் கொளிஞ்சியப்பன் கைங்கர்யம். திருட்டுக் கபோதிப்பயல்.

அந்த நாள், கொளிஞ்சி பஸ்ஸில் பாட்டில் எடுத்து வந்து மாட்டிக் கொண்டான். முன்பு எத்துணையோ பேர் மாட்டிய துண்டு. கேஸில்லா மாதங்களில் விற்காவிட்டாலும் உள்ளே போக வேண்டியதுதான். கேஸுக்கென்று போய் நாள் கழித்துத் திரும்புவது வாடிக்கை. ஆனால் இம்முறை கொளிஞ்சி வேறொரு ஏரியாவில் பிடிபட்டதுதான் பெருங் கொடுமையில் முடிந்தது. எவ்வளவோமுறை குஞ்சா கூறியிருக்கிறான். "வேண்டாண்டா அவனுக ஏரியா வேண்டா... அந்த மொதலாளி லேசுப்பட்டவனில்ல..." யார் கேட்டார்கள்.

தவிர கொளிஞ்சி கேட்கிற ஆளும் இல்லை. அவனது சகவாசம் அப்படி. மருதமுத்து பய களவாணி. கூசா விடியாமூஞ்சி. அவர்களால் ஊர் அழிந்துபோனது. எறாபுரட்டி எடைக்கு வித்துப் பிழைத்து வந்த பாப்பாத்தி மிச்ச நேரத்தில் காய்தம், சவ்தாள் பொறுக்கி வயிறு நிரப்பிட விட்டானா கொளிஞ்சி. சால்ஜாப்பு பேசி பாட்டில் கொடியை அவள் மடியில் கட்டிவிட்டான். அவள் மட்டுமா? எத்தனையோ பொம்பள சனம். போலீசிடம் மாட்டிக் கொண்ட இரவிலிருந்து தேவிடியாள் பட்டமும் பெற்றார்கள். மொதலாளிக்கு என்ன? எப்படியோ சரக்கு போய்விட்டால் போதும். இவனுகளுக்கு எங்கே போனது புத்தி?

குஞ்சா ஆர்பரில் எடுப்புவேலையிலிருந்த நாட்கள் மகிழ்ச்சியானவை. கூலி வேலையில் சாதி குறுக்கிடுவது? அது இருந்துதான் வந்தது. இப்போதுதான் பட்டணத்தில் நம்ம ஆட்கள் எல்லோரும் போல கடையில் பீடி வாங்கி டீ சாப்பிட்டு வருகிறார்கள். இங்கென்ன? இன்னமும் அதே அலுமினிய குவளை. கள்ளு சட்டி சமாச்சாரங்கள்தான். ஆனால் வேலை வேலைதான் அதற்குக் குறைச்சலில்லை. கூலி மின்னபின்ன வரலாம். வேலையில் கூட குறைச்சலில்லை.

சாராயப் பொளப்பு வந்ததிலிருந்து நிம்மதி கிடையாது. போட்டி அதிகம். ஆபத்து. குத்த உணர்ச்சி. போலீசு பயம். எல்லா மண்ணாங்கட்டியுமல்லவா இருந்தது. கள்ளச்சாராய போலீசு வந்துட்டா கமிசன் முச்சூடா போயிரும். காச்சிறவன் தப்பிரலாம். ஆருக்குத் தெரியும். எங்கே காய்ச்சித் தரானென்று. விற்கிறவன் மாட்டுவான். மாட்டிட்டா அம்புட்டுதான். தலை தப்பாத வேலை. ஆனா சோறு? வேறு யாரு வழி செய்தது அதற்கு? என்ன ஏரியா மாத்தி வித்திரக்கூடாது. கொளிஞ்சிக்குப் பணப்பித்து எல்லைமீறிப் போய்விட்டது. கருங்காலி.

மருதமுத்துவை அந்த வருடம் குண்டர் சட்டத்தில் உள்ளே தள்ளினார்கள். அத்துடனாவது ஊர் சாராய பிழைப்பை விட்டிருக்கலாம். யாரால் முடிந்தது? கோவத்தில் ஒருநாள் குஞ்சா பாப்பாத்தியைப் போட்டு அடித்தும் பார்த்தான். "சரி... சோத்துக்கு என்ன செய்ய"? என்றாள். பசியின் கோரப்பிடியில் சிக்கி நோஞ்சானாகிய ஒரு ஊர் விளைவுகளை யோசிக்க முடிவதில்லை. ஏதோ முன்கூட்டியே திட்டமிடப்பட்டது போல காரியங்கள் நடந்தேறின. காசைக் காட்டியே ஏய்ச்சுவிட்டார்கள். குழந்தைகளின் பசியல்லவா. அதற்காக எதையும் செய்வார்கள் என்று முதலாளிக்குத் தெரியும்.

எவ்வித ஞாபகங்களிலிருந்தும் மீள முடியாதவனாக குஞ்சா தவிக்கின்றான். "எல்லாம் போச்சிரா... எல்லாம் போச்சிரா... சாமி" என்று துடிக்கிறான். இனி உட்காரப் பிடிக்காது. இதோ புதர்களை மதிக்காது இத்தெருவின் பெரிய சாலை வரை எதையோ தேடுபவன் போல அவன் நடப்பான். இவ்விடமிருந்து பெரிய சாலைவரை ஓடிய மக்கள் வரிசையாகத் தாக்கப்பட்டனர். இருட்டில் வரப்புகளின் இரு புறமும் கூட்டமாய் அவர்களைத் தாக்கியவர்கள் நின்றிருந்தார்கள்.

இந்தப் பாதை, வழியெங்கும் தாக்குதலைச் சந்தித்த வண்ணம் ஓலங்களைத் தவிர வேறு துணையின்றி ஓடியவர்களில் ஒவ்வொருத்தராக வீழ்ந்து கொண்டிருந்தது. இந்த இடத்தில்தான். எவ்விதமான ஆயுதங்களை அவர்கள் எரிந்த குடிசைக்குள் விட்டுச் சென்றார்களோ அதே விதமான ஆயுதங்களினால் அவர்கள் தாக்கப்பட்டார்கள். அவனது செவிப்பறையைக் குழந்தைகளின் கூக்குரல் கிழித்தெறிகிறது. அவன் ஓடுகிறான். அவர்கள் இருக்கிறார்கள் என்பது போல ஒரு பைத்தியமாய் ஆகிவிட்டான் குஞ்சா. "அம்மா... அய்யா.... கூப்பிடுதீயளோ... வந்திடுங்க சாமீ...." எனப் பலவாறு அரற்றுவது இப்போது வாடிக்கையாகி வருகிறது.

ஒரு வார காலமாகவே அரசல் புரசலாக இருந்தது. வழக்கம் போல ராக்காவலுக்குத் தங்கக்குள் ஆள் இருத்திக் கொண்டார்கள். ராத்திரி முழுதும் இதே நினைப்பில் யாரும் கத்திகபடாவுடன் வந்துவிட்டால் கூப்பாடு போட, தப்பி ஓட்டம் பிடிக்கவென காவல். எத்தனையோ இடங்களில் குஞ்சா தனது சாதிக்காரர்கள் இரவோடிரவாகக் கொடூரமான தாக்குதல்களுக்கு ஆளானது கேட்டு அசந்து போயிருக்கிறான். இதே இடத்தில் இப்படி ஆகுமென்று யாருமே கருதவில்லை.

கொளிஞ்சியும் அவனது ஆட்களும் ஏரியா மாத்தி விற்பதையும் கேட்டால் தெனாவெட்டாகப் பேசுவதையும் தனது ஆட்கள் மூலம் அறிந்த அந்தப் பயலுவளின் முதலாளி தனது சாதிக்காரர்களை

உசுப்பிவிட்டுப் பஞ்சாயத்துக்குக் கூட்டினான். கொளிஞ்சிப் பயலுக்குக் கொழுப்பதிகம். எந்தப் பஞ்சாயத்துல நம்ம சாதிப்பய உட்கார்ந்து பேசியிருக்கிறான்? அவனும் கூசாவும் உட்கார்ந்தே தெனாவட்டா பேசினது பாத்து ஊரே பதறிப் போச்சு. அப்பவே உதைக்கவந்தார்கள்.எதோ வரதா மாமனும் மற்ற பெரியவர்களுமாகச் சமாதானத்தில் இறங்கியதால் பிழைத்தது.

அவர்களின் முதலாளிக்கி இன்னொரு நெனப்பும் இருந்தது. "காலனிக்கார பயலுவள வெரட்டிப்புட்டா எங்கினலே போய் அவன் சரக்கு விப்பான். பொறவு நம்ம ராஜ்ஜியம்தான்" என்றானாம். இதெல்லாம் ஊரை எட்டாமலில்லை. "நம்ம ஏரியாவிலயே பூந்து துள்றானுவ... நம்மசாதி பயலெல்லாம் இளிச்சவாயப்பா..." என்ற பிறகு சும்மா இருந்த சங்கை முதலாளி ஊதிக் கெடுத்தானென்று ஆகிப் போனது.

கொளிஞ்சி பயித்தியம் பிடித்திருக்க வேண்டும். இவ்வளவு ஆனபிறகு டீக்கடையில் கிளாஸ் குவளைக்குச் சண்டை பிடித்து வேலுச்சாமி மவனை அடிச்சுப்புட்டானாம். சாதி ஜனங்க முன்னால் நம்மாளுக குசு வுட்டாலே குத்தம். இது சண்டை பிடிக்குது. சும்மா வுடுவானா. அய்யோ கொடுமை. இவ்வளவுக்கு பிறகும் ஏரியா மாறிப்போன கொளிஞ்சி போலீசில் மாட்டிக்கொண்டான்.

இனி ஒருபோதும் அந்த நாளை நினைக்கக் கூடாதென குஞ்சா நினைத்தான். மண்டைக்குள் இவ்வித நினைப்புகள் குடைய குடாய் உடல் சோர்வு தாள முடியாததாகிறது. மகிழ்ச்சியான காலங்களைப் பற்றி மட்டும் இருந்து யோசித்து அவர்களது ஞாபகங்களுடன் கலக்கத்தான் இங்க குஞ்சா வருகிறான். என்றாவது அவர்கள் மறுபடி கிராமத்தைக் கட்டுவார்கள் என்று நம்பினான். ஆனால் என்ன கரும எளவோ சனியன் பிடித்த அந்த நாளை நினைக்காமல் அவனால் இருக்க முடியவில்லை.

விடிந்தால் ஆயுதபூசை, ஆர்பரில் பொரி சர்க்கரை வாங்கப் பேணுமினு சிறுசுகள் முதல்நாள் பேசிக்கொண்டன. இருவது பூசைகளிலாவது பொரி, சுண்டல் தேத்திக்கொண்டு வந்து ஒருவாரம் தின்பார்கள். ஊரே பரபரப்பிலிருந்தது. நாமளும் பேசினாத்தா... கொளுப்படங்கும்... டீ கடையில குவளையாவது மாத்தாம விடுவதில்லை" பாத்தவங்கிட்ட எல்லாம் கூசா குமுறிக்கொண்டிருந்தான்.

"நயினா எங்காவது போயிரலாம் நயினா.... பயமாயிருக்குது. கொஞ்சநாள் கழிச்சுவரலாமுல......" என்றாள் மல்லிகா. எதுவும் காதில் விழாதபடி மேலுக்குச் சரியில்லையென குஞ்சா படுத்துவிட்டான். காய்ச்சலுக்குத் தாங்காது ராக்காவல் பாப்பாத்தி என்பதும்

மறந்து மயக்கத்திலிருந்தான். அவள் சிறு சத்தங்களுக்கும் தவளை அசைவுகளுக்குமாகச் செத்துச் செத்துப் பிழைக்க இவன் அக்கடா எனக் கிடந்தான்.

எப்போதும் இது மாதிரியான சூழல்களில் துணி மணி அரிசி சாமான்களை மூட்டைக் கட்டிக் கொள்ள மேட்டுப்பக்கமாய் புதைத்து வைப்பது ஊர்வழக்கம். தகராறின்போது ஓடிப்போய் பிறகு எல்லாம் ஓய்ந்ததும் இழக்க இன்னமும் மிச்சமிருக்க செய்கிற வழி. அன்றைக்கு எதுவும் பிடபடிவில்லை. தவிர, இப்படியாகுமென்று யாரும் பெரிசாக யோசிக்கவில்லை. வழக்கம் போல பாட்டல் கொடி-யோடு போனவர்கள் நடுராத்திரியில் திரும்பினார்கள். ஊர்படுத்தது. சிறுசுகள் உறங்கிப் போயின.

கோழி கூப்பிட்ட கால கருக்கல் இருட்டில் திடீரென பாப்பாத்தி அலறல் கேட்டுத் திடுக்கிட்டு விழித்தால் இரு நூறு வீடுகளை இரண்டாயிரம் பேர் வளைத்திருந்தார்கள். ஒரு கையில் சீமெண்ணய் டின்னும் மறு கையில் அருவா கத்தி கபடாவுமாக.

"லேய்.... வாங்கடா.... தாயலியளா.... வாங்கட......"

"வாய் நீண்டு போச்சிரா.... இளுத்து வெச்சு கொளுத்துனாதா... கொளுப்படங்கு....."

"ஊரவிட்டு மருவாதியா எல்லாம் ஓடிப்போயிருங்க...."

"எங்கேடா அந்தக் கருங்காலி.... லேய் கொளிஞ்சி.... போலிஸிட்டயிருந்து தப்பிச்சீல்ல.... உப்போ.... எங்கலே போவ...."

"இளவனுகலா கவர்மெண்டு வேலையுங் கெடக்கில, உள்ளூர் வேலையும் கெடக்கில...."

"ஏரியா மாறிவந்து விக்கிற அளவுக்குக் குண்டி கொளுப்பு... போட்டு சாத்துங்கடா...."

"எங்கடா.... பொட்டச்சிக.... ஒரு துணியில்லாதபடிக்கி ஓட விட்ருவம்...."

"ஏய்... என்ன பாத்திட்டு நிக்கிறிய...."

"கல்லு.... கல்லெடுத்து உள்றயிருந்து அடிக்கிறானவடா... யப்பா டேய்.... எப்பா .... கத்தி...."

"பேச்சி மூச்சில்லடா.... விழுந்திட்டான்...."

"பூருங்கடா... உள்ள... என்ன வந்தாலும் பாத்திருவம்.... இந்தா டயரு.... வீசு....வீசுலே...."

"செத்தே போயிட்டான்டா.... கொளுத்து வுடாத...."

அவ்வளவுதான். முதல் வீடு பற்றிக் கொண்டது. அய்யா சாமி, ஓட வழியில்லை. ஒண்ட இடமில்லை. ஏதோ அம்புட்டதை சுருட்டிக்கொண்டு மூட்டையாக்கிடவா... நேரம் அதுக்குள்ற

பூந்துட்டானுவ. எல்லாம் பத்திக்கிட்டு எரியுது. கொளிஞ்சி... கூசானு ஒவ்வொருத்தராக வீழ்ந்தார்கள். அங்கங்க இருந்து அலறல்கள் வந்த வண்ணமிருந்தன. இங்கிட்டும் அங்கிட்டுமாகக் குஞ்சா போய்க்கொண்டிருந்தான். அவர்களோ எல்லா திசைகளிலிருந்தும் தாக்கப்பட்டார்கள். நேத்து வரிக்கும் சிரிச்சுப் பேசினவங்ககூட இப்புடி ஆவானா. ஓடக்கூட வழிவிடாம ஒதைப்பானா.?

தனது தழும்பேறிய உடலை குஞ்சா பார்த்துக்கொண்டான். எத்தனை அடையாளங்கள். ஒவ்வொரு தழும்பையும் மறுபடியுமான ஒரு அர்த்தத்தில் குஞ்சா பார்த்துக் குலுங்குகிறான்.

"நயினா... பாரு நயினா அய்யா விழுந்து கெடக்காரு...."

"ஆத்தா.... உள்ள போவாதீய.... எரியுது....எரியுது."

"மல்லி... மாரி டேய்.... எங்கடீ ஆத்தா...."

"நயினா.... பயமாயிருக்குது நயினா...."

அவனிடமிருந்து பெயர்த்தெடுக்க முடியாத அவர்களை அழித்தார்கள். இருட்டில் எரிந்த நெருப்பு படபடக்கும் ஒளியில் பெரியவளான மல்லிகா முதலில் தாக்கப்பட்டாள். ஏற்கனவே வீழ்ந்திருந்த பிணத்தின் மீதே அவள் வீழ்ந்தாள். சலசலத்த இருட்டில் எது எதன் உடலெனக் கூட புரியவில்லை.

"அய்யா... புடி.... இத்த.... ஓடிடு...." என்ற அலறல் கேட்டது. மாரி வந்து குஞ்சாவின் கைகளில் விழுந்து வீறிட்டு அழுதான். அவ்விடம் பாப்பாத்தி நெருப்பில் எரிந்தாள். "அய்யோ.... என்ன புள்ள இது" என அவன் பரபரப்பதற்குள் மடிந்து வீழ்ந்தவளின் மேல் விழுந்து பிடுங்கியது நெருப்பு. "நயினா போலா நயினா" என மாரி வீறிட்டான். யார் யாரோ அலறினார்கள். ஓடப் பார்த்தவர்களோ திரும்பி வந்தார்கள்.

"வழியெல்லாம் நிக்கறானுகடா...."

"அய்யோ... இங்கினயே சாக வேண்டியதுதானா? ஆத்தா... சாமி... என்னடா இது விதிக் கொடுமை" யின்னு அலறினார்கள்.

குஞ்சா என்ன செய்தான். அய்யோ... துடியாய் துடித்தான். ஓடிவிடுவதா நிற்பதா. இவ்விடமே சாவதா "நயினா போயிரலாம். நயினா..." என இடுப்பில் குழந்தை கதறியது. மாரி...பயத்துலயே செத்துருவானா.? மனிதனுக்கு இவ்விதமான நிலையும் வர சாத்தியமுள்ளதா.? கொல்லைக் கட்டிலிருந்த பன்னிகள் ஓட முயன்று முடியாது எரிந்து கருகிச் செத்து சாம்பலாயின. குழந்தையை வாரி அணைத்துக் கொண்டு குஞ்சா பின்வழியே வயக்காட்டில் பூந்து பெரிய சாலைக்கு ஓடத் தொடங்கினான். ஏன் அப்படி முடிவு எடுத்தான்.

வழியெங்கும் ஓடி ஓடி வந்து தாக்கினார்கள். குழந்தையை எப்படியும் பிழைக்க வைத்துவிடுவதென ஏதோ ஒரு நினைப்பில் இருட்டைத் துரத்திக் கொண்டு தன் மீது விழுந்துகொண்டிருந்த பேரிடிகளையெல்லாம் தாங்கிக் கொண்டு குஞ்சா பெரிய சாலையை நோக்கி பிரமை பிடித்து ஓடினான். இளைஞர்கள் மிச்ச மீதியிருந்த ஜனங்களைத் திரட்ட முயன்ற போது சுயநலப்பேயாக குஞ்சா ஓடிவந்து விட்டான். அந்தக் குத்த உணர்ச்சிதான். அது ஒன்று போதும். அவனை அதுவே கொன்றுவிடும். தனது சொந்த மனிதர்களைக் குறித்த எந்த அக்கறையுமின்றி ஓடிப் போனானே. அதை யாராவது மன்னிப்பார்களா. அவன் போன பிறகு நடந்த சம்பவங்களைப் பலவாறு கற்பனை செய்து கொஞ்சம் கொஞ்சமாக குஞ்சா செத்துக் கொண்டிருக்கிறான்.

தவிர இந்த ஒரே ஒரு பிடிப்பு இருந்திருந்தால் போதும். குழந்தை மாரி குஞ்சாவின் சமாதானங்களுக்கு வழி செய்திருப்பான். எல்லாரையும் போல ஏதாவது ஒரு நகரத்தின் பாழ்மூலையில் மகனுக்காக என்று வாழ்ந்து தீர்த்திருப்பான் குஞ்சா. எந்தத் திசையில் எப்படி எதற்கு எவ்வளவு தூரம் ஓடியிருப்பானென அவனுக்கே தெரியாது.

இப்போதோ பிழைத்து உயிரோடு இந்த உயிரற்ற ஊரில் தனது மனிதர்களின் நினைவுகளுடன் ஒரு ஆவியைப் போல சுற்றிக்கொண்டிருக்கிறான் "நா மட்டுமா... அய்யா.... ஏனைய்யா..... சாகாம... கெடக்கேன்... இப்புடி தினம் தினம் சாகவா.....?" என அழுவாத நாளில்லை. அவனுக்கு பயந்தே அவ்வழியில் யாருமே வருவது கிடையாது.

இரண்டு நாட்கள் பருந்துகள் வட்டமிட வயக்காட்டு மூலையில் பசி தாகம் ஏதும் தெரியாது கிடந்த குஞ்சா பாதி மயக்கத்தில் பிறகு கண்டெடுத்துக் கைது செய்யப்பட்டு ஆஸ்பத்திரியில் சேர்க்கப்பட்டான். உடம்பு முழுவதும் கட்டுகளுடன் நினைவு திரும்பிய நேரத்தில் இன்னமும் ஓடுவதாகக் கருதியவனை மருத்துவ உதவியாளர் பதினான்கு நாட்கள் பத்திரமாக வைத்திருப்பதே பெரும்பாடாய் இருந்தது.

பேசாத அவனுக்கு மனைப் பட்டா அவசியம் வாங்கித் தருவதாய் கலெக்டர் ஆஸ்பத்திரியில் சொன்னார். வாட்சுமேன் வேலையும், மூவாயிரம் உதவியும் எம்மெல்ஏ கைங்கரியம். பிரமை பிடித்தவனுக்குக் காசும் கசக்கும்.

எனவே குஞ்சா மிச்சமிருக்கிறான். தனியாளாக அந்த ஊரில் அவன் வளைய வருதை யாரும் தடுக்க முடியாது. மாரிப் பயல் யார் தயவிலோ எங்கோ இருப்பதாகக் குஞ்சா நம்புகிறான். குத்துயிரும்

குலையுயிருமாய் குழந்தை மயக்கமடைந்த தகப்பனுக்கு பக்கத்தில் கிடந்து பருந்துகளுக்கு முற்றிலுமாய் உணவாகிவிட்டதைப் பிறகு யாருமே குஞ்சாவுக்குச் சொல்லவில்லை. ஆனால் அது நல்லதாயிற்று. அந்த ஒரு நம்பிக்கை அவனை சாகாது பார்த்துக் கொள்ளும். ஏனெனில் இவ்வுலகிற்கு அந்த ஊரின் வரலாற்றைச் சொல்ல ஒருத்தன் மிச்சமிருக்க வேண்டியுள்ளது.

களம் புதிது - 1993

22

அது அவன் அவர்கள்

இரண்டு வருடங்கள் இருக்கலாம். அப்போது வீட்டில் அது இல்லை. இருக்கிற மோர் தண்ணியை மீந்துப் போன சோற்றுக் கவளத்தோடு மொத்தமாகச் சேர்த்து எல்லோருக்காகவுமென பாட்டி பிசைந்து வைத்துவிடுவாள். சோத்துப்பால்என அதற்குப் பெயர் வைத்தது யாரென வியந்தபடி அவன் அவள் கூப்பிட்ட குரலுக்கு ஓடுவான். வட்டமிடப்படாத வட்டத்தில் எல்லோரும் உட்காருவார்கள். பாட்டி பாத்திரத்தோடு இருப்பாள். இடக்கையில் கரண்டியில் காரக்குழம்பும் இருக்கும். அப்பாவுக்கு முதல் கவளம். "கொஞ்சமா வெய்யி" என்பார்.

கையை நீட்டுவார்கள், வலக்கையால் சோறு வைக்க இடக்கை கரண்டியால் குழம்பு சொட்டுவாள். "கத... சொல்லு பாட்டி" என்பாள் கடைக்குட்டி கலைவாணி (என்கிற) கலை. அவனுக்கும் வந்திருக்கும் கவளம். அது என்ன சுவை? உப்பின் சுவையா, புளித்தமோர் சுவையா, காரக்குழம்பின் மகிமையா!? இதெல்லாம் கலந்து ஒரு அபூர்வமான சுவை பாட்டியின் கைகளில் உள்ளதா, பாத்திரத்திலிருந்து வந்ததா,? "அல்லிராஜ்யமுன்னு... செங்கல்வராயசாமி ஆசீர்வாதிச்ச தேசம். ஜனங்களுக்கு சுபிட்சம். பொன்னு பொருளுக்குப் பஞ்சமேயில்லை..." பாட்டி கதையும் தொட்டுக்க இருக்கும்.

பிறகு திண்ணையில் கலையை மடியில் போட்டுக் கொண்டு மீதி கதை. விட்ட இடத்திலிருந்து தொடரும் கதையைக் கேட்க விரும்பாத அப்பாவை நினைத்தபடி அவனும் கேட்பான். ஒன்பது மணி ஆங்கில செய்திக்காக அப்பா வானொலி திருப்புவதற்குள் கதை முடிந்துவிடும். ராஜகுமாரியை மீட்டிருப்பார்கள். ராட்சசன் மலையிலிருந்து விழுந்து கடலில் கிடப்பான். சில கதைகளில் அவனது வயிற்றைக் கிழித்துக்கொண்டு ராஜகுமாரன் ஒருவன் வெளிப்படுவான். விருப்பமில்லை எனினும் கலை கதை முடிவதற்குள் பெரும்பாலும் தூங்கிவிடுவாள். ஒன்பது மணி வானொலி செய்தியின்போது எல்லோரும் படுக்கையில் கிடப்பார்கள். இரவு சிம்னி விளக்கு மட்டும் எரியும் இருட்டில் ஒரு சங்கீதம் போல கட்டைக்குரலில் ஆங்கிலத்தைக் கேட்டு முடித்த பின் அப்பா வானொலியை அணைத்துச் சிமினியைச்

சின்னதாக்கிப் பாத்திரம் தேய்க்கும் அம்மாவிடம் சொல்லிவிட்டுப் படுக்க வருவார். எல்லாம் போய் விட்டது. இப்போது இந்தச் சனியன் வந்து வீட்டைக் கலாட்டா செய்கிறது.

அது ஓடிக்கொண்டிருக்கிறது. யாருக்காகவோ காத்திருப்பது போன்ற உள் உணர்வுடன் இருக்கிறான். அவனைப் பொறுத்தவரை அச்சு முறிந்துபோன ஒரு எந்திரம் போல ஏராளமான தடங்கல்களுக்கிடையில் வாழ்க்கை. வயதொன்றும் அதிகமில்லை. எதிர்வரும் கோடையில் முப்பதை அடைவானெனினும் தன்னைச் சுற்றிக் கிழவன் ஒருவனின் வாடை வருவதை அவன் அறிவான். குறிப்பாகப் பெண்களுக்கு அவனைக் குறித்த அக்கறை போய்விட்டது. வீட்டில் வேண்டப்படாதவனாகப் போய்க் கொண்டிருக்கிறான். உண்மைதான். அதற்கு இருக்கும் கவர்ச்சி குமட்ட வைக்கிறது. ஒவ்வொருவனும் ஒவ்வொருத்தியும் ஒவ்வொரு டி.வி.யை அணைத்து உச்சிமோந்து மயங்கிக் கிடப்பதைக் கண்டான். உலகைப் பற்றிய அவர்களது மௌனம் அவனுக்குக் கிழட்டுத் தன்மையைத் தந்துவிட்டது.

அது ஓடுகிறது. மேலும் பெரிதான குரலில் அது தன்னை இம்சிப்பது உணர்ந்து வெளியேறினான். சாலைகளில் இந்தச் சமயங்களில் யாருமே இருப்பது இல்லை. சோகமான முனல்களுடன் வரும் போகும் வானங்களின் வழியே தேய்ந்து போகிற தார்வீதிகள் மட்டுமே இருப்பது கொடுமை. எனவே அது அதன் வார சினிமாவுக்கு எல்லோரையும் அடிமைப்படுத்திவிட்டது. அவன் இப்போது தனி ஆள்,. ஒருவன் தனியாக இருக்கிறான். தனியாக, தனியாக என்றால்? அவனை தவிர அவனோடு யாருமே இல்லை என்று அர்த்தம். தனியாக இருக்கும் ஒருவன் தன்னை ஒரு கிழவனாக உணர்வதில் வியப்பில்லை.

வேறு வழியே இல்லை. அவர்கள் அத்தனை பேரையும் அது அவனிடமிருந்து பறித்துக்கொண்டது. உடைபட்டுச் சடசடவென முறிந்து விழுகிற கிளைகள் போல மிதிப்பட்டு வரிசையாக செத்துப் போகும் எறும்புகள் போல, இவைகூட பொருத்தமாக இருக்காது. இவற்றை அவர்கள் காட்டிய எதிர்ப்புக் குறைவு. துரிதமாக வீழ்த்தப்பட்டார்கள். அணு உலை வெடித்ததன் விளைவு போல ஆனார்கள். அது இயல்பானதாக இருந்தது. தயக்கமற்றவர்கள். வெட்கக்கேடுதான். ஒரு பக்தன் மாதிரி சர்வ நாடிகளையும்உள்ளடக்கி அடிமைச்சாசனத்தில்யாரோ எப்போதோ எழுதிய தீர்ப்பின்படி நடப்பது போல நடந்துகொண்டார்கள் திருடன் போல் தன்னிடமிருந்த அனைத்தையும் ஒப்படைத்து சரணாகதி அடைந்துவிட்டார்கள். அது அவனை லட்சியமே செய்ய

வில்லை. அத்தனை பேருடைய அறிவையும் அவமானப்படுத்தியபடி ஓடிக்கொண்டிருந்த அதைப் பார்க்கும்போதெல்லாம் அவன் துடியாய் துடித்தான். ஆனால் யாரும் அவனை மதிக்காதபடி அது பார்த்துக்கொண்டது.

மீண்டும் நினைத்துக்கொண்டான், இரண்டு வருடங்களுக்கு முன்பு. இதே சின்னமேட்டுப்பாளையத்தில் கருப்பண்ணசாமி தெருவில் அது யார் வீட்டிலும் இருந்ததில்லை. அது பற்றிப் பேசிக்கொண்டார்கள் எனினும், வாசற்படிகளில் உட்கார்ந்து கதை புத்தகம் படித்தபடி தெருவில் விளையாடிய குழந்தைகளை "ஏய்... பார்த்துடீ....." என எச்சரிக்கும் முகங்கள். இரண்டு மூன்று வீட்டுப்பெண்கள் ஒரு வீட்டுத் திண்ணையில் கூடி சொக்கட்டான், பல்லாங்குழி, தாயம் ஆடுவதைக் குழந்தைகள் ரசித்தன என்றால் இப்போது நம்ப முடியவில்லை. தவிர குளிப்பதற்கும் கூட மனிதர்கள் அதிக நேரம் எடுத்துக்கொண்டார்கள். அதுபற்றி பேச்சு வந்தபோது கூட அவனுக்குத் தெரியாது இப்படிப் பட்டதாக யாரையும் மாற்றி விடுமென்று. இன்றைக்கு என்ன நடந்தது.? அவன் அளவற்ற கோபமுற்றான். இத்தனை அவசரம் அவசரமாக மனிதர்கள் சாப்பிடுவதை முன் எப்போதும் அவன் கண்டது இல்லை. சாவு வீட்டிற்குப் போவது போல அவர்கள் அவசரப்பட்டர்கள். மர்மமான முகங்களோடு முன்னறையைப் பார்த்துக்கொண்டே முழுங்கினார்கள். விழி பிதுங்கும்படியான வேகத்தில் விக்கலெடுக்கும்படி கோரமாகச் சாப்பிட்டார்கள். அது அழைத்துக் கொண்டிருந்தது. ஓடிப்போய் அதன் முன் விழுந்தார்கள். அவன் மட்டும் மீதமிருந்தான். "வேறு எதுனாலும் வேணுமா?" என்றாள் அம்மா. அவள் தனது பார்வையையும் முன்னறையில் வைத்துக் கெண்டிருந்தாள். "வேணாம்மா" என்று அவன் சொல்ல வேண்டுமென எதிர்பார்த்தாள். அதே அம்மா போடும் சோற்றை வேண்டாமென்றால் ஒரு காலத்தில் அடிக்கக்கூட வந்து விடுவாள். "அம்மா... பேரு போட்டாம்மா..." என்று கூவினாள் கலைவாணி.

"பதில் சொல்லேன்டா... வேற என்ன வேணும்" அம்மா குரலில் அடக்க முடியாதபடி பதற்றம். மாடிப்படி தடுக்கி உருண்டு நெற்றியில் ரத்தத்தோடு அவன் வந்தபோது அம்மாவுக்கு ஏற்பட்ட பதற்றம், அவளது இன்றைய குரலில் அப்படியே இருக்கிறது. அது இப்போது மகனுக்கும் தாய்க்கும் இடையில் குறுக்கிடுகிறது. "நீ மட்டும் ஏந்தா இப்படி இருக்கிறாயோடா" என்றபடி சற்றுத் தயங்கினாள். "ஏய் படமே போட்டான் வாடி... அப்படியே போட்டுட்டுவா... என பாட்டி கத்துகிறாள்.

ஏஜெண்டுகளின் கடைவாசலில் கொத்துக் கொத்தாக ஜனங்கள். கண்ணாடி பீரோவுக்குள் அது ஓடிக்கொண்டிருக்கிறது.

சாக்கடைக் கொசுக்களுக்கும் வேட்டை. இசைக் கலைஞனொருவனோடு ஓடிப் போன எலிகளைப் பற்றிப் படித்துள்ளான். பிச்சைக்காரர்களைப் போல நின்று கொண்டிருக்கும் இவர்கள் எலிகளைவிடச் சுரணையற்றவர்களாகி விட்டனர். குழந்தைகளைத் தோளில் வைத்துக்கொண்டார்கள். அவர்கள் அறிவைக் குழந்தைகளிடமிருந்து பிடுங்கி அதன் கையில் கொடுத்துவிட்டாகள். மலையாளத்தான் டீக்கடையில் இருப்பது போர்ட்டபிள் என்றாலும் அது தன்னிஷ்டத்திற்கு ஆட்களை உறிஞ்சிக்கொண்டது. ‘தினகரன்’, ‘மாலைமுரசு’ படிக்க அதே டீக்கடைக்கு வருவோர்கள் கூட அதனிடமே பறி போயினர்.

வெறும் எலும்புக் கூடுகளைப்போல ஆனவர்களை அவன் கண்டான். அந்த ஊரில் பெரும்பாலானவர்கள் இளைத்துப்போனது போலானார்கள். சவக்களை முகத்தை மூடிக் கொண்டுவிட்டது. செத்துப் போனவர்களின் அடையாளத்தை அவன் எங்கும் கண்டான். பூங்காவின் மலர்களைப் பார்த்துக் கொண்டிருக்க, புல்லின் வாசனையை முகர்ந்தபடி அமர்ந்திருக்க அவனைத் தவிர யாருமே வருவது கிடையாது. கடற்கரையில் வேர்க்கடலை, பட்டாணி, சுண்டல் விற்பனை பெருமளவு குறைந்துவிட்டது. கொஞ்சம்கூட காலத்தை வீணாக்கிவிட விரும்பாதவர்கள் போல அவர்கள் நடந்துகொண்டார்கள். அதற்காகவே அதைப் பற்றியே பேசிக் கொண்டிருப்பவர்களாக அவர்களை அது மாற்றிவிட்டது. பைத்தியமாக அடிப்பதில் அது முந்திக்கொண்டது.

நன்றாக ஞாபகம் உள்ளது. ஒரு காலத்தில் அவனது பாடசாலை உபாத்யாயினி கேட்டாள். “நீ பெரியவனானதும் என்னவாக வருவாயென” அவன்சொன்னான் “நான்பெரியவனாகவிரும்பவில்லை” அவன் நினைத்தவண்ணம் எதுவுமே நடக்கவில்லை என்பதற்கு இதுவும் உதாரணம். “இதே மாதிரியான காட்சிகள்தான் இப்போதும் ஒவ்வொரு வீட்டின் தலையிலும் ஆணி அடிக்கப்பட்டுள்ளது” என்றாள். அவர்கள் அதை நோக்கி முகத்தைத் திருப்பிக் கொண்டார்கள். அதன் முனகலுக்கு வீசம் வீசமாக அடிமையாகி வருபவர்கள் பின் என் செய்வார்கள்? இதெல்லாம் பரவாயில்லை. சமயத்தில் அதனுடைய கையாட்கள் அவனைத் துரத்துகிறார்கள். சொல்லடி கொடுக்கிறார்கள். தனியே கிடந்து செத்துப் போவானென அச்சமூட்டுகிறார்கள். தேவையானபோது அறைக்கதவைப் பளாரென சாத்திக்கொண்டு பார்க்கிறார்கள். உடை மாற்றும்போது கூட அவர்களோடு அது இருக்கத் தொடங்கிவிட்டது. சில வேளைகளில் கொஞ்சம் அதன் மீது கவனத்தைசெலுத்துவான். தனது பளபளக்கும் விழிகளால் அவனைச் சுண்டியிழுத்துக் கொள்ளும்

அதன் முயற்சி புலப்படும்போது உடல் நடுநடுங்கும்படியான போதையோடு ஓடி ஒளிந்து விடுகிறான். "பாக்குறதுல குறைச்சலில்ல... இதுல பெரிசா திட்டுவாரு... தொர" என்பார்கள்.

இவ்விதம் நடப்பதைக் கண்டான். அந்த ஊரில் இவ்வளவு மூர்க்கத்தனமாக முன் எப்போதும் எந்த வஸ்துவும் இருந்தது இல்லை. அவர்களின் பிண்டங்களையும் பிதுங்கிய மூளையையும் சுவீகரித்து ஏப்பம் விடுகிறது. பாட்டியின் வாயைக்கூட பூட்டிவிட்டது. பொன்னான தூக்கத்தைப் பிடுங்கிக் கொண்டது. பெண்களை வீட்டிற்குள்ளேயே சிறை வைத்து அடைத்து விட்டது. எனினும் அதன்மீது அவர்கள் அளவற்ற அன்பைப் பொழிகிறார்கள். ஒரு மூலையில் குரல்வளை நெரிக்கப்பட்ட நிலையில் புழுதி போர்த்தியபடி பாவம் வானொலி பதுங்கிவிட்டது. அது எப்பேர்ப்பட்ட ராட்சச பலத்தோடு இருக்கிறது என்பதை எண்ணியபோது கடவுள் மீது ஏற்படும் பயம் அவனுக்கு அதன் மீது ஏற்பட்டது.

அது காட்டுகிற நம்பவே முடியாத பண்டங்கள். அவன் யோசிக்கிறான். மேலுக்குச் சட்டையில்லாமல் போய்வரும் திருநெல்வேலி தாத்தா, பாகு சுண்டப்போட்டுப் பிடித்த கையுருண்ட கடலமிட்டாய் வாங்கித் தருவார். முறுக்கு, சவ்வுமிட்டாய், கமர்கட்டு இதெல்லாம் அப்பாவோடு சந்தைக்குப் போய் பை தூக்கினா கிடைக்கும். நவாப்பளம் தெருவில் வந்தால் பாட்டி உபயம். சேமியா ஐஸ் பள்ளியோட வாசலில் நண்பன் உபயம். எல்லாம் நாலணாவுக்குள் அடங்கும் செலவு. இதைத்தவிர அம்மா உதைத்து அழுவாச்சி வந்து ரோட்டில் சோன் பப்படியும் வந்தால் மணியடிப்பதை நிறுத்திவிட்டு பத்துக்காசுக்குக் கட்டித் தந்ததை வாங்கும்போது அவன் மணியடிக்கவும் ஒரு வாய்ப்பு வரும். பாட்டி முடிபோல இருப்பதையும் ஒவ்வொன்றாகப் பொட்டலத்திலிருந்து பிடுங்கித் தின்பான் அளவற்ற திருப்தியோடு.

இப்போது இவை விலை போவதில்லை. நாலாம் வகுப்பு கலைவாணி பைவ்ஸ்டார் ஆறு ரூபாய்க்கு முழுதாய் தானே தின்ற பின்னும் "அப்பா... ட்ரு இலாச்சிப்பா...." எனக் கேட்டு உதைபடுகிறாள். அளவற்ற ஏக்கத்தோடு "இதெல்லாம் ஒரு வீடா..." என்கிறாள். குழந்தைகளிடமிருந்து நிம்மதியைத் திருடிய பிறகு வேறு எதைத்தான் அது செய்யாமல் விட்டு வைத்தது. அப்பா மட்டுமென்ன. முன்பெல்லாம் மாட்டார். இப்போது சேதிபார்ப்பதாகக் கூறி எல்லாம் பார்க்கிறார். நிதானமற்று அது நடந்துகொள்வது அளவற்ற எரிச்சல் தருகிறது. அது இல்லாமல் அவர்களால் வாழ முடியாது என்னும்படி அது அவர்களை மாற்றிவிட்டது. காலம் பூராவுமா என்றபோதுதான் அவனுக்கு வியர்த்தது.

இருட்டி விட்டது. பூங்காவில் இனி புல்லில் உட்கார்ந்தால் ஏதேதோ கடிப்பது போன்ற உணர்ச்சிகளுக்கு ஆட்பட வேண்டியிருக்கும். எழுந்தான். எங்கே போகவென தெரியவில்லை. வீட்டிற்குப் போக; அது முன் போய் விழ தைரியமில்லை அவனுக்கு. கால்கள் தானாகவே நடை போட்டன. வீதிகள் அவரவர் வீடுகளில்தானே முடிய வேண்டும். வேறு கதியற்று கிடப்பவன் என்பதால் அது அந்த வீட்டில் இருக்க முடிகிறது.

டூட்டியிலிருந்து அப்பா திரும்பி விட்டிருந்தார். அம்மா காப்பி போட வரவில்லை. அது அவளை விடாது. அதிலிருந்து கொள, கொளவென பாதிகூட வேகாத நாராசங்கள் கொட்டிக் கொண்டிருந்தன. இருட்டும் வெளிச்சமும் கசங்கிப்போய் குபீர் குபீரென்று வெளியே தெரிந்தது. சட்டையை கழற்றி ஆங்கரில் மாட்டியபோது குமட்டியது. அதில் மூழ்கிக் கொண்டிருப்பவர்கள் அளவற்ற கவலையை ஏற்படுத்தினார்கள். அப்பா வந்துவிட்ட உணர்வற்று அம்மா இருக்குமாறு அது பார்த்துக் கொண்டது என்பதை அவனும் யோசிக்கவில்லை. உடை மாற்றிய அப்பா ஈசிசேரோடு திண்ணைக்குப் போனார். எவ்வளவு நேரமென தெரியாது. திடீரென கத்தினார். "முண்டச்சிக்கு நா வந்ததுகூடவா தெரியல..." அப்போதும் அம்மா எழுந்திருக்கவில்லை. தனது கட்டிப் போட்டு விடுகிற நகங்களால் அவளைப் பிடித்துக் கொண்டிருந்தது அது. லுங்கியைக் கட்டிக் கொள்கிறான்.

அப்பா நடை கேட்டது. பிறகு கேட்டது அப்பா அம்மாவை அடிக்கும் அரவம். அங்கே ஓடினான். முதுகில் அப்பா மொத்தினார். "அய்யோ... என்னங்க... வந்துட்டீங்களா?" என அம்மா அரற்றினாள். இன்னொரு அடி. "போடீ... கூமட்ட பயப்மவளே.... திமிரு ஏறிப்போச்சிடி..... வந்துட்டீங்களான்றாளே..... அம்புட்டுசொகுசு....." மிதித்தார். அத்தனை மிருகத்தனமான அப்பாவை அவன் கண்டது இல்லை. "என்னப்பா இது...." அவன் உதடுகள் துடித்தன. ஏ-ததோ சொல்ல வந்தவன் ஒடுங்கிக் கொண்டான். மிருகம், அம்மா நடுநடுங்கினாள். பேயறைந்தது போன்ற முகத்துடன் காப்பி கொடுத்தாள். எப்படி துடித்திருப்பாள்.? அதன் மீது ஒரு கண். சண்டை மீது ஒரு கண். அவர்கள் மனிதர்களாகவே தெரியவில்லை.

அதைக் கண்டான். அமைதியைக் கிழித்துக்கொண்டு ஏதும் தெரியாதது போல ஓடிக்கொண்டிருந்த அது. அவனை லட்சியம் செய்ததாகத் தெரியவில்லை. கோபத்தோடு பாய்ந்தான். "டேய் நகருடா சேதி வரும்...." என்றார் அப்பா. அம்மாவின் அழுகுரல். அதை அது அதன் ஓசைக்குள் புதைத்துக்கொண்டது.

கணையாழி - 1993

23
சங்கிலி

நினைவு முழுசாகத் திரும்பவில்லையாதலால் எங்கே இருக்கிறோமென சரியாகத் தெரியாத திக்கில் பிணத்தைவிட கொஞ்சம்தேவலைஎனும்படிவாய்திறந்துஈக்களோடுபடுத்திருந்தான் சங்கிலி. தலை வலிப்பது மட்டும் உணர முடிந்தது. பனியில் உடல் விரைத்துவிட்டது. குப்புறப்படுத்திருப்பதாக உணர ஆரம்பித்தனர். அவ்விதம் மெல்ல உணர்வு திரும்பியபோது கண்களைத் திறக்க விரும்பினான். அது முடியவில்லை. மூத்திர வாடை வேறு ஏதோ ஒரு துர்வாடையோடுசேர்ந்துகொண்டு குடலைப்போட்டுக்குமட்டியது. திக்கெங்கிலும் வலித்தது.

பூத்துப்போன கண்ணின் பொருகுப் பூளையை அகற்றிச் சரி செய்ய கையைத் தூக்கினான். ஈக்கள் பறந்தன. ஏதோ பிசுபிசுத்தது. கைலி வேட்டியில் கையைத் துடைக்கப்போனான். இடுப்பில் வேட்டி இல்லை. டவுசரிலேயே துடைத்துக் கொண்டான். கண் முறுக்கிக் கொண்டிருந்தது போலிருந்தது. லேசாகப் பிசைந்தபோது சற்று சந்து ஏற்பட்டிருந்தது. இப்போது பார்க்க முடிந்தது. படுத்திருந்த இடத்தைச் சுற்றிலும் மணல் பரவி விரிந்து பரந்து அழுகி நாற்றமெடுத்து நூற்றுக்கணக்கான ஈக்களுக்குப் புகலிடம் அளித்தபடி அவனைப் பார்த்து இளித்தது; அவனெடுத்திருந்த வாந்தி. கையிலும் அதுவே ஒட்டிக் கறையாகிக் காய்ந்து இருந்தது. கண்களில் ஈக்கள் மொய்த்தன. ஓட்டிவிட்டான், மறுபடி உட்கார்ந்தன. மறுபடி ஓட்டிவிட்டான். இன்னொரு முறையும் அவை உட்கார்ந்தபோது அழுகை வந்தது குமுறல் வெளிவரவில்லை. முழுங்கிக்கொண்டான்.

இன்னமும் சங்கிலி படுத்தே கிடந்தான். கன்னக் கதுப்புக்கு மேலே மண்ணில் இருந்து ஏதோ முகத்தைக் குத்திற்று. அதை எடுக்கவும் கை வரவில்லை. கண்ணீர் வந்ததில் கண்களைத் துடைப்புது அதிகச் சிரமமின்றி நடந்து முடிந்தது. எனினும் எழுந்திருக்க முடியவில்லை. விடிந்து விட்டிருந்தது என்றாலும் மணி தெரியவில்லை. இரவு சாராயக் கடையிலிருந்து படித்தடிகூட நடக்க முடியாது போனது போலும். அது ஏன் என்று அவனால் யோசித்து உணர முடியவில்லை. உடம்பு முழுவதும் கசையடிகள் வாங்கியது போல ஆங்காங்கே

பட்டை பட்டையாக வலித்தது - “ஆத்தாடி....” யென சத்தமாய் முனகினான். சில ஈக்கள் முனகின சத்தத்தில் பறந்தன. தலையில் பாரம் அதிகரித்து வந்தது. மற்றொரு கையை அசைக்கவே முடியவில்லை.

மூச்சு வலியோடு உள்ளேறி வலியோடு வெளி வந்தது. தூரத்தில் பறையும் கும்மாளமுமாக நோம்பி சீ போய்க் கொண்டிருந்தது. அதே திக்கைக் கண் கொட்டாமல் பார்த்துக் கொண்டிருந்தவன் மெல்ல கண்களை மூடிக் கொண்டான். மேலும் தனது நிலையை உணர்ந்தவனாகத் தூக்கிவாரிப் போட்டுக் கொண்டான். பிறகு நித்திரையில் மூழ்கிப் போனான். தூக்கமா மயக்கமாவெனத் தெரியவில்லை. மிகச் சன்னமாக முனகியபடி தூங்கிப் போயிருந்தான்.

அவனுக்கு இரண்டு பக்கமும் உயிரோடு மனிதர்கள் நடந்து போயினர். அவர்களோ மூக்கைப் பிடித்துக் கொண்டு அரை வட்டமிட்டுச் சுற்றினர். நோம்பிக்குப் புத்தாடை உடுத்தியிருந்த அவர்களில் பலர் அவனை வாயார சபித்தார்கள். பிணத்திற்கும் அவனுக்கும் இடையிலான வித்தியாசம் அவ்விடம் இருந்தது. யாருமே அவனுக்காக இரக்கப்படவில்லை. பாதி கண்களைத் திறந்தபடி தூங்கியவனின் மேல் எறும்புகள் மேய்ந்தன. பூண்டுச் செடிகளுக்குள்ளிருந்து சிறு வண்டுகளும் பூச்சிகளும் கூட அவனைச் சூழ்ந்தன. அவை பற்றிய பிரக்ஞை இன்றி கிடந்தான். நரவாடை மேலும் பல ஜந்துக்களை அழைத்து வந்தது. வலது கை அவ்வப்போது அசைந்தது. வயிறு சராசரியாக மேலேறி அமிழ்ந்தது. நேரம் நாற்றத்தில் மூழ்கிக் கரைந்தது.

மீண்டும் அவன் கண்விழித்தபோது யாரோ அவனை எழுப்பிருந்தார்கள். அவனது வாந்தியைக் காக்கைகள் கொத்திக் கொண்டிருந்தன. ஒரு பழுப்பு நிற நாய்க்குட்டி வந்தது. இடுப்புக்கு வெகு அருகில் வந்து மேய்ந்த நாயை விரட்டிவிட்டுப் பதற்றத்துடன்,

“அட... எளும்புவேன்... நயினா” என கூவினாள் மூக்காயி. கண்களை உயர்த்தித் தன் மகளைப் பார்த்தான். மங்கலாகத் தெரிந்தாள். புரண்டு படுத்தபடி... “ஏவே... உன்ர அப்பனுக்கு....” என்று ஏதோ உளறினான். பேச்சு வரவில்லை அழுகைதான் வந்தது, அவனைப் பார்க்கவே தெம்பில்லாமல் எங்கோ வெளியை நோக்கிய மூக்காயி... “நயினா திருப்பத்துல கெடந்ச்சு தெரிமா....” என்றபடி தோளில் கிடந்த அவனது கைலியைக் காட்டினாள். ஒரு வண்டி அழுக்கு வேட்டியில் அப்பிக்கிடந்தது. “அய்யோ... கம்புளிப் பூச்சிக நயினா... எளும்புவேன்” என்றாள் அவள் மறுபடி.

அதுதான் அவனால் முடியவில்லை. அவனது அவஸ்தையைப் பார்த்துவிட்டுக் கையைப் பற்றி இழுத்தாள். எங்கிருந்தோ தேகத்தில்

பலம் கூடியது. எழுந்து உட்கார்ந்தான். தலையிலிருந்து கண்வழியே உடம்புக்குள் இருட்டாக உருண்டு உப்பிய வண்ணம் ஒரு பாரம் உள்நெஞ்சை நோக்கி அழுத்திற்று. தலைச்சுற்றலெடுத்தபோது பழையபடியே விழுந்திருந்தான். பாரம் மீண்டும் தலை நோக்கிச் சென்றது. கண்களை அகலமாக்கி நரம்பை இறுக்கிப் பிடித்து எழுந்து கொள்ளப் பெரும் பிரயத்தனம் செய்தான். "மேலுக்கு... எதுனாச்சும் நல்லால்லியா நயினா..." என்றாள் மூக்காயி. "ஏனாம்... அடச்சே..." என அவனது நாக்கு குழறிற்று. உதட்டு மண்ணைச் சுவைத்திருந்தான். அதன் அருவறுப்பு ரத்தத்தைத் திடுக்கிட வைத்ததில் எழுந்து நின்றுவிட்டான் ஒருவாறாக.

"நொய்...."யென காதுகள் அடைத்தன. 'ம்மாடி.... யோய்' என்று அனத்தினான். எட்டெடுத்து வைக்க முடியாது. ஓரிரு எட்டுகள் வைத்து விட்டால் போதுமானது பிறகு சமாளிப்பான். சூரியன் உச்சத்திற்குவருவதைத்தலைநிமிர்ந்துபார்த்தான்.கழுத்துசொடுக்குப் போட்டது.மணி பதினொன்றுபதினொன்றரை இருக்கலாம்.மிகவும் லேசாகத் தன்னை உணர்ந்தான், பாரம் போய்விட்டது போல. பிறகு திடீரென்று நெஞ்சு விம்மிற்று. எதையோ தன்னை விட்டுத் தூக்கி பிறகு பொத்தெனப் போட்டது போலாயிற்று. மூக்காயிக்கும் ஏதோ புரிந்திருக்க வேண்டும்.

"ஆத்தா நேத்து கருக்கல்லயே ஆசிடு தூக்கிக்கிட்டுபோயிருச்சில்ல. எம்புட்டு வூடுகள்ல கக்கூசு களுவிச்சு தெரிமா... பொளுது சாஞ்சு கருவாட்டுக் கொளம்பு நயினா..." என்றாள். கண்கள் விரிந்திருந்தன. அவன் ஒரு அடி எடுத்து வைத்திருந்தான். "எம்மா நேரமா, முளிச்சிக்கிட்டுக்கெடந்தோம்.வருவியனு" என்று அவள் கூறியபோது அழுது விடுவாள் போலிருந்தது.

சங்கிலி தலை கவிழ்ந்தான். அது மேலும் கனத்தது. குற்ற உணர்ச்சி வேறு குடலைப் பிறாண்டியது. அசிங்கப்பட்டான். குலுங்கி அழுதவனைத் தோளில் பற்றினாள். "அட.... என்னவே..." என்பதற்கு மேல் பேசத் தெரியவில்லை. மேலும் ஒரு எட்டு வைத்திருந்தான். இன்று கட்டாயம் அஞ்சலை திட்டித் தீர்க்கப் போகிறாள். அடுத்த அடி வைத்தபோது மனசு வலித்தது. மேல்மூச்சு வாங்கியபடியே நின்றான். கிட்டத்தில் வந்துவிட்ட சாராயக் கடையைப் பார்த்தான். பிறகுதான் தெரிகிறது வீட்டுக்கு போவதற்கான வழியே அவன் இரவு நடக்கவில்லை. நோம்பியாதலால் ரிக்கார்டு பாடியது. அதன் மீது அளவற்ற வெறுப்பு இப்போது உண்டாயிற்று.

மூக்காயி கைலி வேட்டியை உதறினாள். புழுதி பறந்தது. கசப்புடன் அதை வாங்கிக் கட்டிக்கொண்டு நிமிர்ந்தான். பிறகு கைலியை உயர்த்தி முகத்தைத் துடைத்தான். "மூஞ்சியெல்லா மண்ணு நயினா...."

என்றாள். ஏதோ சொல்ல முற்பட்டான். அழுகைதான் வந்தது. சனியன் பிடிச்ச அழுகை.

"நயினா... ஆத்தா வூட்... லில்ல நயினா. நோம்பி சோறு காசு, வாங்கியாற அக்கரகாரத்தாண்ட போயிரிச்சு" என்றாள் மூக்காயி அவனைப்புரிந்துகொண்டவள்போல. சங்கிலிக்கு இப்போது தெம்பு வந்துவிட்டது. நடையை வேகமாக்கினான். தள்ளாட்டமில்லை. உசிரு வந்துவிட்டது.

"அட... சுலுவமா நடக்குறீங்க நயினா... நானு முந்தி போகட்டா... தொளுவத்தில் தண்ணி வெக்கோணும். மேஞ்ச பன்னிங்க வந்திருக்குமல்ல...." என்று சொல்லிவிட்டுப் பதிலுக்குக் காக்காமல் ஓடிவிட்டாள் மூக்காயி. சங்கிலியின் தொழுவத்தில் ஏழெட்டுப் பன்றிகள் இருந்து வந்தன. ஒன்று செனையாக இருந்தது. நோம்பிக்கு படைக்கவென ஒன்றைச் 'சுருக்கி' போடலாமென அவனுக்குள் எண்ணமிருந்தது. அஞ்சலைக்கு இஷ்டப்பட்டு வரவில்லை. சங்கிலிக்கு முதல் நாள் நிகழ்ச்சிகள் ஞாபகம் பெற நேர்ந்தது. கோட்டர்ஸ் கச்சூசுகள் கழுவப்போகவென இருந்தும் வரவு இல்லை. நேற்று அவனுக்குக் கிடைத்த நோம்பி காசு முழுதும் தனக்கு வர வேண்டுமென அஞ்சலை அடம் பிடித்துப் பிறகு சண்டை பெரிதாகிவிட்டது. அவளுக்கு ஒரு பைசாகூட தராது யாவற்றையும் சாராயக் கடையில் சங்கிலி தாரை வார்த்து விட்டான்.

காலனி வந்து விட்டது. மொத்தம் பதினாலு சேரிக்குடிசைகள். மேக்கால காலனி. அவனது கடைசி குடிசை. அப்புறம் ஊர் முடிகிறது. பன்றிகள் அடித்துக் கொண்டன. கூடவே பழைய கஞ்சியையும் உளுந்தந் தவிட்டையும் கலந்து சட்டி வைத்தாள். மூக்காயினுடைய சுறுசுறுப்பு அலாதியானது. "மொதுகு தேய்க்க வாவேன்.... மூக்காயி புள்ளேய்...." என்றவாறு அடி குழாய்க்குப் போனான் சங்கிலி. குழாயின் கைப்பிடி வெப்பத்தில் தகித்தது. கை சூடு உடம்பெங்கும் போய் பின்னும் தூங்கிய பல பாகங்களை உசுப்பியது. கையைத் தொட்டுத்தொட்டு எடுத்ததில் சூடு சற்று குறைந்திருந்தது. கோவணம் கட்டிக் கொண்டான்.

தண்ணியை அளைந்து ஒரு டப்பா ஊற்றிக் கொண்ட போது கிட்டத்து வேலி சலசலத்தது. கம்பி பிடித்தபடி சுளுக்கியோடு நாலைந்து பேர் சுற்றி வளைக்கக் கொழுத்த கிழப்பன்றி தப்பிக்க தவித்தது. பிச்சாண்டியண்ட பன்றி, அவனது மகன் கம்பியைக் கழுத்தில் கோத்து இறக்கிவிட்டான். மாட்டிக் கொண்ட வேகத்தில் விழுந்து புரண்ட அதனோடு அவன் மண்ணில் இழுபட்டான்.

சங்கிலிக்கோ நாக்கில் எச்சில் ஊறியது. பசி நேரத்தில் உடல் குமைந்தது. 'பிச்சேன்... பன்னி அடிக்கான்....' என நெஞ்சு நொந்தது.

இரவில் நோம்பி படையல் சாராயத்தோடு நடத்தி பிச்சாண்டி அட்டகாசப் படுத்தப் போகிறான் என்று நினைத்தபோது அவனுக்கு கசப்பாயிருந்தது. இதைப் பேசி அஞ்சலை மேலும் அவனைச் சுடுவாள்.

உடம்பை ஆத்திரத்தோடு தேய்த்துவிட்டான். கக்கத்தின் அடியில் இருந்த கறை சொரசொரத்தது. பிறாண்டினான். போகவில்லை. கிட்டத்திலிருந்த சிறு செங்கல்லை எடுத்து அவ்விடத்தில் தேய்த்தான். சற்று நேரத்தில் எரிச்சலெடுத்தது. மூக்காயி வந்து சேர்ந்தாள். அவள் அவனது முதுகை தேய்க்கத் தொடங்கினாள். சரியாக முதுகு எட்டவில்லை, சங்கிலி குத்துக்காலிட்டான். அவனது முதுகெலும்பு புடைத்துக் கரைந்து போயிருந்தது. எக்கச்சக்கமான அழுக்கு முதுகிலிருந்து வந்து கொண்டேயிருந்தது.

தூரத்தில் அஞ்சலை வந்து கொண்டிருந்தாள். கூடை ரொம்பியிருக்கலாம். பன்றி சுட நெருப்புச் சட்டி புகைந்தது. பிச்சாண்டி வீட்டுக்காரி தண்ணீர் பிடித்துப்போக மகனுடன் வந்தாள். "என்ன... சங்கிலியண்ணே; ரெட்டியாரு தெருவுல நீ கரிநாளு காசு வாங்கிலியாமா... பிச்சாண்டிய அனுப்பிரவா...." என்றாள். பதில் பேசவில்லை அவன். பாவம் புள்ளத்தாச்சியெனத் தோன்றியதில் புன்னகைத்தான். சடுதியில் குளித்து முடித்துவிட்டுக் குடிசைக்குத் திரும்பினான் சங்கிலி.

அஞ்சலை கத்திக்கொண்டிருந்தாள். அவன் எதிர்பார்த்ததுதான். அவள் இன்று ஆரோ வீட்டுக்காரக கொடுத்த பழைய சேலை புதுசாய் உடுத்தியிருந்தாள். நோம்பியானதினால் கூடை நிறைய பொங்கச் சோறு, பண்டிக பணியாரங்கள் வந்திருந்தன. எவ்வளவு காசு கூடியதென வேறொரு நாளாக இருந்தால் கேட்கலாம். இன்றைக்கு லாயக்கு இல்லை.

பல்வேறு கெட்ட வார்த்தைகள் சகட்டுமேனிக்குக் காதில் விழுந்தது. ஏதும் பேசுவதில்லையென்று முடிவு செய்திருந்தான். அவன் பேசாமலிருந்தது மேலும் அவளுக்கு எரிச்சலூட்டியது. "நயினாவுக்கு... மேலு நல்லால்ல தெரிஞ்சிக்க..... நீ வேற" என்றாள் மூக்காயி. அவ்வளவுதான். அஞ்சலையின் கடுப்பு எல்லை மீறியது. "இவப் பெரிய மசுரக் கண்டா..." என்றபடி மூக்காயி முகத்தில் எட்டி உதைத்தாள். நிலைத்தடுமாறி வீறிட்டபடியே தரையில் சாய்ந்தாள் மூக்காயி. "திருட்டுச் செறுக்கி செறுக்கி...." என்று கூவின அஞ்சலை மீண்டும் வயிற்றில் மிதித்தாள்.

சங்கிலிக்கு ஆத்திரம் வந்தது. விருட்டென கிட்டத்தில் போனான். "போடீங்க சண்டாளி முண்ட....." என்றான். கூடை உருண்டது. சோறும் பொங்கலும் தரையில் பரவின. அஞ்சலையின் முடியைக் கோர்த்துப்

பிடித்தான். அவள் கத்திக் கூச்சலிட்டதைப் பொருட்படுத்தாது முகத்தில் மொத்தினான். மூக்காயி பயந்துபோய் வெளியே ஓடினாள். அஞ்சலையிடம் எதிர்ப்பு சக்தியிருந்தது, பிடித்துத் தள்ளினாள் உடம்பு ஒரு நொடி பொங்கி பின் அமுங்கிப் போனது சங்கிலிக்கு. அதற்கு மேல் எழுந்து கொள்ளவும் அவனுக்குத் தெம்பு இல்லை. அஞ்சலை மேலும் சத்தமாய் கூச்சலிட்டுக் கொண்டிருந்தாள்.

மாலை வந்த வேளையில் அஞ்சலையின் சத்தம் கேட்க வில்லை. மூக்காயி தெருவில் விளையாடிக் கொண்டிருந்தாள். பசி வயிற்றைப் பிசைந்தபோது திடுக்கிட்டு விழித்தான் சங்கிலி. ஏப்பம் வந்தது. மாலை வெயிலைப் பார்த்தவன், "சோத்துக்கும் எழுப்பில வாக்கும.... எங்கடீ.... அவ" என கத்தினான். வாசக் கடையிலிருந்து மூக்காயி வந்தாள். "நயினா. ஆத்தா பிச்சாண்டி மாமா கூட ரெட்டியாரு தெருவுல கரிநாளு காசு வாங்கியார போயிருச்சு..." என்றாள். சோத்துக்கு வகை செய்தாள். சட்டியை கையில் பிடித்தவனுக்கு எங்காவது முட்டிக் கொள்ள வேண்டும் போலிருந்தது. மறுபடி அழுகை வந்தது. உத்திரத்தைப் பார்த்துக் குமைந்தான். கை சோற்றை உருண்டையாகப் பிடித்துக் கொண்டிருந்தது. வாயில் கவளம் போகவில்லை.

வாசர் கடை சலசலத்தது. ஆரோ வந்திருக்கலாம். "நயினா... இங்கின வாவேன்...." என்றாள் அங்கிருந்த மூக்காயி. பின்னால் காக்கி டவுசரில் கை துடைத்தபடி "அதாரது....?" என்றான்.

"என்ன சங்கிலி... நல்லாயிருக்கியா....?" வள்ளுவத் தெரு வாத்தியார் நின்று கொண்டிருந்தார்.

"வாங்க. வரணுமுங்க சாமி... இங்க பாக்கோம்?"

"எம்பட வூட்டு செப்டிக் டேங்கு ரெம்பிப் போயிருச்சு சங்கிலி. போன தையிலதேன் அள்ளுனது. சரியா மூடுல யாட்டுக்குது பாரு... எல்லாம் மழைத் தண்ணிதேன்" என்றார். பன்றிக் கவிச்சிக்காக வேண்டி துண்டால் மூக்கை அடைத்திருந்தார்.

"எவ்வளவு கேட்கிறது வழக்கம்... சங்கிலி?" என வினவினார்.

"பெரிய டேங்குக்கு நூறு ரூவா சாமி" என்றான். "நம்ம வூட்டுக்குமா... நூறு ரூவா.... என்னப்பா உன்ன எத்தினிகாலமா தெரியும்...." என இழுத்தார்.

"நோம்பிநாளு.... பாத்துக் கொடுங்கசாமி" என்றபோது வாத்தியார் மேல அலாதியான பாசம் பொங்கிற்று. அழுகை வந்தது. பெரிய நம்பிக்கை, வாத்தியார் கடவுளாகத் தெரிந்தார். பள்ளியோடம் படித்த நாட்களில் கிணற்றில் தண்ணீர் குடித்ததற்காகத் தீட்டுக்கு அடித்ததும்கூட மறந்து விட்டது சங்கிலிக்கு.

"இந்தாப்பா.... இருவது ரூபா. அட்வான்சா வெச்சிக்க.... பாத்துத் தரேன் வா.... எப்போ வருவே....."

"நாளைக்குக் கால கருக்கல்ல வந்திடறேனுங்க சாமி....." என்றபடி காசைப் பெற கையை நீட்டினான். உள்ளங்கையில் வந்து விழுந்த பணம் மனசுக்குள் நிறைத்தது. அவர் போய் விட்டார்.

உள்ளே போனவன் உற்சாகமாயிருந்தான். "...மூக்காயி புள்ளேய்... இங்கின வாயேன்....." வந்தாள். கையில் ரெண்டு ரூபாவை அழுத்தினான். "போய் பணியாரம் வாங்கிக்க.... போ" ஆச்சரியத்தில் திக்குமுக்காடினாள் மூக்காயி.

மேலுக்கு சர்ட்டு போட்டுக் கொண்டு வெளியேவந்தான். பன்றிமணம் இன்னமும் அடித்துக் கொண்டிருந்தது. இயலாமையும் சுமையுமாக இறங்கின அவனுக்குள் கோபம் சட்டென சுட்டது. "மூக்காயி... இங்கினதான்.... போயாறேன்...." சங்கிலி சாராயக் கடையை நோக்கி நடக்கத் தொடங்கினான்.

சுபமங்களா - 1992

24
இரவாகி

எனவே மீண்டும் இரவாகிவிட்டது. அவனுக்கு ரயில் நிலையம் பழகிவருகிறது. இது எத்தனையாவது இரவோ? இரவுகளை எண்ணத் தெரியாதவன். இன்னின்ன ரயில்கள் வரும் போகும் என்பதும் இன்னம் நெட்டுரு ஆகவில்லை. போர்ட்டர்கள்; விற்பவர்கள்; கூலிகளைத் தரம் பிரிக்கவும் வரவில்லை. சில முக்கிய பெயர்கள்கூட ஆரம்பித்திருந்தன. குரல்கள் பழகவில்லை. வந்தது முதலாய் அவன் புன்னகைக்க ஒரு சந்தர்ப்பம் இல்லை. அதற்கும் லாயக்கு அற்றவன்தான்.

கடந்த நாட்களில் ஒன்றை மட்டும் நிச்சயப்படுத்திக் கொண்டான். இம்முறை திரும்பிப் போகக்கூடாது. போகவே கூடாது. தான் திரும்பி வரவேண்டுமென இந்த 'மகராசா'வுக்காக யாரும் அங்கே காத்துக் கிடக்கவில்லை. அவன் வருகைக்காக வருந்தி ஏக்கப்பட அம்மா என்பவளும் இப்போது இல்லை. பாவம் அவளுக்காக உயிரோடு இருக்க முடியாதவள். அவனது வருகை மற்றவர்க்கு அவசியமற்றது. தெரு நாய்கள் அவனில்லாது ஏங்கி அழுது கூவும். இருக்கட்டும், அவன் போகப் போவதில்லை.

காதுக்கிடுக்கிலிருந்து பீடியை எடுத்துப் பற்றவைத்துக் கொண்டான். கடைசி பீடி. கடைசீ தீக்குச்சி.

உறவுக்காரர்களைப் போலவே இரவும், முடியப் போகிறது. பீடிகுடிக்கும்போதோ குறையற்றவன் போலிருந்தான். எல்லா மனிதர்களையும் போலவே காணப்பட்டான், மூட்டைகள் நிறைய ஜனங்களோடு வந்து இறங்கியிருப்பதாகப்பட்டது. ஆளரவத்தில் நொறுங்கிப் பழுது ஏற்பட்டுக் கிழிந்து தூண்களில் தொங்கிற்று இசை.

சற்று நேரத்தில் இசையின் குரல்வளை நெரிக்கப்படும். அவனுக்குத் தெரியாத மொழியில் நாலாபுறமிருந்தும் ஒலிபெருக்கி அவனுக்குப் புரியாததைக் கொட்டும். மௌனித்துப்போகும் வழிப்பாதை எங்கிலும் காதுகள் கண்விழிக்கும். அவனையும் கைக்குழந்தை களையும் தவிர மற்றெல்லாரும் பரபரப்பு அடைவது தெரியும்.

நிலவுகிற அமைதியை அறுத்துக்கொண்டு பெரிய ஏப்பம் விட்டபடியே அது வந்துவிடும். ரயில், அதனிலிருந்து துருத்திக்கொண்டிருந்த சத்தங்கள் இறங்கும். சில சத்தங்கள் ஏறும். எல்லாம் சாவுக்குத் திடுக்கிட்டது போலத் தோன்றும். அவசரம் அவசரமாய் அவசரப்படுபவர்களுடன் அவசரப்படும் வியாபார சத்தங்கள். இந்தக் களேபரங்களை நொடியில் ஸ்தம்பிக்க வைத்துவிடுகிற மணிசத்தம் அதற்குள் வந்துவிடுகிறது. மீதிச் சில்லறைகளைப் பெற்றுக்கொண்டு போய் விடுகிறது ரயில்.

புது வாசனைகளைத் தந்துவிட்டு நாராசமான சத்தத்துடன் காற்றைக் காயப்படுத்திக் குழந்தைகளைப் பயமுறுத்திக் கூவியபடியே தூரத்தில் அவனது செவியிலிருந்து இது மறைகிறது. நேர்மையற்ற இசையை வாழ்வாக்கிக் கேட்டபடி நாட்களைக் கழிப்பவனைச் சத்தங்களில் மூழ்கடித்து அவன் துடிக்கத் துடிக்க எங்கோ தப்பிப் போகிற அதன் மேல்தான் அளவற்ற மோகம் கொண்டது அவன் நெஞ்சு. ஒரு முறையேனும் முழுசாய் தடவிப் பார்க்கவேண்டும் என்று. என்ன செய்யப் போகிறான்? இன்னொரு ராத்திரியும் வந்துவிட்டது. தீர்ந்து போன பீடிகையை சுட்டு உயிர் இருப்பதை உணர்த்துகிறது. ஆமாம். அவன் இன்னமும் செத்துப்போய்விடவில்லை. எனவே சோத்துக்கும் வழி செய்ய வேண்டியிருக்கிறது. எறிந்துவிட மனசின்றிப் பீடியை எறிந்துவிட்டு எழுந்து நின்று இடுப்பிலிருந்து நழுவிய கிழிசல் துண்டத்தை இழுத்துத் தொப்புள் புறத்தில் முடியிட்டுக் கொண்டான். எறலும் தாழலுமாக, அது குறித்த அக்கறையில்லாதவன்.

ரயில் நிலையம் பழசா புதுசாவென தெரியவில்லை. வெள்ளைக்காரன் கட்டியதாக இருக்கலாம். புதுசாகவும் இருக்கலாம். இனம்புரியாத வாடை எத்திக்கிலிருந்தும் வீசுகிற சராசரி ரயில் நிலையம்தான். 'பழம்சுருட்டி' அந்த ஊர் பெயர் என்பது பயணியர் மொழியால் புரிந்தது.

நடக்கத் தொடங்கினான். அவன் வருவதைக் கவனிக்காத பொருட்கள் அவனைத் தட்டிவிட்டன. பொருட்களை அவன் தட்டிவிட்டதாகக் கருதி வசவுகள் வந்தன. மனிதர்களின் வசவுகளைக் கடந்து சென்றுவிட சிறுவயது முதலே பயிற்சி பெற்றிருந்தான். எப்பேர்ப்பட்ட பயிற்சி? அத்தனை லகுவான ஒன்றல்ல அது.

அடேயப்பா. எத்தனை மனிதர்கள்? எண்ணற்றவர்கள். எண்ணற்ற வசவுகள். ஒவ்வொருவர் குரலும் மனசுக்குள் ஆழ புதைக்கப்பட்ட திக்கிலிருந்து அகன்று திசைக்கொன்றாய் விரிகிறது. புறக்கணிக்கப்படவென்றே பிறந்து வளர்ந்தான். கண்ணீர் வடிப்பது தவிர வேறெதற்கும் பயனற்ற விழிகளுக்காக விரட்டப்பட்டான். கோபம் வந்துவிட்டால் எல்லா மனிதர்களுமே குருட்டு தனம்

மிக்கவர்கள். கூனிக் குறுகிப் போய் குலுங்கிக் குலுங்கி எத்தனையோ தடவை அழ வைத்திருக்கிறார்கள். அரவணைப்புகளை விட அருவறுப்பும் உபசரிப்புகளை விட உபத்திரவமும் நிறைந்த குரல்களால் குளிப்பாட்டியிருக்கிறார்கள். நெருப்பில் வெந்து வெந்துதான் அதில் கலக்கப் பழகினான். கடக்கப்பழகினான்.

அழும்போது அவன் மூஞ்சி எப்படியிருக்குமோ, அது அவனுக்குத் தெரியாது. முகமற்றவனாக இருக்க விரும்பினான். எதையும் உதறியெறிந்து விட பழகிக் கொண்டான். எவரிடமிருந்தும் ஓடி ஒளிய முடியாதவன், தன்னையொரு செடியாகப் பாவித்துக் கொண்டான். செடியைப் போலவே எதற்கெடுத்தாலும் மௌனமாய் இருந்துவிட, தியானத்தில் புதைய, இப்போதோ அவனை விட்டு எல்லாருமே போய்விட்டார்கள். வெறிச்சோடிப் போய் நிற்கிறான். இவனைப் போன்ற மனிதர்களுக்கும் மரத்துக்கும் மட்டும் விசுவாசிகள் இருப்பதில்லை.

மனித ஓசைகளைக் கடந்து ராத்திரி பூச்சிகளின், ஓசைக்குள் வந்தான். பிளாட்பாரம் சறுக்கிக் கொண்டு கீழே இறங்கும் முடிவான இடம். துரு பிடித்த தன் வாழ்வின் இனியும் யாருமற்ற பிரதேசத்தில் தன்னந்தனியனாகக் காற்றின் கையைப் பிடித்துக் கொண்டே அவன் நடந்தான். கைத்தடியின் கண்ணீர்சொட்டுகளாய் பனித்துளி வழிந்தது. செருமல், அதைத் தொடர்ந்து இருமல். நெஞ்சுக்குள் எது எதுவோ நடமாடுகிறது. வலியுடன் எச்சிலை விழுங்கிக்கொண்டான்.

“ஒன்று, இரண்டு” என பெரிசாய் கூவி தண்டவாளக் கம்பிகளைத் தடுக்கித் தாண்டியபோது கற்கள் இடறிக் குதிகாலில் ரத்தம் வந்தது. காய்களை எண்ணி வைக்கும் பழக்கமும் போனபின் மனிதனுக்கு என்று என்ன இருக்கிறது? மேலும் முன்னேறியபோது தட்டுப்பட்டது. இதுவாவது இப்போது நிம்மதி அளித்தது. பழைய அந்த கூட்ஸ் ரயில் வாகனைநேற்றுத்தான் கண்டுபிடித்திருந்தான். பெரிய பூட்டு, கைகளில் இடறுகிற கதவுகள். கீழே மிகச் சிறிய அந்த இடைவெளியில் படுக்க முடிந்தது. உட்காருமளவுகூட உயரமில்லை. பல திக்குகளிலிருந்தும் இடித்தது. சமாளிக்க வேண்டியிருந்தது. உருப்படியற்றவனுக்காக அந்த ரயில் நிலையத்தில் இப்படியொரு இடம் இருக்கவே செய்தது. கிட்டத்தில் உறுமல். அச்சுறுத்தும் சத்தத்துடன் நாராசமாய் கூவியபடி நாய் குதித்து ஓடுகிற சந்தடியில் தடுமாறினான். இதயம் உடைந்து விடுமோவெனும்படி அடித்துக்கொண்டது. எதையும் செய்வதின்றித் திக்பிரமை பிடித்தவன் போல நின்றான். நாய் குதித்துக் கொண்டேயிருந்தது.

பையை விரித்தான். ஏதோ வாடையடித்தது. எதுவென தேட முற்பட்டான். துணிகள். ரொம்ப நாட்களுக்கு முன் துவைக்கப்

பட்டவை. கிழிந்த வேட்டிக்குள்ளிருந்து மக்கிய நாற்றம் வீசியது. அம்மா இல்லை. எதற்கெடுத்தாலும் இருந்தவள் இப்போது இல்லை. வானத்தேவதையாக இருந்தவள் இரவு பகல் உருவாக்கிக்கொள்ள பழக்கியவள். உலக விஷயங்களை அவன் அறிய அரும்பாடு பட்டவள். எல்லாவற்றிற்கும் மேலாக அவனைச் சகித்தவள். கண்ணில் பீழை யிருந்தாலும் மூக்கில் அழுக்கிருந்தாலும் பொறுத்துக் கொண்டவள்.

அவன் எண்ணியதுண்டு இருக்கக்கூடாது. அம்மா செத்துப் போய்விட்டால் அப்புறம் இருக்கக் கூடாது. அவளோடு எரிந்து விட வேண்டும். அவளுக்குப் பிறகு அவன் வாழ்வில் அர்த்தங்கள் இல்லை. அவை அஸ்தமித்த பின் வெறும் கைத்தடி வாழ்க்கையை வைத்துக் கொள்ளக்கூடாது. எறிந்துவிட வேண்டும். தூக்கி எறிந்துவிட வேண்டும் என அவன் நினைத்திருக்கிறான். ஆனால் இருக்கிறான், கைத்தடி இருக்கிறது. அவன் இல்லை. அவனைப் பிணமாக்கிவிட்டு அவள் போய்விட்டாள்.

“என் புள்ளையை அனாதையா பிச்சை எடுக்க விட்றாதீங்கடா” என்று வருவோர் போவோரிடமெல்லாம் கெஞ்சிக் குமுறிப் பரிதவித்து அழுது செத்துப் போனாள் அம்மா. அவனோ நம்ப முடியாமல் அவளது கையை இறுகப் பற்றிக் கொண்டிருந்தான். அவனைப் பார்த்துக்கொண்டே உயிர் விட்டாளோ? அப்படித்தான் என்று அவன் நிச்சயம் நம்பினான்.

‘அம்மா முகம் எப்படியிருக்கும்’ என கேட்டுக்கொண்டதுண்டு. அவள் குறித்து அவனுக்கென அபிலாஷைகள் இருந்தன. நூறு பேர் இருக்கும் இடத்திலும் அம்மா மூச்சு அவனுக்கு எட்டும். மெலிதாக உள்ளே போய் லேசாய் சிணுங்கிவிட்டுப் பதற்றத்தோடு வெளி-வரும் அம்மா மூச்சு. ஆஸ்துமாக்காரி. வளையல் முனகும், மெட்டி சிலிர்க்கும்படி அம்மா வருவது செவிக்குத் தெரியும். போய்விட்டாள் அம்மா. அம்மா இல்லாமல் அழக்கூடத் தெரியவில்லை அவனுக்கு. எதற்கெடுத்தாலும் அவள் தோளில் விழுந்தே அழுது பழகிவிட்டது. அவள் சாவுக்குப் புரண்டு அழுதிடத் தோள் இல்லை.

அழுக்கு வேட்டியை விரித்தான். உடம்பை மடக்கிக் கொண்டபடி அடிப்புறமாக நுழைத்து படுத்தான். சின்ன வயசில் விரல் சூப்பியதுண்டு. அம்மா கையின் மிருதுவான தசையை இன்னொரு கையால் தடவியபடியே தூங்கிப் போவான். போகப் போகப் பழக்கம் போனது. கட்டியிருந்த துணித்துண்டத்தை அவிழ்த்துப் போர்த்திக் கொண்டான். ஒரே ஒரு புன்னகை போதுமானது!. அவன் உயிரோடு இந்த ராத்திரியைக் கடத்திவிட, ஆனால் அதற்குதான் உலகத்தில் பஞ்சம். திடீரென்று கிடைத்தற்கரிய பொருளாகி விடுகிறது புன்னகை.

நேற்று இவ்வளவு குளிர் இல்லை. வேட்டிக் கிழிசல் குளிரைக் கூர்மையாக்கியது. பசியுடனிருந்தால் சீக்கிரம் விரைத்துவிடுபவன் போலானான். இன்று குளிர் அப்படி. அம்மா காசு நேற்றோடு தீர்ந்தது. சாப்பிட்டால் பிரச்சனை தீரலாம். பிச்சையெடுக்க மனம் வரவில்லை. அம்மாவுக்காக வாவது என்று தோன்றிற்று. குறையைக் காட்டிப் பிச்சை எடுக்கக்கூடாது. ஒரு கங்கணம் போல.

நாலாபுறமிருந்தும் விரப்பட்டவன். சரிந்து கிடக்கும் அவன் மேல் விழுந்து பிடுங்கின கொசுக்கள். எல்லையற்ற இருட்டில் வாழ்க்கை நடத்துபவனுக்கும் உறக்கம் என்கிற ஒன்று இருக்கவே செய்கிறது. ஒடுங்கிக் கொள்கிறான். தூங்கும் அவனை ஒன்றிரண்டு ரயில்கள் உசுப்பிவிட்டுக் கடந்தன. மீண்டும் தூக்கம், இனி முற்றிலுமாய் அடங்கிப் போய்விட்டான்.

கனவு அவனுக்கா? தன் முகத்தை ஒருமுறை கூட தானே பார்த்தறியாதவனுக்காக அவன் கனவில் அம்மா வருவாள். கனவில் வரும் அம்மாவுக்கு முகமில்லை. இந்தக் கனவில் அம்மா வரவில்லை. எப்போதும் போல இருட்டைப் போர்த்திக் கொண்டு அவள் வரவில்லை. திக்கற்றவனாக அம்மாவைத் தேடி அவன் ஓடுகிறான். குனிந்து துழாவினான். கால்களில்லை. கால்களுமா? வெறும் கைத்தடி நடந்து கொண்டிருந்தது. கைத்தடிக்கு மட்டும் எப்போதும் கண் தெரியும்.

அம்மா மூச்சு கேட்கிறது. காற்றெங்கும் அம்மா மூச்சை விதைத்தாள். எல்லா புறமும் வளர்ந்தது மூச்சு. அவனை மேலும் அல்லாட வைத்தபடி சுற்றிச் சுழலும் மூச்சுக்காற்று. துரத்தத் துரத்த ஓடும் வளையலும் மெட்டியும். 'அம்மா அம்மா' கூப்பிடும் தூரத்தில் அவள் இல்லை. மூச்சு மட்டும் எப்படி?

குலுக்கிப் போட்டது. திடுக்கிட்டு விழித்தான். ராத்திரியா பகலா.... விடிந்து விட்டதாவென விளங்கவில்லை. பசியால் வயிற்றுக்குள் பாறைகள் உருண்டன. நாராசம். 'பொர்'ரென்று நாய் குரைப்பது போல இந்தச் சத்தமா அவனை எழுப்பிவிட்டது? பழகிப்போன சத்தமாயிற்றே!

பிரமை பிடித்துவிட்டது. மூளைக்குள் ஏதேதோ குடாய்ந்தன. தனக்குப் பயித்தியம் பிடித்துவிட்டதோவென எண்ணிக்கொண்டான். இல்லை. உண்மையில் தனக்குப் பயித்தியம் பிடித்துவிட்டதாகப் பயித்தியத்திற்குத் தெரியாது. எங்கேயோ சலசலக்கிறது. இருட்டைத் துழாவினான். எதுவும் கைக்கு அகப்படவில்லை. மெல்ல மெல்லச் செத்துக் கொண்டிருக்கிறானோ? இருக்கலாம்.

"அதாரு... இங்கே வந்து படுத்தது?" என்று எதிர்பார்க்காத திசையிலிருந்து இருட்டு பேசிற்று. இந்த இருட்டு பெண் இருட்டு.

கலக்கமுற்றபடி எழுந்தவனை ‘ணங்’ என பொட்டில் இடித்தது ரயில் வாகன். தலை சிதறிக் கொண்டிருப்பது போல அதிர்ந்தான். ‘அம்மா’ என்று தவித்தான். அவள் பரபரத்தாள். “எல்லாத்தையுமே பார்த்துப்புட்டயா நீ...!” என்று பதறினாள். இருட்டில் அவனது குறை யாருக்குமே தெரிவதில்லை. “விடிஞ்சிடிச்சா”? என்றான் மெதுவாய். ‘யாருகிட்டயும் சொல்லிராத என்ன?” என்றாள் அவள்.

அவளது மூச்சு இருட்டில் கேட்டது. அம்மா மூச்சுபோல அது தோன்றியது. “என் பொளப்பப் பாத்தியா. வயித்துக் கொறசாமி.... கூலிபயலுவ.... என்ன பொரட்டிப் பொரட்டி எடுக்கறானுங்க....” என்ற போது மூச்சு அதிகரித்தது பதற்றம் தெரிந்தது. கையைப் பிடித்து எதையோ திணித்தாள். பணம். வளையல் இல்லாத கை அம்மாவுதை விட மிருதுவான கை. அதற்கு மேல் அவனால் அழுகையை அடக்க முடியவில்லை.

கணையாழி தீபாவளி சிறப்பிதழ் - 1992

25
ரெண்டு ரூபாய் தீர்றவரைக்கும்

“டேய்... ஆம்பிளைங்களா.... கயவாளிப்பயலுவளா கேளுங்கடா.... கேளுங்க. எம்புள்ளய காணும். கொழாப் பாண்ட் போட்டுக்கினு குஜாலா போறியே நீ கேளு. ஆளாளுக்கு ஏய்க்கறானுவடா. நீ யாரா ஏமாத்துன. இன்னிக்கி. எவ மாட்டினாடா. இன்னாடா... இஞ்சினியரு.... அய்யிருதானே நீயி’ மொழுமொழுன்னு தவுக்கள கணக்கா மெதுமெதுனு இருக்கிற இல்ல. உனக்கின்னா? பணம். பணமிருக்குது உங்கிட்ட. எங்கிட்ட என்ன இருக்குது? ரெண்டு தொங்கிப்போன மொலைங்க... கருப்பா வெடவெடன்னு ஒரு ஒடம்பு இருக்குது. அப்புறம் உனக்குத் தெரியுமாடா. ரெண்டு ரூபாய் இருக்குது எங்கிட்ட. எப்புடி வந்திச்சுனு கேக்காதே உன் மானம் பூடும்.

ஏ... சேட்டுப்பையா. நீ நிம்மதியா பீடே போட்டுக்கிட்டுத் தராசப் பாத்தே பணக்காரப் பயலாய்ட்ட. வட்டிக்கடையா, புட்டிக்கடையா, உம் பொண்டாட்டி போண்டா மாதிரி உப்பிட்டா. உம் பொண்ணுவ முக்காடு போட்ட நெலாவாட்டமா செக்கச்செவேல்னு பீச்சாங்கரையிலே எவம்பின்னாடியோ சுத்துது. நான் பாருடா ஏழை. எனக்கு விவரம் தெரிஞ்ச நாளாவே நான் ஏழைதான். ஆனா... டாய்... ரெண்டு ரூபாய் பணக்காரிடா... நானு இன்னிக்கி.

ஓஹோ... நீயா? புருசம் பின்னாடி கூட்டர்வண்டியில் போறியாடி? அடியே... பிடிச்சிக்க. நல்லா கெட்டியா பிடிச்சிக்கடீ. ஆத்தா.... இல்லீனா நீ பிடிக்கிறது சரியில்லன்னு ஆளு மாத்திப் புடுவானுவ... எப்படியோ.... பாடி..... பொண்ணு....போ....போய் ரெஷ்டாரண்டுல அரை இருட்டுல அவங்ககூட கம்பெனிக்கி இரு. ஹாய்... நீயா? இங்கினத்தான் இருக்கிறியா. ச்சீய்.... கழுதைதானே நீ. ஏய்....கழுத இங்க வா... பொட்டக்கழுத.... சொல்லு, எத்தனைபேரு பொதிய சொமந்தன்னு சொல்லு. சொல்லு அந்தப் பாவ மூட்டைங்களோட விவரத்த. பக்கம் பக்கமாக எழுதலாம். உம் மேல பூரா பாரத்தையும் ஏத்திட்டுக் கிராதகப் பயலுங்க சொகுசா இருந்த கதைய சொல்லு கழுத. பொட்டக்கழுத, ரணமாப் போன காயத்தக் கொத்திக் கொத்தி சொகங்கண்ட காக்காய்களைப் பத்திக் கதை கதையா சொல்லு கேப்பம். யார் யாருக்காக குட்டிப்போட்ட கழுத? அதையும் சொல்லு.

ஹாங்.... எல்லாந் தெரிஞ்ச கதைதான். புதுக்கதையா இன்னா. எத்தனை பொட்டக் கழுதைங்க பாரு. பாரம் செமந்து செமந்து முதுகு பழுத்து... குட்டிப் போட்டு வயிறு காய்ஞ்ச கழுதைங்க தானே... நாம் எல்லாருமே. ஏ... செல்வார் கமீசு காலேஜ் சுந்தரி. எங்க வேணாலும் சுத்து. பஸ்ஸுல போகப் போறியா. அதுக்குத்தா இப்புடி வேர்த்து நிக்கிறியா? போடீம்மா... கண்டக்குடரு நாய் கைய புறாண்டும். மத்த நாயிங்க ஊறுகா தொட்டுக்கிற மாதிரி மாருல இடிக்கும். இந்தா 'பெண்கள்' சீட்டுல பிசாசு மாதிரி தூங்குறதப் பாரு. பெரிய உழைச்சு கொட்டிப்புட்டாரு தொர.... ஏந்திரிடா... நொள்ளுபார்ட்டி. வயசாயிப் போச்சில்ல. இளிக்கிறியே சோளக்காட்டு பொம்ம கணக்கா. குதுர மூஞ்சி. ஒய்யாரக் குருடா. எந்திரிடா பன்னீனு சொல்லு. படிக்கப் போறியா. தோழிக்காரியோட பொறந்த நாளு கொண்டாடிவா. எங்க வேணுமோப் போய்க்க... வெளிச்சத்துலயே வூட்டுக்கு போயிருடீ.... இல்லீனா.... ஆயிஅப்பன் நினைக்கும் நீ தேவிடியான்னு.

ச்சு...ச்சு...போச்சு...தாலியந்தவளா நீ. அய்யோ இம்புட்டு அளகா இருக்கிறயே செல மாதிரி. புருசன்காரன் செத்துப் போயிட்டானா? எப்போ செத்தான்? கருங்காலிப் பயலுவ. எப்படிச் செத்தான்? கலியாணத்துலயே வியாதியா. என்னன்னு பொய் சொல்லி பண்ணி வச்சானுங்க கலியாணம். "உல்லாசமாகவே உலகத்தில் வாழவே... மாப்பிள்ளையாகியே...." பாட்டுப் பாடினானா. ஏமாத்திப்புட்டானு வளா... தாயே. ஏம்மா இம்புட்டு வேதனையோட பாக்குற நீ. தோல்விய தாங்க முடியலயா கண்ணு. குழந்தை இருக்குதா. இல்லியா. அய்யோ... நீயே ஒரு குழந்தை மாதிரிதான் இருக்குற. அய்யோ.... முடிச்சவிக்கிப் பய என்னப் பார்வ பாக்குறாம் பாரு உன்ன. பொறுக்கி... பொறுக்கி.

.செருப்பால அடிப்பேன்டா... உன்ன.... ச்சீ எங்கிட்டத்தான் செருப்புகூட இல்லியே... எதுக்கு செருப்பு? உடம்பே அழுக்கான பிறகு.... தெருக்குப்பை என்ன சதைக் குப்பை என்ன எல்லாம் ஒன்னுதான். அட...ப் பொட்டக் கழுதைங்களா..... இங்க என்னடி பண்ணிகிட்டிருக்கீங்க கொளத்தங்கரையில. பேள வந்தீங்களா. யாரு மூத்திரம் எம்மாந்தூரம் அடிக்குதுன்னு போட்டியா? ஒய்யாரமா இருங்கடீ. எத்தினி நாளு? ந்தோ.... வெடிக்கிற வரைக்குந்தா. அப்புறமென்ன எப்படா ரொட்டிக் கட வெப்பான்னு ஆளாளுக்கு நாய் மாதிரி அலைவானுங்க. கலியாணத்துலர்ந்து கருமாதி வரிக்கும் பொணமா வாழோணும் இப்பவாவது சந்தோசமா இருங்கடி. கண்ணுங்களா, எங்கிட்ட ரெண்டு ரூபாஇருக்குது. எதுனாச்சு வாங்கித் தரவா?

ச்சி... எம்புள்ளக்கி? ம்... புஸ்க்கு புஸ்க்கு. எம்புள்ளக்கி வாங்கித் தரணுமே. போயி உங்காயிட்ட கேட்டு துன்னு. இது எம்மவனுக்கு.

யம்மா... என் ராசா... யப்பா.... எங்கய்யா போன.... எந்தப் பக்கமா போன கண்ணு. ரயிலடியிலயா பிச்ச எடுக்கற காலு கடுக்கத் தேட வெக்காதப்பா. கெடச்சிடு சாமி. ஏந்தங்கமுல்ல. தப்புத்தான். ஆத்தா இப்புடியெல்லாம் போறது தப்புத்தான் என்னத்த செய்ய... நாலணா வேணுமா பன்னு ரொட்டிக்கி. ரூபா வேணுமே டீத்தண்ணிக்கி. வேற வேல எங்க கெடக்கிது பையா சொல்லு.

எந்த மவராசி வூட்லயாவுது சாமான் வெளக்கிக்யேனமும் தொடப்ப கட்டையுமா பிழைக்கலாம்னா, எப்படியோ திருட்டுப் புத்தி, அதிகமில்ல... ஒரு சோப்புத் துண்டு ஒண்ணு ரெண்டு கரண்டிக... வூடு கூட்டுறப்போ கெடந்த சில்ற காசு கொஞ்சம் நான் என்ன பெரிசாவா திருடிட்டேன். ஒண்ணு ரெண்டு கண்ணுக்கே தெரியாதது. இதுக்குப் போயி கத்துது. சீக்காளி பொம்பள. சரி... திருடவே கூட-ாதுடா இந்த வூட்லன்னு ஒரு வூட்ல வேல பாத்தனே அது என்ன கத?

வக்கணையா தானே வேலை செஞ்சேன். ஒரு திருட்டு தண்டா உண்டா. அந்த செறுக்கி இருக்காளே மொதலாளி யம்மா... அவ மகனாலதானே வந்திச்சு வெனை. வூடுகூட்றப்போ ஒருநாளு சடார்னு கட்டிப் பிடிச்சுட்டான் ஜொள்ளு கெராக்கி. அந்தப் பொம்பள பாத்து கிடிச்சு. யாரு மேல தப்பு? பய பண்ண தப்புக்கு எனக்குத் திருட்டுப்பட்டம். உருப்படுவாளா அவ... அவதாலியறுக்க... அவிஞ்சுப் போயிருவா... தட்டுவாணி.... கொள்ளேல போறவ...

அப்புறமென்ன...எவளுமே வேல தரல. எனக்கு வேண்டாம்டீ உங்க வேல... வேறு எதுக்கு லாயக்கு நானு. சாணி பொறுக்கியாச்சு. சாராயமும் வித்தாச்சு. உங்கப்பனாவது நம்மகூட இருந்தானா? ஓடுக-ாலிப் பய. பேட்ட வஸ்தா துட்ட என்னக் கூட்டிக் கொடுத்துட்டு... வேற ஒருத்திகூட ஓடப் பாத்த பயதானே.... பன்னி கணக்கா எவ பின்னாடியோ பூட்டானே. வேற என்னத்த சாமீ நானு பண்ணுவேன். குடிச்சாலு ஒதச்சாலு நெனச்சப்பவெல்லாம் படுத்தனே... என்னத்த... உன்னையும் வுட்டுபோட்டு ஓடிட்டான் தேவுடியா மவன்.... விடியாமூஞ்சிப்பய....

தரித்திரமய்யா... என் வயத்துல பூத்த தரித்தரம் உனக்கு. உங்கொப்பனுக்கு வாக்கப்பட்ட தரித்திரம் எனக்கு. வேற வழி தெரியலசாமி. வா... வந்திரு... என்னப் பெத்த... ரா....சா... நீயும் போயிட்டினா எங்கே கண்ணு போவா ஒன் ஆத்தா? போன வாரம் பூரா உன்னத் தேடினம்பா... ரயில்லியே போய் வரயாமே. ராவெல்லாந் தூங்காம பிச்ச எடுக்குறியாமே... அய்யோ... அய்யோ... அஞ்சு வயிசு பிஞ்சு.... இந்தப் பாடுபடுதே... டேய்... எம் மவனை ... பிச்ச எடுக்க வுட்டீங்களேடா...

இறங்கிருப்பா.... ரயிலு போதும். ஆத்தாகாரிகிட்ட வந்திரும்மா. யோவ் முண்டாசு கட்னவனே ஊருக்கு புச்சா.... நீ பள்ளபய பத்தரமையய்யா. பிடிச்சுக்கிட்டுப் போயி கைகால வெட்டிப் பிச்ச எடுக்க வுட்ருவானுவ. உனக்கின்னா மயிராச்சுன்னு போய் வேற ஒருத்திகூட படுப்ப. தாயி தவிக்கும். சோறு பழசானாலும் இறங்காது. தொண்டக்குழி அடைக்கும். அடிவயிறு குலுங்கும். அய்யோ ... புள்ள போச் சேன்னு கெடந்து குமுறும் பாரு....

இன்னாடி... சொகுசுக்காரி... காருல ஒக்கார்ந்து என்னப் பாத்து மூஞ்சிய சுழ்ச்சிகிற. கண்ணாடிய மூடிக்கிற. அம்புட்டு கொளுப்பு இல்ல? வாங்குன நகை நட்டப் பூரா ஒடம்புல பரப்பி தோ... பாருங்கடா என் பணத்திமுரன்னு உன்ன வேசம் போட்டுக் கம்பங்கூத்தாடியாட்டமா எக்ஜிபிசன் காட்டக் கலியாணங்களுக்கு அலுக்காம குலுக்காம கூட்னு போறான் புருசங்காரப் பய. மிச்சநேரம் பூரா மிஷின் மாதிரி அவனுக்கு சந்தோஷங் குடுடீ. சின்ன வூடு... பாரு.... ரெஷ்டாரண்டு வூட்டு வுட்டுக்கு வந்தா கவனிக்கணும். என்னாத் தெரியும் உனக்கெல்லாம். ந்தோ பாரு... எருமைங்களோட படுத்துக் காயம்பட்டு மிதிபட்டு ரெண்டு ரூபாய் சம்பாரிச்சிருக்றேனே எங்கஷ்டம் தெரியுமா உனக்கு? நாய் மாதிரி கடிச்சிப்புட்டு கணக்கு சொல்றவனும், மாமூல் தராட்டி சிகரெட்டுல சுடுற போலீசுகளும் தெரியுமா உனக்கு....

கலியாண வூட்டுக்குக் குலுக்கிக்கிட்டு பவுசு காட்ட போறவ நீ.... அதே கலியாண வூட்டுக்கு நாயிங்க பன்னிங்க கூட சண்டைபோட்டு எச்சியில பொறுக்கித்திங்க வாரவ நானு. ஏம்மா மூடமாட்ட காரு கதவ... நல்லா மூடிக்கடீ....

அடிங்க.... எம்மாடி என்ன இத்தன சனம். என்னங்கடி. எங்கேயிருந்து வாரீங்க எல்லாம்? பையனும் குட்டியுமா... தோ... போறா பாரு .... பாப்பாத்தி... செக்கச் செவேல்னு தங்க மாட்டமா புள்ள ஜொலிக்கிது. ஓ ரயில்ல எறங்கி வாரீயளா.. ஏண்டியம்மா... ராசா வூட்டுக் கன்னுக்குட்டிகளா. எம்புள்ளக்கிக் காசு போட்டீகளாடி. எம்புள்ள எப்படி இருக்கிறான். டேய் டேய்.... சொட்டத்தலையா... எம்புள்ளக்கி ரெண்டணாவாவது போட்டியாடா ...ஏ.... வெளி நாட்டுக்காரகளே. வெள்ளக்கார தொரமாரே.... எல்லாம் சுத்திப் பாக்க வந்தியளா? காசு போட்டீங்களா புள்ளக்கி? எந்தத்தேசம் நீ... மகராசனா இரு. எங்க தேசத்தப் பாரு எம்புள்ள மாதிரி, எளச்சு பிசாசு போல ஆயிருச்சு.... தேசம். எப்படியோ எம்புள்ளக்கிக் காசுப்போடுங்க. நான் பொளச்சிப்பேன் சாராய யாவாரமோ சதை யாவாரமோ ... எப்படியும் பொழச்சிப்பேன். எம்புள்ளக்கிக் காசு போடுங்க....

பாளா போச்சிதய்யா.... என் வயத்த ரெப்பலன்னாலும் எம்புள்ள நல்லாருகட்டும் சாமீ... அது போதும். என்னடா இங்கின கூட்டம்.

ஓஹோ அனாதப்பொணமா. இருக்கிறதே ரெண்டு ரூவா. அதும் போச்சின்னா என்னத்த செய்ய? போண்டிதான். இந்தப் பெணம் முழுங்கிப்பட்டணத்துல எங்கிட்ட ரெண்டு ரூவா இருக்குது.ஏ காய் யாவாரம்.... நீ கேளு எங்கிட்ட ரெண்டு ரூவா இருக்குது.

டேய் காலேஜிபையா...ரெண்டு ரூவா பணக்காரிடா நானு.நீயாரு? என்ன கூப்பிடறயா.உடம்பு வேணுமா உடம்பு....போடா பொறுக்கி. வர முடியாதுடா.இந்த உடம்பு உன்னிது இல்ல போடா.தொட்டா? தொட்டாவா? அம்புட்டு கொளுப்பா உனக்கு. தோ எனக்காகவே கெடக்குது பிஞ்ச செருப்பு. எடுத்து செருப்பாலயே அடிப்பேன்டா. தொட்ருவியா நீ. நான் பொம்பளடா. மானஸ்தி. ரெண்டு ரூவாய் தீர்றவரைக்கும் இந்த உடம்பு என்னிதுறா.

கவிதாசரண் - 1993.

26
கேங் கூலி

நாங்கள் அப்போது தாந்தோன்றிமலையில் ஒரு சிறிய வீட்டில் குடி யேறியிருந்தோம். மலையென்றதும் பாடப்புத்தகத்தில் வருவதைப்போலஏதோகுளுகுளு பிரதேசமென நானும்என் தம்பியும் நினைத்திருந்தோம். ஏராளமான வீட்டுச் சாமான்களையும் எனதும் தம்பியதுமான சைக்கிள்களையும் லாரியில் ஏற்றி வந்திருந்தனர். லாரியுடன் அப்பா போனார். அவரோடு போகவேண்டுமென அடம் பிடித்த தம்பியையும் கூட்டிக்கொண்டு இரவு வண்டியில் என்னோடு வந்து சேர்ந்திருந்தாள் அம்மா. குதிரை வண்டி வைத்துக்கொண்டு வீட்டைத் தேடியபோதும் இருட்டாகவே இருந்தது. 'மலையல்ல... சிறிய... குன்றுதான்' என அம்மா சொன்னாள். வயது தெரியாது. மூன்றாவது போக இருந்தேன்.

புதிய அலுவலகத்திற்கு அப்பா விரைந்து கொண்டிருந்த அடுத்த நாள் காலையில் அவன் வந்து சேர்ந்தான். கேங் கூலி, அப்பா அவன் பெயர் கேட்கவில்லை. வாட்சுமேன் என்றாள் அம்மா. வீட்டை ஒழுங்கு செய்ய, சாமான்களை அதனதன் இடத்தில் வைத்து அம்மாவிற்கு உதவ வந்திருந்தான். 'மின்விசிறிகளைப் பொருத்தவும் விளக்குகளைச் சுவரில் மாட்டவும் மின் ஊழியனுக்கு அவன் உதவியாக இருப்பான்' எனக் கூறிவிட்டு அப்பா அலுவலகம் போய்விட்டார். தம்பிக்குப் பிடிக்கவில்லை.

திடீரென வெறிச்சோடிப் போன மரம் போல காணப்பட்டான். உழைப்பில் முறுக்கேறிய புஜங்களுடன் அவன் கிழடு தட்டிப்போயிருந்தான். சாம்பல் நிறத்தில் தாடி இருந்தது கோரை கோரையாக, முகத்தை முதிர்ச்சி அப்பியிருந்தது. போலீஸ்காரர்கள் உயர் அதிகாரிகளின் குரலுக்காகக் காத்திருப்பதைப் போல அம்மாவின் உத்தரவுகளுக்காக வாசற்கடையில் காத்துக் கிடந்தான். நீதிபதியின் வாயைக் கூண்டுக்கைதி பார்க்கிறது மாதிரி அம்மாவை, அவள் எங்களோடு பேசுகையில் பார்த்தான். முண்டாசு கட்டியிருந்தான். எங்கள் வீடு முழுதும் பீடி வாடையை நிறைத்தபடி அவன் நின்றான்.

எங்கும் மூட்டைகளே தென்பட்டன. இத்தனை சாமான்கள் எங்கள் வீட்டில் இருந்தனவா! மழையில்லாது போயிற்று. இல்லையேல் லாரிக்குக் கஷ்டம். எங்களுக்கு நஷ்டம். எங்களுக்கு என்றால் அப்பாவுக்குப் பெருத்த நஷ்டமல்லவா? ஆனால் அவ்விதம் நடந்துவிடவில்லை. “அந்த மரத்தடியில் உட்காருங்க வாட்சுமேன்... கூப்பிடறேன்” என்றாள் அம்மா. அவள் சமையலறைப் பக்கமாய் போன பின்னும் கூட அவன் உட்கார வில்லை. இரும்புப் பெட்டிகளைத் தனியே அடுக்கினான். சாமான் மூட்டைகளையும் அரிசி மூட்டைகளையும் இனங்கண்டு பிரித்து அடுக்கும் வேலையில் இருந்தான். அப்பாவின் புத்தக மூட்டைகளைப் பிரித்தான்.

பிறகு மடியிலிருந்து சுருக்குப்பையை எடுத்து விரித்தபடி என்னைப் பார்த்துச் சிரித்தான். கறுத்துக் கறைபடிந்த பற்கள். முகத்தின் பல திக்குகளில் சுருங்கிச் சிறுத்த குழிந்த சதையில் வெளுத்த தாடியுடன் அவன் சிரித்தான். முண்டாசைத் தலையில் இருந்து அவிழ்த்துத் தரைமேல் போட்டுவிட்டுக் குத்துக் காலிட்டான். புகையிலையைக் கையில் தேய்த்து வாயில் போட்டுக் குதப்பத் தொடங்கினான். நான் அவனைப் பார்த்துக் கொண்டிருந்தேன். எது என்னைப் பார்க்க வைத்ததென அறியாது சும்மா பார்த்துக்கொண்டிருந்தேன்.

அந்த வீடு ஒரு சிறு காம்பவுண்டுக்குள் அமைந்திருந்தது. அடுத்தடுத்தாற் போல ஒரே மாதிரியாக ஏழெட்டு வீடுகள். அதனையடுத்து அப்பாவின் அலுவலகம். அந்த நாட்களில் எங்கள் தந்தை மாநில அரசாங்கத்தில் வட்டார வளர்ச்சி அதிகாரியாகப் பணியாற்றி வந்தார். புதிய வட்டாரங்களுக்கு அடிக்கடி மாற்றப்படுகிற நாடோடிப் பிழைப்பு அவருடையது. அலுவலர் குடியிருப்புகளில் எங்களுக்கு வீடுகள் ஒதுக்கப்பட்டு வந்தன. எல்லா ஊர்களிலும் கிட்டத்தட்ட ஒரே மாதிரி வீடுகள்.

அலுவலர் குடியிருப்புகள் மரங்களோடு வளர்ந்தவை. வேப்பமரங்களை விட அதன் நிழல் பெருத்துக் காணப்படும். அடர்த்திக்குக் கீழே அவை எண்களிடப்பட்டவையாகும். அரச மரத்தடியோடு அந்தக் குடியிருப்பு முடிகிறது. அந்த இடத்தில் காக்கைகள், குருவிகள் எச்சமிட திருட்டு விநாயகர் சிலையின் காவலில் ஒரு மேடை இருந்தது. எங்கள் புதிய வீட்டிலிருந்து பார்க்க அது அழகிய வனம் போல காட்சியளித்தது. பல்லாண்டு கால மரம் அந்த அரச மரம். புதிய வாசனை வீசிற்று. ஒவ்வொரு ஊரும் மணத்தோடு கூடியதாக இருக்கின்றது. இதையெல்லாம் கண்ணுற்றபடி கிழவன் வெத்திலை சீவல் போட்டு முடித்தான்.

“அய்யாவுக்கு எடம்....எப்புடிங்க...பிடிச்சிருக்குதுங்களா?” எனக்குத் தெரிந்து அப்படியொரு குரல் அப்போதுதான் என் காதில் விழுகிறது. புறாக்கள் துணைதேடி உறுமுவது போன்றது அவன் குரல்.

சற்றுத் தன்னிரக்கத் தோடும் தலைசாய்த்தபடி மிகுந்த மரியாதையோடும் என்னிடமிருந்து பதிலுக்காகக் காத்திருக்கத் தொடங்கினான். அம்மா என்னை உள்ளே அழைத்தாள். யாரும் புதியவர்களிடம் நான் பேசுவதை அவள் விரும்புவதேயில்லை. இது எனக்குச் சற்றும் பிடிக்காதது.

உள்ளே போவதற்குத் திரும்பிக்கொண்டே நான் கேட்டேன். எதற்காகவோ கேட்டேன். அவனைப் பற்றி நான் அறிந்துகொள்ள விரும்பினேன். "உன் பேர் என்ன தாத்தா?" என்றேன். தாத்தா என்றதில் மீண்டும் பற்களைக் காட்டினான். முரட்டுத் தாடியைத் தடவிக்கொண்டே கொஞ்சம் பெருமைப்படுபவன் போலாகி எழுந்து நின்றான். பிறகு வரவழைத்துக் கொண்ட போலித்தனத்துடன், என்னைச் சிரிக்க வைத்தபடி அவன் சொன்னான்: "எம் பேரு பாவாடைங்க..." எனக்குச் சிரிப்பு கொல்லென வெடித்தது. அந்தப் பெயரில் சிரிக்க நிறைய இருப்பது போல நான் சிரித்தேன். அவனும் அசடுபோல முகத்தை வைத்துக்கொண்டு ஒரு பாவனையாகச் சத்தமின்றிச் சிரிக்கிறான். இப்படியெல்லாம் கூட பேர் வைக்கக் கூடுமோவென எனக்கு அதிர்ச்சி ஏற்பட்டிருந்தது.

அம்மாவிடம் சொல்ல ஓடினேன். என் அரிய கண்டுபிடிப்பு அவளுக்குச் சிரிப்பை வரவழைக்கவில்லை. அதற்குரிய அறிகுறியே அங்கு இல்லை. மறுபடி சொன்னேன். பிறகு மறுபடி. மறுபடி. அவள் சிரிப்பதாயில்லை, என்னைச் சட்டென ஒரு எரிச்சலோடு அவள் பார்த்தாள். தேவையான கடுமை அந்தப் பார்வையில் இருந்தது. ஆனால் சிரிக்கிறேன். எனக்கு ஏதோ ஆகிவிட்டது மாதிரி, வயிறு கிழிய வாய்விட்டு அத்தனைப் பரிகாசத்தோடு ஏன் சிரித்தேன். அந்தப் பெயரில் ஏதோ இருந்திருக்க வேண்டும், பைத்தியம்.

குளிக்கிறேன். "பாவாடை.... பாவாடை" என எனக்குள் கூறிக்கொண்டே குளிக்கிறேன். புதிய குளியலறை என்பதால் வேடிக்கை பார்க்க நிறைய விஷயங்கள். சன்னல் கதவுகளற்றது. மேலே மின்விளக்குக்கான கொப்பி இருந்தது. பல்பு இல்லை. எங்களுக்கு முன்னால் அவ்வீட்டில் இருந்தவர்கள் கழற்றிக் கொண்டு போயிருக்க வேண்டும்.

சிமெண்டில் தொட்டியொன்றும் காணப்படுகிறது. புதிதாக வெள்ளை அடிக்கப்பட்டிருந்தபடியால் (நாங்கள் வருகிறோமென அப்பா ஏற்பாடு அது) தரையெங்கும் திப்பிதிப்பியாகச் சுண்ணாம்பு சிந்தப்பட்டிருந்தது. இதையெல்லாம் பார்த்தபடி குளித்தேன்.

வெளியே போனபோது அரிசி மூட்டைகளைக் கிழவன் தூக்கிக்கொண்டு வந்து சமையலறை பரணுக்குக் கீழே வைத்துக் கொண்டிருந்தான். சட்டையைக் கழற்றித் தலையில் சும்மாடு

கட்டியிருந்தான். எங்களிடம் அப்போது ஏழெட்டு மூட்டை அரிசி இருந்தது. ஊரிலிருந்து தாத்தா அனுப்பியது. அந்த மூட்டைகளை அசைக்கக் கூட முடியாது. எனவே எனக்குச் சற்று ஆச்சர்யம் ஏற்பட்டது. மூட்டைகளை அவன் முதுகில் தூக்கிச் சென்றபோது கழுத்து நரம்புகள் முட்டிக் கொண்டிருந்தன. எட்டெடுத்து வைத்த கால்கள் சற்று நடுங்குவதையும் பார்த்தபோது எனக்கு பயமாக இருந்தது.பின் அந்தமூட்டைகளைப் பரண் மீது வரிசைப்படுத்துமாறு அம்மா அவனுக்கு உத்தரவு போட்டாள். ஏணியை எங்கிருந்தோ வாங்கிக் கொண்டு வரப் போனான். அவன் வெளியேறியபோது அம்மா தானாகவே பேசிக்கொண்டாள். ஆனால் அது என் காதில் விழுமாறு பார்த்துக் கொண்டாள். "இப்படி தள்ளாடுது.... கிழம்... தண்ணீ கிண்ணி அடிச்சிருக்குமோ" என்றாள்.

அம்மா கூறுகிறாள். அவன் தண்ணி அடித்துள்ளான். எனக்கு அளவற்ற ஆர்வம் பிடுங்கித் தின்றது. இதுவரையில் தண்ணி அடித்தவனை நேரில் பார்த்ததில்லை நான். இப்போதான் முதன் முறையாகப் பார்க்கிறேன். தண்ணியடித்தவன் இப்படித்தான் இருப்பானா என எனக்குள் கேட்டுக் கொண்டேன். கிழவன் தண்ணியடித்தவன். பாவாடைத் தாத்தா தண்ணி அடித்தவன். இது எனக்கு வினோதமாக இருந்தது. தண்ணி அடித்தவனைப் பேர் கேட்டேன். பேசியுள்ளேன். தண்ணி அடித்தவன் என்னைப் பார்த்துப் புன்னகைக்கிறான். என் வாழ்நாளில் இனி எல்லா சக பையன்களிடமும் கூறிட ஒரு செயற்கரிய செயலைச் சாதித்துள்ளேன். அவன் தண்ணி அடித்தவன்.

கிழவன் மூட்டையை முதுகில் தாங்கிச் சமையற்கட்டு மேடை மேல் முதலில் வைத்தான். பிறகு தலையைக் கொடுத்துத் தூக்கிக் கொண்டான். கால்கள் முன்னும் பின்னும் நடுங்கின. அம்மா ஒரு நொடி பயந்துதான் போனாள். சமாளித்துக் கொண்டு ஏணியில் ஏறத் தொடங்கினான். ஒவ்வொரு படியாக மிக மெதுவாக அவன் ஏறியபோது அம்மா தள்ளி வந்துவிட்டாள். என்னையும் போக விடவில்லை. துணைக்கு ஆள் இல்லாமல் அவனால் இவற்றை செய்ய முடிந்தது. ஒவ்வொரு மூட்டையாக முதலில் மேடை, மேடையிலிருந்து தலை, தலையிலிருந்து ஏணி, ஏணியிலிருந்து பரண் என இயங்கிக்கொண்டிருந்தான்.

அவன் எது செய்தாலும் வேடிக்கை பார்க்க வேண்டியிருந்தது எனக்கு. மிகச் சுவாரசியமாகத் தண்ணி அடித்தவன் எதையும் செய்தான். சாமான் மூட்டைகளைத் தூக்கிக்கொண்டு வந்தான். தையல்களை பிரித்தான். அவைகளிலிருந்து அவன் வெளியே எடுத்துப் போட்டவைகளை எடுத்து அம்மா அடுக்கத் தொடங்கினாள். சில சாமான்கள் நசுங்கிப்போயிருந்தன என்பதால் அவன் அளவற்ற

வருத்தம் வெளியிட்டான். லாரிக்காரனைக் காரசாரமாகத் திட்டினான். எப்படியும் ஒடுக்கு எடுக்க முடியாதபடி நசுங்கிப்போன பாத்திரங்களைத் துக்கத்தோடு எடுத்தான்.

ஒரு மரணத்திற்காக இரக்கப்படுவது போலிருந்தான். அம்மாவுக்காக வேண்டி அவன் அப்படி செய்தான். அம்மாவோ அவன் மேல் கண்றாவியான வாடை வருகிறதென்பதாக முகத்தை வைத்துக்கொண்டாள்.

நிலைக்கண்ணாடி மாட்டுவதற்காகச் சுவரில் ஆணி அடித்திருந்தான். ஆணிகள் வளைந்தன. ஜெம்பர் வைத்துத் துளையிட்டான். ஓரிருமுறை கையில் பட்டுக்கொண்டான். சுத்தியலை ஓங்கும்போதெல்லாம் சத்தமாக முனகி மூச்சுகள் விட்டதை நான் பார்த்தேன். நிலைக்கண்ணாடியை மாட்டும்போது அதில் அவன் முகம் பார்த்துக்கொண்டானா.... இல்லையா என்று அறிய விரும்பினேன். தண்ணியடித்தவன் முகம் பார்த்துக்கொள்வானா? அதை அறிய முடியவில்லை. அம்மிக் கல்லையும் ஆட்டுகல்லையும் தூக்கி வந்து அம்மா கூறிய இடத்தில், துவைக்கும் கல்லருகே சுவரோரமாகக் கொல்லையில் வைத்து அவன் நிமிர்ந்தபோது மின் ஊழியன் வந்து சேர்ந்தான்.

இன்னமும் அளவற்ற வேலைகள் பாக்கியிருந்தன. அவர்கள் இருவருமாக வேலை செய்தார்கள். "புத்தி கெட்ட கெள்டு...." என்றான் மின் ஊழியன். மின் விசிறியின் பட்டைகளைத் தண்ணீரில் கழுவித் துடைத்து வைக்குமாறு சொன்னான். டியூப் லைட்டையும் சுவிட்சுகளையும் கூட கிழவன் துடைத்தான். இந்த வேலையைக் கிழவன் பார்த்தபோது சாமான்களை வாங்கிவர அம்மாவிடம் பணம் கேட்டுப் பெற்று மின்ஊழியன் சைக்கிளில் போனான்.

தண்ணி அடித்தவன் வேலையில் மும்முரமாக இருந்தான். அவனிடம் கேட்க வேண்டிய கேள்விகள் என்னிடம் குவிந்திருந்தன. அவன் வீடு எங்கிருக்கிறது? அவனுடைய பேரப்பயலுக்கு என்ன பெயர் வைத்திருந்தார்கள்? அவனுக்கும் இவனைப் போலவே பாவாடை என்றோ சொக்காய் என்றோ வைத்திருப்பார்களா? மனிதர்கள் ஏன் இப்படி இருக்கிறார்கள்?? அவன் கருப்பாய் அசிங்கமாய் ஏன் இருக்கிறான்? என் தாத்தா டாக்டராக இருந்தவர். இவன் ஏன் இப்படி? படிப்பு ஏறவில்லையா? மக்காக இருந்து விட்டானா? நான் மேலும் கேட்க விரும்பினேன். அவன் தண்ணி அடித்துள்ளானா?

தண்ணி அடித்தவன் மதியம் வந்தபோது சாப்பிடச் சென்றான். அலுமினிய சாப்பாட்டுத் தூக்கு போணியில் உணவு வைத்திருந்தான், அப்பா மதிய உணவிற்கு வந்தபோது அவன் வெளியே மரத்தடியில்

உட்கார்ந்து சாப்பிட்டான். நாங்கள் உணவு அருந்தினோம். கிடைத்த பொருட்களையும் எடுக்க முடிந்த சாமான்களையும் கொண்டு அம்மா. ஏதோ சமைத்திருந்தாள் புதிய இடமென்பதால் சமையலறையிலேயே ஓரிடத்தில் உணவு கொள்ளப்பட்டது. எனது பள்ளிக்கூடம் குறித்து அங்கு விவாதிக்கப்பட்டது. அந்த ஊரில் ஒரு பள்ளி உண்டு. அதில் வசதிகள் போதவில்லை. ஆறு ஆசிரியர்களும் நூறு மாணவரும் இருந்தனர் என்றார் அப்பா. சென்னையில் இருந்தது போன்ற பெரிய பள்ளிக்கூடம் அங்கு இல்லை. "பேசாமல் இவனை மட்டும் ஹாஸ்டலில் விட்டுடலாமா"? என்று கடைசியாக அப்பா வினவினார். அம்மாவால் உடனே முடிவு செய்து கூற முடியவில்லை. இப்படி என் உடனடி வாழ்வு பற்றி எந்த முடிவுமின்றிச் சாப்பாட்டு நேரம் கடந்துவிட்டது. எதையும் அப்பாவிடம் கேட்கும் தைரியம்தான் எனக்கு இன்னும் வரவில்லை.

சாப்பிட்டு முடித்து வந்தபோது கிழவன் விறகு கட்டைகளை தூக்கிக் கொண்டு தோட்டத்தைச் சுற்றி வந்து பின்கட்டில் போட்டுக்கொண்டிருந்தான். அம்மா அவனைப் பற்றி அப்பாவிடம் புகார் செய்து கொண்டிருந்தாள். ஒரு வேலைக்காரன், கூலி, அவனைக் கூட சரியாக ஆளாக அனுப்பத் தெரியவில்லையென அவள் கோபித்தாள். இந்த மாதிரி ஊரில் இப்படித்தான் என அப்பா சால்ஜாப்பு சொன்னார். இந்த நேரத்தில் அப்பா கிழவனை அனுப்பிவிடகூடாதென நான் விரும்பினேன். எனக்கு அவனை இன்னும் பார்க்க வேண்டியிருந்தது. தண்ணி அடித்தவனை, சாப்பிட்டுக் கைகழுவி முகம் உடம்பு கழுவி விட்டு விறகு சுமக்கும் தண்ணி அடித்தவன். அது எனக்குப் போதுமானதாக இல்லை.

மின் ஊழியன் வந்தான். அப்பா எங்கெங்கு மின்விசிறி, விளக்கு மாட்டுவதென அறிவித்துவிட்டு அலுவலகம் போனார். முதலில் மின் விசிறி மாட்டும் பணி தொடங்கியது. உள் அறையில் தம்பி தூங்கிக்கொண்டிருந்ததால் பெரிய வரவேற்பு அறையில் முதலில் மின் விசிறியை மாட்டக் கூறினாள் அம்மா. ஒரு நாற்காலியையும் அதன் மேல் ஸ்டூலையும் போட்டுக் கிழவன் பிடித்துக்கொண்டான். பிறகு மின் ஊழியன் அதன் மீது ஏறி நின்றான். விட்டங்களை இணைத்த இரும்புத் தகடு துரு பிடித்திருந்தபடியால் அது தாங்குமாவென தொங்கிப் பார்த்தான்.

ஸ்டூலைப்பிடித்துக்கொண்டிருந்த கிழவன் தலையில் சும்மாட்டின் மேல் மின்விசிறியை வைத்துத் திருகாணிகளை விடுவித்துப் பின் விட்டத்தில் மாட்டினான் மின் ஊழியன். தண்ணி அடித்தவன் தலையில் எங்கள் மின் விசிறி. அந்தச் சந்தர்ப்பங்களில் லேசாகத் தலை ஆடியபோதெல்லாம் கிழவனுக்குச் சரமாரியாகத் திட்டுகள்

விழுந்தன. நன்று, மின் விசிறி ஓடத் தொடங்கியது. "இந்த மாதிரி ஒரு அசமஞ்சக்காரன் போதும்.... வேலை நடந்த மாதிரிதான்... ஏன்யா கெள்டு சரியான கூமுட்டையா நீரு" என சத்தமிட்டபடி மின் ஊழியன் ஸ்டூலிலிருந்து இறங்கினான். அம்மா அவன் கூறியதை ஆமோதிப்பது போல புன்னகைத்தாள். தண்ணி அடித்தவன் அவமானத்தால் குறுகிப் போனது போல காணப்பட்டான்.

மின் விளக்கு மாட்டுவதற்குச் சுவரில் ஆணிகளுக்கென ஜம்பரால் துளைகளிட்டான் கிழவன். அந்த நேரத்தில் டியூப் லைட்டையும் அதைப் பொருத்தும் ஹோல்டரையும் இணைத்து அது எரிகிறதாவென்று மின் ஊழியன் பரிசோதித்தான். அம்மா சமையல் அறையில் காப்பி தயார் செய்தாள். நான் அங்கு சென்றபோது "இதை எலக்ட்ரீஷியனுக்குக் கொடு" என்றாள். செம்பிலிருந்த நீரை எடுத்து அடுப்பில் பாதி காப்பியில் ஊற்றி அது கொதித்ததும் இது கிழவனுக்கு என எனக்குப் புரிந்தது. பாவம் தண்ணீ அடித்தவனுக்கு இதெல்லாம் தெரியாது. அது வசமான ஏமாளி. தனக்கு தண்ணிக் காப்பி அளிக்கப்படுவது கூட தெரியாத முட்டாள். அவனிடம் கேட்க இன்னொரு கேள்வி இப்போது இருந்தது. "முன்பின் அவன் காப்பி அருந்தியதுண்டா....?" அவனது பேரப்பையன் எதைக் குடிக்கிறான். நான் கெஞ்சினாலும் எனக்குக் காப்பி கிடைப்பது இல்லை. எப்போதும் ஓவல்தான்.

காப்பிகளைத் தரம் பிரித்து அறிந்து எடுத்தபடி நான் வரவேற்பு அறைக்குச் சென்று கொண்டிருக்கும்போதுதான் அந்தச் சத்தம் கேட்டது. கிழவன் "ஆத்தாடீ" என்றான். அம்மா விரைந்தாள். அறையில் டியூப் லைட் சுக்கல் சுக்கலாக உடைந்து கிடந்தது. மின் ஊழியன் கையில் ரத்தம். அவன் கிழவனை சபிக்கவே தொடங்கிவிட்டான். "அய்யா... கவனிக்கலிங்க சாமி...." என முனகும் குரலில் கிழவன் நடுங்கியபடி பரபரத்தான். அம்மா செய்வதறியாது தவித்தாள். தம்பி முழித்துக் கொண்டான். மின் ஊழியன் கர்சீப்பை எடுத்துத் தண்ணீரில் நனைத்துக் கையில் கட்டிக் கொண்டே "நீரெல்லாம் ஒரு மனுசன். ஏன்யா எல்லாம் வந்து உசுர எடுக்குறீய...." என்றான். டியூப் லைட்டு என்ன விலை தெரியுமா....? உன்னைய வாங்கித் தரச் சொல்லோணும் அப்பத்தான்யா".... என பல்லைக் கடித்தான். "நீங்க என்கிட்ட தரலயாற்று கினு நினைச்சேன். தலையில் வேற.... ஆணிக அசையப்படாதும்பீங்க" என்றவாறு ஏதோ பேச எத்தனித்தபடியே கிழவன் கண்ணாடிச சில்லுகளை பொறுக்கி எடுத்துக் கொண்டிருந்தான். "காப்பி சாப்பிடுங்க...." என்றாள் அம்மா. "வாய்யா ... கெள்டு வந்து குடி.... அப்புடியே உழைச்சு - ஓஞ்சுப் புட்டீக பாரு வா... வாய்யா" என மின் ஊழியன் கிண்டல்

செய்தான். கிழவனுக்கு அளவற்ற அவமானம் ஏற்பட்டது. முகம் கோணிப்போனது. கருத்த சரீரம் நடுங்கிக்கொண்டிருந்தது. தண்ணி அடித்தவன் அழுவானா? ஏனோ எனக்கு அப்போது அங்கிருக்க பிடிக்கவில்லை.

கவிதாசரண் - 1993

27
கிளறல்

போவோர் வருவோர் எதிர் டீக்கடையில் பேப்பர் படிப்போர் முகம் சுளிக்கின்றனர். புடவைத் தலைப்பால், கைக்குட்டையால் மூக்கை வாயை பொத்திக் கொண்டனர். அலுவலகம் போகும் மேனாமினுக்கிகள். "இவனெல்லாம் மனுசன்தானா" என்றும் சந்தேகித்தனர். ஊரே நாறும்படியாய் அவன் அந்த அமைதியான தெருச் சாக்கடையைக் கிளறி விட்டு விட்டான். யாரையும் அந்தச் சாக்கடை இத்தனை வருசமாகப் பார்த்தது இல்லை. அது பாட்டுக்கு ஓடிக் கொண்டிருந்ததை இந்தக் காலை நேரத்தில் அவன் கெடுத்தான்.

பாதிதான் வெளியே தெரிகிறான். வயிற்றுக்கு கீழே மீதி உடம்பு சாக்கடையில் நெளிகிறது. எலும்புகள் தெத்திக் கொண்டிருக்கும் முதுகை, மாரைக் காட்டிக் கொண்டிருக்கும் அவன் வறுமை. "மூக்கை வுடுங்கப்பா... அவனுக்குக் கை காலென்ன மரக்கட்டையா?" என வியந்தனர். நடுவே ஏதும் பேசாதிருந்தவர் பேசாதிருந்தார். யாவரும் பொடியனை விட்டு அவரை நோக்கினர். மூக்கை, வயிற்றை வட்டமிட்டுக் காட்டி வாய் கோணல் செய்தார். குடல் வெளியே வந்திடுமென்று புரிகையில் எல்லா குடலும் அப்படித்தானென அங்கு அமைதி.

சட்டென்று பலரும் நாற்றத்திலிருந்து தப்பி ஓடத் தொடங்கினார்கள். அவனோ குபுகுபுவென கொப்பளங்கள் தோன்றும் படியாய் சாக்கடையில் முழுசாய் மூழ்கிப் போயிருந்தான். "அட..... உள்றயே... போயிட்டாம்பா" என்றது டீக்கடை கல்லா. "யாரு மூஞ்சியிலே முழிச்சானோ... இன்ஷா அல்லா" என்று பொழப்பை நொந்துகொண்டான். "இன்னாதான் செய்யிறான்-பய" என்று வில்ஸ் பில்டர் ஒன்று, "கவுச்சி.... சகிக்கிலப்பா" என்றது சிசர். சாக்கடை நாற்றத்தில் சிகரெட் நாற்றம் மணமாகிறது இவர்களுக்கு.

ஒரு சிறு கூட்டம் கூடிவிட்டது என்னும்படியாய் டீமாஸ்டர் பரபரத்தான். வரிசையாய் நிறுத்தப்பட்டிருந்த டீ கிளாஸ்களிலிருந்து ஈக்கள் பறந்தன. தகர டப்பாக்கள் காப்பியை, டீயை மேலிருந்து கீழாய் பரிமாறிக் கொண்ட வேகத்தில் ஈக்கள் குளிக்க வாய்ப்பில்லை.

குமட்டலோடு குமட்டலாய் டீ சாப்பிட முடியாதென யாரும் கருதவில்லை. பஸ்ஸ்டாப் பூக்கடையும் கூட மூக்கைப் பொத்திக் கொண்டபோது மறுபடி குபுகுபுவென்றது சாக்கடை.

அவன் வெளியே வந்திருந்தான். தலையிலிருந்து சாக்கடை நீர் வழிந்து ஓடியது. வாயைத் துப்பினான். காதோரத்தேயிருந்து செத்தைகளை அகற்றினான். தலையைச் சிலுப்பிவிட்டபோது நீர்த் துளிகள் சிதைந்தன. ஏதோ பேச விரும்புபவன் போல இருந்தான். கன்னக்கதுப்புகள் தடித்து முறுக்கேற உள்ளேயிருந்து எதையோ எடுக்க முயலுகிறான். ஒரு கூடை வருகிறது. உள்ளே சாக்கடை மண் அழுக்கு நீர் நிரம்பி வெளியே எடுக்க சாக்கடைக் கட்டையில் வைத்தான். நீரிலிருந்து வெளியே வந்தான். கால் தெரியாத படி கருப்பாய் அழுக்கு சேறு அப்பிக் கிடந்தது. பின் கூடையைக் கவிழ்த்தான். பூச்சிகள் பறக்கின்றன. காற்றை இழுத்து உறிஞ்சி உருப்படியாய் சில மூச்சுகள் வாங்கினான். அரை நிஜார் உடம்போடு ஒட்டியுள்ளது.

பலரும் தன்னைக் கவனிப்பதை அவன் உணர்ந்தவனாகத் தெரியவில்லை. உட்கார்ந்து உள்ளான். துண்டு ஒன்று கையில் இருந்தது. உடம்பைத் துடைக்கிறான். பின் தெளியுமென்று காத்திருந்து சாக்கடை நீரிலேயே முக்கித் துண்டைப் பிழிந்தான். ஒரு தகரமுறம் இருக்கிறது அவனிடம். அதை மிகப் பாதுகாப்பாக வைத்திருக்கிறான். அந்த முறத்தின் பொத்தல் ஒன்றை அடைக்க வழி தேடினான். இடம் விட்டு எழுந்து அங்கும் இங்கும் நீர் சொட்ட நடந்து ஒரு துண்டுக் காகிதத்தைக் கண்டுபிடித்தான். அதைச் சுருட்டி மடக்கி முறத்துளையில் திணித்தான். சில்லென ஒரு காற்று வீசியதில் உடம்பை உலுக்கிப் போட்டது. பற்களைக் கடித்தபடி தாங்கிக் கொண்டான்.

துண்டை எடுத்து மறுபடி பிழிந்தான். பிறகு கூடைக்கும் அழுக்கு குவிக்கப்பட்ட இடத்திற்கும் நடுவில் தரையில் அதை விரித்திருந்தான். அதன் அருகில் உட்கார்ந்து முறத்தைச் கையில் எடுத்தான். அதில் அழுக்கு மண்ணை எடுத்து நீரை வார்த்துச் சலிக்கத் தொடங்கினான். அவனது நிழலின் மேல் தவளையொன்று போய்க்கொண்டிருந்தது. இந்த வேலையில் ஒரு பெரும் பழக்கம் உள்ளவனாக இருக்கிறான். உடம்பெங்கும் ஈக்கள் மொய்த்தன. அவன் விரட்டுவதில்லை. துண்டுக் கண்ணாடியொன்றும் அதனையடுத்து சிறு இரும்புத் தகடுகளும் கைக்கு அகப்பட்டன. அவற்றை எடுத்து விரிக்கப்பட்டிருந்த துண்டின் மேலே போடுகிறான். கை மேலும் வேகத்தோடு தேடல் செய்கிறது.

சாக்கடை எங்கிருந்து வருகிறதென்று ஒருகணம் யோசித்தான். வடக்கேயிருந்து அது வந்தவண்ணமுள்ளது. பல வீடுகளைப் பல

வீதிகளைப் பல்வேறு திக்குகளைக் கடந்து வந்துள்ளது. பணக்கார, ஆசாரம் மிகுந்த அய்யர் வீடுகள், வியாபாரிகளின் குடியிருப்புகள், திருமண நிலையங்கள் வழியாக வருகிறது சாக்கடை. அது தெற்கு நோக்கி ஊரின் தேவையில்லாத பொருட்களை உபயோகமாகி மரியாதை இழந்த குப்பைகளை எடுத்துப்போகிறது. கடலின் பின்புறம் உப்பனாற்றில் கலந்து, கரைந்து பின் சாக்கடை கடலாகிவிடுகிறது. போகப் போக ஆழம் கூடுகிறது. அகண்ட சாக்கடையின் இருபுறமும் அவனது ஒதுக்கப்பட்ட மக்கள் குடிசைகளை இட்டுக் கொண்டார்கள், சாக்கடையின் அங்கமாய்.

வெகு நாட்களாக இந்த இடத்தில் சலிக்க அவன் விரும்பி வருகிறான். பலவிதமான பொருட்கள் எடைக்கு உதவும்படி இவ்விடத்தில் கிடைக்குமென கருதினான். இரண்டு வேளைகளாவது வயிற்றை நனைக்கலாம் அவன். அழுக்கைக் கொட்டி புதிய மண்ணை அள்ளுகிறான். நீரில் கலந்து கையை நடுவே செலுத்திப் புடைத்து வடித்து எடுத்தான். வளையல் துண்டங்கள், சட்டைப் பித்தான், என்னவென்று கண்டறிய முடியாது ஒரு எடையுள்ள இரும்புத் தகடும் துண்டிற்கு வந்தன. அளவற்ற எதிர்பார்ப்பு அங்கு நிலவி வருகிறது.

சில நேரங்களில் இப்படித்தான் ஆகிறது. கைக்குக் கிடைத்த பொருள் எதுவென தெளிவின்றியே போய்விடுகிறது. ஒருமுறை அவனுக்குத் தெற்கேயிருந்து அழகான வேலைப்பாடுகள் நிறைந்த பித்தான் அளவிற்கான உலோகத் துண்டு கிடைத்தது. அது என்னவென்று அவனது கூட்டத்தில் யாருக்கும் தெரியவில்லை. ஒரு வாரம் வைத்திருந்து அதனை எடுத்துப் பார்த்துப் பார்த்துப் பழசாக்கிச் சந்தைக்காரன் ஒருவனிடம் இரண்டு ரூபாய்க்குக் கொடுத்து விட்டான் அவன்.

இப்போது கொசுக்கடி அளவிற்கு மீறுவதாக இருந்தது. அவை உடம்புமுழுதும்பிடுங்கத்தொடங்கியதால், அவ்விடம்விட்டுஎழுந்து கொண்டான். சற்றுத் தள்ளி சாலையோர பூண்டுச்செடிகளைப் பிடுங்கியெறிந்து விட்டு உட்கார்ந்து வேலையைத் தொடர்ந்தான். அங்கும் வந்தன கொசுக்கள். தவளை இப்போது சாலையைக் கடந்து அந்தப் பகுதிக்குப் போய்கொண்டிருந்தது. ஒரு கணம் அதைக் காரணமின்றிப் பார்த்தான். அதுவும் காரணமின்றிச் சற்று தாமதித்தது போலிருந்தது.

எல்லோருக்கும் வாடை பழகி வருகிறது. கடந்து சென்ற கார்கள் கருப்புக் கண்ணாடியை உயர்த்திவிட்டுத் தனது கண்டனத்தைத் தெரிவித்துக் கொண்டன. பஸ் வந்து நின்றது. பின் மூக்கைப் பொத்தியபடி கிளம்பியது. டீக்கடையில் கூட்டம் குறைந்து

போய்விட்டது. "இந்தியா தானப்பா இத்தனை மோசம்" என டீக்கடை பாய் அலுத்துக்கொண்டான். அவன் சவுதியில் பல வருஷங்கள் இருந்தவனாதலால் ஒரு நாளைக்கு நூறு முறையாவது இதே வாசகத்தை உச்சரித்து வந்தான். டீ மாஸ்டருக்கு ரொம்பவும் பழகிப்போன வாசகமாதலால் அது அவன் காதில் விழவில்லை. ஆளில்லா கடையில் இப்படி வாசகங்கள் வீணாவதை உணராதிருக்கின்றனர் மக்கள். நாற்றம்கூட பழகியது இப்படித்தான். எத்தனையோ வகையான நாற்றங்கள். முடை நாற்றங்கள். அந்த நாற்றத்தில் நேரம்தான் செல் அரித்துப்போகிறது.

உடம்பில் சாரை சாரையாகச் சாக்கடைக் கறை படிந்து திக்கிற்குப் பலவாறு காய்ந்தது இழுத்தது. ஆனால் எதற்கும் அவன் கவனம் சிதறாது. எல்லா திக்கிலிருந்தும் மனிதர்கள் கவனித்தாலும் சிதறாது அவனோ அங்கே என்ன கிடைக்கப்போகிறது என்று அறிய ஆவலாக இருந்தான். இருந்தும் இதுவரை எதுவும் கிடைக்கவில்லை. ஆனால் அவனாகவே சுய சமாதானம் சொல்லிக் கொள்வான். அச்சமாதானங்களின்றி இன்றுவரை அவன் உயிரோடு இருந்திருக்க முடியாது. அவனுடைய கூட்டத்தினரையும் அச்சமாதானங்களே காப்பாற்றி வருவதாக அவன் நம்பி வந்துள்ளான். அத்துடன் அழுக்கு மண் தீர்ந்துவிட்டது.

துண்டு சிரிப்பதை உணர்ந்து திடுக்கிட்டான். மேலும் சில ஆணிகள். பேனா கொப்பிகள் தவிர வேறு விஷயம் எதுவும் கிடைக்காதது அவனை வருத்தமுறச் செய்திருக்க வேண்டும். அமைதியாகத்தான் என்றாலும் சற்று எரிச்சலோடு தலையை முன்னும் பின்னுமாக எதையோ தீர்மானித்தவன் போல அசைத்தான். செத்த நிறத்தில் வந்தது மாலை பொழுது. ஆக நீண்ட நேரம் அவன் தேடியிருக்கிறான். நகக்கண்களில் வலிக்கும்படி சலித்துள்ளான். ஆனால் சலிப்பற்றவனாக. எப்போதோ வாழ்கையை அடித்துக் கொன்றாகிவிட்டது. அதை இனி அலங்கரிக்க முடியாது. த்விர அவனது முன்னோர்கள் போட்ட அவனது வாழ்வைச் சாக்கடையிலிருந்து மீட்டெடுப்பது நீண்ட தேடல்களுடன் கூடியது. ஆகையால் அவன் சோர்வு அடைவதேயில்லை.

ஒன்றன்பின் ஒன்றாகத் தேடியே தீருவான். ஏதாவது ஒரு சாக்கடையில் அவனது வாழ்வை முன்னோர்கள் விட்டுச் சென்றிருப்பார்கள். அதை அவன் இன்று கண்டுபிடிக்காமல் போய் விட்டால்? அப்புறம் அவனது பிள்ளைகள் தேடும் என்கிறார்கள். ஊர் நாறட்டும். ஆனாலும் அவனது வாழ்க்கையைத் தேடி எடுப்பது மிக மிக. அவசியமானது எந்தத் திக்கிலாவது யாராவது அவனுடையதை எடுத்து வைத்துக் கொண்டிருக்கலாம். அதுவும்கூட தேடினால்

கிடைத்தற்குரியது. ஆனால் ஒன்று மட்டும் நிச்சயம். ஆசார வீதிகள் கடந்து தெற்கு நோக்கி ஓடிக்கொண்டேயிருக்கும் இந்த வீதியில் எங்கோதான் அவனது வாழ்வை முன்னோர்கள் தொலைத்தார்கள். அதை வேறு எங்கு போய் அவன் தேடுவான்?

மனிதர்கள் போய்க்கொண்டிருந்தார்கள். அலுவலகம் விட்டு, பள்ளிக்கூடம் விட்டு, ஆலைகள் விட்டு, சிலர் கடைகளை விட்டும் ஓடினார்கள். மிகவும் அவசரமாக மீதி வாழ்க்கையை வாழ்ந்து தீர்க்கப் பழைய வேஷங்களைக் கலைக்க, கலைத்துவிட்டுப் புதிய வேஷங்களைப் புனைவார்கள். பூக்கடைக்காரன் அவசர சாவுக்காக மாலையை நெய்கிறான். எதிலும் அழகு பார்க்கிறார்கள். பிணத்தை ஜோடித்துதான் புதைக்கிறது வழக்கம். அவன் ஜோடிக்க என்று அவனிடம் எதுவும் இல்லை. அதற்காகத்தான் தேடுவது. கருப்பாய் சிறுத்து அழுக்காய் முறைக்கும் இருட்டு வரும்வரை தேடுவான். கிடைக்காததைம் பின் நாளை வந்து தேடுவான்.

பஸ் மறுபடி வந்தது. இம்முறை வேறு திக்கிலிருந்து ஏராளமான சாமான்களையும் தூங்கும் மனிதர்களையும் ஏற்றிவந்தது. டீக்கடையில் பால்காரன் காசு பாக்கிக்காகச் சண்டை இழுத்துக்கொண்டிருந்தான். சிலரை இறக்கி விட்டுவிட்டு நீண்ட நேரமாக ஊர்கதை பேசிய பெண் சனத்தையும் அவர்களது பிரச்சனையையும் ஏற்றுக்கொண்டு பஸ் கிளம்பிவிட்டது. கூடையை எடுத்துக்கொண்டான். சாக்கடையில் அடுத்த அழுக்கு மண் குவியலுக்காக அவன் மூழ்கிக்கொண்டிருந்தான். சற்று நேரத்தில் குபுகுபுவென்று ஊர் சாக்கடை பொங்கிற்று. அப்போது பார்ப்பதற்கு அது விம்முவது போலிருந்தது.

புதியபார்வை - 1993

28
சட்டைக்குள் இல்லாதவன்

தலையணையில் முகம் புதைத்துக் குப்புற அடித்துப் படுத்துக்கொண்டுள்ளான் சித்தார்த்த சிம்மன். விபரீத எண்ணங்கள் உதிக்கலாயின. இதே தலையணையில் மூச்சுமுட்ட நசுங்கிப்போய் சாக நேர்ந்துவிடும். இவனது குடலை எறும்புகள் மொய்க்கும். மூளையின் துண்டங்களை ருசித்துச் சாப்பிடும் கரையான்களுக்குப் பைத்தியம் பிடித்துவிடும். எல்லையில்லாது எல்லா திசையிலும் இவன் பிணம் நாறும். குழந்தைகளை முத்தமிட்டு நோய்களைப் பரப்பும் இவன் ரோட்டில் கிடப்பான். இப்படி கொடூரமாய் கொல்லப்பட்டவனாகத் தன்னை உணர்ந்தான்.

"என்னை எனக்கு சொல்லித் தராத படிப்பு ஒரு கேடு" அவனுக்குக் கோபம் வந்தாலும், மகிழ்ச்சி ஏற்பட்டாலும் ஒன்றுதான். அவ்வளவாக வெளியே தெரிவதில்லை. ஒரு கசப்பு மருந்து போல நடந்து கொள்கிறான். யாரோ பயன்படுத்திவிட்டுத் தூக்கிப்போட்ட ஒன்று இவனுக்கு வாழ்க்கையாக வந்து வாய்த்திருக்கிறது. எல்லாவற்றையும் மத்தியிலிருந்துதான் தொடங்க வேண்டியுள்ளது. தொடக்கம் இல்லை. முனைப்புற நுனி கைக்கு அகப்படுவதில்லை. எப்படி தேடினாலும் பரவாயில்லை. பாதியிலிருந்து தொடங்கி பாதியிலேயே முடியும்.

ஒட்ட ஒட்டப் புகைத்துவிட்டுக் கீழே எறியப்பட்டுள்ள துண்டு பீடியாகக் கிடக்கிறது கல்லூரி. எல்லாம் பழையது. இவனும் கொஞ்சம் புகைக்க நேர்கிறது. அடுத்தவர் எச்சிலை அதிகம் பொருட்படுத்தாது, அருவறுப்புகளை துறந்துவிட்டு ஒவ்வொன்றையும் பொறுக்கிப் புகைக்க வேண்டும். யாரும் மூஞ்சியைச் சுளிப்பதில்லை. அவன் மட்டும் ஏன் சுளிக்க வேண்டும். அவனுக்கு மட்டும் இது குமட்டுவானேன். ஜோசப் இதயராஜ் இதைத்தான் கூறி வருகிறான். "அசப்பில் எதற்காகக் கல்லூரி வருகிறோமென்றே தெரியவில்லை" என்றான். வேலைக்குப் போவதற்காக, ச்சூள் கொட்ட வைத்து விடுகிறது. எத்தனை நியாயமில்லாதது. வேலைக்குப் போவதற்காகவே படிப்பதும், கல்யாணம் செய்து கொள்ளவே சம்பளம் வாங்குவதும், குழந்தை பெற்றுக்கொள்ளவே கல்யாணம் செய்துகொள்வதும், அவர்களை

வேலைக்கு அனுப்பவே படிக்க வைப்பதும், சம்பளம் வாங்கவே வேலைக்கு அனுப்புவதும், கல்யாணம் செய்து கொள்ளவே சம்பளம் வாங்க வைப்பதும், குழந்தை பெற்றுக்கொள்ளவே கல்யாணம் செய்துவைப்பதும், அவர்களின் குழந்தைகளையும் வேலைக்கு அனுப்பவே படிக்க வைப்பதும் என இருந்து கொண்டிருக்க மனிதனுக்கு ஆறாவது அறிவு எதற்கு? உண்மையான மனிதன் அவனுடைய சட்டைக்குள் இருக்கிறான்.

வேலைக்குப் போவதற்காக வாழ்வதும், வாழ்வதற்காகவே வேலைக்குப் போவதும் பிடிக்காமல் குறைந்தபட்சம் தற்கொலையாவது செய்துகொண்டவர் யாராவது உண்டா? எத்தனை குழப்பங்கள். வேலைக்குப் போக சில ஆண்டுகள்முன் அனுபவம் தேவை. முன் அனுபவம் ஏதும் பெற ஒரு வேலை தேவை. "காட்ச்-22 நிலை" என்று ஆங்கிலத்தில் சொன்னான் ஜோசப். அவன் ஆங்கிலத்தில் பேசும்போது செயற்கையாகத் தலையை ஆட்டுவது பிடிக்கவில்லை. ஆயிரம் தடவை சொல்லியாகிவிட்டது. அடுத்த முறை ஏதாவது விபரீதமாய் செய்துவிடுவோமோ என அவனுக்குப் பயமாக இருக்கிறது.

சித்தார்த்த சிம்மன் புரண்டு படுத்துக்கொண்டான். கீழ் மேலேயும் முதுகு அடியில் வரும் வண்ணம் படுத்துக்கொள்ளும் ஒரு விலங்கு கிடைக்கல்ல...." என்று காலையில் முகமற்ற ஒருவன் ஏன் இவனிடம் கூற வேண்டும்? மேலும் மேலும் சிடுக்காக்கி விடுவதிலேயே இருக்கிறார்கள். தினம் ஒரு முறையாவது சுருங்கிப் போக நேர்கிறது. ஒவ்வொரு அனுபவத்திற்கும் எத்தனை முகங்கள். ஒன்றுகூட நம்பிக்கை தருவதாய் இல்லை.

எல்லாபுறமிருந்தும் பிதுங்கும் வேஷங்களுடன் திரிபவர்களில் ஒருவனாகக் கலந்துவிடக் கூசுகிறது. கூச்சல் குழப்பம் நிறைந்தது இது. தனது முப்பத்திரண்டு பற்களிலும் போலித்தனம் வளருவதைப் பார்த்தான். ஒரு கொழுத்த காளான் போல பாசாங்கு சுற்றிலும் அவனை மூடிக்கொண்டு வளர்க்கிறது.

போன வியாழக்கிழமை துவைத்துப் பிழிந்து கசக்கிக் கொடியில் காய வைக்க க்ளிப்பில் தொங்க விடப்பட்ட சட்டையைப் போல கல்லூரி வகுப்பில் தன்னை உணர்ந்தான் சித்தா. மூச்சை முழுசாய் இழுத்து விடவோ முதுகை உணரவோ செருப்பைக் கழற்றிக் வைத்துவிட்டுக் கால் கட்டைவிரலுக்குச் சொடுக்குப் போடவோ வகுப்பில் முடியாது. ஏன் இப்படி வெறுமனே உட்கார்ந்திருக்க வேண்டும். சும்மாவே இருந்து கொண்டிருக்கப் பழகுதலுக்கா? தமிழ்பாடப் பிரிவில் என்றால் கால் மேல் கால்கூடப் போட முடியாது. காற்றில் அசையவும் சுதந்திரம் இருப்பதில்லை.

தாடையில் கைவைத்துக்கொண்டோ; முகத்தைத் தொங்கவிட்டுக் கொண்டோ: பின் இருக்கையில் சாய்ந்தோ பக்கவாட்டில் புதைந்தோ; தலையைத் தாங்கிகொண்டோ, மேசையில் முகம் பதித்தோ சத்தமில்லாமல் உட்கார அனுமதி உண்டு. ஆனால் தூங்கக்கூடாது. "இந்த நாட்டில் எத்தனையோ கோடி இளைஞர்கள் இப்படியாக ஒரு நாளைக்குக் காலை 9-30 முதல் மாலை 4-30 வரையில் சும்மா உட்கார்ந்திருக்கிறார்கள்" என்று கூறிவிட்டு ஜோசப் இருதயராஜ் இடி இடிக்கும் சத்தத்தோடு சிரித்தான். அந்தச்சிரிப்பு சித்தாவின் விலாவை முட்டிக்கொண்டு உள்ளே முன்னேறிச் சென்று கொண்டிருக்கிறது. காலம் வீணாகிறது என்று எப்போதும் நினைத்துக் கொள்ளாதவன் இப்படித்தான் சிரிப்பான் என அவன் நினைத்துக்கொண்டான்.

போன வியாழக்கிழமை சித்தாவின் வாழ்வில் முக்கியமான நாள் ஆனது. சனியன் என்று வாழ்க்கையை வெறுத்துத் தற்கொலை செய்து கொள்ள முடிவெடுத்தான். பிறகு தற்கொலை செய்துகொள்ளப் பிடிக்காமல் ஊரைவிட்டே ஓடிவிடத் தீர்மானித்தான். பிறகு ஊரைவிட்டே ஓடிவிடப் பிடிக்காமல் வெறுமனே கடற்கரைக்குப் போனான். கடற்கரையில் அந்த இடத்தைக் கண்டுபிடித்தான். அங்குதான் கடலின் முகம் இருந்தது. கடல் பேசுவதைக் கேட்க முடிந்தது. அடுத்த நாள் வெள்ளிக்கிழமை கல்லூரிக்கு டிமிக்கி கொடுத்துவிட்டு அந்த இடத்திற்குப் போய் நாள் முழுக்கப் பேசிக்கொண்டிருந்தான். பிறகு தினமும் போவதென்று தீர்மானம் ஆயிற்று.

நண்பர்களற்றவன் சித்தார்த்த சிம்மன். இருக்குமிடம் தெரியாமல் இருந்து கொண்டிருப்பவன். மனிதர்களின் தொன்னூறு சதவிகித கேள்விகளுக்கு வெற்றுப் பார்வையிலேயே பதில் சொல்லிவிடலாம். எல்லாம் சம்பிரதாயமானவை. சமூகச் சட்டங்களைத் திருப்திப்படுத்தவே கேட்கப்படுபவை. சாப்பிடவா என்பார்கள் ஓட்டலில் பார்த்து. "படத்துக்கா" என்பார்கள் தியேட்டரில் பார்த்து. எல்லாம் வாழ்நாளில் ஒரே ஒரு கவிதையைக்கூட வாசித்து அறியாதவர்கள்.

ஜோசப் இருதயராஜ் சிரிக்க வேண்டும் என்பதற்காகவே வகுப்பில் ஜோக்குகள் அடிக்கும் மக்குப் பேராசிரியர்கள் உண்டு. அவர்கள் ஒருமுறையாவது வழுக்கி விழ வேண்டுமென சித்தா மனசார வேண்டிக்கொண்டான். இந்தப் பேராசியர் தடியன்கள் திருப்தி அடைய வேண்டும் என்பதற்காகவே போட்டி போட்டுக்கொண்டு சிரிக்கும் மாணவியர்க்கு மரணதண்டனை தரலாம்.

அவர்களுடைய கூட்டத்தில் அவனது கோபத்திற்கு அதிகம் ஆளான ஒருத்தி இருக்கிறாள். கல்லூரியிலிருக்கும் மூன்றாமாண்டு

மாணவன் முதல் வாட்சுமேன் மகள் வரை எல்லோருக்கும் கவிஞர் என்றால் அவள்தான். அவளுடைய புகழ் கல்லூரி விட்டு வெளியில்கூட பல்கிப்பெருகியிருக்கிறது. தமிழ்பேரவைவிழாக்களில் பிரின்சிபாலுக்குவாழ்த்துப்பா கடந்த இரண்டாண்டுகளாகவாசித்து வருபவள்தான் இந்த ரேவதி. பத்திரிகைகளில் 'தேன்மொழி' என்கிற பெயரில் மரபு, புதுக்கவிதைகள் எழுதி வருகிறாள். ரேடியோவில் நிறைய தடவை 20 அம்சத் திட்டத்தை வாழ்த்தியும் தேசிய ஒருமைப்பாடு பற்றியும் கவிதைகள் வாசித்திருக்கிறாள்.

" மூன்றெழுத்தில் ஒரு முத்திருக்கும் - எங்கள்
முதல்வர் நடந்தால் இடி இடிக்கும்."

என்று சந்தர்ப்பங்கள் மூலம் முத்தான முதல்வரைக் கவர்ந்தவள். (முதல்வரின் திருநாமம் டாக்டர் பி.வி.கே. முத்து, ஏம்.ஏ., எம்.ஃபில்., பி.எச்.டி.) திருவொற்றையூர் பூத்தாமாரி அம்மனுக்குத் தேன்மொழி எழுதியுள்ள அம்மானையைச் சூலமங்கலம் சகோதரிகள் பாடப்போகிறார்களாம். சினிமாவில் அவள் பாட்டெழுதப் போனால் இவள்தான் முதல் பெண் பாடலாசிரியையாக இருப்பாள். இளம்கலை இயற்பியல் படிப்பதால் தமிழ் பேராசிரியர் சிலருக்கு இவளிடத்தில் ஆர்வமில்லை.

படுக்கையிலிருந்து எழுந்து கொண்டான். ஒரு பத்து கிலோ உடம்பில் எடை குறைந்துவிட்டது போல ஒரு உணர்வு. தவறாகப் பிறந்துவிட்டதாகத் தவிப்பு. மனிதனாகப் பிறந்துவிட்ட பிறகு ஒரு மரத்தில் சிறிதாகக் கூடமைத்துக்கொண்டு நாள் முழுவதும் இஷ்டப்பட்ட இடத்திலெல்லாம் எச்சமிட்டுக் கொண்டு இரை தேடி அலைந்து பறந்து வாழ ஆசைகள் இருக்கக்கூடாது. மனிதனாக மட்டும் வாழ நேர்ந்தால் பரவாயில்லை; மரியாதையோடு வாழவேண்டுமாம்; அந்தஸ்தோடு வாழ வேண்டுமாம். சன்னலைப் பிடித்துக் கொண்டு வெளியே நோட்டம் விட்டான். கல்லூரி விடுதிக்கு வெளியே இருந்தபடி இவனது உலகம் வா வா... என்று அழைக்கிறது. பல் தேய்க்கவில்லை. காலைக்கடன் இன்னும் முடிக்கவில்லை மாணவர்கள் கல்லூரி விடுதியிலிருந்து சாரிசாரியாகப் போய்க்கொண்டிருந்தனர். திடீரென சித்தா ஒரு அசடாகத் தன்னை உணர்ந்தான். கல்லூரிக்குப் போய் நாலு நாட்கள்ஆகிவிட்டன.

கடற்கரையில் அப்படியொரு இடம் இவனுக்காகவே காத்திருக்கிறது. மனிதர்கள் தண்ணீரில் கும்மாளம் போடாத இடம். தரையை யாரும் கலைக்காத இடம். சில நண்டுகளும் கிளிஞ்சல்களும் இருக்கும். அது தவிர கடலலை மட்டும்தான். அளவிடற்கரிய பொக்கிஷமான இந்த இடத்தைத் தேவர்கள் தான் இவனுக்காக

விட்டுக் கொடுத்துள்ளார்கள். அவ்வப்போது பறவைகள் சில இவனை சட்டை செய்யாமல் வந்து உலாத்திவிட்டுப் போயின. பறவை நடப்பதிலும் அழகிருப்பது கண்டு முழுசாக உள் மனசுக்குள் திருப்தி அடைய தன் வாழ்வில் ஒரு சந்தர்ப்பம் வரும் என்று அவன் கனவுகூடக் கண்டதில்லை.

கையை அசைத்தால்கூட காற்று இரைகிறது. அவ்வளவு மிருதுவான இடம். அவ்வப்போது பாறையில் பட்டுத் தெறித்து இவனைத் தொடுகின்றன அலைகள். ஆளைக்கொல்ல வருபவை போல வருகின்றன. ஆனால் மெல்ல மிக மெல்லத் தொட்டு விட்டுச் சில குறுகுறுப்புகளுடன் அமைதியாகத் திரும்பிப் போய் விடுகின்றன. எடுத்ததற்கெல்லாம் நடிக்கும் உலகத்தில் இப்படியும் சில நிஜங்கள் இருக்கத்தான் செய்கின்றன; சித்தா பாறையில் படுத்து வானத்தைக் பார்த்துக்கொண்டே மனசை கொட்டிக் கொட்டி அழுதான். எல்லாவற்றுக்காகவும், பாழாய் போன தனது வாழ்க்கை அஞ்சி இரைஞ்சினான். தானும் ஒரு சாதாரண மனிதனாக இருந்திருக்க வேண்டும். தினமும் பேப்பர் படிக்க வேண்டும். டி.வி. நாடகம் பற்றிப் பேசவேண்டும். இந்த வார சினிமா பற்றிக் கவலைப்பட வேண்டும். காற்றை, கடலை நேசிக்க விட்டுவிட்டு ஒரு சினிமா கதாநாயகனை நேசிக்க வேண்டும். நேரமாகிவிட்டதென கவலைப்பட வேண்டும். விலை கேட்டு 'சண்டை போட்டு' பேரம் பேசித்தான் அன்பையும் வாங்க வேண்டும். இப்படியெல்லாம் இல்லாமல் போனவனை உலகம் வஞ்சிக்கிறது. வேடங்களற்ற அன்பைப் பார்த்துக் கைகொட்டி சிரிக்கிறார்கள். "கடலே.... என்னருமைக் கடலே..." என குலுங்கி அழத் தொடங்கினான். எத்தனை யுகமாய் தேக்கி வைத்திருந்தது இது.

நீண்ட அழுகைக்குப் பிறகு சித்தா அமைதியானான். சுருங்கிப் போனவன் சற்று மூச்சுகள் விட்டான். பிறகு சுற்றிலும் பார்த்தான். கண்ணுக்கு எட்டிய தூரம் வரை மனிதர்கள் தென்படவில்லை. சட்டையைக் கழற்றி விடலாமா என்று யோசித்தான். இங்கே ஒரு சிறு உடை கூட வேஷமாகப் போய்விடுவதாகப் பட்டது. ஒரு குற்ற உணர்ச்சியோடு இருக்க நேர்கிறது. சித்தா தனது வாழ்நாளில் ஒருமுறைகூட நிர்வாணமாய் சகல வேடங்களுமற்று மகா உன்னத நிலயில் வைத்துத் தன்னைப் பார்த்ததே இல்லை. உடல் மனித உடல். நிஜமான மனிதன்அங்கே நின்றான். அவன் மனதில் எல்லையற்ற ஒரு உணர்வு ஊற்று போல பொலபொலவென்று பொங்கிற்று. உள்ளுக்குள் ஓடுபவை அனைத்தையும் ஒன்று சேர்க்க முடியாமல் திணறிக்கொண்டிருந்தான் சித்தார்த்த சிம்மன். ஓயாமல் நெஞ்சு இரையத் தொடங்கியது. கண்களிலிருந்து கண்ணீர் வடிந்து கொண்டிருந்தது. காற்று அவனை வாரி அணைத்துக் கொண்டது. கடல்,கடலலை, மணல், மணல்திட்டு, அவனது சொந்தக் காலடிச் சுவடுகள், தூரத்து மேகம், சூரியன், பாறை யாவுமே மாறி விட்டன.

அப்போது அவனுக்குக் 'கடலின் மொழி புரிந்தது. சிறு பறவைகள்' பருந்துகளின் உணர்வுகள் ஏற்பட்டன. வானம் புதிய நிறம் பெற்றது. ஒரு சங்கீதமாகத் தன்னைப் பாவித்துக் கொள்ள முடிந்தது. இப்போது அவன், அவனின் பிள்ளை, காற்றின் பிள்ளை, கடலின் பிள்ளை. எல்லாம் எல்லாமுடையவை. யாருக்கும் அவன் பதில் சொல்ல வேண்டியவன் இல்லை. மறுபடி தன்னை அந்தச் சூழலில் பொருத்திப் பார்த்துக் கொண்டான். பிறகும் மறுபடி மறுபடி பார்த்தான். ஒரு பறவை கிட்டத்தில் வந்தது. அது அவனை நேசிக்கத் தொடங்கியிருக்கிறது. அதன் முகஜாடை அப்படித்தான் இருந்தது. அவனை அது பார்த்தது. அவன் விழிகளைக் கூராகச் சந்தித்தது. அவனுக்கு வெட்கம் ஏற்படவில்லை. இப்போது பறவையும் அவனும் ஒன்று. அது மேலும் கிட்டத்தில் வந்தது. 'சிறகுகளைச் சிலிர்த்துக்கொண்டது. இதுவரையில் எந்த பொருளையும் பார்க்காத அர்த்ததில் அதனை அவன் பார்த்தான்.

அதனை உடனே கட்டிக்கொண்டுவிட வேண்டும். என்ன செய்யலாம் என்று அவன் யோசிக்கிறான். அது மேலும் கிட்டத்தில் வந்து கொண்டிருந்தது. திடீரென அவனை அச்சம் பிடித்துக்கொண்டது. 'பயப்படாதே பயப்படாதே' என்று கூறுவது போல அது சத்தமிட்டது. அவன் மெல்ல அமைதி அடைந்தான். இதயம் ஓசைகளை நிறுத்திக் கொண்டது. சகலமும் உணர்த்திய பிறகு அது திடீரென்று பறந்து போயிற்று. கண்களைச் சித்தா மூடிக்கொண்டான். மூக்கை உறிஞ்சிக் கொண்டான். அவனைத் தாண்டி அவனது கூச்சம் எங்கோ சென்று மறைந்துவிட்டது. மூளையின் பள்ளத்தாக்குகள் வழியே ஒரு நெகிழ்ச்சி கூழாக ஓடிவந்து கொண்டிருந்தது. கலைந்து போய் கிடக்கிறான். இப்போதுதான் இங்கிருப்பவைகளில் ஒருவனானான். அவனது உண்மையான வாசனையை உணர்ந்தான். சற்று நேரத்தில் அதே நிலையில் ஆழ்ந்து உள்ளே உறங்கிப் போனான்.

சூரியன் சுடுவது நின்று நிழல்கள் நீண்ட பொழுதில் சித்தா வேஷங்களை உடுத்திக்கொண்டான். அவனது சட்டையில் பறவைகள் பல எச்சமிட்டிருந்தன. தூரத்தில் ஒன்றிரண்டு மனிதர்கள் தோன்றியிருந்தனர். சுண்டல் விற்கும் பையன்கள் சிறிதாகத் தெரிந்தனர். மதியம் சாப்பிடவில்லை என உணர்ந்தபோது யதார்த்தம் கழுத்தைநெரிப்பதுபோல்வந்தது. மூச்சுமுட்டிக்கொண்டது. குடலின் நாக்குகள் வயிற்றின் சுவர்களில் கூர்நகங்களால் பிறாண்டின. மறுபடி உட்கார்ந்தான் மனசு கனத்தது. இருண்டு கொண்டு வந்ததில் சற்று விழிகளை மூடினான். மூளையில் பீடிப் புகை அணைந்துவிட்டது. ஒருபாரம் குறைந்த நிலையில் இருந்தான். சட்டையின் கிழிசல் வழியே

குளிரெடுத்துது. எல்லையற்ற சோர்வு சிதைத்துவிட்டது அவனை. மறுபடிய அப்படியே சித்தா தூங்கிப்போனான்.

நான்கு நாட்களாகக் கல்லூரி போகவில்லை என்கிற நினைப்பு ஒரு குற்ற உணர்ச்சியை ஏன் கொடுத்தது என்று யோசிக்க எதுவோ தடையாக இருந்தது. கொஞ்சம் யோசித்தால் சன்னலைப் பிடித்துக்கொண்டிருந்த கை சில்லிட்டது. கட்டாயமாகக் கல்லூரிக்கு இனி போக முடியாது. எல்லார் கேள்விகளுக்கும் பதில் சொல்லியே செத்துப் போக நேரிடும். தவிர இவன் கல்லூரி வரவில்லை என்று கவலைப்பட ஒரு நண்பனும் இல்லை. அவனும் நிறைய தேடிவிட்டான். அவனுக்கென கச்சிதமாய் வார்த்தெடுக்கப்பட்ட ஒரு நண்பன் இல்லவே இல்லை.

எப்பொழுதிலிருந்து கல்லூரி போகவில்லை என திடீரென்று நினைவிற்கு வந்தது. நினைத்துப் பார்க்கவே கூசுகிறது. இந்த மாதத்திற்கான பரீட்சைக்கு பணம் கட்ட வேண்டியுள்ளது. பெரிய பரீட்சை, சின்ன பரீட்சை, எந்தப் பரீட்சையானாலும் பணம் கட்ட வழியில்லை. அன்றைக்கு மதியத்திற்குள் யார் யாரோ கையைப் பிசைந்தார்கள். வீட்டில் போன மாதமே பரீட்சைக்கென்று பணம் வாங்கியாகிவிட்டது. சிற்றிதழ் சிறப்பிதழ் ஒன்றுக்குக் கட்டிவிட்டான். புத்தகம் வந்து படித்தும் முடிந்தாயிற்று. பணம் அம்பேல். பரீட்சையும் அம்பேல். மன சஞ்சலத்தைப் போக்க வழியில்லாமல் துடிக்கின்றான் சித்தா.

இரத்தம் சொட்டவில்லை என்பதால் இது காயமில்லை என்றாகி விடாது. ப்ளாட்டூன் சினிமாவில் வருவதைப் போல மேலிருந்து பார்த்தால்தான் தெரியும் அவனது செத்துப்போன போர்வீரர்கள். சமீபத்தில் அவனைப் பற்றியே யாரோ கவிதை எழுதியிருந்தார்கள்.

‘அவன் கழற்றிப் போடப்பட்டான்,

பதுங்கியிருந்த யதார்த்தம் வந்து

குதறிவிட்டுப் போனது.’ -- நிஜமாகவே இது அவனை நன்றாக அறிந்து வைத்திருக்கும் யாரோ எழுதியதுதான். கீழே கவிஞர் பெயர் படிக்க அரக்கப் பரக்கத் தேடினான். ‘யாரோ’ என்று போட்டிருந்தது. ஓவென்று அழும் குரல் அதில் கேட்டது. எதற்காகவோ ஓடிச் சிதறுபவர்களுடைய அபயக் குரல் மிக மிக அருகில் கேட்டது. திடுக்கிட்டு எழுந்து தேடினான். எல்லாரும் கதறினார்கள். அவனது உள்ளிருந்துதான் செவியில் யார் யாரோ கூச்சலிட்டார்கள். ஓலம் வானத்தை முட்டியது. தப்பிக்கக் கொஞ்சம் மேலே எழும்பலாம் என்று பார்த்தான். ஆனால் அவனை அடி ஆழத்திற்குத் தள்ளிவிட்டவர்கள்தான் மேலே போயினர். அவன் எல்லையற்ற பள்ளத்தில்

விழுந்து கொண்டிருக்கிறான். மறுபடியும் செவியில் கூச்சல்கள். சரியச் சரிய அவர்கள் சிரிக்கிறார்கள். சிரிக்க சிரிக்கச் பள்ளம் போய்க்கொண்டிருந்தது.

கடைசியாக மிஞ்சியவன் ஜோசப் இருதயராஜ்தான். ஆனால் எதற்குமே லாயக்கற்றவன். ஒரு சினிமா மறப்பதற்குள் பத்து சினிமா பார்த்து விடுபவன். கவர்ச்சி நடிகைகளுக்குக் கடிதம் எழுதி அவர்களது புகைப்படம் பெறுவான். அதை ஒரு நேர்த்திக் கடன் போல செய்கிறான். அப்போது அவனைப் பிடிக்க முடியாது. நடிகை குஞ்சமி தேவியிடமிருந்து போட்டோ வந்தபோது அவன் இரண்டு நாட்கள் கல்லூரிக்கே வரவில்லை. இந்த போட்டோவோடு எழுந்து, சாப்பிட்டு, குளித்து, படுத்து உறங்கிவந்தான். அவளது புகைப்படத்தைப் பார்த்த பிறகுதான் அவன் அவளுடைய தீவிர ரசிகன் ஆகிவிட்டான். அந்தப் புகைப்படத்தை வேதியியல் பேராசிரியர் சி.வி.கே. வாங்கிப் பார்த்துவிட்டுப் பெருமிதமடைந்து "வீட்ல காட்டிட்டு வந்திடறேன் பா" என வாங்கிப் போனதில் குஞ்சமி தேவியின் மவுசு மிகவும் ஏறிவிட்டது.

ஜோசப் இருதயராஜிடம் போய் கடன் கேட்ட நாளை சித்தா மனசின் ஆழத்திலிருந்து கொண்டுவர முயன்றான். அது ரொம்ப ஆழத்திலிருந்ததால் அதைப் பகிரங்கமாய் வெளிக்கொண்டு வருகிற முயற்சியைச் செய்ய முடியாது போனது. தவிர மெல்ல மெல்ல விடுதியும் காலியாகிக் கொண்டிருந்தது. நிசப்தம் ஏற்படுவதற்குள் கிளம்பிவிட வேண்டும். தனிமை நிறைந்த நிசப்தம் பூதாகர வடிவெடுத்து இந்தப் பக்கம் சுற்றிக்கெண்டிருக்கும். பிறகு சித்தார்த்த சிம்மன் அகப்பட்டுக் கொள்வான். தனியாக வந்து அப்படி சிக்கிக் கொள்பவனை அது நடத்தும் விதமே தனிதான்.

முதலில் இனிமையான சூழ்நிலையை ஏற்படுத்தும். தனக்குத் தானே அவன் பேசிக்கொள்ளத் தொடங்குவான். பிறகு அவனுக்குள் அவனே அறியாது அது புகுந்துகொள்ளும். சற்று நேரத்தில் அவன் அவனுக்குள் அலறத் தொடங்குவான். அங்குமிங்கும் அரற்றிக் கொண்டு திரிய வைக்கும் மனிதனை இப்படித்தான் என்றில்லாது அலைக்கழிக்க வைத்து விடுகிற ஆற்றல் இந்த நிசப்தத்திற்கு இருந்து வந்தது. அதனிடத்தில் அவனுக்குக் கொள்ளை பயம் எப்போதும் உண்டு.

எதுஎப்படியோ சித்தாவிற்குத்தன்னாலான உதவியைச்செய்வதாக ஜோசப் இருதயராஜ் வாக்குக் கொடுத்தான். "சத்தியமா வா" என்று கையை நீட்டிக் கேட்டிருக்கலாம். இப்போது சற்று உறுத்தியது. பரீட்சைக்குப் பணம் ஜோசப் தந்தாலும் தரலாம். வழக்கமாய் போய்விட்டது இது. வேறு வழியும் இல்லை. பரீட்சை நேரத்தில்தான்

அவனுக்கென வாசகர் வட்டக் கூட்டமோ; இலக்கிய கருத்தரங்கமோ நடக்கும். அந்த நேரத்திலென்று பார்த்துப் பாவண்ணனுடைய நாவல் புதிதாய் வெளிவரும்; பிரபஞ்சன் 'சுபமங்களா'வில் பேட்டி கொடுப்பார். சுந்தர ராமசாமி சிறப்பிதழ் போடுவார். எங்காவது தொலைவில் கவிதை பற்றி மூன்று நாள் விமர்சனக் கூட்டம் நடக்கும். எல்லாமே இந்த நேரத்தில்தான் நடக்கும். ஒருமுறை கூட பரீட்சைக்கு என வரவழைக்கப்பட்ட மனசோடு படிக்க நேரம் வந்து வாய்த்ததில்லை.

எத்தனையோ பேர் காப்பி அடிக்கவில்லையா? அவனுக்கு மட்டும் ஏன் வருவதில்லை அந்தத் திருட்டுத்தனம்? காப்பி அடிப்பது பற்றி சென்ற ஆண்டுகளில் அபிப்பிராயம் இன்றி இருந்தான். ஒன்றிரண்டு பேர் எங்காவது தவறு செய்வது அவனை அதிகம் அலட்டிக்கொள்ள வைக்கவில்லை. போன செமஸ்டரின் போது அப்படியில்லை.

அவனுக்குத் தேர்வு இல்லாத ஒரு தினத்தில் கையில் காலணாவும் இருந்த பொழுதில் பேனாவுக்கு மை நிரப்ப வேண்டிக் கடைகளற்ற தன் பகுதியிலிருந்து கல்லூரி சாலைக்கு வந்தான். வழியில் ஜெராக்ஸ் கடைகள் இரண்டு இருந்தன. அதில் ஒன்றை அவன் மிகவும் விரும்பினான். 'நகலகம்' என்று தமிழில் இத்தனை அழகாகப் பெயர் வைக்க முடியும் என்று அவன் நினைத்துக்கூடப் பார்த்ததில்லை. இரண்டு ஜெராக்ஸ் கடைகளிலுமே கூட்டம் நிரம்பி வழிந்தது. ஒரு பிரதிக்கு இரண்டு ரூபாய் வீதம் கொள்ளை. சற்று நெருங்கிப் பார்க்க வேண்டி வந்ததில் எல்லாரும் ஒரே விஷயத்தைத்தான் நகலெடுத்துக் கொண்டிருந்தார்கள் எக்கச்சக்க மாணவர்கள்.

இரண்டாமாண்டு ஆங்கில பட்டப் படிப்பில் ஒரு தேர்வில் கேட்கப்பட்டிருந்த கட்டுரை. அதை நகலெடுத்து உள்ளே தேர்வெழுதும் தனது ஆசை மகனுக்கு பியூன்கள் மூலம் தகப்பனார்களே அனுப்பி வந்ததைக் கண்டு அவன் திக்குமுக்காடிப் போனான். இத்தனை பாசம் திடீரென எல்லா தகப்பனார்களுக்கும் தங்கள் மகன்களின் மேல் ஏற்படும் என்று இவன் எதிர்பார்க்கவில்லை. தந்தை மகனுக்காற்றும் உதவி கண்டு நொந்து அந்த செமஸ்டரைத் தனியொருவனாக சித்தா புறக்கணிப்பு செய்தான்.

கல்லூரி வாசலில் இருந்த சிறிய பூங்காவின் இருக்கையில் அமர்ந்து தேர்வைக் புறக்கணித்தவனைக் கல்லூரி கவனிக்கவில்லை. இவனுடையபோராட்டத்தைப்புரிந்துகொள்ளாமல்இவன்தேர்வுக்கு வரவில்லை என நினைத்து ஆப்செண்ட் ஆக்கி மதிப்பெண்தான் கொடுத்தார்கள். போராட்டம் பெரிய தோல்வியைத் தழுவியது.

குளிர்ந்த தண்ணீரைக் குழாய் வழியே எதிர்பார்த்தவனுக்கு ஏமாற்றமாய் இருந்தது. தண்ணீர் சூடாக வந்தது. வெளியே சூரியன்

குழாயை வெப்பப்படுத்திவிட்டிருந்தது. சற்றுத் தாமதித்தான். குளிர்ச்சி மெல்ல மெல்ல வெப்பத்தை ஊடுருவிப் பாய்கிறது. பிறகு முழுதும் குளிர்ச்சி. முகத்தில் தண்ணீரை அடித்துக்கொண்டான். கண்ணாடி மிகவும் அழுக்கேறிவிட்டிருந்தது. அதில் மேலும் அழுக்கேறிய இவன் இருட்டாய் தெரிந்தான். தலையில் வகிடு எந்தப் பக்கம் எடுத்திருந்தோம் என்பதும் மறந்து போய்விட்டது. கண் பொங்கியிருந்தது. பற்களை ஆள்காட்டி விரலால் தடவி விட்டான். பிறகு தேய்த்துவிட்டான். குழாயடியிலிருந்து நேரே மெஸ்ஸிற்குச் செல்ல முடிவெடுத்தான்.

உணவகத்தில் கூட்டமில்லை. இவன்தான் இருந்தான். உட்கார்ந்தவன் முன் தட்டு வைக்கப்பட்டது. அடையாளம் தெரியவில்லை என்பதுபோல பரிமாரகன் இவனை ஒருமாதிரியாகப் பார்த்துக்கொண்டுநின்றான். அதிகம் குனியாமல் அவன் இட்டிலியை வைத்தான். நான்கு நாட்களாகக் குளிக்காமல் போனதால் உடலில் ஒருவகை நாற்றத்தை சித்தா உணர்ந்தான். இட்டிலியைப் பிட்டு சாம்பாரைத் தேடினான். அங்கு இல்லை. பரிமாரகன் காலி பாத்திரத்தைக் காட்டினான். அதிலிருந்தும் ஈக்கள்தான் பறந்தன.

கதை, கவிதை காப்பியடிப்பவர்களே இருக்கும் இந்த உலகத்தில் சித்தா இதுவரையில் ஒருகவிதைகூட எழுதியதில்லை. சில சமயங்களில் அதன் தனது சொந்தச் சிறுகதை ஒன்றை மனசுக்குள் எழுதியதுண்டு. ஒரு புள்ளியாகத் தோன்றும் கரு மெல்ல மெல்ல மலரும். மலர்த்தி மலர்த்தி ஊதுவதில் ஒரு அலாதி சுகம் உண்டு. அடர்த்தியாய் பெருகி வளரும் மனசு ஒரு தரமான சிறுகதையை செதுக்கும். சில வரிகளை மாற்றிப் போட்டுத்தானே ஆச்சரியமும் அடைவதில் போதை ஏறி விடுகிறது. ஒருமுறை ஒரு கதையில் வந்த வரிகள் வடிவங்கள் மற்றொரு கதையில் வருவதில்லை. தன் கதையை மட்டும் எழுத்தில் கொண்டு வந்துவிட்டால் வரலாற்றில் இடம் பெற்ற எழுத்தாகி விடுமெனவும் யோசித்திருக்கிறான். திடீரென்று தீர்மானங்கள் உதிரும். அவனுக்குள் ஒரு வாசகன் இருக்கிறான். தீவிர போக்குடையவன். அவன் முழித்துக் கொள்வான். சித்தாவின் சொந்தப் படைப்பாளிக்கும் அவனது சொந்த வாசகனுக்கும் இடையில் ஜென்ம பகை நிலவி வருகிறது. ஏற்கனவே இந்தக் கதையை நான் எங்கோ படித்திருக்கிறேன் என்று அவன் ஆரம்பிப்பான். அத்துடன் கதை எழுதும் கதை முடிவுக்கு வந்துவிடும். சில சமயங்களில் வரலாற்றில் இடம்பெறுவது அர்த்த ராத்திரி வரையில் இழுத்துக்கொண்டு போகும். பிறகு படைப்பாளி யாவற்றையும் வாசகனிடத்தில் ஒப்படைத்துவிட்டுச் சரணடைவான். அவன் கனவுகளும் பறிமுதல் செய்யப்பட்டிருக்கும்.

ஒரு சம்பிரதாயமாய் உடை உடுத்திக்கொண்டு எங்கே போவதென விளங்காமல் அப்படியே உட்கார்ந்துவிட்டான் சித்தா.

கல்லூரிக்குப் போவது என்ற யோசனை வரவில்லை. அவன் கதவைப் பூட்டிக்கொண்டு நடக்க தீர்மானித்தான். இருக்கையிலிருந்து எழுந்தபோது ஏதோ உறுத்திற்று. மெல்ல அறையை நோட்டம் விட்டான். எல்லாம் சிதறிப் போயிருந்தன. இப்படி இதுவரை அறை இருந்தது இல்லை. உள்ளாடைகள் மேசை மீது இறைந்து கிடந்தது கிடையாது. நாற்காலி நோட்டுப் புத்தகங்களோடு மூலையில் கிடந்தது. அலங்கார அலமாரியில் கடிகாரம் நான்கு இருபதில் நின்று போயிருந்தது. சீப்பில் எறும்புகள் மொய்த்துக்கொண்டிருந்தன.

அறைக்கதவிற்கு அருகே கடிதங்கள் சில வந்திருந்தன. அவற்றை அவன் ஏளனமாகப் பார்க்கிறான். சுவரில் நீண்ட கோடிட்டபடி சத்தமின்றி ஊர்ந்து கொண்டிருந்த ஆயிரக்கணக்கான எறும்புகளைக் கண்டு அவனுக்கு அச்சம் ஏற்பட்டது. அறையில் இருந்து வந்த ஏதோ ஒன்று செத்துப் போய்விட்டது. அதைக் களவாடத்தான் வந்திருக்கிறார்கள் ஆயிரக்கணக்கான சிப்பாய்கள். அறையின் மற்றொரு மூலையில் அவனுடைய பெட்டி குப்புறக் கிடந்தது. அதற்கும் சுவருக்கும் இடையில் புதிதாய் சிலந்தி ஒன்று வலை கட்டிக்கொண்டு விட்டது. அவன் அணைக்காமல் தூங்கியதில் மெழுகுவர்த்தி ஒன்று எரிந்து எரிந்து முழுசாய் தேய்ந்து போயிருந்தது. தரையெங்கும் மெழுகின் ரத்தம் சொட்டியிருக்கக் கண்டான். கொலைகாரன். மிக அநியாயமாக ஒரு விளக்கைச் சாகடித்து விட்டான். இந்த நினைப்பு வந்ததும் வெடவெடத்துப் போனான் சித்தா. இப்படிப்பட்ட ஒரு கொலைபாதகச் செயல் செய்துவிட்டதற்காக நடுங்கினான். அழுகை வந்தது. ஆவிகள் நடமாடுகிற இடமாகத் தனது சொந்த அறை மாறிப் போனதைக் கண்டு பயந்து போய் பூட்டிக்கொண்டு நடக்கத் தொடங்கினான்.

அவனைச் சுற்றிலும் உலகம் வேகமாக இயங்கி கொண்டிருந்தது. மனிதர்களுக்கு இவனைப் பற்றி அக்கறை இல்லை. அவர்களோ ஓடிக் கொண்டிருந்தார்கள். உயிரோடு குழந்தைகள் பள்ளிக்குப் புறப்பட்டு விட்டன. தன் ஆர்வமற்றுச் சாலைகளைக் கடந்து கொண்டிருந்தான். கூட்டம் கூட்டமாக பஸ் ஏறிக்கொண்டிருந்தவர்களை வினோதமாகப் பார்த்தான்.

இப்போது எதுவும் செய்யத் தோன்றவில்லை. வரிசையாக வருவோர் போவோர்களில் புகைபிடிப்போரை எண்ணி வைத்தது உண்டு. அதே விதமாகத்தான் பிற வேலைகளும். அவர்களில் சிலருக்கு இவன் தெரிந்தவனைப் போல நடந்து கொள்வான். ராணுவத்தில் சேர்ந்து தண்டனையை எதிர் பார்த்தவன் போல சிலரின் முன் நின்றான். யாரோ வணக்கம் சொன்னார்கள். திருப்பிச் சொல்லவில்லை. கொஞ்சம் அவன் யாரென்று தேடிப் பார்த்தான். கிடைக்கவில்லை. சிரமமாக இருக்கவே விட்டுவிட்டான்.

நேற்றிரவுக்கு முந்திய இரவில் சித்தாவை ஜோசப் இருதயராஜ் மெஸ் வாசலில் சந்தித்தான். 'உன்னை எங்கெல்லாம் தேடினேன்' என்றுபொய்சொன்னான்.அவன்பேசிக்கொண்டிருந்தபோது இவன் இதுதான் சமயம் என்று மெஸ்சுக்குக் கிட்டத்திலிருந்த கிணறுக் இருட்டுமரம், நட்சத்திரம், நிலாவைப் பார்த்துக்கொண்டிருக்க பயன்படுத்திக் கொண்டான். ஜோசப் நல்ல மூடிலிருந்தான். எங்கோயிருப்பது போலிருந்தது. தன்னை அவன் அடையாளம் கண்டுவிட்டது கலவரத்தைக் கொடுத்தது சித்தாவுக்கு. நீண்ட நேரம் அவன் பேசப் போகிறான் என கண்டுபிடித்து ரகசியமாய் வைத்துக் கொண்டான்.

ஜோசப் கூறிய முதல் விஷயம் கொஞ்சம் உணர்ச்சிப் பூர்வமானது. ரேவதிக்குக் கல்யாணமாம். 'எந்த ரேவதி' என்று தோன்றினாலும் சித்தா கேட்டுக்கொள்ளவில்லை. போகப் போகப் புரிந்ததுபோல் இருந்தது., இப்படி அவளைக் கல்யாணம் செய்துகொண்டு ஒருத்தன் தமிழைக் காப்பாற்ற முடியுமா? எனவே இனி கவிதைகள் எழுதுவாளா? அது தெரியவில்லை. ஆனால் கல்லூரிக்கு இனி அவள் வரப்போவது இல்லை. தனது 'கடைசி' கவிதையை எல்லாரிடமும் காட்டி அழுதிருக்கிறாள். சீர்திருத்தக் கல்யாணமா என அறிந்து கொள்ளும் விருப்பம் இல்லை.

கடைசியில் ரேவதி வேறு சிறைக்குப் போகிறாள். ஆனால் சித்தா ஒரு கணம் அவளுக்காக மனம் இரங்கினான். மிகுந்த துயரம் உற்றான். அவள் மாற்றப்படும் சிறையில் பாட்டரங்க மேடைகள் இருக்காது. சமையல் மேடைதான் இருக்கும். அவள் சமைந்ததே சமைக்கத்தான் என்பது போல வாழ்வாள். கம்பிகளுக்கு வெளியே தெரியும் வானத்தைப் பார்க்க அனுமதி உண்டு. ஆனால் பாலைப் பொங்கவிட்டு விடவோ குழம்பைத் தீயவிடவோ கூடாது. முதல்வர் முத்துவைப் பற்றி வாழத்துப்பா எழுதப் போவதில்லை இனி அவள். அது இல்லாமல் அவளால் தூங்க முடியுமா?

தினுசுதினுசாக அழுதிருப்பாள். பாவம், ஆனால் ஒரு விசயத்தில் மட்டும் அவனுக்குப் பெரும்புதிர் இருப்பது தெரிந்தது. அவள் எதிர்ப்புக்காட்டவில்லையா.காட்டியதுவெளியேதெரியவில்லையா? எவ்வளவு பெரிய நாடகம் ஆட வேண்டி இருக்கிறது. எல்லா விஷயங்களையும் விருப்பங்களையும் மூட்டை கட்டிக் கடலில் போட்டுவிட்டுத் திடீரென்று வளைய வர வேண்டும். புதிய இடத்தில் சாரதா, சுகன்யா என்ற பெயர் கூட மாற்றப்பட்டு வேறு வைத்துவிடுவார்கள்.

வெறும்"நம்பிக்கையாவே மதம் உலவுகிறது. சடங்குகள் மதத்தை ஆண்மை நீக்கம் செய்துவிட்டன" என்றான் ஜோசப். அவன்

தேவாலயத்திற்கும் போய் வருகிறான். "நம் ஆண்டவரானவர் இங்குதான் சமாதியடைந்துள்ளார்" என்கிறான். அன்று இரவில் இன்னொரு விஷயத்தையும் மிகுந்த கவனத்தோடு கூறினான். நடிகை குஞ்சமி தேவியின் இயற்பெயரை அவன் கண்டுபிடித்துவிட்டான். அவள் ஒரு கிறிஸ்துவச்சி. ஸ்டெல்லா மேரி என்பது அவள் பெயர். திருப்பத்தூர்க்காரி. அவள் தனது மதத்தவள் என்பது அவளது புகைப்படத்தில் புதைந்திருந்த ரகசியம் என்று கூறினான். தமிழுக்கு அவள்தான் மர்லின் மன்ரோ என்பான். எப்போது குஞ்சமி தேவியின் தற்கொலை நிகழும் என காத்திருப்பவன் போல அவன் காணப்பட்டான்.

ஜோசப் இருதயராஜின் எதிர்கால திட்டம் எப்படியாவது சினிமாவில் நுழைந்துவிட வேண்டும் என்பதாகும். சினிமா சம்பந்தமான அனைத்துமே அவனுக்குக் கைகூடிவரும். அவன் கூறும் கதைகள் யாவுமே கொட்டாவி வரவழைத்து விடுகிற, தமிழ் சினிமாவுக்கென கச்சிதமாய் அமைக்கப்பட்ட கதைகள். தொடக்கதைத் கூறும்போதே முடிவு கூற முடிகிற எல்லா பலி ஆடுகளுக்கும் நன்றாகப் புரியக்கூடிய கதை. அவன் இதுவரை கூறிய எல்லா கதைகளும் படமாக மாறி நூறுநாள் ஓடிய பிறகு சித்தாவுக்கும் கதையெழுத ஒரு வாய்ப்புத் தருவதாக உறுதியளித்துள்ளான்.

இல்லையென்றால் சித்தா அவன் கதையைக் கேட்காது போய்விடுவான். அவன் கதைகளை இவன் கேட்கவில்லை என்றால் யாருக்கு அதைச் சொல்வதென்று தெரியாது. ஜோசப் புழுங்கியே எப்போதோ பாழுங்கிணற்றில் விழுந்து அவனது கதாநாயகியைப் போல செத்துப் போயிருப்பான். பிறகு கடற்கரையில் ஆடைகளற்ற அவனது பூத உடல் கிடைக்கும். வழக்கமாக இருந்த இடத்தில்தான் கதை தொடங்கும். கிணற்றில் விழுந்தவர் எப்படி கடலில் கிடக்க முடியுமென நம் அனைவரின் சார்பில் சித்தா கேட்டான். "இப்படிப்பட்ட மிகவும் நுணுக்கமான கேள்வி எதையும் கேட்கும் அளவிற்குத் தமிழ் மக்கள் தயாராகவில்லை" என்றான் ஜோசப். கச்சிதமான பதில்.

வெகு தொலைவுக்குப் போய்க்கொண்டிருந்தான் சித்தா. நாய்கள் அடித்துக் கொள்கிற சாலைகளில்கூட அஜாக்கிரதையோடுதான் நடந்தான். கிட்டத்தட்ட ஒரு கணித வாய்ப்பாடு போல கூட்டவும் பெருக்கவுமான வாழ்க்கை நகர்கிறது. மரமும் வீடும் கடையும் பின்னால் சென்னது. இவனைக் கண்டு புறமுதுகிட்டு மனிதர்கள் அலுவலகங்களுக்குள் பதுங்கிக்கொண்டனர். வாகனப்போக்குவரத்து சதா ஓலமிட்டுக் கொண்டிருந்தது. சித்தா உணரவில்லை.

அவனுடைய சொந்த இடத்திற்கு வந்துவிட்டான். பாறை அவனுக்காகவே காத்திருந்தது. வானம் மேகமூட்டத்துடன் காணப்படவில்லை. மழையோ இடியுடன் கூடிய கனத்த மழையோ வராது. ஒருமுறைகூட மழையில் நனைந்ததே இல்லை. ஆடை நனைந்துவிடும் அல்ப பயத்தில் மழையை வெறுப்பவர்களை அவன் வெறுத்தான். எந்தச் சந்தர்ப்பத்திலும் மழையில் தொப்பலாக நனையாதவன் சித்தா. மழையும் காற்றுமாய் இருக்கும்போது மரங்களை எண்ணிக் கொள்வான். அவைதான் பாவம் தனியே மழையில் கிடந்து தவிக்கும் நிலையுடையன. பறவைகளுடன்.

உட்கார்ந்தான். ஒருவித படபடப்பு இங்கு வந்தாலே ஏற்படுவது இன்று இல்லை. ஏனோ இல்லை. எந்தப் பரபரப்பும் இல்லாமல் இருக்கிறது. திடீரென ஏதோ ஆகிவிட்டது. சட்டையைக் கழற்றப் போனான். விருப்பம் வரவில்லை. பின்பு கால்சராயைக் கழற்றுவான். இப்போது இதுவும் ஒரு சடங்காகிவிட்டது. வேஷம்தானே, இதுவுமா. இப்படி இருப்பதும் கூடவா. இனி இதுவும் ஒருவகை பாசாங்கு என்றால்? கடல் அலையும், மேகமும், மதியமும் அப்படியே இருக்க மனிதன் மட்டும் அழுக்காகிக் கொண்டே இருக்கிறான்.

எனது சடங்குககளால் இந்த முழு இயற்கையையுமே செயற்கையாக மறுதலிக்க விட்டுவிட்டேனா? இப்படி வந்து போவது? சட்டென்று அந்த இடத்தை வெறுத்தான். அதே இடம், அதே பாறை, அதே அலை... அவனுக்கு அதிர்ச்சி ஏற்பட்டது. பறவை மட்டும் வரவில்லை. அது வேறு இடம் போயிருக்கும். இந்த இடத்தை அவன் பழசாக்கிவிட்டான். வேறெதுவும் கண்களுக்குப் புலப்படவில்லை. அதே இடங்கள். கண்கள் கட்டப்பட்டன. அருவறுப்பு தொடங்கி விட்டது. இந்த இடமும் கசந்துவிட்டது மனிதன் தான் போகும் எல்லா இடங்களையும் விரைவில் சிதைத்துவிடுகிறான்.

சட்டைப்பையில் ஏதோ உறுத்திற்று என உணர்ந்தான். ஜோசப் இருதயராஜ் கொடுத்த, தேர்விற்குக் கட்டவேண்டிய பணம். எடுத்துப் பறக்கவிட்டான். ஒவ்வொன்றாகக் காற்றில் மிதந்து வந்து பாறையெங்கும் பரவிற்று. இப்போது கொஞ்சம் புதிதானான். அந்த நேர்த்தியை வெகு நேரம் பார்த்துக் கொண்டு நின்றான். ஏதேதோ எண்ணங்கள் உதிர்ந்தன. மனசுக்குள் சென்று கசப்பாய் எதையோ அச்சடித்தன ரூபாய்கள்.

கடலலை கூச்சலிடுகிறது. காற்றுகூட வேகமாகிறது. பாறையில் எங்கும் நடுநடுங்குவதை அவன் கண்டான். ஒவ்வொரு இடத்தையும் நாசமாக்கிய மனிதன் தனது குப்பைகளால் நிரப்பிவிட்டான். சித்தா ஒரு முடிவுக்கு வந்தவனாய் ஒவ்வொரு ரூபாய் நோட்டாகப் பொறுக்கியெடுக்கத் தொடங்கினான். இது அவனுடைய இடமல்ல. இது இதனுடைய இடம். இந்த இடத்தில் குப்பைகளைப் போடக்கூடாது.

29
தமிழவனின் ஆவிகள் மொழியைத் துரத்துகின்றன (ஒரு வரலாற்றுச் சிறுகதை)
முன்கதை

அப்போது யாவருக்கும் பெயர் இருந்தது. அப்பெயர்களுக்குள் கூட்டுக்கோவையாய் பதுங்கியிருந்தன மொழியின் வால்கள். கவிஞன் இருந்தான். கதைஞன் இருந்தான். ஒரு விறை வீங்கிய கருத்தாக்கத்தின் குறியீடுகளிலிருந்து அப்போது அசரீரிகள் முளைத்தெழுந்தன. கவிஞன் கேட்டான். எது கவிதை? கதைஞன் கேட்டான். எது கதை? அச்சிடப்பட்டிருந்த பிரதிகளின் செத்த வார்த்தைகளிலிருந்து கிளம்பிய ஆவிகள் மொழியைத் துரத்திக்கொண்டு கிளம்பின. பொருளுக்கும் அதன் பெயருக்கும் இடையிலான இடைவெளியில் விழுந்து தற்கொலை செய்துகொண்ட முதல் இலக்கியவாதியின் ஆவி இக்கதையைச் சொல்லிக் கொண்டிருக்கிறது.

"நீ இப்போது எங்கு இருக்கிறாய்? இரண்டாயிரம் வருடங்களுக்கு முன் கி.பி.1990-ல் நான், நீ என்று இரண்டு பேர் இருந்தனர் அல்லவா? அந்த நான்தான் நான் என்றும் நீதான் நீ என்றும் அறியக்கடவாய். இயல்போடு நம் முன் இறுக்கிக் கிடந்த ஆதிவாசி குணத்தின் ரூபத்திலிருந்து நம் உறவு தொடங்கியது என்பது ஞாபகம் இருக்கிறதா? மக்கள் சுபிட்சமாய் இருப்பதாக அப்போது நம்பிக்கொண்டாவது இருந்தனர்.

பூமி உருண்டையில் கண்டங்கள். நட்டநடுவில் பொத்தம் பொதுவாய் ஆசியா என்று, அந்தக் காலத்து உலகம் புரிந்து கொள்தற்கு எளிது. ஆசியா கண்டத்தின் மர்மஸ்தானத்தில் ஒரு நாடு. அம்மக்களின் முன்னோர்களைச் சுதந்திர போராட்டத்தில் வெற்றி பெற்றவர்களென அறியப்பட்டிருந்தது. கட்சி ஆட்சிமுறை அமலில் இருந்தது. பிரம்மாவைப் படைத்தவர்கள் கட்சிகளை ஆட்சி செய்தனர். எனவே மக்களாட்சி அமலில் இருந்து வந்தது என்றார்கள்.

'மக்கள்' ஆட்சியில் மக்கள் என்போரிடமிருந்து தப்ப வழியின்றி மழைக்காலத்திலும் கோடை காலத்திலும் காலா காலத்திலும்

பிரம்மாவுக்குக் கால் கழுவிவிட்டவர்களின் கடைசிப் படியில் வைக்கப்பட்டிருந்து வந்தவர்கள், அடிமையின் மோகத்தில் திளைத்து அப்போதையின் புதிய எல்லைகளைத் தொட்டபடி இருப்போர்க் கெல்லாம் இலவச வேட்டி, சேலை, சோறு, செருப்பாகி வாழ்ந்து வந்தனர்.

சோமாலியா என்கிற ஊரில் பஞ்சம் தலை விரித்தாடியதும் அப்போதுதான். ஒரு தலை இரு தலையல்ல. ஒரு நாளைக்கு இருநூறு தலைகள் வீழ்ந்து கொண்டிருந்தன. ஈராக் மன்னன் குவைத் மன்னனை ஆக்கிரமித்தான். குவைத் மன்னன் அவ்விடம் விட்டுத் தப்பியதால் அம்மக்களை ஈராக்கியர்கள் துன்புறுத்தினர். அமெரிக்காவா ஈராக்கா எனும் கேள்விக்கு லட்சக்கணக்கானோர் பலி பதில் ஆயினர். எய்ட்ஸ் எனும் நோயின் ஆரம்ப காலகட்டம் 1990 எனலாம்.

அவ்விதமாயிருந்த அந்தக் காலத்தில் எந்த மொழி ஆட்சி மொழி என்கிற சிக்கல் நாடு முழுவதையும் ஆக்கிரமித்த காலமெலாம் போய்விட்டதாகக் கருதப்பட்டபோது, மொழிதான் மனிதனை ஆள்கிறது எனும் கண்டுபிடிப்பு யாவரையும் கீறிசுரணை ஏற்படுத்தும் அமிலமாய் வீசப்பட்டது. மொழியாட்சி தொடங்கிய அந்தக் கால கட்டத்தில் நான், நீ இரண்டு பேரும் சந்தித்துக் கொண்டனர் என உலகம் அறிந்தது: அந்த வரலாற்றுச் சிறப்பு மிக்க சந்திப்பிற்கு ஏற்பாடு செய்தவனின் ஆவி புகுந்து கொள்ள ஆள் தேடி நான், நீ இருவரின் நண்பரின் சலூனுக்குள் நுழைந்தது அல்லவா? அப்போது அது நடந்தது.

பெயரற்ற கூட்டு வாழ்க்கைப் பொது அம்சமும் நிகழ்காலத்தின் அதிதீவிரத்துவமும் இணைய முடியாத நிலையில் நான் நீ இருவருக்கும் இடையில் காதல் அரும்பியதாக உணரப்பட்டது. அதை முதலில் உணர்ந்தது நீ. நீ அதை உணர்ந்த பிறகு ரகசியமாய் காரியமாற்ற முயன்றாய். நான் நீ இருவருமே இலக்கியவாதிகளாக இருந்தோம். அப்போது ஆவி தனது சேட்டைகளைத் தொடங்கியது.

“பிரதிபலித்தல் என்பது கண்ணாடியின் செயல்” என்றாய் நீ. ‘எந்தக் கண்ணாடி?” என்றேன் நான், ஆனால் இலக்கிய கண்ணாடி என்று ஒன்று இருக்கிறதா என உன் மூலம் ஆவி கேட்டது. “பிரதிபலிப்பதா இலக்கியம்” என்று நீ கேட்டாய். சரி. உன்னை ஆவி பிடித்துக் கொண்டது. “எதைப் பிரதிபலிப்பது?” என்றேன் நான். “எல்லாவற்றையுமேவா” என்றாய் நீ. காதல் வெளியே தெரிந்துவிடக் கூடாதே என்றுதானே அப்படிக் கேட்டாய்? “இது திசை திருப்பல்” என்றது ஆவி. இப்போதோ அது என்னைப் பிடித்துக் கொண்டது.

“பிரதிபலித்தல் என்பது கண்ணாடியின் செயல்” என்று நான் சொன்னேன். “மனிதன் விமர்சனா-பிரதிபலிப்பு செய்கிறான்.

அவன் மனிதன்" என்றேன். இது பிரதிபலிப்புதான். "அப்படியும் அது பிரதிபலிப்புதானே" என்றாய் நீ. மேலும் அச்சத்துடன் நீயிருந்தாய் என எனக்குத் தெரிந்தது. ஆனால் நானோ ஆவியின் பிடியில் இருந்ததேன். "மனிதன் தன்னை சுற்றியவைகளைப்பற்றி ''நினைக்கவும்' செய்கிறான்" என்றேன். "அல்லது நினைக்காமலும்' அவன் இருக்கலாமல்லவா" என்றாய் நீ, அவ்வளவுதான்.

நான் - நீ ஆவியினிடத்தில் வசமாக மாட்டிக் கொண்டோம். ஆவி நம்மை அடைக்கப்படாத ஆதிபரமாண வார்த்தைகளுக்குள் இழுத்துச் சென்று கொண்டிருந்தது. யாராவது காப்பாற்றமாட்டார்களா என நான் - நீ தவிக்கவில்லை. ஆவிகளின் உலகம் எதிர்நிலைகளைக் கொண்டிருக்கிறது என்பதை உணர்த்தியபடி சொற்களின் மேல் போய் நம்மை விழச் செய்த ஆவி, ஆவிகளுடன் கலந்தது.

நான் - நீ உறவு, நாம் - ஆவி உறவாக மறுதலித்த போது அடுத்த கதை கதைக்குள் கதையாய் முளைத்தது. அந்த நேரத்தில் சலூனின் பெயர் பெயர்ந்து விழுந்தது. அளவிடற்கரிய கடினத்துடன் அக்கலையைப் பயின்றவர்களில் ஒருவன் நம்மைக் காப்பாற்ற முயன்றான். ஆனால் நாமோ கண்மூடித்தனமாகக் காதலித்தோம். முதலில் நான் நீயையும், நீ நானையும் காதலித்து வந்தோம். அவ்வுறவால் உருவாக்கப்பட்ட 'காதல்' என்கிற உருவமற்ற அருவப்பொருளின் கண்களுக்குப் புலப்படாத கவர்ச்சி நம்மை வசீகரித்தது.

நான் நீயைக் காதலிப்பதை விட்டேன். நீ நானைக் காதலிப்பதை விட்டாய். நான் நீ இருவருமாகக் காதலைக் காதலித்தோம். எனவே நீ காப்பாற்ற வந்தவனுடன் போகலாம்; போகாமலிருக்கலாம் என்கிற இரு எதிர்நிலைகளில் இரண்டாவதைத் தேர்ந்தெடுத்தாய். ஏனென்றால் ஆவிகளின் உலகம் எதிர்நிலைகளைக் கொண்டது; ஆண்-பெண்; அது-இது; அவன்-இவன்; அன்று-இன்று ஆவிகள் அங்கும்-இங்கும் திரிந்து கொண்டிருந்தன.

யாவரையும் முந்திக் கொண்டு ஆண்-பெண் எதிர்நிலை ஆவி நான்-நீ இருவரும் ஆண்-ஆண் ஆகவோ; பெண்-பெண் ஆக-வோ இருப்பதைக் கண்டது. தோல்வியைத் தாங்க முடியாமல் அது சரணடைந்தபோது நாமே பிரதி, குறி, சமிக்ஞை மூன்றாகப் போகவென சாபம் விட்டது. எழுத்து என்பது மொழியாலான குறியீடுகளின் கூட்டம். அக்கூட்டமோ பிரதி பிரதிகளுக்குள் குறிகள். குறிகளுக்குள் நான் - நீ.

கி.பி. 1987-90 மூன்றாண்டுகளுக்குள் இரண்டாயிரத்து நானூற்று எழுபத்தியாறு பெண்கள் கற்பழிக்கப்பட்டிருந்தனர். அந்நாட்டில் பதினைந்தாயிரம் பெண்கள் வரதட்சணை என்று அழைக்கப்பட்ட கொடுமைக்காக ஆண்களின் கைகளினால் கொலையுண்டிருந்தனர்

என்பதை வரலாறு சொல்கிறது. எங்கும் முழக்கமுற்ற மொழியின் ஆட்சியில் கழிவறையில் மட்டுமே பெண்களால் சுதந்திரமாக இருக்க முடிந்தது.பெண்கள் எப்படி அசைந்தாலும்,எப்படி உட்கார்ந்தாலும், எப்படி குனிந்தாலும் எப்படி பார்த்தாலும் மொழி ரகசியமாய் யாவர்க்கும் காம இச்சைகளைக் கிளப்பிவிட்டு வந்தமையால் ஆண்-பெண் ஆவி பலமானதாக இருந்தது.

அதுமட்டுமல்ல. நான் - நீ மேலும் ஒரு ஆவியிடம் மாட்டிக்கொண்டோம். ஊர்வலம், பொதுக்கூட்டம் போட வைத்த மொழியை போஸ்டர் மொழி ஆதரித்து வந்தது அல்லவா, அம்மொழிகளை அடம்பிடிக்கும் அரசியல் ஆவிகளின் மொழி அதிகாரத்தால் தடைசெய்து கைப்பற்றியபோது அது - இது ஆவி நம்மைப் பிரித்துக்கொண்டது. அது - இது எதிர்நிலை ஆவி எதற்கும் பொறுந்திற்று. ஆகையால் சலூனில் நம்மைக் காப்பாற்ற வந்தவரும் தோல்வியுற நேர்ந்தது.

கி.பி. 1990-ம் ஆண்டு மட்டும் மூன்று கோடியே நாற்பத்தெட்டு லட்சத்து எழுபத்தாறாயிரத்து முன்னூற்றி நாற்பத்தைந்து பேர் வேலை வாய்ப்பு அலுவலகங்களில் வேலையில்லாமல் இருப்பதாகப் பதிவு செய்திருந்தனர்.மீதியிருந்த மக்கள் தொகையில் பெரும்பாலானவர்கள் அலுவலகங்களில் வேலையில்லாமல் இருந்தனர். வேலையுள்ளோர் - வேலையில்லாதோர் எதிர்நிலை இருக்கும்போது அவன் - இவன் ஆவி அது - இது ஆவியை வெல்லக்கூடும். ஆனால் இலக்கியத்தை எல்லா ஆவிகளும் நீக்கமறச் சூழ்ந்தன.

கறாரான கத்தியால் அறுவை சிகிச்சை செய்ய ஆவிகள் தயாரானபோது பல இலக்கியங்கள் சிகிச்சைக்கு முன்னரே செத்தும் போயின. சிலவற்றின் நிலை என்ன? ஆபரேஷன் சக்சஸ் ஆள் குளோஸ். சிகிச்சைக்கு முன்; சிக்கிச்சைக்குப் பின் என்ற எதிர்நிலை உடைய புதிய மொழி ஆவி ஒன்று உருவாகியிருந்தது. அந்த ஆவி என்ன செய்தது. அது பெரிய கொடுமை. அது தான்-நீ பார்த்துக் கொண்டிருக்க இலக்கிய படைப்பாளியைக் கொன்றது.

இலக்கியம், பிரதி என்றானவுடன் அது வரலாற்றின் உற்பத்தி ஆனது. நீ தான் இதைக் கிளப்பிவிட்டது. எனவே கர்த்தாவுக்கும் இலக்கியத்திற்கும் உள்ள தொடர்பு அழிந்தது. நீ சுரணையற்று யாருடைய போக்கிலோ பேசிக்கொண்டு போனாய். அப்போது கர்த்தா தனது சொந்த இலக்கியத்தின் ஓர் அங்கமாய் இருக்க முடியாது செத்துப் போனான்.

நான்-நீ இருவரும் மறைந்தும்கூட இருப்பதன் தோற்றத்தோடு மாலையாக இருக்கலுற்றோம். ஏனெனில் நான் - நீ இருவரும் வாசகர்கள். இப்படியாக நான் - நீயின்றி இலக்கியமில்லையென இரு

மாந்தர் இறுமாந்தபோது அன்று - இன்று ஆவி முழித்துக்கொண்டது. நீ வெடுக்கென பின் வாங்கினாய். கொட்ட வந்த தேளை அடிக்கும்படியான சாடையுடன் அது நம்மை நெருங்கிற்று. தொல்மனப் படிவங்களைப் பழையவற்றிலிருந்து அள்ளி வந்து புதிய அர்த்தத்தின் நிகழ்கால சமிக்ஞைகளாக்க அந்த ஆவி முயன்றது.

ஒழிந்தோம் என்றாய் நீ. இருபதாம் நூற்றாண்டில் எல்லாம் தாழ்த்தப்பட்ட சாதிக்காரர்களுக்கு வேலைவாய்ப்பில் இம்புட்டூண்டு சலுகை தரப்பட்டது. அந்த ஆவி பழையது புகுத்தி அதையும் அபகரிக்குமென நீ பயந்தாய். அதை நான் இலக்கியமாக்கியதை ஆவி பார்த்து விட்டது. கவிதையும் அம்போ, காதலும் அம்போ. அவை இரண்டுமே செத்துப் போயின. கவிதை போனபின் கவிதை போன்ற ஒன்றும் காதல் போனபின் காதல் போன்ற ஒன்றும் இருப்பது தெரிய வந்தது என்றார்கள்.

பிறகு நடந்ததுதான் கொடுமையானது. நம் இயல்புகளில் பொருந்தாத சுய 'நானும்' சூழலுக்கு ஏற்ப உருவான வெளி 'நானும்' பிறருக்கான 'நானை' உருவாக்கித் தன்னைத் திருப்திப்படுத்துதலை ஆவிகள் அறிந்தன. விளைவு? 'நான்' மாட்டிக் கொண்டது. உனக்கென்ன நீ நிம்மதியாக இருந்தாய். ஒரு பெரிய பொய்யாய் இவ்வுலகில் மீதமிருந்தாய்.

மனிதர்களுக்குள் இருந்து கொண்டு ரகசியமாய் மொழி வயப்பட்டவற்றை ஒப்படைத்து "நான்" சரணடைந்தது. அரசு உதிர்ந்த சமூக 'நான்' மொழி முழுங்கியானது. படைப்பு-படைப்பாளி. படைப்பாளியின் வாழ்க்கை என்ற இடங்களில் விசாரணை நடத்தப்பட்டு 'நான்'க்கு மரண தண்டனை வழங்கப்பட்டது. நான் வேறு நானின் படைப்பு வேறு. நானின் வாழ்க்கை வேறு என்று கூட உணராத குற்றத்திற்காக 'நான்' ஆவியானேன்.

இலக்கிய நிஜமும் உலகநிஜமுமான இரு எதிர்நிலை உலகங்களுக்கு நடுவில் அலைகிறேன். நீ என்ன ஆனாய்? நீயின் உலகு எது? உலக உலகா? நாவல் உலகா? எது எப்படியோ காதலின் ஆவியோடு பேசுகிறாயா? இன்னமும் கூட காற்றில் போலியாய் முத்தமிடுகிறாயா? நீ எதிர்நிலையின்றியா இருக்கிறாய்.

பார் கி.பி. 1990-ஆம் வருடத்திய க ணக்கு கிடைத்துள்ளது. பல கண்காட்சிகளைச் சுற்றித் திரிந்து ஆதிகாலத்து கம்ப்யூட்டரிலிருந்து எடுத்துத் தந்தனர். அவ்வாண்டில் ஏறத்தாழ முப்பதாயிரம் மக்கள் உலகில் பட்டினியால் செத்துப் போவார்கள். அதே வருடம் நீ செய்தது என்ன? நாற்பத்தெட்டு கவிதைகள், பத்தொன்பது கதைகள், மூன்று கட்டுரைகள். ச்சீ உனக்கு வெட்கமேயில்லை.

செத்துப் போகும் முன் நான் கடைசியாகப் பேசியது இது தான்:

பக்கத்து வீட்டில் ஒரு கொடுமை நடக்கும்போது ஓடிவந்து செயல்படாமல் அறையில் இருந்துகொண்டு அதைப் பற்றிக் கதை எழுதுகிறாய் நீ…. போ…கழிவறையில் உனக்குள்ளிருந்து வெளிவரும் உனது இலக்கியத்தை ரசித்துக் கொண்டிரு. உன்னை ஆவிகள் தீண்டாதிருக்குமாக…."

பின்கதை

இரண்டாயிரம் வருடத்திற்கு முந்தைய கதை என்பதால் பல இடங்களில் இடறுகின்றது. இக்கதை உனக்காகச் சொல்லப்பட்டது இல்லை. ஏனெனில் இக்கதையை 'நீ' புரிந்து கொண்டபோது நீ ஆவிகளினால் துரத்திப் பிடிக்கப்பட்டாய். வேடங்கள் கலைத்தெறியப்பட்டு பிறகு ஆவிகளினால் இருண்ட மொழிக்குகையின் மூலையில் தொங்க விடப்பட்டாய். உன் கதை முடிந்ததென நினைக்காதே. இன்னமும் தொடங்கவில்லை.

30
புதிய நம்பிக்கை -1992
தொழுவம்

ரோசப்பட்டு என்னத்த.... கூழுக்கு மாளாத பய பவிசு பாக்குறேன்றானுக. என்னால் இதத்தானுங்க தாங்கிக்க முடியல. பொழுதுக்கும் இங்கினயே இருந்து பழகிட்டோம் பாருங்க, அந்த ஒத்த சங்கதிக்காவ மன்னிச்சிரலாம்.வயிசாய்போச்சில்ல அழுவாச்சிய அடக்க முடியலீங்க. அய்யோ.... சாமி.... போய் சேர மாட்றேனே பொட்டுன்னு-இன்னம் எம்புட்டு நாளோ என்ன கருமாந்தரமோ?

வெச்சுக்க.... அய்யிரே. நல்லா எல்லாஞ் செய்வானுட்டு அப்புச்சி கொண்டாந்து எட்டு வயசுல இங்கின விட்டுச்சி. ஆயி அப்பன முழுங்குன பய நானு. இம்புட்டு நாளு ஒரு புராது கிடையாது சாமி.... நேத்து வந்த கணக்குபுள்ளவோ (இவனுகளுக்கு என்ன மசுரத் தெரியும்) சொல்லிப்புட்டானுவளாம்.... சின்னவரு பாயுறாரு. நாம்பாத்து வளந்தவரு எம்மேலேயே பாய வுட்டானுவோ...கூமட்டப் பயலுவோ.

மூணுபேரு இருக்குறானுக சாமி. என்ன மீதி மீதி போனா எம்பேரப்பய வயசுகூட தேறாது. ஒருபய அப்பப்போ சீப்பு போட்டு தலைய வாருவாருன்னு வாரி சிங்காரிக்குது. உன்னொன்னு தொண தொணன்னு சினிமாகாரி கதைய பேசுது. மூணாவது கொஞ்சந் தேவலையாற்றுகுது. அதும்பாரு கணக்கு பாத்து கிட்டே தூங்கி வுழுவுது. உம்முனா மூஞ்சி கணக்கா இதுல பெரிசா பீத்திக்கிறானுவ. இந்த காலத்து;ப பயலுவளே இப்புடித்தான். வாரி வாரி எடுத்தாலும் ஊருபூரா நாறும். பாடிக் பாடி கறந்தாலும் மூஞ்சில ஒதக்கும்னு கதையாருக்குது.

எட்டு வயசாயிருந்தப்போ கொண்டாந்துவிட்டாகன்னு சொன்னேனே, அப்போவெல்லாம் உருப்புடியா, காலகருக்கல்லியே தலையாளு எழுப்பீருவாரு. தலையாளுதான் பெரிய வேலையாளு. அவுக வெச்சது சட்டம். கொஞ்சம் சிணுங்கித் திரும்பிப் படுத்து தூங்கப் பாத்தா எட்டு எட்டி ஒரு ஒதை விழும் பாரு. சாமி சாமினு எழுந்திருச்சிர வேண்டியத்தேன். பெரியவருக்கும் மூத்தவரு இருந்தாரு அந்த நாள்ல.... பெரியய்யிரு அவரு தலையாள கூட்டுதான்

வேலையெல்லாஞ் சொல்லுவாரு. தலையாளு தார வேலையள மத்த ஆளுவோ செய்வானுவ.

எட்டு வயசிலிருந்து நாம் பாக்காத வேலையா. பாக்காத ஆளா என்னவோ நேத்து வந்தவனுவோ துள்ளுறானுகளே: இவனுகளுக்கு, மாடு ஒழுங்கு மசுரா மேக்கத் தெரியுமா, ரெண்டு எருமை மாடுகள் கவுண்டரு கொல்ல வரிக்கும் மேக்கச் சொல்லோணும். புறவாண்டி தெரியும் இவனுக சாயம் வெளுத்துப்போயி நிக்கிறத. பேனாவப் பிடிச்சு காய்தத்துல கிறிக்கிப்புட்டா எல்லாம் ஆச்சா? அட.... என்ன கௌரவமோ.... இந்தப் பயலுவளுக்கு ஒரு கருமாந்தரமுந் தெரியதில்லையப்பா.

பட்டுக் கொடை புடிச்சி பஞ்சு நாற்காலியக் கோந்திருந்து பூணூல தடவிக்கிட்டே தலையாளுக்கு வேலை சொல்லுவாரு எங்க பெரியய்யிரு. தலையாளுதான் அவருக்கு எல்லாமே. மாட்டுத் தொழுவுலே கொடங்கொடமா பாலு வரும். எத்தினி கொடம். ஊருக்கே அய்யரு வூட்டுப் பாலுதேன். சிணுங்கினாலும் கோவம் வந்திரும் அய்யருக்கு. மாடுகளுக்குக்கூட அவரக் கண்டா பயம் புச்சிக்கும். அம்புட்டு பயம். தொழுவ பக்கம் அவரு தலை தெரிஞ்சுன்னா.... தலை தெறிக்க வேலை செய்வானுவ தடிப்பயலுவ. பெரம்பு தடியில எண்ணெய் போட்டு வெச்சிருந்தாரு. என்ன உதை விழும் தெரியுமில்ல. இவனுக கணக்குப் புள்ளயளுக்கு என்னத்தத் தெரியும்? பொறவு பெரியவருகூட ஒதபட்டாச்சு. உப்போ சின்னவரு.

சின்னவரு புதுசாய்ட்டாரு. பேண்டு சர்ட்டு போட்டு அசலூரு பொண்ணெடுத்து அசத்திப்புட்டாரு, படிச்சவக பின்ன எப்புடி இருப்பாங்களாம்? பிரம்பு உள்ள போயிருச்சு. அசலூருகாரக அதிகாரிககிட்ட இங்கிலீசுல பேசுவாக. என்னமா பேசுறாக. அடியாத்தி. நாலு நாளு முன்னே தவிட்டத் திருடுனதுக்குக் குப்பம் மவ ராசுக்கு விழுந்துச்சுப் பாரு. பெரியய்யிரு தேவலாம் போ. மூஞ்சியெல்லாம் வீங்கிப்போயிருச்சு.

மாட்டுத் தொளுவில வேலைக்கி விட்டாரு தலையாளு. அப்போ பொடிப்பய நானு. அங்கின தொளுவ வேலையில ஏக்கனவே மூனு பேரு இருந்தானுக. அய்யாக் கண்ணு பெரிய பய. அவன் செய்யாத அய்யோக்கியமில்ல. சரியான பொறுக்கி. மூனு பயலுவளும் அசிங்கசிங்கமா மூலையில படுத்திருந்து சும்மா கெடக்கிற நேரத்துலு ஏதேதோ செய்வானுவ. ஆனா.... செம்ம வேலைங்க. பிழிஞ்சு எடுத்துப்புடுவாங்க.

மொத்தமா முப்பத்திநாலு மாடுக இருந்திச்சு. எப்புடி நாளு முழுக்க நடக்கும் வேலை. எல்லாம் முடிச்சு சாக்கப் போட்டு மூ

லையில் முடக்கிப் படுத்தாலும் ராவிக்குக் கெடக்கும் வேலைக. இருவது மாடு பசுமாடு. மத்ததெல்லாம் எருமைக. போன புதுசுல நாத்தங் கொமட்டிச்சு. பொறவு பழகுனப்போ அங்கினயே உரலுக் கட்ட மேலு கோந்திருந்தா கூட தூக்கம் வந்திரும் எனக்கு. வேறு திக்கில்ல பாரு.அதேன் ராவுல மாடுமூத்திரங் கொட்டுறப்போ அந்தத் தொரதொரன்னு சத்தத்துல முளிச்சுக்கிடுவேன்.போகப் போகத்தான் பழகிச்சு.

மொதமொதோ வெராட்டி தட்டுறதுக்குச் சாணி முதிக்கப் போட்டானுக. காது தொங்க, சிரிக்கக்கூடத் தெரியாத கெளவி ஒண்ணு. அது சாணி தட்ட வந்து சேர்றதுக்குள்ளாற மொத்த சாணியையும் கூட்டி, அள்ளிக் கடையத்துக் கதவாண்ட குமிச்சு முதிக்கோணும். அது வந்து தட்டி வெக்க குப்பத் தரோணும். முதிக்காம பார்த்துக் காயக் காய அடுக்கோணும். இப்புடிவேல.

சாணியள்ற வேலையின்னனா சும்மாவா. மாடுகளுக்கு இன்னா தெரியும். சாணி போட்டு, போட்ட சாணி மேலயே தூங்கும். சிலது அங்கிட்டு இங்கிட்டு நடந்து சாணிய கலைச்சிரும். சாணி மேல-யே மூத்திரமடிச்சுத் தொலைக்கிற எருமைகளை என்ன சொல்ல? இதுல அள்ளுறப்போ சில மாடுவ ஒதைக்கு ஒதுங்கத் தெரியணும். அள்ளிக்கிட்டு இருக்குறப்பவே மூத்திரங் கொட்டுற மாடு கூட இருந்திச்சு. பசுமாடு தேவல. கெட்டியா சுத்தமா சாணி போடும். எருமைக இருக்குதே. சமயத்துல கழியறது கூட உண்டு.

எப்புடி பாத்திருக்கறேன் வேலைக. சாணி ஒதுக்குறது மட்டுமா வேல? அள்ளுன சாணிய கூடையில குமிச்சு அள்ளி கொண்டோய் கொட்டுறுது நாத்தம் புடிச்சது. தலையில முதுகிலவெல்லாம் சாணியப்பிப் போயிரும். எப்புடி பாத்திருக்கறேன் வேலைக. மாஞ்சு மாஞ்சு சாணி அள்ளுவேன். தொளுவுல பிம்பக்கம் வெக்கப் போர போட்டிருந்தாக. பெரிய போரு. அய்யாக்கண்ணுக்கு வெக்க போடுற வேலை. சமயத்துல என்னையும் கூட்ருவான். மேட்டுல ஏணி போட்டு ஏறிப்போய் உட,ம்பு அரிப்பு அடங்க வெக்கப் போர் மேல ஆருக்குந் தெரியாம பொரளுவம். அவன் பொரளும்போ ஆளு வராம நாம் பாத்துக்குவேன். நாம் பொரளுறப்போ அவம் பாத்துக்குவான். போகப் போக இதும் புடிக்காமப் போயிருச்சு. அது கூட இல்ல, ஒரு நாளு தலையாளு பாத்துப்புட்டாக. சம்ம ஒத. பிரம்பு ஒடஞ்சு போச்சு. குண்டி வீங்கிப் போச்சு.

அய்யாக்கண்ணுவும் நானும் கூடிக் கெடந்திருக்கிறம் எத்தினியோ நாளு. ஆனா எவ்வளவு கெஞ்சுனாலும் சாணியள்ள மட்டு, வர மாட்டான். அவன் வேலைகளை முச்சூடும் நான் செய்வேன், என் வேலை எதையும் அவன் செய்ய மாட்டான். கபோதிப்பய. சாணி

வேலைன்னு கிண்டலு கூட செய்யிறது உண்டு. ஒரு நாளைக்கு நூறு வராட்டினாச்சும் தேறுமா? ஆருக்குத் தெரிஞ்சிது.... எனக்கு .... என்ன கருமாந்தரமோ ஒண்ணு ரெண்ட கூட்டத் தெரியில. இன்னி வரிக்கும் எட்டுக்கு பொறவு பதினாறு பதினேட்டு வரும். மத்தது போயிருது. தெண்டம்ப்பா.

சாணி ஒதுக்குறது மட்டுமா வேலை. பொறவு மாடுக மேயப் போவும். அப்போ தொழுவ களுவித் தேச்சு சுத்தம் பண்ணி வெக்கோணும். செவுத்துக்கட்ட ஓரமா தொட்டியில தண்ணி இருக்கும். பாதி தொட்டி கூட காலி செய்திராதபடிக்கித் தொளுவ கழுவோணும். பொறவு சாணி தட்டுற செவுரு தொடைக்கோணும். தவுடு கஞ்சி தருவாக மதியம். சாட்டு காஞ்ச வராட்டிகள விறவு மூலையில அடிக்கி வெக்கோணும். அடுக்கச் சொல்லிக் கொடுத்தாக. எம்புட்டு நாளுங்கீக. இந்தக் கூமடக்கி எங்க வந்திச்சு! போவப் போவத்தேன் ஏதோ பளகிச்சு.

பகல்ல தனியா கெடக்கப் பயமாருந்திச்சு எனக்கு. மத்த பயலுவ எல்லாம்மேய்க்கப்போயிருவானுவளா.அவனுகதிரும்பியாரவரிக்கும் திக்குதிக்குங்கும்.மேஞ்சு வரக்மாடுக அடிச்சி கிட்டேம் இருக்கும்.சில சமயம் பாருங்க சண்டை பெரிசாய்டும். அய்யாக்கண்ணு இருக்குறதக் கூட மதிக்காம அதுக மோதும். ஒரு தக்கா அய்யாக்கண்ணு மேலேயே மோதிரிச்சுக,விளுந்தடிச்சு கிடந்தேன். ஆனால் செக்கஅடி. அங்கிட்டும் இங்கிட்டும் ஓடி தவுட்டு மூட்டைப் பக்கம் தாவி கலச்சு கெடா ரெண்டு ஓடிச்சுப்பாரு.... ராவுல தலையாளு வந்து அய்யாக் கண்ண வேலை வூட்டே தொரத்திப்புட்டாக.

மக்யா நாள்லிருந்து எல்லாமே நான்தான். சுளுவமா கதத்துகிட்டேனுங்க. இம்புட்டு நாளு எத்தினி மாடுகளப் பாத்திருப்பேன். எத்தின எருமைங்க என் கண்ணு முன்னாடி செனையாகி ஈனு இருக்கும். எத்துன மாடுகள காய்ச்சலுக்கும் பீய்ச்சலுக்கும் மருந்து பாத்தது. நேத்து வந்த பயலுவ குசு வுட்டா கூட குத்தம் பாக்குறானுவ. இவனுகளுக்கு மாடு குளுப்பாட்டத் தெரிமா? சென பாக்கத் தெரிமா? எல்லா நேரம்ப்பா.

ராவுல சீக்கு மாட்டுக்கிட்டேயிருந்து மருந்து வெச்சு சாணி போடயில கையிலயே கொட்டிக்கிட்டு, மூத்திரம்வாடைய பரிசோதிச்சு நோய் போக்க மந்திரிச்சு எத்தின தூக்கம் கெட்டிருச்சு. கன்னு போடுறது மாட்ட விட நமக்கு சிரமமுல்ல. வெளிய கன்னு வர வர மாட்டத் தடவி நிக்க வெச்சு ரத்தத்த வளிச்சு, மடிய கட்டி மூட்டையாக்கிப் பெண் உறுப்புல இருந்து உருவி முடிக்கணும். பொறவு கன்னுக்குட்டிய பாலுக்கு பழக்கிறனும். இத்துணையும் முடியகுள்ற ஒடம்பு கிடந்து நாறும். ஒரு பய கிட்ட வரமாட்டான். எல்லாத்தையும் நானே பண்ணிருவேன்.

கால்வாயில விழுந்த ரத்த பாலுவள தேச்சுக் கழுவி துண்டத்தத் தொவச்சாலும் நாத்தம் போவாது. மாடு கறப்பனே உடம்பு முழுக்க வெளக்கண்ண நாத்தம் புடுங்குதுனு. சின்னவரு பையன் கிட்ட வரேப்பவே மூக்கப் போட்டு பொத்திக்கும். பாலு நாறாது, ஆளு நாறும் இந்த பயிலுவளுக்கு. தீட்டும்பாக. பாவம்பாக. சோத்துக்கு இல்லாதது ஆளுக்கு உண்டு.

பெரிய தப்புல்ல தம்பி. அப்புடி என்னத்த செஞ்சிட்டேன் நானு. இத்தன நாளு ராப்பகலு வேலய பாத்திருக்கறேனுல்ல அதுக்குவாச்சும் ஒரு மருவாதி வாணாம். அத விடுங்க.... வயிசான கட்ட. அதுக்குனாலும் வாணாமா. எல்லாம் கொறமாச கேசுங்க. எத்தின பேருக்குத் தொழில் சொல்லிக் கொடுத்தாயிருச்சு. இன்னினாலும்கூட நானு பாத்து மேய்க்கப் போனா மாடுக பாடே தனிதேன். இன்னிக்கு வந்ததுகளுந்தான் மேய்க்குதே.... தோ.... கொல்லமேட்டுக் கிணறு வரிக்கும்கூட போரது இல்ல. மரத்துத் தழை ஒடச்சுப் போடறது இல்ல. ஆத்துத் தழை பறிச்சு கொரிக்க போடுறதுகூட கெடயாது. இவனுகளுக்கு எப்பப் பாத்தாலும் சினிமாவும் பாட்டுந்தேன். கூமட்டப் பயலுவ.

மூணு எருமைங்கதான் உப்போ இருக்கிறதே, ஊரு முச்சூடும் பாலு கறந்து கொடுத்த நாளெல்லாம் போயிரிச்சு. பதினெட்டுப் பசு மாடுங்க இருந்த எடத்துல ஏழுதானிருக்குது. எல்லாங் கொறஞ்சு போயிருச்சு. இருந்தும் என்ன? வேலை கொறயக் காணுமே. எட்டு பேரு வேல பாத்தா தொழுவில நாங்க நாலு பேரு இருக்கம். அதுல ஒருத்தன் சீக்காளி. சாணி தட்டுறதே நான்தான். எம்புட்டு வேலைங்க பாரு. அத்தனையும் செய்யிறனே இந்த வயசுல ஒரு பவுசு பாக்காம. இந்த மசுராண்டிகளுக்கு என்ன? உடுப்பு மடிப்பு.... கலையாம ஒக்காந்திருந்த பயலுக கணக்குப் பாக்க முடியாதபடிக்குப் குண்டி கொளுப்பு. பெரிய ஏச வந்து புட்டானுவோ.

பசுமாடு ஈனுறத ஜோசியமா சொல்ல முடியும். அம்மாவாச வரும்போதே சொல்லியாச்சு. அது ஈனுமப்பா கணக்குப் புள்ள... சுளுவமா....வார மாதிரி மருந்தெல்லாம் வந்திருக்குதாமுல்ல.... மாட்டாசுபத்திரிக்கி இட்னு போயாவணும்னு. கேட்டானுவளா. நீ போயி வேலையப் பாரு கெளவாடின்னானுவ.... உப்போ ஆரு சால்சாப்பு சொல்லுறது. இந்த லூசுப்பய மவனுகளுக்காக இந்தக் கெளவனுக்கு வாஞ்ச இல்லாதபடிக்கிப் பழி வந்திருச்சு.... நாம்பாத்து வளந்தவரு. சின்னவரு. படிச்சவரு. முடியிலின்னா ஊருக்கே போயிரு தாத்தான்றாரு. எந்த ஊருக்குப் போக நானு? என்னத்தச் செய்யிறது. போங்கடா கணக்குப்புள்ள தேவிடியா பயனுவளா. பசுமாடு உட்கார வெச்சு கன்னு போட்டா கெழவன் என்னடா பண்ணுரது. ராவிக்குத்

தூங்கிலினா செத்துருவான்டா கெழவன். மாடு செத்துப் போச்சு. எனக்கு தெரிஞ்சு இங்கினயே செத்த மொதோ மாடு.

வந்துப் புட்டானுவ. மேய்க்கப் போன பயலுவ. தொட்டியில தண்ணி வெக்க மறந்தாச்சு. ஏதேதோ ஞாபகம். ஓடோணும். ஓடோணும். எங்கின சட்டிக்கொடத்தக் காணோம்? எங்கினயாவது வெச்சுப் புட்டிங்களாடா டேய்...

“இன்னமா தண்ணி வெக்கில... போச்சு”

“ஏங் கெளவாடி..... செத்து ஒழிய மாட்றியே”

“”மொதலாளி வந்தா.... என்ன செய்யிறது”

“மாட்ட இளுத்துக் கட்டுங்கடா....”

“என்ன .... என்னடா?”

“வாங்க..... கணக்குப் புள்ள..... தொட்டியில தண்ணி வெக்கில..... கெளவாடி.....”

31
சுசீ முதல் சுசீ வரை

சுசீ.... சீக்கிரமா எழுப்புன்னு சென்னேலில்ல. ஏய்.... சுசீ.... சுசீ.... சுசீலா.... எங்க போன சனியனே. மணி என்ன.... கடிகாரம் நின்னு போச்சி. சாவி குடுக்கறத விட ஒருத்திக்கி வீட்டுல புடுங்கற வேலையா..... படுக்கைய சுத்தி வை...பிரஷ் எடுத்து வச்சியா? பேஸ்ட் கொஞ்சமா வெய்யின்னு சொன்னேனில்ல.... மாசக் சடைசீ வேற.... கோபாலு எழுந்தாச்சா....க ாபி கொடுக்காத பூஸ்ட் வாங்கி வெச்சிருக்கு பாரு. அப்புறமென்ன அதப் போட்டுக் குடு ....

.........பல் தேய்ச்சு அரைமணி நேரமாவுது காபி எங்க....? சுசீ காப்பி குடு. சரியான அசமஞ்சம்..... வந்து வாச்சிருக்குது பாரு..... அங்க என்ன பால்காரன் கூட இளிச்சுக்கிட்டுப் பேசற.... சுசீ அந்தப் பேப்பர எடு அங்கயே போட்டுப் போயிட்டான் பாரு.... பேப்பர இங்க கொண்டா.... இங்க.... இங்க இருக்கேன் உன் ரூம்புல...... ....

சுசீ என்ன டிபன்? வெங்காய சட்னி அரைச்சிடு .... எனக்குத் தேவையா இருக்கு...சுசீ...டாய்லட் போகணும் தண்ணி ரொப்பியாச்சா... ....

கோபாலோட கப்போர்டெல்லாம் எவ்வளவு மோசமா இருக்குன்னு பாரேன்..... ஏன்? எடுத்து அடுக்கலாமில்ல.... பாவம் கொழந்தை.... நீதான் அதையெல்லாம் சுத்தமா வெக்கணும்... சுசீ டேப்ரெக்கார்டர்ல கந்தசஷ்டி கவசம் போடேன்.... ....

ஆச்சு எட்டு மணிக்கெல்லாம் டி.வி. போடணும். சண்டேன்னு ஞாபகமே இருக்காதா உனக்கு. சுசீ கோபாலுக்கு எண்ணெய் தேச்சுக் குளிக்க வெய்யி, ரெண்டு சண்டே போயிடுச்சு.... ....

இந்தச் சட்டைய இன்னொரு தடவை தோய்ச்சிரு சுசீ.... அழுக்கே போகல.... அதான் பிரஷ் இருக்கே நல்லா தேய்ச்சு காலர்ல அழுக்கு போவுற மாதிரி தோய்க்கலாமுல்ல... என்ன பொம்பளயோ.... எல்லாம் என்னைய சொல்லணும்.... ஏமாத்தி.... கட்டிவுட்டானுக தோய்க்க .... கொள்ள வீட்டு வேலைகூட தெரியாதவளா பாத்து......... ....

ஏய்.... சனியனே அங்கப் பாரு உம் புள்ளய.... பேனாவுக்குப் போட றேன்னு இங்க்கு பூரா கொட்டியாச்சு ... சரி... சரி தொடச்சிடு..... சர்ஃப் போட்டு நல்லாதான் தொடையேன்... ச்ச... இனிமே வெள்ளிக்கிழமை

வீடு தொடைக்கிற வரைக்கும் மொசைக் இப்பிடியே இருக்கும்.... சாயம் பட்டு... வீட்டக் கூட ஒழுங்கா வெச்சிக்கத் தெரியலயாக்கும்.... ....

டீ ஒன்னு போடு சுசீ தலை வலிக்கிது. அந்த டேப்பை அணைச்சிடு. எப்பா லோலோன்னு ஒரே சத்தம். சுசீ... சுசீ.... என்ன பண்ற இங்க வா.... அந்த சிகரெட் பாக்கெட்ட எடு... சிகரெட்ட எடுன்னாலே ஆஷ் ட்ரேவையும் எடுன்னுதான அர்த்தம். புரியுதா? எத்தன தடவை சொல்லித் தொலையறதோ.... தறுதலப் பய மவ...... ....

ஏய்... கோந்து பாட்டில் கொண்டா.... இந்த புக்கு லேசா பிஞ்சிருச்சு... ஒட்டிடலாம். ஆஷ் டிரேவை யாரு உங்கொப்பன் வருவானா கொண்டுப்போயி வெக்க.... இத எடுத்துட்டுப் போடீ.... சரி.... அந்த டி.வி.ய. தொடைக்கிறது.... காசு என்ன கொல்லேல வெளயுதோ... இல்ல.... பொறந்த வீட்டு சீரா... பெரிய கொட்டிகிட்டு வந்திட்டா.... டெய்லி டி.வி.ய தொடைக்கிணும்னு எத்தினி தடவை சொல்லியாச்சு.... மூளையில ஏறலயாக்கும் ....

டேய்... போடா உங்கொம்மாட்ட போடா... இந்தே.... இந்தே.... ஏ... புள்ளே.... கோபாலுக்குத் கணக்கு தெரியலயாம் கொஞ்சம் பாரு... ஏதோ ஆபீசு வேலை பாக்க விட மாட்டீங்களே ....

சுசீ... வெந்நீர் எடுத்து வெச்சாச்சா? குளிக்கப்போவணும்.... வீட்டப் பெருக்கும்போது இந்த மேசைக்குப் பின்னாடியும் விட்டு நல்லா பெருக்குடி..... ஆதி காத்துப் புழுதி அப்படியே இருக்குது. என்னத்த கவனிக்கிற வீட்ட ....

சுசீ.... யாரு வந்தது.... எதுத்த வீட்டுப் பையனா.... இல்லன்னுட்டு அனுப்ப வேண்டியதுதானே.... உன்கிட்ட அவனுக்கு என்ன பேச்சு .... வந்துட்டானுக.... நீயும் பேசிக்கிட்டு நின்னியாக்கும். சரி சரி ஜட்டி வேற எடுத்துக்கிட்டுவா. இன்னிக்கி சண்டே.... வேஷ்டி எங்க... ....

சரியான பசி, தட்ட வைய்யி... சாம்பார்ல உப்பு பத்தாது.... வெங்காய சட்னி இன்னும் கொஞ்சம் மசிஞ்சிருக்கணும்..... இட்லிகூட கல்லு மாதிரி இருக்குது.... எங்க ஆத்தா இட்டிலி செஞ்சா... ஊருக்கே போவும்.... அப்படி இருக்கணும் பூ கணக்கா.... மசுரு மாதிரியில்ல இருக்கு.... எல்லாம் அவனவனுக்கு வாச்சது. அந்த டி.வி.ய போடு பார்ப்போம்... ....

ஏய்.... சனியனே காய் வாங்கியார இவ்வளவு நேரமா.... அங்க யாரு யாருகிட்ட இளிச்சிக்கிட்டு நின்ன... வர்றா ஒரு மணி களிச்சு நீட்டி முளக்கிட்டு. புள்ளய குளிக்கவைய்யி.... எண்ணெய தேச்சு விடுன்னு

சொன்னேனில்ல... புருசம் பேச்சக் கேக்கிறவளா இருந்தாயில்ல.... எல்லாம் கண்டாரஒளிக் கும்பல். அப்பவே.... யோசிச்சிருக்கணும் இப்ப யோசிக்கக் காலமா கெடக்கு.... அததுக்குப் புத்தி தெளிஞ்சா பரவாயில்ல.... தனக்கு மட்டும் குளிச்சுபுட்டுப் மினுக்கத் தெரியும்... பவுடரும் .... மையும் மருதாணியும். புள்ளக்கிப் புலுத்த தெரியாது... ....

சுசீ... மணி பதினொன்னாயிருச்சு.... சண்டே காப்பி டைம்.... இதெல்லாம் சொல்லணுமாக்கும். ஒரு மணி நேரமா காய் அரியற.... என்ன யோசன.... எவனையாவது பார்த்த ஜோரா... இல்ல ஆத்தா வூட்டு ஞாபகமா... அந்தப் பிச்சக்கார பயலுவளப் பத்தி இந்த உலகத்துல நினைக்கிறது நீ மட்டும்தா..... இல்லயா... ....

சுசீ... டீவிய, ஆஃப் பண்ணிடு.... அறுவை. மழை வர்ற மாதிரி இருக்குது. துணியெல்லாம் கொடியிலேர்ந்து எடுத்திடு சுசீ.... என்ன சாப்பாடு ஆச்சா.... சின்ன கப்ல கொஞ்சம் ரசம் குடு சுசீ... சூடா குடு ....

என் ரூம் மேஜய கிளீன் பண்ணி அடுக்கணும்... இன்னிக்காவது செஞ்சிடேன். சும்மாதானே இருக்க... ....

சுசீ.... இந்த ப்ரௌன் சட்டையையும் அயர்ன் பண்ணிடு. இந்தோ இங்கின ரெண்டு பேண்ட் இருக்குது பாரு. தண்ணி தெளிச்சி அயர்ன் பண்ணு.... மடிப்பு நிக்கறதேயில்ல.... சுசீ.... தட்ட வை.... சாப்பிடுவோம்... ....

.... அங்க என்ன பண்ணிக்கிட்டு இருக்க... பெரிய புத்தகம் படிச்சு எதையோ சாதிக்கப் போறவ மாதிரி .... போட்டு வாடி.... சோத்துக்கு வழி பண்ணுவாளா வெட்டிவேல பாத்துப்கிட்டு. போச்சுடா.... கக்கூசுக்குப் போய் உட்கார்ந்துட்டா இனி அரை மணியாவும்... அப்புடி என்ன தியானமோ... சுசீ... சீக்கிரமா வா.... பசி புறாண்டுது.... தட்டு வெச்சாச்சா... ....

புளி கம்மியா போடுன்னு நூறு தடவை சொல்லியாச்சு உங்கொப்பனா வாங்கிப் போடுறான் புளி... அது அது விக்கிற வெலையில.... இது ராட்சசியா கபளீகரம் பண்ணுது.... பொறந்த வீட்டுல எதையாவது சொல்லிக் குடுத்திருந்தாதானே.... ஏதோ மாட்டிக் கிட்டாச்சு சோறு போடு... குழம்புலேர்ந்து வெங்காயமா எடுத்து வெய்யி.... இன்னும் கொஞ்சம் உரிச்சிருக்கலாம் அப்பளமா பொரிச்ச.... எண்ணையும் அவுட்டா.

... சுசீ... டிவி போடு போடு பார்ப்போம்... ரீஜனல்ல இன்னிக்கு என்ன படம்... தெலுங்கா... சுசீ... கோபால தூங்க வெய்யி... எண்ணெய் தேச்சுக் குளிச்சிருந்தா தூங்கணும்.... அப்பதான் நல்லது.... இதெல்லாம் எங்க

உனக்கு ஏறப் போவுது.... சுசீ .... காப்பி என்னாச்சு.... மணி மூனாச்சே.... புள்ளய தூங்கப்போட்டு இப்புடி அடுப்பாங்கரையில உருட்டினா அவன் தூங்குவான்... ஆளிருக்கிறது தெரியாம பதுவுசா வேலை பாக்க வேண்டாமா? என்ன ஜென்மமோ ... ஒரு வண்டி பொடிய தேய்க்காத....

சுசீ... சுசீலா.... சூடா கொறிக்கிரதுக்கு பஜ்ஜீ கிஜ்ஜீ ஏதானும் பண்ணிடேன்... என்ன படம் இன்னிக்கு .... ரெண்டு வெங்காய பஜ்ஜி போடேன்.... வாழைக்கா நறுக்கவே.... இல்லயா... ஏம் .... போய் வேலை முடிச்சிட்டு வந்திரேன். இப்ப தானே படம் போட்டான் போ.... போ.... சினிமா ன்னாலே நாக்கத் தொங்கப் போட்டுக்கிட்டு வந்து உட்கார்ந்திருவீங்க.... என்ன குடும்பமோ.... அப்பனும் அப்படித்தானிருக்கிறான்....

சுசீ... மணி எட்டாச்சு... குழந்தைக்குச் சோறு போட்டுரு.... நான் படம் முடிஞ்சு நியூஸ் பாத்துட்டுச் சாப்பிடறேன்....

சுசீ .... வாசல மூடிட்டு கதவ தாழ் போட்டாச்சா.... மேல் தாழ் போட்டிருக்கா பாரு.... உள்ளேர்ந்து போர்வை எடு சுசீ.... ஷால்.... இன்னிக்கு குளிரு அதிகமுல்ல... சுசீ... புள்ளய தூங்கப் பண்ணியாச்சா... தட்ட வைய்யி...

இன்னும் நாலு பஜ்ஜி மிச்சமிருக்கா... எனக்கு வைய்யி.... மூனு போதும்.... அப்பவே சொல்லணும்னு நெனச்சேன். பஜ்ஜி இன்னம் கொஞ்சம் வெந்திருக்கணும்.... சட்னில உப்பில்ல.... என்ன டிபன் பண்ணின.... உப்புமாவா.... ஏன் மாவு இல்லையா? தோசை பண்ணியிருக்கலாமே.... சட்னிக்கும் அதுக்கும்.... இதெல்லாம் தோனினாத்தானே.....

சுசீ படுக்கையைப் போடு .... போட்டாச்சா... புள்ளய ஓரமா போடுடி.... பேன் காத்துல வேண்டாம் சளிகிளி பிடிச்சிதுன்னா....

சுசீ.... இவ்வளவு நேரமா ஆடுப்படியில என்ன பண்ற வா... சீக்கிரம் வாடி... லைட்ட அணைச்சிட்டு வந்து படு.....

ஏன் உடம்பெல்லம் ஒரேஈரமா இருக்கு.... அப்படியேவா வந்து.... படுப்பாங்க.... சரி...சரி இந்தப் பக்கம் திரும்பிப் படு.... சுசீ.... என் சுசியில்ல....

சுசீ.... சீக்கிரமா எழுப்புன்னு சொன்னேனில்ல .... ஏய்,... சுசீலா.... எங்க போய் தொலஞ்ச சனியனே.... மணி என்ன.... கடிகாரம் நின்னு.... சுசீ.... ஏய் சுசீ.... இங்க இருக்கியா.... போச்சுடா.... உக்காந்தாச்சா... மூனு நாள் ஜெபமா....

பாலுக்கு எத்தனை தண்ணி விடணும்... கோபாலா.... படுக்கைய சுத்துடா.... பிரஷ் பேஸ்ட் எடுத்துக்கிட்டு பல்லு தேய்க்கப் போ.... இந்தா இன்னிக்கு ஒருநாளு காப்பியே குடி.... ஒன்னும் செத்துப் போயிடமாட்ட.... என்ன டிபன்.... பண்ணுறது.... பேசாம போய் பிரட் வாங்கிட வேண்டியததான்......

32

மதி எனும் ஒரு மனிதனின் மரணம் குறித்து...

(1) Name: (அத்தனையிலிருந்தும் மீட்டு வைக்கப்பட்டிருந்த அந்தப் பெயரை - ஒருவருமே பற்று வைக்காத துரதிர்ஷ்டமான அதை - கிழட்டு மருத்துவனின் முரட்டுக் கைகள் பதிவு செய்தன.) Mathi (இனிஷியல்? உனது விருப்பப்பாடுகள் குறித்த அக்கறை இப்போது எழப் போவதும் இல்லை. இருக்கும்போது எழுந்ததும் இல்லை. கைவிடப்பட்ட உனது ஞாபக நியாயங்கள் பரிசீலிக்கப்பட்டதே இல்லை. இனிஷியல் அற்றோர் ஆணாய் இருந்தால் அனாதையாகவும் பெண்ணாய் இருந்தால் விபசாரியாகவும் நடத்தப்படும் ஒரு நாட்டில் இரண்டுமற்ற ஓர் பிறவியாய் பிறந்த குற்றம் உன்னை இறந்த பின்னும் துரத்துகிறது. கனகராசு! அப்பா. அவர் மாதிரி மனிதர்கள் அபூர்வம் என நினைத்ததுண்டு நீ. ரொம்பச் சின்ன வயசில் உன்னை ஆரத்தழுவி கொஞ்சிய அப்பா, வீடு திரும்பும்போது மூத்தவனுக்கு என்று ஏதேனும் தின்பண்டம் ரகசியமாய் தந்த அப்பா. அபூர்வமானவர். அம்மா இல்லாதவனென்பதற்காக உனக்கே உனக்காக (எங் குழந்தைக்காக ஒத்துக்கிறேன்) ரெண்டாம் கல்யாணம் செய்து கொண்டு விட்டு அதன் பிறகு நாலு பிள்ளை பெற்ற அப்பா.... நீ ரெண்டுமற்ற பிறவி என்றதும் வீட்டை விட்டு விரட்டிவிட சித்தி உதவியை நாடிய அப்பா. வீதி ஆட்கள் அத்துணை பேரையும் உன்னைக் கேலி செய்யவும் வேலை வாங்கவும் அனுமதித்த அப்பா... எல்லாவற்றிற்கும் மேலாய் "அலி புகுந்த வீடு உருப்புடாது" எனும் ஜோஸ்யன் பேச்சை நம்பி விஷம் வைக்க ஒப்புக்கொண்ட அந்த அப்பா. அவரது பெயர் எழுத்தை, நீ விரும்பவே விரும்பாத அதை தெளிவான அழுத்தத்தோடு அவர் எழுதினார்) K.

(2) Male / Female:- (நமக்கென்று பிரத்யேகக் கழிவறைகளோ, இடுகாடுகளோ இல்லாத இந்த நாட்டில் இந்தக் கேள்விக்குக் குறைச்சல் இல்லை. இடைநிலை பிரஜைகள் அலிகள் என்றே பொதுப் பெயருக்குக் கீழே - குறைந்தபட்ச இனமான அங்கீகாரம் அற்ற பெயருக்குக் கீழே - வீழ்த்தப்பட்டோம். ஏய்....மதி உனக்கு

ஞாபகம் இருக்கிறதா? பத்து ரூபாய் கொடுத்து உள்ளே அழைத்து அச்சாபீஸ் நாய்கள் உன்னைப் படுத்திய பாடு. "எப்படி இருக்கும்னு... பாத்திரலாம்" சரி. உனக்கு புரிகிறது. "ஏய்... காட்றா.... இன்னொரு பத்து ரூபா..... தாரேன்" அய்யோ மதி.... நீ எப்படி அவமானப்பட்டாய்.) ஈவிரக்கமற்ற அக்கிரமக்காரர்கள். "காட்றா.... அலி நாய்" புடனியில் விழுந்த அடியை நினைத்துக் கொள்கிறாயா, மேலும் மேலும் பின்னோடுகிறாய். மிஞ்சியது சுவர்..... மற்றும் பல ஜோடி விழிகள் ".... மட்டும் இருக்குதுடா". அன்றைய இரவு முழுதும் அவமானத்தால் சுருங்கிப் போய் அழுது கதறினாயே, உனது வாழ்வெங்கும் எத்தனை முறை மனிதர்கள் உன்னை விக்கித்து அழ வைத்திருக்கிறார்கள். எத்தனை முறை கூட்டங்களுக்கு அஞ்சி ஓடி ஒளிய வைத்தது வாழ்க்கை. நீ ஒருவன். நீ ஒருத்தி. ஒருவன் மற்றும் ஒருத்தி. மய்யத்திலிருப்பது தத்துவமாய் வாழ்வது. பாலற்ற நிலை ஒரு ஊனம் போலத்தான் என்றாலும் மதி, சட்டப்படி நீ ஆண் அல்லது பெண்ணாகவே நடத்தப்பட முடியும். வரலாறெங்கும் எவ்விதப் பங்களிப்பும் இன்றி அலிகள் வரலாற்றைப் புறக்கணித்ததன் மொத்தக் காரணமாய் உனது உண்மை நிலையைக் கேலிச் சிரிப்பில் புதைத்து விட்டு அவர் எழுதினார்.) Male.

(3)Age: (நீ பிறந்தபோது மதி... அன்றலர்ந்த ரோஜா குவியலைப் போல காணப்பட்டாய். ரத்தினக் கம்பளம் போல பளபளத்த உனது விழிகள். உனது மேனியழகுக்கு உரம் போட்ட அம்மா. எப்பேர்ப்பட்டவள் அம்மா? மிருதுவிலும் மிருதுவான தேகவாசியான அம்மாவைத் தேவதைகள்தான் உன்னிடம் அனுப்பி வைத்திருக்க வேண்டும். அப்பாவின் குடியும் உதையும் உருக்குலைய வைத்த போதும் புன்னகை மாறாத, ஒரு நாளும் ஏசாத, குரலெழுப்பிச் சத்தமிடாத பிறவி. அவள் இருக்கும்வரை மகிழ்ச்சி கரை புரண்டு ஓடியது. எப்படியெல்லாம் உன்னை சகித்துக் கொள்டாள் அவள்? இதோ அம்மா. நீ பார்த்துப் பார்த்து வளர்த்த மேனி. எப்படியெல்லாம் ஆகிவிட்டது அம்மா. அலிகள் அழமாட்டாதவை என்ற பொய்களை மீறிய பீறல்கள் உன்னுள்ளிருந்து வெடித்த இரவுகளை என்ன சொல்வது? அம்மா வரைந்து வைத்துவிட்டுப் போன அற்புத ஓவியமான உன்னை மூடர்கள் சிதைத்தனர். வயதும் வருடமும் என்ன கொண்டு வந்துவிட்டன உனக்கு? எப்போதும் தனது கோர முகத்துடன் வருடங்கள் உன்னை வேட்டையாடவில்லையா? உனது இருப்பிடத் தனிமை வாசத்தின் கூக்குரல்கள் வெளி உலகை எட்டியதே இல்லை. மங்கும் இருளில் ஒருநாள் உனது அறியா வயதில் அப்பா சம்மதத்துடன் கூட்டமாய் வந்து அழைத்துப் போனவர்கள் கோயில் அலிச் சடங்கு செய்து வைத்த வலி நெஞ்சைப் பிழிந்த வருடம் முதல்... ஏய் மதி... அகன்ற கைகளை அலங்கோலமாய் தட்டியபடி வீதி

வீதியாக சினிமா பாடல் ஒன்றை அபசுரம் பிடித்தபடி..... "சனிக்கிழமை ஆய்ட்டாலே இந்தச் சனியனுங்க மூஞ்சியிலயா முழிக்கணும்." கடைக்காரன்களில் எரிச்சல்கள்..... "நான் சொல்லுறதச் செய்யிறியளா... காசு தாரேன்" தட்டில் சேரும் சில்லறைகளுக்காக எதற்கும் தயாராகும் எங்கள் கூட்டம். சனிக்கிழமைதோறும் கிடைக்கிற பங்கை அடித்துப் பிடுங்கும் சித்திக்காரி. பழைய சோறும் புளித்த மோரும் அழுகிய பழங்களும். ஆனால் சனிக்கிழமை காசில்லா விட்டால் அதுவும் இல்லை உனக்கு. ரேஷன் கடைகளிலும் மாம்பழக் கடைகளிலும் எடுப்பு வேலைகளிலும் புதைந்த உனது வருடங்கள் உன் மீது புழுதி வாரிப் பூசி, கம்பால் அடித்து, சூடு வைத்து அவமானங்களை முதுகில் ஏற்றி விட்டுக் கூவிக் கதறும் ரத்தமயமான இரவுகளின் மொத்தக் கூக்குரலையும் புறக்கணித்து அவர் எழுதுகிறார் உனது வயதை). Forty

(4) Nationality:-(இந்த நாட்டில் புகைபிடிக்கும் அதிகாரம் ஆண்களுக்கு மட்டுமே உள்ளது. நெளிவு சுளிவு இன்றி சாகசமுமில்லாத பெரும்பாலும் அசடுகளாக நடந்து கொள்ளும் சந்தர்ப்பங்களே பெண்களுக்கு வந்து வாய்க்கின்றன. யாருமற்ற நிலையில் வேறொருவன் நிழலில் வேறொருத்தியாகக் காலந்தள்ளுதல். அசட்டையாக இருந்துவிட முடிகிறதா? பாதுகாப்பற்ற நிலை. சூசகமாய் புரிந்து கொள்ளுதலும் பக்குவப்படாததாய் நடித்துக் கொண்டிருப்பதுமான பெண் வாழ்க்கை. தீப்பெட்டி ஆணின் கையில் இருந்தால் புகை பிடிக்கவும் பெண்ணின் கையில் இருந்தால் அடுப்பெரிக்கவும் அர்த்தப்படும் நாட்டில் அதிகம் அருவறுக்கப்படுவது அலிகள். ஆண் பெண்ணை அடிமை செய்து வரும் வம்சாவளி. வம்சாவளி சரித்திரம் உடையவர்களே.... ஆண்களே.... அதற்காகப் போராடும் பேதைப் பெண்களே.... கேளுங்கள் புதியவனாய்/வளாய் இல்லாமல் போகக் கடவதான உங்கள் நிலை பரிதாபமானது. முதலிலிருந்து தொடங்காத, வாழ்க்கை வம்சாவளிகளின் பாரமற்றவர்கள் நாங்கள். ஒவ்வொரு அலியும் புதிதாய்ப் பிறந்து புதிதாய் வாழ்ந்து வம்சப் பழசைப் பூசிக் கொள்ளாமல் புதிதாகவே செத்தும் போகிறான். ஆனால் என் ப்ரிய மதி, ஆணாக உருமாறி புகைக்கவும் அதிகாரம் படைத்த அலிகள் பெண்களைவிட ஆகத் தீவிர விடுதலையை அனுபவித்து விட்டதாகச் கருத முடியாது.

கல்லூரி சம்பவங்களை எங்ஙனம் இருட்டடிப்புச் செய்வது? பாழ் மூலையில் அந்தக் கல்லூரியின் முதுகில் அமைந்த குறிப்பிட்ட சுவரில் இன்னமும் கதறுகின்றன அந்த வார்த்தைகள்.... நீ காதலித்தவன்.... அந்தச் சுவரை இன்னமும் நக்கிக் கொண்டிருக்கும் அவனது பெயர் அதன் நாக்கு போல அங்கு இன்னமும் தொங்கிக் கொண்டிருக்கிறது. ஏன்

அப்படி செய்தாய் மதி? உனக்கே புரியாத உன் இருப்புக் கொள்ளாத தன்மை. அவனை, அவன் விருப்பத்திற்கு எதுவும் செய்ய ஒப்புக் கொண்டாய் அல்லவா. காசுக்காகவா, தோழமைக்காகவா.... பின் வேறு எதற்காக மதி? உனக்குள் உன்னை அலைக்கழித்த முனையற்ற உணர்ச்சியின்மையை அவன் மீது அப்பிவிட அலைந்தான். வசப்பட வந்தவனின் உடன் வந்து ஒளிந்த தீ நாக்குகள். கூனிக் குறுகிப் போய் நீ ஓடிய திசையில் உன்னைத் துரத்திய கேலிபூசப்பட்ட கோர வாசகங்கள். யாவரும், யாவர் முன்னும் உன்னிடம் கேட்கத் தொடங்கினார்கள். "இதுக்கு-ன் சிகரெட் வேணுமாமே?" அய்யோ மதி, நீ ஏன் அதற்காக அவமானமடையவில்லை சொல்... உன் குறித்த அந்தச் செய்தி வாசகம் சுமந்த சுவரை மாம்பழம் விற்கும் வாசலாய் சாம்பல் பூத்த உன் கண்கள் ஏற்றது ஏன்? ஊர் முழுக்கப் பணிவிடை செய்து அவமானமும் முகச்சுளிப்புமே பிரதிபலனாய் பெறும் நம் போன்றோர் வாழ்ந்தால்/செத்தால் யாருக்கு என்ன? உலகின் மிக நீண்ட அரசியல் சட்டம் சட்டத்தின் முன் ஆணும் பெண்ணும் சமம். (ஆண்கள் சற்று அதிகமாய் சமம்). அலிகள்? அது குறித்து அக்கறைப்பட அவகாசமற்று இருந்த அவர் அவசரத்தில் பதிவு செய்தார்.) Indian.

(5) Date and Time of Admission:- *(மாய மொழித் தராசு சற்றே தலை சாய்க்கிறது. லிங்கத்தானக் கோயில் அலித் திருவிழா, "ஆண்களும் நமக்குள்ளே பெண்களும் நமக்குள்ளே." ஆதிப்புலவன் மைந்தன் ஆனந்தக் கூத்தாடிய தலம். ஒவ்வொரு ஆண்டும் போலவே என் ப்ரிய மதி.... பெண்ணாகி மணமுடிக்க மாயத்தாலி. கூத்தாடும் கூட்டம். நீ பெண்ணாகக் கடவாய். உனக்குள்ளான பெண் அழகிய சொரூபிணி. ஆண்களில் வந்திருந்தோர் தாலியுடன் நாக்கையும் தொங்கவிட்டு அலைந்திருந்தோர். உன்னைக் கண்டதும் கட்டுண்டோர். போட்டா போட்டியில் நூற்றுக்கணக்கில் வசூலானது உனது மானத்திற்கான விலை. கிழக்கு தெற்காக நீண்டு கிடக்கும் வண்ண வண்ண அலிக்கூட்டம் தனது தனிப்பெரும் கலாசார ஓலத்தால் நவீன யுகத்தின் முகத்திரையை விலக்கி அதன் கொடூரத்தைச் சிதைத்தது? வசுதாவும் நானும் உன்னைக் கட்டிக் கொண்டோம். உனது வசூல் தன்மையை மீறிப் பீறிட்ட ஒழுங்கீனம். நாகரிகத்தை நசுக்கிப் பிதுங்க வைத்த சடங்குகள். பாருங்கள் உலகத்தீரே, துருப்பிடித்த வேட்டைத் துப்பாக்கியாளர்களே பாருங்கள். எங்கள் முகமும் மனித முகம்தான். உங்கள் மாற்று உடலாளர்களான நாங்கள் உங்களை வெறுப்பதே இல்லை. நீங்கள் அருவறுப்பான செயல் செய்பவர்களாக.... பயன்படுத்தித் தூக்கியெறிந்து விடுகிற ஆணுறையாக எங்களைப் பயன்படுத்தினாலும்....உடல் அலுக்க வலிக்கப் பிழிந்தாலும்... மனம் நொந்து குலுங்கும்படி அவமானப்படுத்தி*

அனுப்பினாலும் நாங்கள் உங்கள் மீதான நேசத்தை விட்டொழிக்க முடியாதவர்கள். ஒரு முனையாளர்களான ஆண்களே.... பன்முனைச் சிந்தனாவாதிகளான.... பெண்களே.... முனையற்ற, முனைப்பற்ற நாங்களும் மனித சமூகத்தில் அடக்கம்தான். கைத்தட்டி, ஆர்ப்பரித்து தழுவித் தழுவி.... தன்னிலை மறந்து பூவாய் விரிந்து இறுதி உச்சமாய் மார்பில் வயிற்றில் அடித்துக் கொண்டழுது.... புதிய அலிகளைச் சேர்த்துத் திரும்புதல். ஆண்டில் ஒரே ஒருமுறை அலி, அலியாக முழு சுதந்திரத்தை அனுபவிக்க விடப்படும் அந்த நாளில் நீ உனது இன்றைய இடத்திற்கு வரும்படியான அந்தக் கோரச் சம்பவம் நடந்தது. உனது தகப்பனின் மரணத் தேதியைத் தள்ளிப் போட வேண்டுமானால் உனது மரணத் தேதி உடன் வர வேண்டுமெனும் ஒப்பற்ற கற்பனையைத் தனது திருவாய் மலர்ந்து ஜோசியன் கக்கியது நடந்தே விட்டது.

எப்பேர்ப்பட்ட பிறவி நீ. தம்பிகளும் தங்கையுமான வீட்டில் ஒரு மிருகத்தை விடக் கேவலமாய் நடத்தப்பட்டாய் அல்லவா மதி. நண்பர்கள், புதியவர்கள் வருகைக்காக உன்னை எத்தனையோ நாட்கள் பல மணி நேரங்கள் கழிவறையில் அடைத்தவர்கள். வீட்டில் விசேஷம், பண்டிகை என்று வேலையெல்லாம் வாங்கிய பிறகு “நாலு மனுசங்க மின்னாடி எதுக்கு?” என்று விரட்டி அடித்தவர்கள். இருபது வாளி தண்ணி வந்தாத்தான் சோறு என்று உழைப்பைப் பிடுங்கியவர்கள் ஆனால் அத்தனைக்குப் பிறகும் மதி நீ அவர்களோடு ஒட்டிக் கொண்டிருந்தாய். ஏன் அவ்வாறு இருந்தாய்? சனிக்கிழமை வசூல் பணமும் இன்னும் எவ்வளவோ விதங்களில் நீ கொண்டு வந்த பணமும் இல்லாவிட்டால் அவர்கள் எங்கே போயிருப்பார்கள்?

எவ்வளவு மோசமாக எல்லாம் உழைத்திருக்கிறாய். யோசித்தால் வாசித்தால் போதாது. வாழந்தால் தெரியும் அந்தக் கொடிய வாழ்வை. கையில் புகைப்படங்கள், இடுப்பில் தோல் பை, கைதட்டும் தூரத்தில் ரிக்ஷா. “அலி மாமா.... புதுசா இருந்தா சொல்லு” என்று கெக்கலிக்கும் ஆண்குறிகள். புத்திசாலிகள் ஆண்கள். புத்திசாலிப் பெண்கள். ஒருவருக்குத் தேவை. ஒருவருக்குத் பிழைப்பு. பலமாய் மதி மிதிபட்டு அவதியுற்ற உனது நாட்கள். போலீஸ் உதைகள். ஆள் வராத ராத்திரிகளில் வேசிகள் வழங்கும் செருப்பு, விளக்கமாத்து அடிகள். பிசாசுகள்.... முடை நாற்றம் வீசும் இந்தச் சமூக அசிங்கத்தில் மலத்தில் விழுந்து எழுந்து நீ கொண்டு வந்த காசு மட்டும் இனித்தது சித்திக்காரிக்கு, அப்பாவுக்கு, எல்லாருக்கும். லிங்கத்தான கோவிலிலிருந்து நீ திரும்புவதற்குள் உருவாகி இருந்தது ஒரு திட்டம். அய்யோ மதி.... காணச் சகிக்காது தனக்கு ஊர் விட்டுப்போன அப்பா இனிப்பான உணவில் கலக்க வேண்டியதைக் கலந்து

பொறுப்பான தாய் போல உனக்குத் தந்த சித்திக்காரி. சூழ்ந்து சூழ்ந்து உன்னைத் தாக்கிய வாழ்க்கை தனது உச்ச கட்ட சித்திரவதையையும் தொடங்கியது. பின்னணி அறியாத அவர் கேஸ் ஷீட்டை சரிபார்த்து எழுதுகிறார்) Oct. 3/5.45. P.M.

(6) General Medical Complaints when admitted: (உன்னைப் பழுது பார்க்க முடியாதபடியான ஒரு கால அவகாசத்தை எடுத்துக் கொண்ட உனது முதல் தம்பி அறிவாளி. மெத்தப் படித்தவன் அல்லவா.... ஆனால் அவர்கள் எப்படி நடித்தார்கள். "கோவில் போன இடத்தில் என்னத்த சாப்பிட்டப்பா நீயி...." எனப் பதறிய சித்திக்காரி.... "அண்ணே.... அண்ணே..... எங்க எல்லாத்துக்கும் துணிமணிங்க எல்லாம் வாங்கிக்கிட்டு வந்துட்டு இப்புடி படுத்திட்டயே அண்ணே...." என்று கூப்பாடு போட்ட உன் தங்கை. ஏய் மதி.... உனக்கு ஞாபகம் இருக்கிறதா.... உன்னைத் தேடி நம் நடுநிலைக் கூட்டம் ஒரு சனியன்று வந்தபோது உனக்கு உடல்நிலை சரியில்லை. எப்பேர்ப்பட்ட கூட்டம் கூடி விட்டது! உன் மீது எத்தகைய மரியாதை நமது கூட்டத்திற்கு உனக்காக உயிரைக் கொடுக்கக்கூடத் தயார் என்று வசுதாவும் காஞ்சனையும் எத்தனை தடவை அன்றைக்கு அழுது கதறினார்கள். ஊரார் சத்தம் தாங்காமல் விரட்டி அடிக்கும் வரையில். உனது உடல்நிலை ஓரளவு தேறிடும் வரை.... ஓ.... நம் மனிதர்கள் எவ்வளவு உன்னதமானவர்கள் நூறு தடவை சண்டைகள் வந்தாலும்.... எத்தனை பிரச்சனையிலிருந்தாலும் ஓடோடி வந்து பதறிய அவர்கள்தான் உனது உண்மையான உறவுகள். குடும்பம் ஆண் சமூக அடையாளம். அதை மீறி உறவாடல் அலிகளின் முத்திரை. ஆனால் உனது தங்கை இத்தகைய சதியை அறியாள். அவள்தான் பாவம், நிரம்ப அழுது தவிக்கப் போகிறாள். உனது அருமையை - எத்தனை மோசமாக உன்னை நடத்தியிருப்பினும் சரி - அவள் அறிந்தவள்.... அவனுக்கு என்ன.... என்ன.... என்று மருத்துவர்களிடம் பதறிக் கொண்டிருந்த அவளுக்குச் சொல்லப்பட்டதை அவர் மீண்டும் எழுதினார்) Poisoning giddyness; unconsciousness

(7) State of the Body:- (மரணம் என்பது கட்டாய முடிவாய் திணிக்கப்பட்டு விட்ட இந்த பூமி தான் இழுத்துக் கொள்ளும் உடல் உயிர்களின் சுய பாரம்பரியக் கணக்குகள் இல்லாதது. புதிய குதூகலத்துடன் மரணத்தைப் புன்னகை மாறாத ஈர முகத்துடன் எதிர்கொள்ளவும் அதனிடத்திலும் வாழ்வின் மகிழ்ச்சியைக் காணவும் அலிகளால் முடிகிறது. உன்மத்தமான பியானோவாதிகள் சைபீரிய பனிக்காட்டில் மரணத்தைச் சந்திக்க நேர்ந்தபோது அலிகளாக உணர்ந்து கூடிப் பாடினர் என கதைகள் உண்டு. ஒரு திரியின் வழியே வழிந்து ஓடும் ஒளியின் கற்றை போலான இந்த

வாழ்வில் மரணம் மட்டுமே நிச்சயிக்கப்பட்டது. ஒரு அலி இறந்து போன செய்தி உனக்குச் சொல்லப்பட்ட நாள் நினைவிருக்கிறதா மதி... அலிகள் இறந்தால் புதைப்பதா? எரிப்பதா? தனிச் சடங்குகள் நமக்கு இல்லை. ஆணாகவோ பெண்ணாகவோ இயற்கைக்கு எதிராய் பாவித்தல் நடக்கும் மரண வீடுகள் அவை. அந்தச் செய்திக்கான பிறவி பெண் உடையில் செத்துப் போயிருந்தது. அந்த சாதிக்கார சட்டப்படி எரிப்பதென தீர்மானித்தனர். அழைப்புக்குப் பதில் அளிப்பது போல அதே நாளில் சற்றேறக்குறைய அதே வீதியில் வேறொருவனும் இறந்து போனான். ஆணை எரித்த பின் தான் அந்தச் சுடுகாட்டில் வேறொரு மூலையில் அலியை எரிக்கலாமென்று எதிர்ப்புக் கிளம்பியது... மதி.... வாழ்க்கையிலேயே முதன் முறையாக அலியாகப் பிறந்ததற்காக நாம் கண்கலங்கிப் போனோம்... செத்துப் போன அலிகளின் உடல்கள் யாருக்காகவோ அழைப்பு விடுவது போல இருக்கும்....)

Slightly blueish and Sweaty Brain. Lungs and small intestine highly damaged.

8) If Poisoned, Nature of Poison:- Chemical Poison. Oral Induction.

9) Treatment Given- (“என்னப்பா.... கேட்டியா....?)

“கேட்டாச்சு சார்.... உடனே எரிச்சிடறாங்க....”

“நல்லதாப் போச்சு போ..... அப்போ ஒரு கால் போட்டு வந்து ட்ரான்ஸ்பிளாண்டேஷனுக்கு ஏற்பாடு பண்ணச் சொல்லு....பார்ட்டி எங்க. இருபது நிசத்துல வரணும்.....”

“சரிங்க சார்....”

“டேய்..... அம்பது தெரியுதா..... போ.”

“அலியோட தாச்சுங்களே.....”

“பயத்தியம்.... அலியும் மனுசப் பிறவிதான்டா.... போய் சீக்கிரம் கூப்பிட்டு வா....”)First Aid Only.

10) Date and Time of Death:- (ஒற்றை ஆந்தையோ அல்லது தனித்த நாயோ ஓலமிட்டால் மரணம் நிச்சயிக்கப்பட்ட வீதிகள். நாய் அழுவது? சரி...நான் என்ன சொல்ல? நாய்களுக்கும் ஆந்தைகளுக்கும் சிரிக்கத் தெரியாது. ரோமாபுரியின் பழைய மதத்தில் சிரிக்கும் நாய் கடவுள்கள் உண்டு. காஸ்கினோ கடவுள் அலி. ரோமாபுரி மதம் அலிகளை மதித்தது எனினும் நாய்கள் அழுவது சரித்திர முக்கியத்துவம் பெறுவது நமது வீதிகளில்தான் .... மதி.... காலவெளியில் ஒரு புன்னகையாய் சுற்றி வந்த நீ.... கடந்து வந்த பாதை எத்தனை கடிது. ஒரு கிழ நாய்க்காக உன்னையா பலியிடுவது.... இதற்காகவா.... எல்லா மனிதர்களின் மீதும் அப்பழுக்கற்ற உனது அன்பைப் பொழிந்தாய் நீ.... சாலை முனையில், பேருந்தில், வீதிகளில், தெரிந்தவர் இல்லங்களில் என்று எங்கேயும் எப்போதும் யாருக்காவது ஏதாவது செய்து

வந்தாயே.... நன்றி கெட்டவர்கள். உனது உழைப்பிற்குப் பரிசளித்து விட்டார்கள். தாகம் தாகமென்று தவித்து நீ சாகக் கைவிரித்து உனக்குக் கோணல் முகம் காட்டிவிட்டார்கள்) Oct, 3/6.35p.m.

11) Nature of Death (உன்னுடைய மரணத்தில் இருக்கிற ஒரே நல்ல விஷயம் உன்னை அவர்கள் விஷம் வைத்துக் கொன்றது உனக்குத் தெரியாதுஎன்பதுதான்...அந்த அளவு உனக்கு யோசனை வரவில்லை... "அம்மா.... இதோ அம்மா..விரட்டி விரட்டி அடித்தவர்களிடமிருந்து ஓடி ஓடி ஒளிந்த உன் பிள்ளை.... இப்போது வாழ்க்கையிடமிருந்தே விரட்டி அடிக்கப்பட்டு விட்டேன் அம்மா..." ஆடைக்குள் ஒளிந்து கொண்டிருக்கும் இந்தப் பாசாங்குவாதிகளுக்குத் தெரியாது மதி.... நான் ஜோசியனைச் சந்தித்ததும், உண்மை அறிந்ததும். நம் மனிதர்கள் இருக்கிறோம், இந்த உலகின் நாலாந்தர பிரஜைகளான நாம் என்ன செய்ய முடியும் என்பதை இவர்களுக்குக் காட்டிட.... இப்போது என்ன? கறுத்துத் தொங்கும் இரண்டு விரைகளுக்குச் சொந்தக்காரனான இந்தக் கிழட்டு மருத்துவன் சம்பாதித்த பணத்திற்கு ஏதாவது கிறுக்கட்டும்.... விடு.) Sucide.

33
பறையடி சித்தர்....

அங்குநிலவிய மங்கிய இருள் எங்களுக்குள் எந்தவேறுபாட்டையும் அனுமதிக்கவில்லை. காற்றில் அலைந்து கதறிக்கொண்டிருந்த ஒற்றை விளக்கு எங்கள் மனநிலைக்குத் தகுந்தவாறான தனது முனகல்களுடன் இருளைக் கலைத்துக் களைத்துப் பின் தோற்றுப் புகைந்தது. நான் பறையனின் கையை இறுகப் பற்றியிருந்தேன். எங்கள் வியர்வைகள் காலம் எமக்களித்த எல்லாவித ஏற்றத்தாழ்வுகளுக்கும் எதிராகக் கலந்தோடின.

"இந்த அறையில் நாற்றம் வீசுகிறது" என்றான் பறையன். அவனது குரல் நூற்றாண்டுக் கணக்கான அமைதியைக் கிழித்துக் கொண்டு பீறிட்டு ஒலித்தது. அதனால் அந்த இடத்தின் பல்வேறு பாகங்கள் பெரிய இரைச்சலுடன் அதிர்ந்து போயின.

"அது கடவுளின் உடம்பிலிருந்து வீசுகிறது" என்று மட்டும் சொல்ல எனக்கு அவகாசமிருந்தது. தவிர எனது தோழனின் குரலால் எழுந்த அகால அதிர்வுகள் எனது குரலைத் துருப் பிடித்துப் போக வைத்திருந்தன. அளவற்ற நேரம். அளவற்ற இருள். அளவற்ற அச்சம் எங்களைச் சூழ்ந்து கொண்டிருந்தது.

வீச்வீச்சென்று இருளின் மறுமுனை இரைந்தது? இருளுக்கு மொத்தம் எத்தனை முனைகள்? "அது...." என்று ஏதோ சொல்ல பறையன் எத்தனித்தபோது இருளின் முனகல் அதிகரித்தது. எங்கள் இதயத்துடிப்பு இடித்துடிப்பாய் இருளின் முனகலுடன் இணைந்து பொங்கியது. "அது.... பெருச்சாளியின் கூச்சல்" என்ற முடிவைத் தோழன் பிரகடனப்படுத்தினான் "கடவுளின் குரல்" என்றது எனது குரல். அது யாருடையதோ, போலிருந்தது. கடவுளின் குரலைப் போலவே.

நான் கண்களை மூடிக்கொண்டேன். முனகல் கிட்டே கிட்டே வரத் தொடங்கியது. கண்களை மூடுவதற்கும் திறப்பதற்குமான வித்தியாசம் ஏதுமில்லாதபடி ஏதோ இடுக்கின் வழி உள்நுழைந்து கொண்டிருந்த ஓர் ஒளியும் எங்களை நிராகரித்து விட்டிருந்தது. பொத்தென உருவத்துடன் ஓசை எமது கால்களை உதற வைத்து இருளின் மறுமுனைக்குப் போய் விழுந்து ஓய்ந்தது. காலத்தை நோக்கி

ஏளனமாக நகைத்தான் எனது தோழன்... "உன் கடவுள் செத்து போய்விட்டார்!"

மெல்ல இருளின் இருளைக் கடந்து அதன் விளிம்புகளில் பிதுங்கல்களில் இடித்துக் கொள்ளாமல் நகர்ந்தே நாங்கள் வெளிச்சத்தை வாயிலை நோக்கிய எங்கள் போராட்டத்தைத் தொடங்கியிருந்தோம். இப்போதோ அது நிசப்தம் நிரம்பிய இடமாயிருந்தது. இன்னும் பலவிதமான தூண்கள் இன்னும் பலவிதமான கடவுளர்களை இழுத்து வந்தது எங்கள் பயணம். தூண்களின் பிதுங்கல்கள் மக்கிய எண்ணெயின் நெய்யின் பிசுக்கில் கொழகொழப்பான ஆசார நாற்றம் வீசிய கடவுளர்களாகி இருட்டை நிறைத்துக் கொண்டிருந்தன. "எல்லா நூற்றாண்டுகளின் மொத்தமான பைத்தியக்காரத்தனமும் இலக்கற்ற இந்த இடமெங்கும் சுற்றிக்கொண்டிருக்கிறது" என்றான்.

தோழன் ஒரு போர் வீரனின் சகல திறன்களையும் பெற்றவனாக இருந்தான். எனது கரத்தைப் பற்றியிருந்த அவனது குரல் மேலும் தெளிவாகியிருந்தது. அது காலத்தினை நோக்கிப் பலவாறாக உத்தரவு இடுகிறதொனியில் அமைந்திருந்தது. "தூணோடு சேர்த்தும் தரை-யோடுபதித்தும்உங்கள் கடவுளர்கள் சிறைவைக்கப்பட்டுள்ளார்கள்." எனக்குள்ளான பல்வேறு கதவுகளைப் பறையனின் சொற்கள் திறந்து கொண்டிருந்தன. "கடவுள் என்பது காலத்தின் அழுகை, கதறல், வசை".

அவன் நகர்ந்து கொண்டிருக்கிறான். உட்கார்ந்து நிதானிக்கும் ஒரு நிச்சயத்தோடும் அழுத்தத்தோடும் தெளிவோடும். இந்தக் கூர்மையான இருட்டிடமிருந்து மரணம் உலாவும் இந்த சாஸ்திரீய கூண்டிலிருந்தும் ரத்தம் சொட்டும் ராட்சசக் கதறலிடமிருந்து என்னை மீட்டு அழைத்துச் செல்ல பறையனால் மட்டுமே முடியும்.

படிப்படியாய் இருளின் படிகளைக் கடந்து கொண்டிருந்த நாங்கள் இப்படி தனித்து விடப்பட்டதன் காரணங்களைப் பேசத் தொடங்கினோம். "சாம்பல் நிறக் காலைகளில் நீண்ட தாழ்வாரங்களின் வீட்டிலிருந்து எனது இசைக்காக நீ வந்து கொண்டிருந்தாய்.... என்னைத் தேடி...."

"உங்கள் இசை அமைப்பிற்கு எதிராய் ஒலிக்கப்படுகிறது...."

"அது பிண வீடுகளிலிருந்து கேட்கும் கதறலாய் இருக்கிறது."

"எது என்னை உங்கள் இசையிடம் இழுத்து வந்தது தோழா"

"நீ எனது பறைக்கு அடிமையாகிப் போனாய்......"

"ஆனால்... என் வயதையொத்த சிறுவன்.... இசையில் வல்லுனர் என்பதன் அதிர்ச்சியாக. அது

"சரி.... அதிகாரி வீட்டுப்பிள்ளை பிராமணப்பிள்ளை என்னிடம் பறையடிக்க வந்தது.....?"

"என் நரம்புகளை மீட்டி அதிர வைத்தபடி என் வாழ்வின் சுவாசத்தை எனது இசையில் கேட்க முடிந்தது எனக்கு...."

"எங்கள் நிழலைக் கூட உன்னவர்கள் தொட்டதில்லை"

"நானோ தோழா..... உன் நிழலாய் ஆகிறேன்.... என் ரத்தமெங்கும் உனது பறையின் நாவுகள் அதிர்கின்றன"

"நாங்கள் பீ வாரிகள்...."

"நீங்கள் வாரியது எங்களை...."

"நாங்கள் பிணந்தூக்கிகள்"

"பிணங்களான நாங்கள்.... உங்களைவிட எத்தனையோ மடங்கு கேவலமானவர்கள்"

"நாங்கள் நாறுபவர்கள்"

"நாற்றத்தை உங்கள் மேல் விதைத்த நாங்கள் இந்த முடை நாற்றத்தின் ஆணிவேர்கள்"

"பிண வீடுகளில்....அம்மன் திருவிழாவில் எல்லாராலும் விரப்பட்ட பறையைக் கேட்கவென்றே வந்தவனாக நீ மாறிப் போனாய்...."

"பிறகொரு நாள் நான் கேட்டேன் வரலாற்றின் அந்த ஒப்பற்ற கேள்வியை"

புதிய வகையில் எனது குரல் எதிரொலித்தபோது நாங்கள் கோயிலின் வேறொரு இடத்திற்கு வந்துவிட்டதை உணர்ந்தோம். வெகு தூரத்துக்கு வந்து விட்டதைப் போல இருந்தது? "எனக்குப் பசிக்கிறது" என்றான் பறையன். அது சாதாரணப் பசியல்ல. தனது எஞ்சியிருக்கும் நீண்ட பற்களால் நூற்றாண்டு காலமாக அவன் மீது திணிக்கப்பட்ட பட்டினியின் மொத்த வடிவமாய் பசி அவ்விடம் கோலோச்சியது. அவனது ரத்தத்தில் தோய்தெடுத்து பிறர் உண்டு கொழுத்த அவனது வாழ்வின் களவாடப்பட்ட பகுதிகளே இன்று பசியாய் அவன் மீது விழுந்து பிறாண்டிக் கொண்டிருக்கிறது.

"என் போன்றவர்தம் பசிக்கு இவ்விடத்தில் ஏதுமில்லை" எல்லா முனைகளிலும் பஞ்சத்திற்கான முகங்களே இருட்டில் ஒளிந்துள்ளன, "பெருச்சாளிகளுக்கும் வௌவால்களுக்கும் இருட்டுப் பூச்சிகளுக்கும் மட்டுமே இவ்விடம் சரியானது" பறையனின் குரலில் பொங்கிய சீற்றம் ஏளனமாய் மாறியது. அது எல்லா சமூகச் சட்டங்களையும் அகவுரவப்படுத்துவதாய் இருந்தது "எங்கள் வாழ்வைவிட இங்கே ஒரு பெருச்சாளியின் புழுக்கை புனிதமானது"

படிகளைக் கடந்தோம் அவற்றின் பொந்துகளிலிருந்து வீசின வரலாறெங்கும் தஞ்சமடைந்திருந்த வசவுகள். அவற்றைக் கடந்த பறையன் திடீரென்று ஒரு தனியனாக உணர்ந்தான். என் கையை அவன் விட்டுவிட எத்தனித்த நொடியில் நான் பதறிப்போனேன். ஒருபோதும் இனி எனது பழைய அடையாளங்களை நான் அடையப்போவது இல்லை எனவும் அவர்களின் ஒவ்வொரு சந்ததிக்கும் எதிராக முன் வைக்கப்பட்ட ரத்தம் தோய்ந்த நிசப்தத்தைக் கலைப்பதெனவும் தீர்மானிக்கிறேன்.

"பிறகு உனக்கு நினைவிருக்கிறதா தோழா....? நீ எவ்வளவோ முயன்றும் எனக்குப் பறை வாசிக்க வரவில்லை...."

"நீ ஒரு குற்றவாளியாக உணரத் தொடங்கினாய்"

"அது வெறும் இசையல்ல... ஒரு பறையனின் ஆத்திரம் இசையாய் கொப்பளித்து எரிமலைக் குழம்பு போல ஓடுகிறது அல்லவா?"

"எனவே.... நீ என்னதான் முயன்றாலும் பறையை இசைக்க உன்னால் முடியவே முடியாது"

"ஆனால் தோழா.... கோவில் டமாரங்களை உனக்கு காட்ட வேண்டும்.... என நான் துடித்தேன்"

"இங்கோ மங்கிய இருட்டும் மக்கிய நாற்றமும்... சிறு புழுக்கள், பூச்சிகள் பெருச்சாளிகள் அலறல்களுமே குடிகொண்டுள்ளன....."

"யாரும் அறியாமல் காலத்த ஏமாற்றிவிட்டு அல்லவா வந்தோம். நாம்"

"உங்கள் கடவுளர்களோடும் அவர்களது சகாக்களோடும் நம்மைத் தனியே வைத்துப் பூட்டி விட்டுத் தங்கள் வாழ்க்கையைக் காப்பாற்ற ஓடி ஒளிந்தார்கள்... சமூகத்தின் எஜமானர்கள்"

கதவுகளில் தொங்கிய மணிகளின் நாக்குகள் பறையனைச் சபித்தன. அவைகளின் கூச்சல் புதிய சத்தங்களை இருட்டின் சுவர்களிடமிருந்து விடுவித்திருந்தன. அவற்றின் யுக்தி இம்முறை பலிக்கவில்லை. ஒளியை நோக்கிய எங்கள் போராட்டத்தை எதனாலும் தடுக்க முடியாது. அனுமதிக்கப்படாத இடங்களில் நுழைந்த பறையன், கடவுள் பலரையும் தொட்டுத் தடவி உணர்ந்து கொண்டிருந்தான். முக்கி முனகி இருளின் திசைகளை இரவு கடந்து கொண்டிருந்த அந்த நொடியில், மலப்பால் குடித்த அவமானத்தாலும் கசையடி பெற்ற காயங்களாலும் குளத்தில் ஓடிய மின்சாரத்தாலும் செத்துப்போன முன்னோர்தம் எலும்புகள் கடவுளர்களாக அங்கு செதுக்கப் பட்டுள்ளதைப் பறையன் காட்டினான். அளவற்ற குற்ற உணர்ச்சி என்னுள் அழுகையாய் பீறிட்டது.....

"ஆனால்.... என் தோழா... என் பிறப்பு என் கையில் இல்லையடா"

அவன் உடனடியாக நிறுத்திவிட்டிருந்தான். தோல்வியின் காயங்களும் உழைப்பின் வடுக்களும் வரையப்பட்ட அவனது பாதங்கள் என் கைகளில் சிக்காமல் இருளை உலுக்கின. "இதைத்தான்... இதைத்தானடா.... சாதிய எஜமானனே.... எங்கள் முன்னோர்கள் சொல்லிச் சொல்லிக் கதறினார்கள்.... உயிர் பிச்சைக்கேட்டு வாழ்வி-னைக் கேட்டு...." அவனது குரல் அண்ட வெளிகளையெல்லாம் தலைகுனிந்து கூனிக் குறுக வைத்தது.

"வெளிச்சத்திலேயே பெண்களை முலையறுத்தவர்கள்.... ஆட்களோடு குடிசைகளைக் கொளுத்தியவர்கள். ஊர் கிணற்றில் போட்டுக் கொன்றவர்கள். பஞ்சாயத்துக் கூட்டி தொட்ட கதை சொல்லி சூடு வைத்தவர்கள்.... ஊர் மழைக்கும் பண்ணையார் பாவத்துக்கும் என்று எங்களையே நரபலியிட்டவர்கள். யாவரிடத்திலும் நூற்றாண்டுகளாக நாங்கள் இதைத்தான் சொல்லிச் சொல்லிக் கெஞ்சிக் கதறினோம்.... அய்யா.... எசமானரே.... சாதிமாரே...எமதுபிறப்புஎம்கையில் இல்லை...எங்கள் கதறல்களையும் சேர்த்து இவ்விடத்தில் எம் எலும்புகளோடு சுவர்களில் அடித்து வைத்துள்ளனர்" தோழனின் ஆத்திரம் சுவர்களிலிருந்து அந்த ஓலங்களை இட்டு வந்தது. "எங்கள் கூன் முதுகுகள் கொஞ்சம் இப்போது நிமிரப் பார்க்கையில்.... இதோ நீங்கள்.... வந்து நிற்கிறீர்கள்..... எப்பேர்ப்பட்ட தத்துவாசாரத்தைக் கண்டுபிடித்து விட்டீர்கள்."

கட்டுப்பாடற்ற முறையில் பறையனின் உடல் அதிரக் கண்டேன்.... கடவுளர்கள் பதறிப் போகும்படியான உறுமல்களை இருட்டில் விதைத்துக்கொண்டிருந்தான் அவன்.எவ்விதகருணையும் இரக்கமும், சிலாகிப்பும் அற்றதான அவனது மூச்சுக்காற்று வெளிகளைச் சுட்டுக் கருவறைக்குள்ளிருந்த அருவப்பொருளைப் பொசுங்கிப் போக வைத்துவிட்டிருந்தது, இசை. இருளின் மடியில் அவனுக்கு ஒரு தோல் கருவி கிடைத்திருக்க வேண்டும். பயங்கரத்தின் உச்சநிலையில் இருந்துகொண்டு தனது அழிந்த சந்ததியினரின் குரலில் அதனை இசைத்தான் பறையன். இருளில் இசையின் தாண்டவம் பல விதமான உருவங்களை ஏற்படுத்துவதாயிருந்தது. எத்தனை யுகங்களாக இப்படி ஒரு மரபிசைஞனின் கைகள் தன் எங்கும் தவழ வேண்டுமென கருவி காத்திருந்ததோ... தன் கதையையும் சேர்த்து அது கொட்டிக் கொண்டிருந்தது....

எத்தனை நேரமோ தெரியாது. "பறை.... எல்லாவித இசைக்கும் மூலமாயிருக்கிறது. அது.... தாய்" என்றேன் நான். வேர்வையின் துளிகள் உதிர தனது கோபத்தின் வெளிக்கதவுகளை திறந்த தோழன்.... பல்வேறு மரபுகளை அந்த இரவில் இடித்து வீழ்த்தியிருந்தான்...

சொற்களால் விவரிக்க முடியாதபடி மரபுகள் அவ்விடமெங்கும் செத்துப் பிணமாய்க் கிடப்பதை என்னால் காண முடிந்தது. இருட்டு சிவப்பாக மாறும் வரையில் வாசிப்பு தொடர்கிறது. நிசப்தம் உடைவதில் எனக்குண்டான சிலிர்ப்பு அச்சமாக மாறிக் கொண்டிருந்தது. கொப்பளித்த இசையின் ஊற்றுகள் இருளின் தீயைப் பற்றவைத்தன.

"டண்டணக்கட - டண்டணக்கட - டண்டணக்கட - டனக்கட - டண்டணக்கட - டம்"

பறையனின் தாண்டவம் யுகங்களைக் கிழித்தது.

டண்டணக்கடடம் - டணக்கட டண்டணக்கட... இனி எந்தத் திசையிலும் நீக்கமற நிறைந்து காலத்தின் இறுதித் தீர்ப்பைச் சுக்குவதான அவ்விசை இன்னும் பல இசைக்கருவிகளைப் பறையனிடம் இழுத்து வந்தது. இங்கொரு நந்தனின் நெருப்பு கோயிலை எரிக்கிறது.

காலம் பறையனின் முன் கைகட்டி நிற்க வேண்டிய காலத்திற்கு வந்தாகிவிட்டது. விசாரணை யாவும் விசாரிக்கப்பட்டன.

"கீழ் வெண்மணிய சேந்த; டம்டணக்கு - டக்கு - டம்டம்; நாயுடு வாண்டயாரு டம்டணக்கு - டக்கு -டம்டம்; நாப்பத்ரெண்டு பேர கொன்றார்; டம்டணக்கு - டக்கு - டம்டம்; ஊஞ்சனை சிறுவாச்சி; டம்டணக்கு டக்கு டம்டம்; கள்ளர் சாதி மக்க; டம்டணக்கு - டக்கு - டம்டம் எங்க சனத்தக் கொன்றார்; டம்டணக்கு டக்கு டம்டம்."

குற்றப்பத்திரிகையால் இரவின் கண்ணீர் மழையாக வலுத்திருந்தது. மின்னலின் சீற்றம் ஒளிக்கீற்றுகளை எம்மிடம் அழைத்து வந்தது. ஒளியின் ஒளியில் பறையனின் ஆட்டம் குடல் நடுங்கி ஒடுங்க வைத்துக் கொண்டிருந்தது. இடியின் முழக்கம் பறைக்கு எங்கிருந்தோ பதிலளித்தது போல அதிர்ந்தது.

"புளியங்குடி, போடி, தேனி; டம் - டணக்கு - டக்கு - டம்டம்; தேவரு கொலை செஞ்சார்; டம் - டணக்கு -டக்கு - டம்டம்; குறிஞ்சா குளத்துல; டம் - டணக்கு - டக்கு - டம்டம்; நாயுடு மாரு கொன்றார்; டம் - டணக்கு - டக்கு - டம்டம்; பொன்னூரு கிராமத்துல; டம் - டணக்கு - டக்கு - டம்ட; முதலியாரு காவு கேட்டார்;" டம் - டணக்கு - டக்கு - டம்டம்; தோட்டக்குறிச்சியில; டம் - டணக்கு - டக்கு - டம்டம்; கவுண்டரு கொள்ளுத்தினார்; டம் - டணக்கு - டக்கு - டம்டம்."

அதிர்ந்த மின்னலின் கீற்றில் பறையன் நிழல் அவற்றின் கடவுளர்களை அழித்துக் கொண்டிருப்பதை என் கண்கூடாகக் காண முடிந்தது. என் செவுள்கள் கிழியும்படி பறை சீற்றத்துடன் தொடர்ந்து முழங்கிக் கொண்டிருந்தது.

"முதலில் நடக்கத் தடை; டம் - டணக்கு - டக்கு - டம்டம்; பிறகு செருப்புத்தடை; டம் - டணக்கு - டக்கு - டம்டம்; சைக்கிளும் ஓட்டத் தடை; டம் - டணக்கு - டக்கு - டம்டம்; திருவிழா வந்துச்சுன்னா; டம் - டணக்கு - டக்கு - டம்டம்; காவடி தூக்கத் தடை; டம் - டணக்கு - டக்கு - டம்டம்; கோயிலுக்குள் போகத் தடை; டம் - டணக்கு - டக்கு - டம்டம்."

அவனைச் சுற்றிலும் சுவாலைகள் எழும்பின. எங்கும் சூழ்ந்துகொண்டபறையன் நாக்குகள் அங்குபீடித்திருந்த ஆசாரத்தின் குரல்வளையை நெரித்துக் கொல்லப் புறப்பட்டன.

எங்கே பார்த்தேன்? எதைப் பார்த்தேன்? எதைப் பார்க்கவில்லை எனத் தெரியாதபடி திக்குமுக்காடிப் போயிருந்தேன். வீழ்ந்து கிடந்த திசையிலிருந்து எழுந்து நிற்க முயன்றேன். விழிகளின் கனத்தில் முகம் தொங்கி மீண்டும் வீழ்ந்தேன்.

"பொழுதெல்லாம் நாங்கபட்ட; டம் - டணக்கு - டக்கு - டம்டம்; சித்திரவதைகளுக்கு; டம் - டணக்கு - டக்கு - டம்டம்; சட்டம் எழுதி வெச்ச; டம் - டணக்கு - டக்கு - டம்டம்; சண்டான பிராமணரு; டம் - டணக்கு - டக்கு - டம்டம்; முதலியாரு கவுண்டரு; டம் - டணக்கு - டக்கு - டம்டம்; வன்னியரு கள்ளரு டம் - டணக்கு - டக்கு - டம்டம்; நாயுடு தேவரு; டம் - டணக்கு - டக்கு - டம்டம், ரத்தம் சொட்டச்சொட்ட டம் - டணக்கு - டக்கு - டம்டம்; நரபலி வாங்குறாரு; டம் - டணக்கு - டக்கு - டம்டம்; ரத்தம் தீந்து போச்சு; டம் - டணக்கு - டக்கு - டம்டம்; நெருப்புத்தான் மிச்சமுண்டு; டம் - டணக்கு - டக்கு - டம்டம்.

"போதும் தோழா.... நிறுத்து விடிந்து விட்டதே பார்க்கவில்லையா நீ...."

டம்டணக்கு - டக்கு - டம்டம்

டம்டணக்கு - டக்கு - டம்டம்

"பேசு... தோழா.... வா... நாம் ஓடிப் போவோம்.... சத்தம் வெளியே கேட்டுக் கொண்டிருக்கிறது."

டம்டணக்கு - டக்கு - டம்டம்

டம்டணக்கு - டக்கு - டம்டம்

டம்டணக்கு - டக்கு - டம்டம்

ஒரு பறையனின் கோபம் அணுவுலையின் உக்கிரத்தைக் கூட வலுவிழக்க வைப்பது. தன் உடலை நார் நாராகக் கிழித்து வாசித்து தனித்தும் இரக்கமற்றும் வரலாற்றின் மொத்தச் செய்தியை உலகிற்கு அறவித்துக் கொண்டுள்ளபடியேது பறையனின் இசை காலையின்

நெஞ்சை அறைந்து கொண்டே தொடர்கிறது. ஒரு பார்ப்பனனின் பிணம் எரிந்தும் நாறுகிறது. நாற்றம் போகும் வரை எரிச்சல் வளர்கிறது.

கதவுகள் கிறீச்சிடுகின்றன. மடத்தின் பீடத்தில் ஒளி படர்ந்தது. உடற்சோர்வுடன் மனம் கனக்க ஒரு குற்றவாளிக்கு விடை கொடுத்துப் புதிய மனிதனாய் நான் எழுகிறேன். என்னைத் தந்த ஒரு நந்தனின் சாம்பல் எங்கும் விரவிக் கிடக்கிறது. இன்னும் எத்தனை நாட்களுக்கு இந்தத் துரோக வரலாறு?

"என்ன தம்பி கிளம்பி விட்டீங்களா?" என்றார் மாயாண்டிப் பெரியவர். ஆமாங்க என்றவனை வெளிப்படி வரை வழியனுப்ப வந்தார். காற்று குளிர்ந்து வீசி புத்துணர்ச்சியைக் கிளறியது. சனங்கள் வரத் தொடங்கினார்கள், அவரவர்களின் பிரச்சனைகளுடன்.

"நல்லாத் தூங்கினீங்களா?"

"நிம்மதியா இருந்திச்சுங்க"

"பறையடி சித்தரு மனசு வெச்சா நடக்காததே இல்லே"

திரும்பிப் பார்க்கிறேன். முரட்டுத்தனமான தோழனின் கதையிலிருந்து காயங்கள் வெடிக்கின்றன. எனக்குள் எழுந்த குமுறல்களை அடக்கிச் சேமித்துக் கொள்கிறேன்... இந்த நெருப்பு நூற்றாண்டுகளைத் திருப்பும்.

"வருகிறேனடா.... தோழா... என்னை மனிதனாக்கிய உனக்கு நன்றி."

34
ரத்தத்தின் வண்ணத்தில்

அன்பும், தாய்ப்பாசமும், ஏன் குறைந்தபட்சம் இரக்கங்கூட இல்லாது போன உனக்கு, மூச்சுத் திணறக்கூடிய மனவலியின் அனல்காற்றிலிருந்து அம்சா எழுதுகிறேன்.

எங்கே அம்மா இருக்கிறாய் நீ? வாழுவதற்கு இன்னமும் அரை மணி நேரமே கொடுக்கப்பட்டிருக்கும் நிலையில் இந்தச் சிறை முழுவதையும் உனது ஞாபகம் நிறைத்துக் கொண்டிருக்கிறது. கடைசி வரை என்னைச் சந்திக்க நீ வரவில்லை.

இந்தக் கடிதம் ரயிலிலோ.... சொகுசுப் பேருந்திலோ.... விரைவுத் தபால் ஊர்தியிலோ பயணம் செய்யும். நான் சுவாசிக்க முடியாத சுதந்திரக் காற்றை அகண்ட வெளியில் சுவாசித்தபடி உன்னையும் உங்களையும் இது வந்து சேரும் அந்த நாளில் நான் உயிருடன் இருக்கப் போவதில்லை அம்மா. எனவே செத்துப் போன ஒருத்தியின் கடிதம் இது. ஒரு பிணத்தின் கையெழுத்து இது.

ஏதாவது ஒன்றைப் பற்றிக்கொண்டு விட வேண்டும் எனத் தவித்த உன் மகளின் இறுதி ஓலம். என் வாழ்க்கையில் ஒருமுறை கூட சத்தமாக அழுவதற்கு நான் அனுமதிக்கப்படவில்லை. உன் தோள்களில் விழுந்து ஒருமுறை அழ வேண்டும் என்கிற என் அவா நிறைவேறாமலேயே நான் செத்துப் போனேன் அம்மா. உன்னைப் பார்க்க வேண்டும் என்று விரும்புகிறேன். என் வாழ்வில் மீதம் விடப்பட்டிருக்கும் இந்த அரைமணி நேரம் முழுதுமாக உன் மடியில் கழிக்க வேண்டும் என்று தேம்புகிறேனே இப்போதுதான் தெரிகிறது அம்மா, உன்னை எப்படி வெறித்தனமாக நேசிக்கிறேன் என்று. நீண்ட இந்த சாளரத்தின் எல்லையில் யாரோ காவலரின் நிழலாடும் போதெல்லாம் இது நீயாக இருந்து தொலைக்கக்கூடாதா என்று ஏங்குகிறேன். இன்னமும் கூட நீ வருவாய் என்றே நம்புகிறேன். அசடு. எப்பேர்ப்பட்ட அசடு நான். "போடி... அசட்டுச் சிறுக்கி" என்று இவ்வுலகில் நான் கால்பதித்த சில நாட்களிலிருந்து விளித்தாயே. வாழ்வின் இந்தக் கடைசி கணத்திலும் அது எவ்வளவு சரியாக இருக்கிறது பார்த்தாயா?

என் மரண தண்டனைக்கான ஒத்திகை பார்க்கப்பட்டு விட்டது. என் கடைசி அவாவை இன்னமும் கேட்கவில்லை

அவர்கள். அவ்விதம் கேட்கும்போது இக்கடிதத்தை உன்னிடம் சேர்த்து விடக் கூறவேண்டும். அதைத் தவிர வேறு எது எனக்கு முழுமையானதாக இருக்க முடியும்? மீதமிருக்கும் எனது வாழ்வின் இந்தக்கணங்களுக்குள் உன்னிடம்சில உண்மைகளைச்சொல்லிவிடத் துடிக்கிறேன் அம்மா எத்தனையோ முறை நினைத்து நினைத்துக் குமுறியிருக்கிறேன். இருட்டிடம் நிலை குலைந்து கதறியிருக்கிறேன். என் வாழ்வில் நடந்துவிட்ட எல்லாவற்றிற்காகவும் யாருக்காவது நான் விளக்கம் கூற வேண்டுமானால் அது உனக்கு மட்டும்தான் அம்மா. ஆனால் உன் மகளிடம் எதற்கும் விளக்கம் கேட்க வேண்டியில்லை உனக்கு. கூனல் முதுகுடன் முகத்தில் எவ்வித உணர்சியும் இல்லாது செத்த கண்களை என் மேலும் இன்னும் எல்லாவற்றின் மீதும் பதித்தபடி சற்றும் பொருத்தமின்றி உட்கார்ந்திருந்தாயே. நான்கு ஆண்டுகளுக்கு முன் வழக்கு மன்றத்தில் உன்னை நான் கடைசியாகப் பார்த்தது. உன் செத்த பார்வை சொன்னது. நீ எனது வயிற்றில் பிறந்தவள் இல்லையடி. நீ யாரோ ஒருத்தி. இன்னும் என்னை இரவுதோறும் துரத்திக் கொண்டிருக்கிற அந்தப் பார்வை என் எல்லா சிறை இரவுகளையும் சவக்குழிக்குத் தள்ளிவிட்டது அம்மா. நான் உறங்கிய வேலைகளில் என்னை உலுக்கிப் போட்ட உனது அந்தப் பார்வை காவலாளிகளைவிட அதிக சித்திரவதைகளைச் செய்துவிட்டது. ஒரு வீட்டின் திறந்த கதவு மடாரென்று மோதி மூடப்படுவது போன்ற அந்தப் பார்வை, கொஞ்ச நஞ்சம் மீதமிருந்த என்னிடமிருந்தும் என்னைப் பிடுங்கி வெளியில் எறிந்து மிதித்து விட்டது.

நோஞ்சான் நாற்காலிக்கு மேலே உடைந்து கருகிக் கொண்டிருந்த உன் இதயத்தை நான் பார்த்தேன். நீ அசையாதிருந்தாய். பிறகொரு நாள் எனது வழக்கின் தீர்ப்பு வாசிக்கப்பட்ட அன்று உன் கூன் முதுகுதான் எனக்குத் தெரிந்தது. என்னை நேராகப் பார்க்கக்கூடப் பிடிக்காதவளாக நீ எனக்கு உனது முறிந்து போன கூன் முதுகைக் காட்டி அவமதித்தாய். "போ... செத்து ஒழி... பிசாசே.... என் முகத்தில் முழிக்காதே...." என்றுதானே எனக்கு உணர்த்தினாய். ஆனால் மீண்டும் உன்னைச் சந்தித்தால் என்னவெல்லாம் பேசுவது என்று தினமும் பட்டியலிட வைத்தே பழிவாங்கி விட்டாய் அல்லவா? சலனமேதுமின்றி உனது எஜமானர்களுக்கு அடங்கி அடி, உதை சகிதத்துடன் கரைந்து கொண்டிருந்த உன் வாழ்க்கைக் கூட்டை நான் கலைத்து எறிந்தேன். அதற்கு நீ தந்திருக்கும் இந்தத் தண்டனை; அம்மா, நீ என்னை எப்போதோ தூக்கிலிட்டிருப்பாய்.

ஆரம்ப காலத்தில் என் பெயர் உனக்குள் ஒரு வெதுவெதுப்பைக் கிளறிய சந்தர்ப்பங்கள் இப்போது சாதாரணமாக நினைத்துக்

கொள்ள முடியாதவை. உன் வயிற்றிலிருந்து உதித்த பதினொண்மரில் நான் ஒருத்தி, ஒன்பதாமவள் என்றாலும் உன்னை, உன் ஆழ் உலகை அடைய என்னால் முடிந்திருந்தது. முன்பிருந்தவர்களை விட உன்னை அதிக கண்ணியமாய் நான் நடத்தியதுதானே காரணம். ஓர் முழுநேர விபசார விடுதியாக நமது இடம் மாறுவதற்கு முன் வரை கைவிடப்பட்ட இருட்டில் உன்னை இறுக்கமாகக் கட்டிக் கொண்ட அடுத்த குழந்தை முளைத்த உன் வயிற்றின் வெதுவெதுப்பில் ஒய்யாரமாகத் தூங்கிட..... என்னை அனுமதித்துக் கொண்டிந்தாய். உன் மெலிந்த உடலின் இடுக்குகளை எல்லாம் என் குளிரைப் போக்க விட்டிருந்தாய். ஏழு பெண் குட்டிகள் வீடெங்கும் நமது வாடையை நிறைத்தபடி வட்டாரத்தைக் கலக்கியெடுத்துக் கொண்டிருந்தோம். குதூகலமான நாட்கள் அம்மா அவை. அவர்களுள்ளும் செல்வா எவ்வளவு அற்புதமானவள்!

செல்வா. எங்கிருந்தோ வந்தவளா? என் மூத்தவளா, ஆனால் என் ஆசை செல்வா. என் மீது எத்தனை காதலடி உனக்கு? பொங்கிய நம் உணர்ச்சிகள் மிருதுவான உனக்குள் வருடிக் கொண்டே கலந்தன. மனுஷியாக, தோழியாக என்னைப் பாவித்த ஒரே ஒருத்தி என் வாழ்வில் நீதானடி நாம் கலந்து கிடந்த அந்த நாட்கள், உடலெங்கும் சுகமான இசையை மீட்டி என்னை வாசிக்கிறாய். என் ஆழ்ந்த உறக்கத்தில் நெளியும் உனது இரவுகள். அவளது பெயர் போதும் அம்மா. அதை உச்சரிக்கும் போது நான் என்னென்னவோ ஆகிப் போகிறேன். உனக்குத் தெரியாது நாங்கள் பெண் எனும் அடையாளத்தைக் கடந்தும் காதலித்துக் கொண்டிருந்தோம்.

மற்றபடி எல்லா ஆண்களையும் உங்களால் காதலிக்க முடிந்தது. உனது எஜமானனைத் தவிர. அவன்தான் உங்களுக்கு உறங்கமாட்டாத இரவு வாழ்க்கையைப் பரிசாக அளித்தவன். இதெல்லாம் எப்படித் தொடங்கியது? இதெல்லாம் எப்படித் தொடர்கிறது? ஒரு பெரிய எந்திரம் சுற்றுகிறது. அது நம்மை இழுத்துக் கொள்கிறது. பிறகு அது சுற்றுகிறது. பிறகு... அது சுற்றிக் கொண்டேயிருக்கிறது. ஒரு போதும் எவளொருத்தியும் திரும்பிப் போக முடிந்ததேயில்லை. ஆனால் நமது ஆன்மாக்கள் எவ்வளவு பரிசுத்தமானவை. அம்மா.... நானே உங்களைப் போலல்லாமல் நமது வீட்டின் எல்லாப் பெண்களையும் காதலிக்கத் தொடங்கினேன். எனக்கு மயிர்க்கூச்சு எடுக்கிறது... நான் வெறித்தனமாக ஆண்களை வெறுத்தேன். ஏன்...ஏன்... அம்மா...அப்படி ஆனேன்?

நீ பக்கத்து ஊருக்கு.... மற்றவர்கள் மற்றவர்களுடன் பக்கத்து அறைகளுக்கு.... அவன் அழைத்து வந்திருந்தான். கறுத்து உடல் பருத்துக் குடித்திருந்த ஒரு கிழப்பெருச்சாளியை. இருக்கட்டும்,

கூச்சலும், வியர்வையும் நசுக்கிய அவனது எடையும் என்னை நக்கிய அவனது நாற்றமும் தவிர வேறேதும் என் தொழில் வாழ்வின் முதல்நாள் பற்றி எனக்கு நினைவில்லை. அப்புறமல்ல. அன்றைக்கே அம்மா. எனது மார்பகங்களும் யோனியும் உதிர்ந்தே விட்டன. ஆண்களுக்கு முன் இருக்கும்போதே பிறகு அவற்றை உணர்ந்ததே இல்லை நான். "முதன் முதல்" எனும் சொல்லையும் என்னையும் விதைத்து எவ்வளவு அறுவடை நடந்தது. உன் எஜமான்கள் என் உறக்கத்தைக்கூட தின்று கொழுத்தவர்கள் அம்மா.என் மதிப்பு பற்றிய போதையைவிட அச்சம். அச்சம் சூழ்ந்திருந்த அந்தத் தினங்களில் ஏழெட்டு ஊர்கள். முன் பின் பார்த்திராத தொழில் குடிசைகளில் புதர் மரத்தடிகளில் பாலத்தின் அடிகளில்... இருட்டுக் கடற்கரையில் நூற்றுக்கணக்கான மிருகங்களுக்கு "முதல் முதல்" ஆனேன். அவ்வாறு சேகரித்த செல்வம் எங்கே அம்மா? நம் ரத்தத்தை உறிஞ்சி எடுத்து நாம் வார்த்த தினங்களின் வருமானம் எங்கே போனது? உனது எஜமானனின் குடிக்கு. அவனது எஜமானர்களின் கணக்கிற்கு. உனக்கென்ன அம்மா? வயதாகிக் கொண்டு இருந்த நாட்களில் சீக்கும் சாராயமுமாய் உன்னால் இருக்க முடிந்தது. எப்படியோ பிழைத்துக் கொள்வோம் என்று கருதினாய் அல்லவா?

செல்வா மாதக்கணக்கில் அழைத்துச் செல்லலப்பட்டாள். பிறகு அவளை நான் சந்திக்கவே இல்லை. அவள் செத்துப் போனாளா? என்ன ஆனாள் அம்மா? இன்று வரை எனது நிழலைப் பார்த்து அவளாகப் பாவித்துக்கொண்டு என்னால் பேச முடிகிறது. அவளிடம் நான் கண்ட என் பருவ சுகத்தை எந்த ஆணும் எனக்கு வழங்க முடியாது. என் உயிரிலும் வடிவத்திலும் கலந்து போன செல்வா. அவளை நினைக்கும் இந்த மாத்திரத்தில் அழுது கொண்டிருக்கிறேன். நல்லவேளையாக கண்ணீர் மிச்சமுள்ளது. இன்னும் மீதமிருக்கும் என் நிமிடங்களில் இறுதியாக அழைத்துப்போன நாளில் நீ எவ்வளவு போராடினாய்? உன்னை அடித்து உனது கதறலின் சுகத்தை அனுபவித்து அவளை உன்னிடமிருந்து பிய்த்து எடுத்துக் கொண்டு அவளது எதிர்ப்பைத் துச்சமாக்கி விட்டுப்போன அன்று முதல் உனது எஜமானன் எனது முதல் எதிரி ஆனான். உனது எஜமானன், உனது புருஷன். ஆனால் அவன் எங்கள் அத்துணை பேரின் தகப்பன் என்று சொல்வாயா? உன்னால் சொல்லவே முடியாது. ஒரே மிருகத்திற்கு நாங்கள் பிறந்திருக்க முடியாது.

மாமாக்கள், ரிக்ஷாக்காரர்கள், ரங்கன் சித்தப்பா. இவர்களுக்கிடையிலான போட்டியில் அடிக்கடி ஜெயிலுக்குப் போய் திரும்பும் நமது பெண்கள் பின் போலீஸ் வாடிக்கை ஆவது வாடிக்கை. மாதவிடாயின் போது காசில்லை என்று

சிறைக்குள்ளேயே இருந்துவிட்டு."வக்கீல் சார்" உதவியுடன் நாலாம் நாள் தீட்டு கழித்து வந்தவர்கள். அவர் யாவர்களுக்காகவுமாக "வக்கீல் சார்"கள் ஊதியமாக என்னைக் கேட்டார்கள். ஆனால் அம்மா நான் சிவப்பாக இருந்ததே உன் எஜமானனுக்கு எவ்வளவு பெரிய மூலதனம்! என்னைக் குளிக்க வைத்தச் சின்ன வயதில் நீ காரணம் சொல்லாது அழுததன் பொருள் இதுதான். நீ பயந்தாய். என்னை யாருடனாவது அனுப்பிவிடவும் தயாராக இருந்தாய். உனது எஜமானன் என் உடம்பெங்கும் பணம் மினுமினுப்பதைப் பார்த்துக் கொண்டிருந்தான். அய்யோ மகளே என்று நீ பதைபதைத்தாய்.

குத்தகைக்கு விடப்பட்ட நிலமும் வாடகைக்குப் போன சைக்கிளும் கூடப் பழுதடைந்தால் கேட்க நாதி இருக்கும் உலகில் உபயோகப்படுத்தப்படும் போது நாம் அடைந்த சித்திரவதைகள். மூச்சடைத்துப் போக வைக்கும் அந்த ஞாபகங்கள், குடிவெறியில் ஊறுகாய் போல தொட்டுகக இருக்கும் நம்மை சிகரெட்டால் சுட்டவர்கள்.... நாய் போல் கடித்தவர்கள்.... முலைகளைக் குதறிய குரங்குகள்... அய்யோ அம்மா! ரத்தத்தின் வண்ணத்தில் தோய்த் தெடுக்கப்பட்டது நம் வாழ்க்கை. இந்த உலகத்தின் ஆண்களே இல்லையென்றால் எவ்வளவு நன்றாக இருக்கும்.

சினிமாக்களில் வரும் அந்த வாழ்க்கை. அது சொர்க்க பூமி. அது வேண்டும் அம்மா. அது போன்று குழந்தை பெற்று, பெற்ற குழந்தையின் மேல் உயிரையே வைத்து மனைவியைக் காதலித்து மற்ற பெண்களைக் கனவிலும் தொடாத ஆண்கள், சினிமா பொய் அம்மா. கோயிலுக்குப் போகும் பெண்கள் பொய். எல்லாப் பெண்களும் உபயோகப்படுத்தப்பட்டுத் தூக்கியெறியப்படுகிற வஸ்துக்கள். பொருட்கள்.... ஓசூரில் கங்கா (எனக்கு எழுதப் படிக்கக் கற்றுக் கொடுத்தவள்) அடிக்கடி சொல்வாளம்மா. ஆண்கள் அடிமைகள் மறு. திமிறு. எழு அவனை போண்டியாக்கு, ஒருபோதும் உன்னை முழுசாக எடுத்துக் கொள்ள விடாதே.... பந்தயக் குதிரை போல மேலும் மேலும் உன் மீது பணம் கட்ட வை. தோல்வியுற வை.... ஆண் பணம் கட்டுவதில் சோர்ந்து போவதேயில்லை. அவள் தான் சொன்னாள். அடுத்த முறை கலைக்க யாராவது வந்தால் விடாதே.... பிள்ளை பெற்றுக் கொள்ள விருப்பம் தெரிவி....பிறகு தெரிவி.... என் கருவறையை எடுத்து விடுங்கள்.... நானும் கங்காவும் பாக்கெட் பாக்கெட்டாகப் புகைத்துத் தள்ளினோம்.

மரத்துப் போனேன் அம்மா.... ஓசூருக்குப் போய் திரும்பிய நாளில் நான் வாழ்க்கையென்றால் என்னவென்று அறிந்திருந்தேன். பிள்ளை பெத்துக் கொள்ளவேண்டும். கம்புகளாலான ஒரு தொட்டிலில் போட்டுப் பாட்டுப் பாட வேண்டும். பள்ளிக்கூடம் போகிற....

அம்மாவால் ஊட்டி வளர்க்கப்படுகிற... குழந்தை.... என் ஆசைகளை வெட்டி வெட்டிப் பாதை செய்திருக்கிறேன்.... நூறு கருக்களை அழித்திருப்போமா.... துருப்பிடித்த கரண்டிகள்.... மோட்டார் சாதனங்கள்.. எத்தனை கொலைகள். ஆனால் எழுப்பியிருக்கிறேன். அம்மா அவர்களுக்கான கனவுலக நினைவுத் தூண்களை.... வயிறு என்பது என்ன.... கருவறை என்பது என்ன... நிறைய பிணங்களைத் துப்பிய சுடுகாடு அல்லவா நமக்கு இருப்பது.

செத்துப் போவதற்கு வெகு அருகில்... நீ போயிருக்கவே முடியாத திசையில் கொடூரப் பிரதேசத்தில் நான் பட்ட சித்திரவதையை ஒருமுறையாவது உனக்குச் சொல்லவேண்டும். எது என்னை வாழ்விற்கும் சாவிற்கும் இடையிலான இந்தக் குறுகிய இடைவெளிக்கு அழைத்து வந்துவிட்டது என்று உனக்குச் சொல்ல வேண்டும். அம்மா... கேட்கிறாயா... பூதம் போல என்னைச் சுற்றி வளைய வந்து கொண்டேயிருக்கிற அந்த ஞாபகத்தை. உளுந்தூர் பேட்டையி லிருந்து திருச்சிக்குப் போவதாக உனக்கு செய்தி அனுப்பியிருந்தேனே. அந்த இடத்திலிருந்து சொல்கிறேன். ஆனால், அழுகை வருதும்மா.... சனியன் பிடித்த அழுகை.... இன்னம் மிச்சமிருக்கிற, கால் மணியில் எழுதி முடித்தே தீர வேண்டிய விஷயம் அம்மா...

ரங்கா சித்தப்பனின் பரிந்துரை...வசதியான பார்ட்டி உடம்பெங்கும் சென்ட் கமகமக்க ... சுப்பிரமணியபுரத்தில் ஒரு காலேஜுக்கு என்னை அழைத்துப்போக வந்தவனுடன் போனேன். ''ஆஸ்டல்.... ரெண்டே பேர்தான்... லீவ் நாள்'' என்றான் கபோதி....இவனும் முழு இரவு என்ற கமிசன் வாங்கிவிட்டான்.... வாட்ச்மேனையும் கேட்டையும் கடக்க ஆண் உடை கொடுத்தார்கள்.... மூட்டையாய் என் உடுப்பு இடுப்பில். அய் நூறு ஆயிரம் என்ற ஆசையில் அம்மா... நான் என்னையே மறந்தேன்.

இருட்டான அறைகளில் ஒன்றில் நுழைந்ததும் அறைக்கதவை இழுத்து மூடி பின் விளக்கெரிய உடை பறிப்பு. பொட்டுத் துணியில்லாமல்.... உயர் ரக பிராந்தி... குடிக்க, எப்போதும் போல கொஞ்சமாகத்தான்... திடீரென்று இருட்டு.... ஆஸ்டல் வழக்கம் விளக்கு அணைப்பு என்றார்கள்...பிறகு மெழுகு....வாழ்வில் அதன்பின் மெழுகு ஒளியைக் கண்ட போதெல்லாம்... என் உடம்பு எரியும்..... தீப்பற்றி எரியும்....

அம்மா.... ஒருவனோ.... இருவனோ அல்ல... இருபது பேர் அம்மா.... அவகாசம் அற்றுப் போனேன். ஜுர நடுக்கம்.... கட்டாந்தரையில்.... ஓடிட நினைக்கையில் கழிவறைக்கருகில்... திறந்து திறந்து மூடிய கதவிற்குத் தெரியும் எத்தனை பேரென்று... நாய்கள்.... வெறிபிடித்த நாய்கள்.... செத்தவளைப் போல ஆனேன்.... மேலும் மேலும் வாயைத்

திறந்து தாகத்திற்கு என்று ஊற்றிக்கொண்டே இருந்தார்கள்.... ஒரே ஒரு துண்டுத்துணி... அது மட்டும் இருந்திருந்தால் ஓடோடி வந்திருப்பேன். கெஞ்சினேன்.... கதறினேன்.... எல்லா நாய்களும் ஓய்ந்த வேளையில் குடிவெறி நாய்களின் கொட்டமும் முடிந்தபின்.... பின்னும் அம்மா...

கண் விழித்த நாளில் தட்டும் பிரியாணியுமாக உனது எஜமானன், உடனே உடனே என்கிறான்... என்னைத் தின்று கொண்டிருந்த நான்... என் குதிகால்களால் என் உடம்பைக் கூடத் தாங்க முடியாத நான் செத்தவளின் சாயலைப் பெற்றிருந்த நான்.... வர வேண்டுமென்றான். முறைத்தவளை முறைத்தான்... "எழுந்திருடி.... உன்னை எல்லாம் சோறு போட்டு வளத்தம் பாரு...." என குரைத்தான். வர முற்படாதவளான என்னை முகத்தில் எட்டி உதைத்தான். போலீஸ்காரனும் அவனும் தனித்திருந்த அறைக்கு ஆகக் கடைசி தடவை... உள்ளே நுழைகையில் விலைமாதாக.... (இது ரொம்ப நாசுக்கான பெயர் அல்லவா...) நுழைகிறேன். சட்டப்படி என்னைக் குற்றவாளியாக்கும் முன்.... உனக்குத்தான் தெரியுமே.... லாட்ஜில்.... நாட்கணக்கில்.... ஆனால் வெளியே வரும்போது நான் கொலையாளியாக வந்தேன். அதற்கு இது நல்ல பெயர். சட்டத்துக்கு வெளியே வேசியாகத் திரிந்தபோது ஆண் மிருகங்களால் குறைந்த பட்சம் ஒரு உயிருள்ள பொருளாகக் கூட நடத்தப்படாத என்னை... சட்டம் குற்றவாளி என்கிற முறையில் கண்ணியமாகவே நடத்தியது. ஆமாம், உனது எஜமானனை நான் கொன்றேன். எப்படிக் கொன்றேன் என்று சொல்லப் போவதில்லை நான். நீ உறங்க வேண்டும் என்று நான் விரும்புகிறேன் அம்மா.... அம்மா... அய்யோ அம்மா... உனக்கு என் மேல் இரக்கமே இல்லை. உன்னை உறிஞ்சிக் கொழுத்த பிசாசைவிட நான் கேவலமானவளாகி விட்டேனல்லவா.

....துரதிர்ஷ்டமான... பிறவிகளான உன் குழந்தைகளைவிட உன் குழந்தைகளின் குழந்தைகளையாவது துரத்திவிடு.... உன்னிடமிருந்து. எங்கோ தூரத்திற்கு அவர்களைப் போக விட்டுவிடு அம்மா. உன் மகளாக நான் உன்னிடம் ஆகக் கடைசியாக ஆற்ற முடியாத தாகத்தோடு கெஞ்சியபடி விடுக்கும் இந்த மன்றாட்டைத் தூர எறிந்து விடாதே அம்மா... அம்மா... யார் உனக்கு இதைப் படித்துக் காட்டிக் கொண்டிருப்பது.... அவளுக்கு என் நன்றி.... அம்மா. என் கைகள் நடுங்குகின்றன. அவர்கள் வந்துவிட்டார்கள். எல்லாருக்கும் என்னை நினைவுபடுத்து.... ரோட்டோரம் செத்துப் போகவில்லை. அரசாங்கத்தால் சட்டப்படி நான் அடக்கம் செய்யப்படுவேன் என்றாலும்... அனாதையான உன் மகளை நினைத்துக்கொள்.... அம்மா.

தூக்குக் கயிறு என் தொண்டையை உடைக்கப் போகும் அந்தக் கடைசி நொடியிலும் உன்னை - உன்னை மட்டுமே நினைத்துக் கொண்டிருப்பேன். கண்ணீரால் என் கண்கள் குருடாகின்றன அம்மா. போகிறேன்… ஒரு போதும் நியாயமற்ற இவ்வுலகிற்குத் திரும்பி வரமுடியாத திசை நோக்கி… போய் விடுகிறேன் அம்மா…

35
தாத்தாவின் காஞ்சனபுரி

நான் ஒரு நொடி விக்கித்துப் போகிறேன். அது அவராகத்தான் இருக்கவேண்டும். ஆனால் இத்தனைக்கு இளைத்துப் போயிருக்கிறார். கடல் அலைகள் போல தத்தளிக்கும் உடம்பு, நடுநடுங்குவதைக் கண்டேன். சுருக்கங்கள் துல்லியமாய் தெரியுமளவு கிட்ட வந்தார். அவருக்கு என்னை அடையாளம் தெரிந்திருக்க நியாயமில்லை. ஆனால் எனக்கு அப்படி இல்லை. அது அவரேதான். சந்தேகம் இல்லை. இந்த ஊர் ரயிலுக்கு அவர் எப்படி வந்தார். அவரோடு இருப்பவர்கள் யார்? அவரது டிக்கெட்டைச் சரி பார்க்கிறேன். அசால்ட்டாக இருக்கிறார். என்னவோ சொல்கிறார். சுற்றிலும் உள்ள சிறுவர்கள் பதற்றத்திற்கு மத்தியிலும் சிரித்தார்கள். அவர் மாறவே இல்லை. விரைந்தோடும் ரயிலோடு எழுந்தோடிய எண்ணங்களை ஒரு நிலைப்படுத்த முடியாமல் நான் திணறுகிறேன்.

திருநெல்வேலி தாத்தா எங்கள் வீட்டுக்கு முதன்முதலாக வந்திருக்கிறார். அவர் வந்தபோது எனக்கு ஏழு அல்லது எட்டு வயது இருக்கும். எனது தகப்பனாரது தூரத்து மாமா உறவான அவரது உருவம் எங்கள் மனக்கண்களை விட்டு இத்தனை ஆண்டுகளுக்குப் பிறகும் அகலாமல் அப்படியே இருக்கிறது.

மேலுக்கு ஷர்ட் கிடையாது. கறுத்து நெடி துயர்ந்த தேகவாசியான அவர் நீளமான துண்டு வெள்ளை நிறத்தில் சும்மா அப்படி தோளில் போட்டுக் கொண்டிருப்பார். பச்சை நிறத்தில் நாலு விரல் கடை அளவிற்கான மணி பர்ஸ் தைத்த பெல்ட் வண்ணாந்துறையிலிருந்து வந்த வாசனை வேட்டியை இடுப்பில் புதைக்கும். அந்த மணிபர்ஸ் ஒன்றில் என்ன வைத்திருந்தார் என்று நாங்கள் அறிந்ததில்லை. பக்கவாட்டில் அமைந்தது அது. வெளுத்த பளபளத்த பித்தான்கள் கொண்ட அதை விளையாட்டிற்கும் திறக்க அனுமதிக்க மாட்டார். நேர்வாக்கில் இருந்த பர்ஸில் கொஞ்சம் புதுக்காசும் பொடி டப்பாவும் ரெண்டு பாக்கு உருண்டையும் நெற்றிச் சுருக்கங்கள் கொண்ட முரட்டு முகத்தில் வெளிர்தாடி சகட்டு மேனிக்கு வளர விட்டிருந்தார். பிற்காலத்தில் திருநெல்வேலி பக்கம் வேலை நிமித்தம் போனபோது திரும்பின பக்கமெல்லாம் தோன்றாமல் தோன்றி துரத்தும்படி ஆளுமையாக அப்படி இருந்தார் தாத்தா.

அப்பா பக்கத்து உறவினர்கள் எப்போது வந்தாலும் யார் வந்தாலும் சன்னக் குரலில் ரகசிய தொனியில் திட்டித் தீர்க்கும் அம்மா, திருநெல்வேலி தாத்தா என்றால் தனி மரியாதை வைத்திருந்தாள். எப்போதாவது அத்தி பூத்த கணக்கா வருவார் என்பது மட்டுமல்ல.. குழந்தைகளான எங்களோடு அவர் கும்மாளமடிப்பதும் அதனால் அவளுக்குக் கிடைக்கும் சொற்ப ஓய்வும் காரணம். தவிர, அம்மாவின் சமையலை மிகவும் ரசித்து உசத்தி பாராட்டிய வண்ணம் சாப்பிடக்கூடியவர் அந்தத் தாத்தா. தாத்தா ஊரிலிருந்து வந்தபோது, நாங்கள் ஏதோ ஓர் விடுமுறையில் இருந்தோம். அம்மா பரபரப்பு அடைந்தாள். அப்பா ரயில்நிலையம் போனார். காப்பி குடிக்க மாட்டார், கேழ்வரகு கஞ்சிதான் என்பது அப்பாவுக்குத் தெரிந்திருந்தது. தயார்நிலையில் வைத்திருந்தாள் அம்மா. மற்றபடி அவர் மாமிசமும் சாப்பிடுகிறவர்.

கணீரென்ற குரலும் மடக்மடக்கென தரையை மோதும் தடியும் தோல் கைப்பையுமாய் வந்திறங்கினார் தாத்தா . வந்ததும் வராததுமாய் என் தம்பியைத் தூக்கித் தோளில் உட்கார்த்தி ரெண்டு சுற்று சுற்றினார். ‘டாய்.... தாத்தா என்ன வாங்கிட்டு வந்தேன். சொல்லு’ என்றார். பிறகு தந்தார். ஆளுக்கு இரண்டு வேர்க் கடலை உருண்டைகள். மேலும் சிலவற்றைப் பொட்டலமாய் அம்மாவிடம் தந்தார். கை நியை ‘பழமும் பூக்களும்’’ ‘சட்டை இல்லாமலா ரயிலில் வந்தார்? என்று வேலைக்கார தேனுகா அக்கா அம்மாவிடம் கேட்டுக் கொண்டிருந்தாள்.

அப்பா அலுவலகம் கிளம்பிய பின் நாங்கள் விளையாடக் கிளம்புவோம். நாங்கள் என்றால் நானும் தம்பியும். சின்னச் சின்ன விளையாட்டுகள். தெருவில் சில தோழர்களும் இருந்தனர். அன்றைக்குப் போகவில்லை. அன்றைக்கு மட்டுமல்ல, பிறகு தாத்தா போகும்வரை விளையாடப் போக அவசியம் இருக்கவில்லை எங்களுக்கு....

சின்ன சந்தில் ஒதுக்குப்புறமாய் இருந்தது சரஸ்வதி ஸ்கொயர். புதுசா ஊரிலிருந்து வருகிறவர் ஆணாக இருந்தால் வெளியில் தான் படுக்க வேண்டும். வந்தது பெண் என்றால், ‘நல்லா பூட்டிக்கடி’ என்று அம்மாவிடம் சொல்லி வாசலுக்கு படுக்கப்போவார் அப்பா. அவ்வளவு சின்ன வீடாயிருந்தது அது, எதிரில் இருந்த அரச மரமும், அதைச் சுற்றிய சிமிண்ட் கட்டையும், கட்டையில் சிந்திய காக்கா குருவி எச்சங்களுக்கு நடுவிலும் விளையாட உகந்ததாயிருந்தது.

தம்பியைத் தோளில் ஏற்றிக் கொண்டார். ‘டேய் வாங்கடா....’’ புறப்பட்டோம் குதூகலமாயிருந்து அந்த அனுபவம். சாலையைக் கடந்து மரத்தடி வந்தவர் அப்படி எங்களைச் சற்று அமர வைத்தார்.

“உங்களுக்குக் காஞ்சனபுரியைத் தெரியுமா?” என்றார். பிறகு சாப்பிட்ட திருப்தி தெரிய நல்லா துடைச்சு எடுத்து வெத்திலை போட்டுக் கொள்ள ஆரம்பித்தார்.

“காஞ்சனபுரியா?” என்றேன்.

“பாண்டி நாட்டையுந்தாண்டிப் கடல் கடந்து போனா கோதனபுரி அதையும் தாண்டி பதினாறு கடல் தொலைவு அந்தக் காஞ்சனபுரி” முழுப் பாக்கு உருண்டையை வாயில் போட்டார். பற்களைப் பாக்கு வெட்டியாக உபயோகித்து நொறுக்கித் தின்பாராம். பிறகு எங்கள் தெருவில் அவருக்குப் பாக்கு வெட்டித் தாத்தா என்றே பெயர் நிலைத்துவிட்டது.

சரி, காஞ்சனபுரி எங்களுக்குத் தெரியவில்லை. ஆனால், தாத்தா சொல்லச் சொல்ல நாங்கள் விக்கித்து வாயடைத்துப் போனோம். கண்களை மூடிக்கொண்டு தனது சுவாசமெங்கும் ஒருவித மணத்தை சீராகப் பரவ வைத்தபடி எங்களை ஆக்கிரமித்து தேவதைகளாக அரசிளங்குமரனாக இன்னும் மாமன்னராக பெரிய புஜங்களைக் கொண்ட கொழுத்த குதிரைகளை அடக்கும் வீரனாக... பல கல் தூரத்தை கடலின் உள்ளேயே சூரியன் கூட அறியாதபடி நீந்திக் கடக்கும் கடல் வேந்தனாகப் பல்வேறு வடிவங்கள் எடுத்துக் கொண்டிருந்த எங்கள் தாத்தா... நண்பர்கள் பலரையும் அவர்களது திறந்து மூடிய விதவிதமான விரிந்த கண்களையும் இழுத்து வந்திருந்தார். எங்கள் முகங்களில் பட்டு தாத்தாவிடமிருந்து வந்த காஞ்சனபுரி சாம்ராஜ்ஜியம் எதிரொலித்த வேளையில் நாங்கள் அதன் பிரஜைகள் ஆகியிருந்தோம்.

காத தூரம் சென்று விழுந்த தாத்தாவின் சொற்கள் விதைத்து முளைத்து நகரெங்கும் தாது விருத்தியாகிக் கெண்டு இருக்கக் கண்டோம். வேலிச் செடிகள் மொட்டுக் காம்புகள் நீர்க்குமிழி போல பொட்டென உடைந்தன. ஏதோ ஒரு பழத்தின் வாடை வீசிய திசையிலிருந்து தாத்தாவின் கந்தக முகத்திற்கு காற்று வீசியது. காஞ்சனபுரிக்குத் தீபகற்ப சாபங்களை விட்டுச் சென்ற ஆன்மா ஜடமான அணில் தலையனிடமிருந்து பளபளக்கும் தனது தாடியில் இயல்பானதொரு சிலிர்ப்பில் விட்டுக்கொடுக்காது மாறி மாறி வரும் தாத்தாவின் பாரமேற்றப்பட்ட குரலில் புதைந்து விடுமுறை நாட்கள் மறையத் தொடங்கின. நரகத்தில் உழன்று அழுகி போன துட்டர்கள் சூரியனுக்கு அடியில் வீணடிக்கப்பட்டார்கள்.

திண்ணைக்குத் தூங்கப்போன தாத்தாவோடு தானும் போக அழுது கதறிய தம்பியை, என்னை, போகவிட்ட அம்மாவை விட எங்கள் திண்ணைக்கு என்று அழுத பிற பையன்கள் வீட்டு அம்மாக்களின்

நிலை மோசமானது. எனினும் தொடர்ந்த ராத்திரிகள் நிறமற்ற ஒளியின் கதைகளை இழுத்து வருவதாயின. எப்போதும் எங்களுக்குப் பின் தூங்கிய முன் எழுந்த தாத்தா எப்போதும் சொன்னார். "நீங்க எல்லாரும் தூங்கினப்போ நான் காஞ்சனபுரிக்கி கம்பளப் பயணம் போயிருந்தேன்" எங்கள் விடியலை மேலும் உலுக்கிய வண்ணம் சொல்வார். "அங்க முந்நூறு வருசம் தாண்டிப் போச்சு."

இப்ப்டியாகக் கழிந்த நாட்களின் மடியில் மரங்கள் கூடாரம் போடுகிற காடுகளைக் கடக்கும் கதைகளின் வழியே தாத்தாவிற்குள் சில மாறுதல்கள் முளைக்கத் தொடங்கின பகல் பொழுதுகளின் மாலைகளைத் தன்னோடு அழைத்துக் கொண்டு காஞ்சனபுரியின் நூறு வருடங்களைக் கடக்கக் காணாமல் போகத் தொடங்கினார் தாத்தா. வீதியில் நாங்கள் புழுதி கிளப்பிய இருளில் திரும்பும் தாத்தா கொண்டு வருவது எப்போதும் இனிப்பு வேர் கடலை உருண்டைகள்.

இந்தப் பாழ் நகரத்தின் பிரஜைகள் வேலையிடங்களுக்கு தலைதெறிக்க ஓடும் காலைகளில் அரசமரத் திண்ணையில் பரபரப்பின்றி நண்பர்கள் முளைப்பர். அவ்விதமாய் கதை தொடர்ந்த அன்றைய காலை காஞ்சனபுரி வாசிகள் ஒரு தேவதைக்காகத் தவமிருந்தனர். கையில் ரோஜாச்செண்டு வைத்த பொன் உடல் சிலிர்த்த தேவதை' என்றார் தாத்தா. விழிகளில் ஒரு கோடி பௌர்ணமியின் துள்ளல்.... முத்துப் பதித்த அவளது கொண்டையின் வசீரத்தால் சூரியன் மறையாத காஞ்சனபுரி.... அதோ அவளைப் போல.... என்ற திசையை நோக்கி வீசப்பட்டன கேலிச் சிரிப்பலைகள்.

வெட்கிச் சரிந்து மீண்டும் உயிர்த்தபடி அங்கு நின்றவள் கழிவறை கழுவ காலையில் வரும் இலங்காலி, கறுத்து உடல் மெலிந்தவள். குழி விழுந்த முகத்தில் முண்டிக் கொண்டு முளைத்த கண்கள் அவளுக்கு அந்தக் கழிவறை வாசிக்கு.... "தாத்தா ....எது தாத்தா.... அந்த பொம்பளயா.... தேவதை?" கலகலத்துச் சிரித்தார்கள். "ஊய் என்று சீட்டி அடித்தான் ஒருத்தன். "தேவதையாம் தேவதை.... சாயம் போன தேவதை...." மரத்தைச் சுற்றிச் சுற்றி வந்து பாடுகிறோம். "தேவதையாம் தேவதை கக்கூஸ் கழுவும் தேவதை...." தாத்தா தனது தாடிக்குள் புதைத்த புன்னகையைத் திறந்தார். வெட்கமும் கோபமாய் அவள் ஓடினாள். "தேவதையாம் தேவதை... சாயம் போன தேவதை...."

சாயம்போனதேவதைதினந்தோறும்வரும்திசைக்குத்தாத்தா கதை போன திசை மாறுதல்கள் ரசிக்கும் எண்ணம் இருந்ததென்னவோ உண்மை. சாபம் பெற்ற தேவதையின் விமோசன புருஷனாய் காஞ்சனபுரிக்குப் போய் நூறு நூறு வருசங்களாக கழித்த ராஜ குமாரனின் வடிவம் அடைந்தார் எங்கள் தாத்தா. ராத்தரிகளின் உருவம் அது.

இரவுகளைத் தான் மட்டுமாகத் தாத்தா திண்ணையில் கழிக்கலானார். ராப்பட்சிகளின் மொழி கதவு வழி கேட்ட மாத்திரம் இருந்ததாய் அசரீரிகள் புலம்பத் தொடங்கின. யாரோ ஓடும்படி உள்ளதென அம்மா கண்விழித்த இரவில் அரச மரத்தடியில் அனர்த்தமாய் விழித்த தாத்தா காத்துவராத காரணத்தினால் காஞ்சனபுரியைப் புறக்கணித்திருந்தார். மேலும் பல இரவுகள்... மேலும் பல கதைகள். மேலும் மேலும் அசரீரிகள்.

கதை சொன்ன தாத்தா பற்றிய கதை கதையாய் அள்ளி வந்த வேலைக்கார தேனுகா நம்பத் தகுந்த ஆள் இல்லை என்றாள் அம்மா "ஆயிரம் வேலையிருக்கு ஏந்தான் இதப் பேசி...." என்று எரிந்து விழுந்த அப்பா அசரீரிகளுக்கு எப்போதும் முற்றுப்புள்ளி வைத்தார். காலையில் எழுந்து வழக்கமாயிருந்த தாத்தா முகம் வழக்கமாயில்லையென்ற ஆன்மா ஜடமான அணில் தலையர்கள் காஞ்சனபுரிக்கு எதிராய் களம் புகத் துணிந்தனர்.

ராத்திரிப் பூச்சியின் குரலில் கிசுகிசுத்த வாசல் கதவைத் திடுமெனத் திறந்து விளக்கைப் போட்டாள் அம்மா. ஒளிந்திருந்த திசையிலிருந்து ஓடோடி வந்தார்கள் சிலர். தன்னிடமிருந்து பிடுங்கி இருட்டில் தேவதையை ஓடி விடச் செய்த தாத்தா வியர்த்துப் போயிருந்தார். சிரிப்பலைகள், கேலிப் பேச்சுகள். கரகரப்பான கெட்ட வார்த்தைகள்.

"குடுகுடு கெழடுக்குக் குளுகுளுன்னு பொண்ணு...." பெரிய பையன்கள் கும்மாளமிட்டனர். "ச்சீ.... கருமாந்தரம்... கக்கூஸ்காரப் பொண்ணுகூட கூத்தடிக்குதே... இது. குடும்ப மானம் நாறிப் போச்சு..... அய்யோ.... அய்யோ.... அய்யோ...." அம்மா புலம்பிய திசையில் செய்வதறியாது நின்றார் அப்பா. ஓட வழியின்றிப் பிடிபட்டவள். மனிதர்களின் திசைக்கு முதுகைக் காட்டியபடி மண்டியிட்டு இருட்டில் புதைந்து அவமானம் தாங்காமல் குலுங்கி அழுது கொண்டிருந்தாள். "என்ன இளமையா பிடிச்சிருக்கிறாம் பாத்தியா கௌவாடி" காஞ்சனபுரி கதையின் உச்சக் கட்ட காட்சி இப்படியாய் சோகம் கப்பிப் போயிருந்தது.

சரி, தாத்தா போன ஓரிரு நாட்களில் பள்ளி திறந்துவிட்டிருந்தது எங்களுக்கு. அவரைப் பற்றி ஞாபக முட்கள் படிப்பைச் சிதைத்துக் கொண்டு இருந்தன. கடைசியாய் பறந்து வந்த அசரீரி சொன்னது தாத்தா தேவதையோடு குடும்பம் வைத்த கதை. யாரும் இல்லாத தாத்தா திருநெல்வேலித் தாத்தா யாவரும் உள்ளவரான கதை எங்களை வந்தடைந்த நாளில் தம்பி வாய் திறந்தான்.... "அம்மா.... தாத்தா, எங்கம்மா?" அவன் முகத்தில் விழுந்த அறைதான் அம்மா தந்த பதிலாய் இருந்தது. ஓரளவு எல்லாம் புரிந்துகொண்ட நான்

விசும்பி அழுத தம்பிக்கு சொன்னேன். "தாத்தா காஞ்சனபுரிக்கு தேவதையோட இருக்கப் போயிருக்காரு...."

அதன் பிறகு அவரை நான் இப்போது தான் பார்க்கிறேன். அவர் எப்படி இருக்கிறார்? காஞ்சனபுரி எப்படி உள்ளது? அவரது தேவதைக்குப்பிறந்தராஜகுமாரர்களா இவர்கள்? பல்வேறுகேள்விகள் என் நெஞ்சத்துக் கடலில் அலை அலையாய் எழும்பினாலும்... நான் எதையுமே கேட்க விரும்பவில்லை. கூட்டத்துடன் எழுகிறார். அவர் ஊர் வந்திருக்க வேண்டும். வழக்கமான இரைச்சல்கள் சன்னலுக்கு வெளியே பார்க்கிறேன். பசும்பட்டுக் கம்பளம் போல பளபளத்த வயல்வெளியின் நடுவே மிதந்து கொண்டு இருந்தது தாத்தாவின் காஞ்சனபுரி.

36
ஆயிஷா

இந்த விஞ்ஞான கேள்வி - பதில் நூலும் இவ்வரிசையில் வர இருக்கும் இன்னபிற பன்னிரண்டு நூல்களையும் தமிழில் எழுத என்னைத் தூண்டியவள் ஆயிஷாதான். இந்த நூலுக்குள் நுழையும் முன்னர் என் ஆயிஷாவை தெரிந்து கொள்ளுங்கள். ஏனெனில் இந்தப் புத்தகமெங்கும் வார்த்தைகளாக வாழ்பவள் அவள்தான். உங்களிடம் சொல்வதில் என்ன இருக்கிறது? இதை எழுதிக் கொண்டிருக்கும் இந்த நொடியில் என் விழிகள் கனத்துப் போகுமாறு கண்ணீர் கொப்பளிக்கிறது. இந்த நூலை எழுதிய ஒரு தேர்ந்த விஞ்ஞான வாதிக்கும் ஆயிஷாவின் கதையை எழுதிக் கொண்டிருக்கும் ஒருத்திக்கும் இடையில்தான் எத்தனை வித்தியாசம்? என் ஆயிஷாவை நினைக்கும்போது மட்டும் இப்படிக் குழந்தை மாதிரி, துக்கம் கொப்பளிக்க அழ நேர்கிறது எனக்கு.

எனக்கு முதன்முதலில் தெரிய வந்த ஆயிஷாவுக்கு 15 வயது. நான் அறிவியல் ஆசிரியையாக பணியாற்றிய ஒரு கிறிஸ்துவப் பள்ளியில் பத்தாம் வகுப்பு -பி பிரிவில் அய்ம்பத்தாறு மாணவிகளில் ஒருத்தி. அப்பள்ளி மாணவியர் விடுதியின் காப்பாள யுவதிகளில் ஒருத்தியாக அங்கேயே தங்கியிருந்த எனக்கு சற்றேறக்குறைய ஒரு செக்குமாட்டு வாழ்க்கை பழகிப் போயிருந்தது. நாங்கள் எட்டுபேர் அவ்விதம் காப்பாள யுவதிகளாக நியமிக்கப்பட்டிருந்தோம். திருமணமாவதன் மூலம் இந்தச் சூழல் வாழ்விலிருந்து தப்புவோம், அவர்களுக்குப் பதிலாய் வரும் புதியோர் பிறகு தங்கள் திருமணத்திற்காகக் காத்திருக்கத் தொடங்கும் அப்பணியிடத்தில் சற்றேறக்குறைய நிரந்தர யுவதிகளாக நானும் ஆஸ்துமாக்காரி ஒருத்தியும் திருமணமாகாமல் தங்கிப் போனோம்.

நீண்ட பகலும் நிம்மதியற்ற இரவுகளும் என்னைத் தின்றுகொண்டிருந்த அந்த நாட்களில் எனக்கு அறிமுகமானவள் அவள். அதிகம் கவர்கிற விதமில்லை ஆயிஷா. பற்கள் துருத்தியபடி முகத்தில் வந்து விழுகிற கேசத்தைப் பற்றிய அக்கறையின்றி நாலாவது வரிசையில் குச்சியாக அமர்ந்திருக்கும் ஒருத்தி ஆசிரியையின் அபிமானத்தைப் பெற வாய்ப்பில்லை. தவிர நான் அவர்களது

வகுப்பாசிரியை இல்லை. வருகைப் பதிவேட்டைச் சரி செய்யவும் ஒவ்வொரு மாணவியையும் நெருக்கமாக அறியவும் வாய்ப்பு இல்லை. ஆகையால் முதலில் எனக்கு ஆயிஷா யாரோ ஒருத்தி

முதன் முதலில் அவளை அறிய நேர்ந்த சந்தர்ப்பத்தை நினைக்கிறேன். எனக்குச் சிலிர்க்கிறது. பல ஆண்டுகளாக ஒரு வகுப்பில் ஒரு குறிப்பிட்ட பாடத்தையே தொடர்ந்து போதிக்கும் எல்லா ஆசிரியைகளையும் போலவே நானும் ஒரு எந்திரமாய் ஆகிப் போயிருந்தேன். சில வேளைகளில் சில பாடங்களை நடத்தினோமா என்கிற ஞாபகமே இல்லாமல் கூட நடத்தியிருக்கிறேன். இத்தனை வருடத்தில் பத்தாம் வகுப்பு அறிவியல் புத்தகத்தில் என்ன பெரிதாக மாறிவிட்டது? காலையில் எழுந்து பல் துலக்குவதை உற்சாகத்தோடா செய்கிறோம்? எப்போதாவது புதிய பிரஷ் அல்லது பேஸ்ட், இங்கே அதுவும் இல்லை. அதே ஓம் விதி, அதே செல் பிரிதல் புதிதாகத் தெரிந்து கொள்ளும் ஆர்வமற்று ஒரு இயந்திரமாய் கிறீச்சிட்டுக் கொண்டிருந்த என்னை என் முகத்தில் கேள்விகளால் ஓங்கி அறைந்தாள் ஆயிஷா.

அன்று காந்தவியல் குறித்துப் பாடம். பூமி எப்படி ஒரு காந்தமாக உள்ளதென விளக்கிக் கொண்டிருந்தேன். ஒரு காந்தம், அதுவும் செவ்வக வடிவ காந்தம் அதைக் கையில் உயர்த்திக் காட்டினேன். சிரமமே இல்லை. பாரா பாராவாகப் பேசலாம். காந்தத்தின் வட நோக்கு அம்சம் குறித்து வழக்கமான எந்திரத்தனத்துடன் யாவரையும் உறங்க வைத்துவிடும் என் தொனியில் கரும்பலகையில் சில கிறுக்கல்களுடன் நடத்திக்கொண்டே போனேன். எவ்வளவு நேரமோ.

"மிஸ்" என்றொரு குரல், கரும்பலகையிலிருந்து திரும்புகிறேன். எதற்காகவோ திடுக்கிட்டபடி எழுந்து நிற்பவளை வழக்கமான எங்கள் அக்கறையற்ற பார்வையுடன் "என்ன... வாந்தி வருதா?" என்றேன். வகுப்பே கொல்லெனச் சிரித்தது. சரியான முண்டம் நான் எப்பேர்ப்பட்டவள்? என் ஆயிஷாவைப் போய் அப்படி சொல்லி இருக்கிறேன்.

"இல்ல மிஸ்..... சந்தேகம்"

இது நிச்சயம் ஆச்சரியமான ஒன்றுதான். சராசரி ஆசிரியை யாரையும் இது எரிச்சலூட்டுவது. சட்டென முகம் சுருக்கிச் சுள்ளென எரிந்து விழும் குரலில் "என்ன....?" கடைசி வரிசையில் யாரோ சிரித்தார்கள். அப்பெண்ணின், இளைத்த தேகம் நடுங்குவதைக் காண முடிகிறது. பக்கத்து இருக்கைக்காரி அவளது சட்டையை இழுக்கிறாள். காப்பாற்றி உட்கார வைக்கும் கடைசி முயற்சி. பின் மறுபடி "என்ன....? என்றேன்.

"மிஸ் அந்தக் காந்தத்தை ரெண்டா வெட்டினா என்ன ஆகும்.... மிஸ்?"

நெடுநாள் தூக்கத்திலிருந்து எழுந்தவள் போலானேன். இதுவரை இல்லாத அர்த்தத்தில் அவள் என்னைப் பார்த்தாள். நான் அறிவியல் போதினியாக வந்துவிட்ட இந்த ஆறு வருடத்தில் காந்தவியல் பற்றி நான் சந்திக்கும் முதல் சவால். காந்தத்தைப் பார்த்து யோசித்து மூன்று நிமிட அவகாசத்திற்குப் பிறகு சற்று பொறி தட்டியது.

"ரெண்டு காந்தம் கிடைக்கும்" சரி பதில் சொல்லியாகிவிட்டது. ஆனால் அவள் உட்காரவில்லை. மிகக் கடினப்பட்டு புன்னகைக்க முயற்சி செய்தாள்.

"அந்தக் காந்தத்தை வெட்டிக்கிட்டே போனா? உதாரணமாக நமக்கு இந்தக் காந்தத்தைத் துண்டாக்கிக் கிடைத்த காந்தங்களின் எண்ணிக்கை ஒரு முடிவுறா எண் என்று வெச்சிட்டா....?"

"ரொம்ப சிம்பிள்மா.... முடிவுறா எண்ணிக்கையில் காந்தம் கிடைக்கும்."

மீண்டும் நிசப்தம். லேசாக வியர்க்கிறது அவளுக்கு. வகுப்பு உற்சாகத்தில் ஒரு போட்டியை ரசிப்பது போல் உணர்ந்தேன். உடனே "உட்காரு" என்றேன். பின் நடந்து கொண்டிருந்தேன். ஏதேதோ பாவனையாகப் பேசிக்கொண்டு குறுக்கு நெடுக்காக மணி அடிக்கும் வரை அலைந்துவிட்டு வகுப்பிலிருந்து வெட்கமில்லாமல் மிடுக்காக வெளியேறினேன்.

அடுத்த வகுப்பறையைத் தாண்டியிருக்க மாட்டேன். கூடவே வந்தது நிழல். "மிஸ்.... பிளீஸ் ஒரே ஒரு நிமிசம் மிஸ்" அப்படிச் சொல்லும்போது அவள் முகத்தைப் பார்க்க வேண்டும் நீங்கள். அதற்கு மேலும் புறக்கணிக்க முடியவே முடியாது.

"என்ன.... சொல்லு"

"காந்தம்.... பத்திதான் மிஸ்"

"சொல்லும்மா.... டயம் ஆச்சில்ல?"

"முடிவுறா எண்ணிக்கையிலான காந்தங்களை ஒரே நேர் கோட்டில் வெச்சா... எதிர் துருவங்களைக் கவரும் அதன் இயல்பு என்ன ஆகும்?"

".............................."

"ஒரு காந்தத்தின் வடக்கு மறு காந்தத்தின் தெற்கை இழுக்கும். ஆனால் இழுபடும் காந்தத்தின் வடக்கே அடுத்துள்ள காந்தம் ஏற்கனவே இழுத்து கிட்டிருக்கும் இல்லையா....? மிஸ்"

"ஆமா.... அதுக்கென்ன?"

“என் சந்தேகம் அங்கதான் இருக்கு.... எல்லாக் காந்தங்களின் கவர்திறனும் ஒன்றெனக் கொண்டால்.... அவை ஒட்டிக் கொள்ள வாய்ப்பே இல்லயே.... எப்புறமும் நகராமல் அப்படியேதானே இருக்கும்”

“ஏன் நாம இந்தப் பிரபஞ்சம் முடிவுறா எண்ணிக்கையிலான காந்தங்களை நேர்க்கோட்டில் வைத்தது போல் அமைக்கப்பட்டதா வெச்சிக்கக்கூடாது? அந்தக் கோணத்தில் பூமிங்கற காந்தத்ற ஆராயலாம் இல்லையா?”

பதிமூன்று வருட பள்ளி வாழ்க்கை, பின் மூன்றாண்டு இயற்பியல் பல்கலைக்கழகத்தில், இப்படியொரு கேள்வியை நான் கேட்டுக் கொண்டதாக நினைவில்லை. ‘‘எங்கோ படித்ததாக ஞாபகம்” என்றேன். ஏதாவது சொல்ல வேண்டுமே.

The truth of the Magnets வெப்ரோட ஸ்டுடண்ட் கிங்லீங் எழுதியது.... அருமையா இருக்கு.... படிக்கிறீங்களா மிஸ்.....”

“இந்த புக்கெல்லாம் நீ படிக்கிறயா?” அவ்வளவுதான் என் ஆயிஷா கிடைத்துவிட்டாள். அந்த அதிர்ச்சியில் இருந்து இன்று வரை மீள முடியவில்லை. அறை வாங்கியவளைப் போல புத்தகத்தை வாங்கிக் கொண்டு சரசரவென ஆசிரியர் அறைக்கு நடந்தேன்.

* * *

இப்போதும் சொல்கிறேன். அந்த நிமிடத்திலேயே ஆயிஷா என்னை முழுசாக வென்றுவிட்டாள். எப்பேர்ப்பட்ட சந்தர்ப்பத்திலும் அதன்பின் அவளை நான் வெறுத்ததே இல்லை. ஒரு செக்குமாட்டிற்கு இதைவிட அமர்க்களமாய் யார்தான் சூடு போட முடியும்?

இரவில் புத்தகத்தை எனது விடுதி அறையில் புரட்டிய போது மேலும் பல அதிர்ச்சிகள். முதலில் அது மாவட்ட மைய நூலகத்தின் முத்திரை பெற்றிருந்தது. அது திருடப்பட்டிருக்க வேண்டும். பின் அதில் ஆயிஷா அடிக்கோட்டிருந்த முறை. ஆங்காங்கே காணப்பட்ட அடிக்குறிப்புகள். எல்லாமே அவளைக் குறித்த எனது எண்ணத்திற்கு மேலும் மேலும் ஆச்சரிய குறிகளைக் கூட்டிக் கொண்டிருந்தன. இல்லை. ஆயிஷா ஒரு குழந்தை இல்லை. அவள் யாரோ. மனுஷிகூட இல்லை. வேறு ஏதோ பிறவி. கடவுளே.... பிறகு நான் ஒரு நிமிடம் கூடத் தூங்கவில்லை.

விடுதியில் காலை வேளையில் அவளது வகுப்புப்பெண்களை அழைத்துப் பேசத் துடித்தேன். அவளைப் பற்றி அறிய வேண்டும். இத்தனை நாட்கள் அவளை அறியாது போனது ஒரு குற்ற உணர்வை ஏற்படுத்தியிருந்தது. புத்தகமோ என் அறையே கனத்துப் போகும்படி

என்னைத் திடுக்கிட வைத்துக் கொண்டிருந்தது. வேலைகள் ஓடவில்லை. இத்தனைக்கும் எல்லாவற்றையும் படிக்கவில்லை. அப்பெண் அடிக்கோட்டிருந்த வரிகளையும் அவளது அடிக்குறிப்பு களையுமே படித்து விழிபிதுங்கிப் போயிருந்தேன்.

முதல் பாட வேளையில் வகுப்பேதும் இன்றி ஆசிரியர் ஓய்வறையில் அமர்ந்து இருந்தேன். கையில் புத்தகம். ஓய்வறையில் ஆசிரியைகள் புதிய புடவை டிசைன்களைப் பற்றி நீண்ட விவாதத்தில் ஈடுபட்டிருந்தார்கள். சரோஜினிக்கும் ரெஜினா மிஸ்ஸுக்கும் இதேதான் வேலை. இல்லையென்றால் நடிகைகளின் வித்தியாசங்கள். ஒரு நாள் புருவம், மறுநாள் மச்சம், இப்படி பேசிப் பேசிக் களைத்துப் பாடம் நடத்த வேண்டிய வகுப்பறையில் ஓய்வெடுப்பார்கள். ஆரம்பத்தில் இது எரிச்சலூட்டுவதாக இருந்தது. பிறகு மரத்துப் போனது. இப்போது புதியவளாகி இருக்கிறேன். அவர்களைப் பார்த்த எனக்கு அளவற்ற அருவறுப்பு உண்டாகியிருந்தது.

திடீரென்று மாணவியர் பக்கம் பேச்சு சென்றது. ரெஜினா ஒவ்வொரு பெண்ணையாகக் கேலி செய்து கொண்டிருந்தாள். அவளது கொண்டை குலுங்க அவள் அதைச் செய்தாள். குதிரை மூஞ்சி, நரி வால், எலி வால் என்றெல்லாம் குழந்தைகளுக்குப் பெயர் வைத்திருந்தாள். அவளது அருவறுப்பான வேடிக்கைகளை சரோஜினி ரசித்துக் கொண்டிருந்தாள் மாராப்பு விலகி மாரு குலுங்க அவள் சிரிப்பது காண சகிக்கவில்லை. "ரெஜி.... ரெஜிமா... கொன்னுட்டடி....." ஆராதனைகள் வேறு.

பள்ளிக்கூடங்கள் பலிக்கூடங்கள் ஆகிவிட்டன. நானும் அவர்களது வட்டத்தில் ஒருத்தியா? எல்லாம் முன் தயாரிக்கப் பட்டவை. ரெடிமேட் கேள்விகள், அவற்றிற்கு நோட்ஸ்களில் ரெடிமேட் பதில்கள். வகுப்பறையில் ஆசிரியர்கள் ஓய்வெடுக்கி றார்கள். வெறும் மனப்பாடம் செய்யும் இயந்திரமாய் (அதுவும் முக்கிய கேள்விகளுக்கான விடைகளை மட்டும்) மாணவர்கள் உரு மாற்றம் அடைந்து விட்டனர். எல்லாம் பொட்டைப் பாடம்.

எல்லா மாணவர்களுக்கும் எண்கள் தரப்பட்டுள்ளன. வகுப்பு வரிசை எண், தேர்வு எண், அவை பெற்றெடுக்கும் மதிப்பெண் எண்கள், எங்கும் எண்கள். எண்களே பள்ளிகளை ஆள்கின்றன. எல்லா ஆசிரியைகளுமே ஏதாவது ஒருவகையில் மாணவரின் அறிவை அவமானப்படுத்துகிறார்கள் என்பதைக் கண்டேன். அவர்களில் ஒருத்தியா நான்? என் மீதே எனக்கு வெறுப்பு உண்டாயிற்று. ஒரு பெண், அறிவார்த்தமான ஒரே ஒரு கேள்வியால் என்னை எப்படி யோசிக்க வைத்துவிட்டாள்?

“ஒரு கேஸ் இன்னிக்குப் பிடிபட்டுது... இதைக் கேட்டியோ....” என்று அங்கலாய்த்தபடி என்னிடம் வந்தாள் சுகுணா மிஸ், மேல் நிலைக்குக் கணக்கு நடத்துபவள். விடுதிக் காப்பாள யுவதிகளில் ஒருத்தி. எந்த உற்சாகமும் இன்றி “என்ன” என்றேன்.

“வினோதமான கேஸ்.... லெவன்த் வீட்டுக்கணக்கு திருத்திக்கிட்டிருந்தப்போ கஷ்டப்பட்டுப் பிடிச்சேன்.... பாதிப் பேர் நோட்ல ஒரே கையெழுத்து! அதுவும் ஒரு லாஜிக் சம் முதல்ல காப்பினும் நெனச்சேன். அப்புறம் ஒருத்திய பிடிச்சி செமத்தியா குடுத்தேன். உண்மையைக் கொட்டிட்டா....”

கொஞ்சம் நிமிர்ந்து உட்கார்ந்தேன். அவள் என்னைக் காத்திருக்க வைத்தாள். நான் திடுக்கிட வேண்டுமென விரும்புவள் போலிருந்தாள். “ம்.... சொல்லு” என்றேன்.

“நம்ப மாட்ட..... ஒரு டென்த் ஸ்டாண்டர்டு படிக்கிற பெண் லெவன்த்க்கு வீட்டுக்கணக்கு போட்டுத் தந்திருக்கு....”

“டென்த்தா.....?” எழுந்து நின்றிருந்தேன்.

“ஆமாம்.... கஷ்டப்பட்டுக் கண்டுபிடிச்சேன்.... நேரா..... ஸிஸ்டருட்ட போயிட்டேன்”. எனக்கு ஊர்ஜிதமாகி விட்டது போலானது. “என்ன.... பண்ணினாங்க அந்தப் பெண்ணை.....?

“அது ஒரு ஆயி அப்பன் இல்லாத கேஸ்”

“ஆர்பன்ஸ் ஹோமா?”

“சித்தி வீடோ என்னமோ... கார்டியன வரச் சொல்லியிருக்காங்க.... மோஸ்ட்லி டி.சி. யாத்தான் இருக்கும்”.

நான் எப்படித் தவித்தேன் என்பதை என்னால் இங்கு எழுத முடியாது. பிரின்சிபால் அறைக்கும் ஓய்வறைக்கும் இருப்புக் கொள்ளாமல் நான் அலைந்தேன். பதினொன்றாம் வகுப்பு மாணவியர்க்கு ஒரு டென்த் மாணவி வீட்டுக்கணக்குச் சொல்லித் தருகிறாள் என்றால் அவள் என்ன நம்ப முடியாத பிறவி? இங்கு ஏன் வந்து பிறந்து தொலைத்தாள். அம்மா, அப்பா இல்லாதவளாமே.... கடவுளே எங்கள் குழந்தைகளை ஆசிரியர்களிடமிருந்து காப்பாற்றும்.

அவளது வகுப்பிற்கு நான் போன நேரத்தில் அவளது இடம் காலியாக இருந்தது. விசாரித்தேன். “செம்ம அடி மிஸ்” என்று கலங்க அடித்தார்கள். ஏதோ ஆகிப் போயிருந்தேன். பாடம் நடத்தப் பிடிக்காதவளாய் இருக்கையில் அமரப் போனேன்.

“மே... அய்... கம்.... இன்.... மிஸ்...'' ஆயிஷா நின்றிருந்தாள். கலைத்தெறியப்பட்ட கனவு போல், வெள்ளைப்படுதாவுடன் இரண்டு இசுலாமிய பெண்கள் உடன் நின்றிருந்தனர். ஒருத்தி எனக்கு முகமன் செய்தாள்.

"நான் ஆயிஷாவோட சித்தி...."

"வாங்க...."

"எப்படி படுத்தறா பார்த்தீங்களா.... இவ என்னோட அக்கா பொண்ணு. இவ பொறந்த நேரமே சரியில்ல.... இந்தச் சனியன் வேணும்னு யார் அழுதா. ததல மவ....."

என் கண் முன்னால் ஆயிஷாவை அடிக்க முயன்றாள்.

"கொஞ்சம் பாத்துக்கங்க.... புத்தி சொல்லுங்க. என் புருசன்கூட இங்க இல்ல . துபாயில இருக்காரு.... தனியா அவஸ்தைப்படறேன். இது இப்படி இருக்கு படிப்ப நிறுத்திடலாம்னா.... சரி இவ்வளவு வருசம் படிச்சது படிச்சுச்சு ஒரு எசெல்சி முடிச்சிடட்டுமேன்னு பாக்கேன்...."

அன்று வகுப்பிலிருந்து கிளம்பும்போது ஒரு முடிவு கொண்டன்.

"ஆயிஷா ஈவினிங் ஹாஸ்டல்ல வந்து என்னப் பாரு....."

"மிஸ்.... மிஸ்"

***

ஆயிஷாவோடு நான் மிக நல்ல உறவு வைத்துக் கொண்டேன் என்பதைச் சொல்ல வேண்டியதில்லை. ஆரம்பத்தில் அவளது வருகை என் சக ஆசிரியைகளுக்கு எரிச்சலைக் கொடுத்தது உண்மைதான். ஆனால் நாட்போக்கில் சரியாகிப்போனது. அவளிடம் இருந்து எக்கச்சக்கமான கேள்விகள் வந்து கொண்டேயிருந்தன. ஆயிஷாவுக்கு மட்டுமென்ன? யாரிடமாவது கேள்விகளைக் கொட்டித் தீர்க்க மாட்டோமா என்று ஏங்கிக் கிடந்தவள்தானே... நான் கிடைத்ததும் ஒட்டிக்கொண்டு விட்டாள். தினமும் மாலை நான்கு மணியிலிருந்து இருட்டும் வரையில் விடுதியில் என் அறையில் இருக்கத் தொடங்கினாள்.

ஆயிஷாவிடம் எனக்குப் பிடித்தமான இரண்டு அம்சங்கள் இருந்தன. ஒன்று அவளது வேகம். அது அசாதாரணமானது. பத்துப் பன்னிரண்டு பக்கங்கள் படுவேகமாய் படித்துவிடுவாள். இரண்டாவது, கேள்வி கேட்கும்போது அவளது அறிவுப்பசி. புரியாததைப் புரியும்வரை விடமாட்டாள். நான் அவளோடு பழகிய குறுகிய காலத்திற்குள் இந்தக் புத்தகத்தில் நான் சேர்த்திருக்கும் இத்தனை கேள்விகளும் அவளைக் கேட்க வைத்தது அவளது அறிவுப்பசிதான்.

வெப்பவியல் நடத்தியபோது அவள் கேட்ட கேள்வி அற்புதமானது. "மிஸ்.... மெழுகுவர்த்தி எரியுது. ஒரு கேஸ் அடுப்பும் எரியுது. இரண்டுமே நெருப்புத்தான். மெழுகு தீபத்தில் ஒளி அதிகமாயும் வெப்பம் கம்மியாவும் இருக்கு. ஆனா அடுப்புல ஒளி கம்மியாகவும்

வெப்பம் அதிகமாயும் இருக்குதே. ஏன் மிஸ்?" (இந்த நூலில் 235ஆம் பக்கத்தில் இக்கேள்வி உள்ளது) நான் கேட்டுக்கொண்டேன். இந்தக் கேள்வி கேட்கும் மாபெரும் வித்தையை அவள் எங்கேயிருந்து கற்றாள்? அது அவளது உதிரத்தில் உள்ளதா, வகுப்பறை என்றல்ல. ஒரு நாள் நான் எனது ஆடைகளைத் துவைத்துக் கொண்டிருக்கும் போது கேட்டாள். "துணி துவைக்கிறபோது அழுக்கை அகற்றுவதற்கும் குளியல் சோப் அழுக்கை அகற்றுவதற்கும் இடையிலான வித்தியாசம் என்ன?" கடவுளே... இந்தப் பெண்... கேள்விகளால் இந்த பிரபஞ்சத்தை உலுக்கவே பிறந்திருக்கிறாள்.

ஒரு நாள் The Most Dangerous Man in America என்கிற பெஞ்சமின் பிராங்க்ளினின் வாழ்க்கை வரலாற்றுப் புத்தகத்தைக் கொண்டு வந்தாள். அதிசயிக்கத்தக்க வகையில் என்னையும் ஒரு புத்தகப்புழுவாக மாற்றிக் கொண்டிருந்தாள். "மின்னல் மின்சாரம் உள்ளதை நிரூபித்த பிராங்க்ளினின் பட்டம் ஒரு பட்டுக் கைகுட்டையால் செய்யப்பட்டது மிஸ்" என்றாள். எனக்கு அதுவரை தெரியாது. ஒரு கேள்வியை எழுப்பிக் கொள்வது, பிறகு அதற்கொரு விடை தெரியும் வரை ஓயாது தேடுதல் என்கிற ஒரு தேர்ந்த விஞ்ஞானியின் தகுதி ஆயிஷாவிடம் இயல்பிலேயே இருந்தது.

"மிஸ்... நியூட்டன் அறிவியல் சோதனைகள் நடத்த ஆரம்பிச்சப்போ அவருக்குப் வயது பன்னிரெண்டு. பிராங்க்ளின் தன் முதல் சோதனையை 40 வயசுலதான் செய்திருக்காரு. வயதா பிரச்சனை. ரெண்டுபேரும் விஞ்ஞானிகள்தான்...."

"............................"

"மிஸ்..... இந்தப் புத்தகத்துல சில பக்கங்கள் நல்லா புரியுது சிலது புரிய மாட்டேங்குது"

"போகப் போகப் புரியும். அது அதுக்கு ஒரு வயசு வேண்டாமா...."

"என்ன மிஸ்.... நீங்க.... எனக்கு இங்கிலீஷ் தான் பிரச்சனை...."

"அதுவும் ஒரு பிரச்சனைதான்"

"ரொம் கஷ்டமாயிருக்கு மிஸ்.... நம்ம மொழிலயே வரணும்...."

"யாரு எழுதறாங்க.... சொல்லு

"நீங்க எழுதலாமே மிஸ்"

"இப்படி.... புத்தகங்களைத் திருடிட்டு வர்றியே.... மாட்டிக்கிட்டா...."

"நான்தான் படிச்சிட்டு எடுத்த எடத்திலேயே வெச்சிடறேனே...."

"தப்பும்மா...."

"சொல்லுங்க மிஸ்...."

"என்ன சொல்லணும்?"

"நீங்க ஏன் தமிழ்ல இதையெல்லாம் எழுதக்கூடாது....."

"பார்க்கலாம்.... அதுக்கெல்லாம் நிறைய விஷயம் தெரியணும்?"

"தெரிஞ்சவரைக்கும் எழுதலாமே."

பிறகு வழக்கமான வேகத்தோடு கேட்டாள். இந்த பபுத்தகத்தின் 32ஆம் பக்கத்தில் உள்ள அந்தக் கேள்வியை.

"மிஸ்.... மின்னலிலிருந்து மண்ணை மின்சாரம் தாக்கும் இல்லயா. மரம்கூட விழுவதுண்டு.... கம்பியிலுள்ள மின்சாரத்திற்கும் அதுக்கும் என்ன வித்தியாசம்? காற்றில் எப்படி மின்சாரம் பரவுது?"

* * *

என் ஆயிஷா அப்படிப்பட்டவளாக இருந்தாள். எனது பழைய ரெக்சின் பையில் அவளது சின்ன ஆய்வுக்கூடப் பொருட்கள் இருந்தன. ஒரு லென்ஸ் கண்ணாடி.... வட்ட வடிவ காந்தம்.... மருத்துவரின் ஊசி சிரிஞ்சு ஒன்று மற்றும் ஒரு பழுதடைந்த டிரான்சிஸ்டர் வானொலி. அதனைச் சரி செய்யும் முயற்சியிலேயே பல விடுமுறை நாட்கள் கழிந்தன.

நானோ நிறையவே மாறிக்கொண்டிருந்தேன். எவ்வளவு மோசமானவளாக இருந்திருக்கிறேன்? எனது சொந்தத் துறை மீதே எவ்வித அக்கறையும் இல்லாமல் சொரணையற்ற பிண்டமாக ஆறு ஆண்டுகள் வெறுமனே தள்ளியிருக்கிறேன். ஆயிஷாவின் உறவில்தான் நான் உணர ஆரம்பித்தேன். நாம் எவ்வளவு விஞ்ஞானமற்ற முறையில் நம் குழந்தைகளுக்கு விஞ்ஞானம் போதிக்கிறோம் என்று. நாம் எங்கே குழந்தைகளுக்கு ஒரு குறிப்பிட்ட விஷயத்தை உணர்ந்து கேள்வி கேட்க அவகாசம் தருகிறோம்? அவர்கள் கேட்கத் தொடங்கும் முன்னரே நாமாக முன் தயாரிக்கப்பட்ட கேள்விகளால் அவர்களை மூழ்கடித்து விடுகிறோம். அறிவும் வளருவதில்லை. பள்ளியில் ஆசிரியர்கள் அதிகம் சொல்வது எதை? "கையைக்கட்டு.... வாயைப் பொத்து."

விரைவில் புரிந்து கொண்டேன் என் ஆயிஷாவுக்கு நாலுபுறமிருந்தும் பிரச்சனைகள் முளைத்தன. ஆனால் பயித்தியக்காரி. நான் உணரத் தலைப்படவில்லை அவளை, அவளது அறிவை அது எந்தத் திசையில் செலுத்தும் என்று. ஒருநாள் சட்டென்று கண்ணில் பட்டது. ஆயிஷாவின் பின்காலில் பட்டை பட்டையாக வீக்கம். துடித்துப் போகுமளவு அடி வாங்கியிருக்கிறாள். இப்போது அவள் என்னிடம் மிகவும் நெருங்கியிருந்தாள். அவளைத் தொடாமல் உங்களால் பேசவே முடியாது. அவள் மீது அவ்வளவு அன்பூறும்படி அவள் செய்திருந்தாள். கிட்டத்தில் அழைத்து விசாரித்தேன்.

"கெமிஸ்ட்ரி மிஸ் அடிச்சாங்க" என்றாள்.

"ஏன்?.... ஏன் ஆயிஷா?"

"பேப்பர் வந்தது.... மார்க் சரியா போடல.... கேட்டேன்... சொந்த சரக்குக்கெல்லாம் மார்க் கிடையாதாம். நோட்ஸ்ல இருக்கிறத அப்படியே எழுதணுமாம் டென்த்னு மிரட்டுறாங்க.... மிஸ்.... நோட்ஸ்லயே தப்பாயிருந்தா என்ன பண்றன்துனுட்டு கேட்டேன்..." பேச முடியவில்லை அவளால், உதடு துடிக்கச் சத்தமின்றிக் காண சகிக்காது அழும்போது அவள் குழந்தையாய் இருக்கிறாள்.

முன்பு ஒருமுறை சரோஜினியிடம் வாங்கிக்கொண்டு வந்தாள். இதே நோட்ஸ் பிரச்சனை.... கடவுளே.... அவரவர் அறிவைப் பயன்படுத்த அனுமதியுங்களேன். எப்பேர்ப்பட்ட பெண். அவளை அடிப்பது என்றால் எப்படி மனசு வருகிறதோ....ராட்சசிகள்.

தவிர வேறுவித சிக்கல்கள். டியூசன், கிட்டத்தட்ட எல்லா ஆசிரியைகளுமே வீட்டில் தனியாக டியூசன் நடத்தி வந்தனர். பணம் எல்லாம் அது படுத்தும்பாடு. போட்டா போட்டி சண்டை. வீட்டிற்குப் படிக்க வருவோர்க்காக விசேட சலுகை சட்டங்கள் வகுப்பில் ராஜமரியாதை... வினாத்தாட்களை முன்னரே அறியும் உரிமை. எவ்வளவு குமட்ட வைப்பது அது. வெட்கமில்லாமல் இதை அவர்கள் செய்தே வருகிறார்கள். வருமான வரியில் சேராத வருமானம். யார்தான் விடுவார்கள்?

ஆயிஷா யாரிடமும் டியூசன் படிக்காதவள் என்பதால் பழிவாங்கப்பட்டாள். வகுப்பிலும் கேள்விகள் கேட்டுக்குழப்பி விடு-பவளாக இருக்கிறாள் அல்லவா? தொழிலை கடினமாக்குபவளை யார்தான் விரும்புவார்கள்? விரைவில் எனது போராளி தினமும் உதை வாங்கி வரத் தொடங்கினாள்.

வரலாற்றுப் பாடவேளையில் கூட ஜெர்சி மிஸ் என்ன செய்தாள்?

"அசோகரை புத்த மதத்துக்கு மாற்றியது யார் மிஸ்.....?

"புத்த பிட்சு ஒருத்தர்?"

"இல்ல. அவர் பெயர்?"

"................................"

"அவரது பெயர் உபகுப்தர்....... மிஸ்"

"தெரிஞ்சு வெச்சுகிட்டு டெஸ்ட் பண்றயா... வாடி இங்க...."

ஒரு காலில் நிற்க வைத்து உதைத்திருக்கிறாள். இப்படி ஆயிஷா முன் எல்லா ஆசிரியைகளுமே தனது பிரம்புப் பிரயத்தனத்தால் அறிவை நிலை நாட்டிடத் தொடங்கிவிட்டார்கள். "டீச்சருங்க

அடிச்சா வலிக்காம இருக்க எதாவது மருந்து இருக்கா”? என்று கேட்கிறாள் ஆயிஷா.

“அடி.... அசட்டு பெண்ணே” என்று கட்டிக்கொண்ட என்னால் அப்போது எந்தப் புதிரையும் உணர முடியவில்லை. எவ்வளவு பெரிய முட்டாளாக இருந்துவிட்டேன்.

***

ஒரு இரவு அவள் அவரசரமாக வீட்டுக்குக் கிளம்பியபோது தனது சிறிய குறிப்பு நோட்டை விட்டுச் சென்றுவிட்டாள். அன்றைக்குத்தான் என் ஆயிஷாவின் இன்னொரு பக்கம் தெரிய வந்தது. நூற்றுக்கணக்கான கேள்விகளின் தேவையைவிட இந்த என் ஆயிஷா வித்தியாசமானவள். முதலில் அந்த நோட்டு என் கண்களில் பட்டபோது அதை எடுத்து மேஜையில் வைத்துவிட்டு வழக்கமான விடை திருத்தும் வேலையில் இறங்கிவிட்டேன். பிறகு ஏதோ ஒரு உந்துதலின் பேரில் அதை எடுத்துப் புரட்டினேன். முதல் பக்கம். இரண்டு மூன்று, நாலாம் பக்கத்தில் எனக்கு முதல் அதிர்ச்சி. ஒரு பக்கம் முழுதும் ஆயிஷா நூற்றுக்கணக்கான முறை என் பெயரை எழுதி வைத்திருந்தாள். நீண்ட நேரம் அந்தப் பக்கத்தை நோக்கிய எனக்குக் கண்ணீர் முட்டியது. பிறகு சில பக்கங்கள் வகுப்பில் எழுதப்பட்ட ஆங்கிலப்பாட்டு மூன்றுமுறை. பின் அந்தப் பக்கம் என்னை மேலும் அதிர்ச்சியடைய வைத்தது. கிட்டத்தட்ட மூர்ச்சையாகி விழ வைத்தது அந்தப்பக்கம்.

என் பெயரை எழுதியிருந்த ஆயிஷா அதற்குக் கீழே “என் தாய்; என் முதன் முதல் ஆசிரியை; என் முதல் முதல் உயிர்” என்று ரத்தத்தினால் எழுதியிருந்தாள். ஆம் அது ரத்தம்தான். அய்யோ... இது என்ன பெண்ணே.... உனக்கு என்ன நான் செய்துவிட்டேன். உனது கேள்விகள் சிலவற்றைக் காது கொடுத்துக் கேட்டதைத் தவிர, அதற்கேவா இத்தனை அன்பைப் பொழிகிறாய்? அம்மா நீ மாபெரும் மனுஷி, என்னுள்ளே யாரைத் தேடுகிறாய்? நீ பார்க்காமல் போன அப்பா, அம்மாவையா? அல்லது யாரையடி என் உயிரே. நீ இல்லாது போயிருந்தால் நான் மட்டும் யாரடி? ஒரு எந்திரத்தைவிட கேவலமான ஆசிரியையாகவே செத்துப் போய்க் கிடந்த என்னை மீட்டெடுத்தவளல்லவா நீ, என் பொக்கிஷமே இத்தனை நாட்கள் எங்கேயடி இருந்தாய்? எனக்கு உடல் சிலிர்த்துப் போனது. நான் சொல்லிக் கொண்டேன். அவளுக்கு. என் உயிரான ஆயிஷாவுக்கு எப்படியாவது நன்றியாக எதையாவது செய்ய வேண்டும். உன்னை எப்படி ஆக்குகிறேன் பாரடி....? கடவுளே.... அப்போதுதான் அந்தச் சம்பவம் நடந்தது.”

***

சம்பவத்திற்கு முதல் நாள் வகுப்பில் சர் ஹம்ப்ரி டேவியைப் பற்றி சுருக்கமாய் சிலவற்றைச் சொன்னேன். அறுவை சிகிச்சையின்போது உடலை மரத்து மறந்து போக வைக்கிற நைட்ரஸ் ஆக்சைடு வாயுவை அவர் கண்டுபிடித்தது குறித்துப் பாடம் நடத்தினேன்.

"நைட்ரஸ் ஆக்சைடு தண்ணீரில் கரையுமா… மிஸ்"

"தண்ணீல மட்டுமில்ல அது எத்தனாலிலும் சல்பியூரிக் அமிலத்திலும் கூட கரையும்."

இப்படித்தான் நான் சோரம் போனது. எப்படி மறப்பது நான். அன்று பள்ளியில் குழந்தைகள் தினம். மாவட்ட ஆட்சித் தலைவர் வருவதாய் இருந்தது. மதியம் விழா இருந்தமையால் காலையில் பள்ளி விடுமுறை நாட்களில் வீட்டில் எவ்வளவுதான் வேலைகள் என்றாலும் பத்து பதினொரு மணிக்குள் என் ஆயிஷா ஓடோடி வந்துவிடுவாள். அன்றைக்கு என்று ஆளைக் காணவில்லை.

எனது சொந்த வேலைகளில் மும்முரமாக இருந்தபோது உச்சிவெயிலில் ஒரு மாணவி வந்து அழைத்தாள். ஆயிஷா அனுப்பியதாகவும் வேதியியல் ஆய்வுக்கூடத்திற்குப் பின்புறம் அவள் இருப்பதாகவும் கூறினாள்.

"ஏன் அவ இங்க வர வேண்டியதுதானே"

"தெரியல மிஸ்"

அவளை அனுப்பிவிட்டுக் கிளம்பினேன். மனசுக்குள் ஏதோ எங்கோ பிசகிப் போனதை உணர்ந்தேன். கடவுளே… இதை எழுதும் தருணத்தில் எனக்கு எப்படி உடல் நடுங்குகிறது.

லேசான களைப்பில் இருப்பவளைப் போலிருந்தாள் ஆயிஷா.

"இன்னிக்கி…எக்ஸ்பரிமண்ட் சக்சஸ் மிஸ்"

"என்ன… என்ன எக்ஸ்பரிமண்ட்"

"இந்தாங்க ஸ்கேல்… என்னை அடியுங்க பாப்போம்."

"ஏன்… ஆயிஷா… என்ன சொல்ற நீ…."

"மருந்து மிஸ்…. மரத்துப்போற மருந்து….

இனிமே யாரு அடிச்சாலும் எனக்கு வலிக்காது மிஸ்…. எப்படி வேணும்னாலும் அடிச்சிக்கட்டும்…"

"ஆயிஷா……" உனக்கென்ன பைத்தியமா".

"லேபிலிருந்து நைட்ரஸ் எத்தனால் கரைசல் கெடச்சது மிஸ்…. முதல்ல இந்தத் தவளைக்கு ஊசி போட்டேன். இரண்டு மணிநேரம் மல்லாக்கப் போட்டாலும் உணர்ச்சி இல்ல… அப்போ மரத்துப் போச்சின்னு அர்த்தம்."

"   "

"அப்புறம் அதே மருந்தை எனக்கு ஊசி. போட்டு கிட்டேன்.... எப்படி ஐய்...டியா"

"ஏம்மா.... இப்படியெல்லாம் பண்ணுனே?"

"பாருங்க... இந்தத் தவளைதான்"

நான் பார்த்த இடத்தில் இருந்த வாளித் தண்ணீரில் ஒரு தவளை தலை கீழாய் மிதந்தது.

"ஆயிஷா.... நோ...."

"அய்யோ ... தவளை செத்துப் போச்சு... மிஸ்"

கூடவுளே அதற்கு மேல் எழுத என்ன இருக்கிறது, வேதியியல் ஆய்வுக்கூடத்தின் பின்னால் ஆயிஷா விழுந்து கிடந்தாள். ஒரு மாலை மாதிரி விழுந்து கிடந்தாள். சின்னக் கூட்டம் கூடியது. பியூன் கோவிந்தன் ஆட்டோ கொண்டு வர ஓடினான். சிஸ்டருக்கு சொல்லப்பட்டது. அவளை, என் உயிருக்கு உயிரான ஆயிஷாவைச் சுமந்து கொண்டு நான் சாலைக்கு ஓடினேன்.என் கண்ணான அவளை எப்படியாவது பிழைக்க வைத்துவிட வேண்டுமென தவித்தேன்.

ஆனால் ஆட்டோவில் ஆஸ்பத்திரிக்கு போவதற்குள் என் ஆயிஷா பிரிந்துவிட்டாள். எப்பேர்ப்பட்ட ஆயிஷா. நான் தாங்கிக் கொள்ள முடியாதவளாய் குழந்தை மாதிரி அவள் மீது புரண்டு கதறி அழுதேன். இனி என்ன உங்களுக்குத் திருப்திதானே மிருகங்களே... என் ஆயிஷாவை, ஒப்பற்ற அந்த அறிவுக்கொழுந்தை கொன்று தீர்த்துவிட்டீர்கள். போங்கள். இனி உங்கள் வகுப்புகள் எளிமையானவை.... அறிவுக்கு அங்கு வேலை இல்லை.

ஆயிஷா என் கண்ணே... என் கண்களைத் திறந்து விட்டுவிட்டு ஏன் அவ்வளவு சீக்கிரம் என்னைவிட்டு ஓடிப்போனாய், பார்.... உனக்காக நீ கேட்ட எல்லா கேள்விகளுக்கும் பதில்களைத் தேடித் தேடி எழுதி வைத்திருக்கிறேன். நீ சொன்னது போல தமிழிலேயே எழுதியிருக்கிறேன்.

உன் மாதிரி எத்தனை ஆயிஷாக்களை நாங்கள் இழந்திருப்போம்.... நீ இறந்து போனாய். வயசுக்கு வந்த நாளோடு பள்ளிக்கூடம் விட்டு ஓடியவர்கள்; எங்கேயோ ஒரு ஊரில் யாரோ ஒருவனுக்காகத் துவைத்து, சமைத்து, பிள்ளை பெற்றுப் போடுபவர்கள்; ஆணின் பாலியல் பசிக்காகத் தன்னை விற்பவர்கள்; முப்பது ருபாய் சம்பளத்திற்காக வீடு பெருக்கி, சாணி மெழுகுபவர்கள்; வயல் கூலிகள்; கட்டடங்களுக்குக் கல் உடைக்கும் பெண்கள் அவர்களில் எத்தனை ஆயிஷாக்கள் உள்ளனரோ? தன் விஞ்ஞானக் கனவுகளை நாள்தோறும் அடுப்பு நெருப்பில் போட்டு வேக வைத்துவிடும் அந்த நூற்றுக்கணக்கான ஆயிஷாக்களுக்கு இந்தப் புத்தகத்தைக் கண்ணீரோடு சமர்ப்பிக்கிறேன்.

இந்த விஞ்ஞான நூலை வாசிப்பவர்கள் அதை ஒரு பத்துப் பெண்களுக்காவது இரவல் கொடுப்பார்களா?

அவர்களில் ஒரு ஆயிஷாவாவது இருப்பாளா? என் பொக்கிஷமே ஆயிஷா.... நீ கேட்ட கேள்விகளிலேயே என்னை மிகவும் பாதித்த ஒரு கேள்வி உண்டு, அதை வாசகர் முன் வைத்து என் முன்னுரையை முடிப்பதே பொருத்தமாக இருக்கும்.

"மிஸ்... கரோலின் ஏர்ஷல் போலவோ மேரிகியூரி போலவோ நம்ம நாட்டுல பெயர் சொல்றா மாதிரி ஒரு பெண்கூட விஞ்ஞானியா வர முடியலையே ஏன்?"

இக்கேள்விக்குரிய பதிலை நான் சொல்ல வேண்டியதில்லை. தனது சொந்த வீடுகளின் இருண்ட சமையலறைக்குள் போய் அவர்கள் அதைத் தேடட்டும்.

37
விரும்பினாலும் விரும்பாவிட்டாலும்

ஒருவன் விரும்பினாலும் விரும்பாவிட்டாலும் செருப்புத் தைப்பவனாகப் பிறக்க நேர்கிறது. கவனிக்கவும் இந்த நாட்டில் செருப்புத் தைப்பவன் உருவாக்கப்படுவதில்லை. இங்கு ஒருவன் சக்கிலியாகப் பிறக்கிறான். பிறக்கும்போதே எருமைத் தோலின் இளம் நாற்றத்தையும் இந்த உலகிற்கு எடுத்து வரும் அவன் பின் ஒரு போதும் செருப்புத் தைப்பதை நிறுத்த முடிவதில்லை. வீதியோரங்களில், தியேட்டர் வாசல்களில், "செருப்பு ரிப்பேர்..." என்று தெருத்தெருவாக அல்லது அரசாங்கமே அமைத்துக் கொடுத்த டாக்டர் முதலமைச்சர் மிதியடி நிலையம், தாழ்த்தப்பட்டோர் நலத்துறை போர்டு போட்ட கொட்டகைகளில் இந்தத் தேசத்தினது கோடிக்கணக்கான மக்களின் பாதணிகளுக்குச் சேவை செய்ய (அபாரமான சால்ஜாப்பு அல்லவா) ஒருவன் விரும்பினாலும் விரும்பாவிட்டாலும் செருப்புத் தைப்பவனாகப் பிறக்க நேர்கிறது.

"அண்ணே.... எவ்வளவு வாங்க வேண்டி...."

ரங்கன் திடுமென்று சுயநினைவுக்கு வந்தான். தம்பி செருப்பை நீட்டிக் கொண்டிருக்கிறான். எதிரில் ஸ்டூலில் பார்ட்டி. எப்போ வந்தது பார்ட்டி? யாருக்குத் தெரியும். எதிரில் நடப்பது கூட தெரியாத குருடனாக அவனை ஆக்கிவிட்டது அவனது நிலமை.

"போலீஷ் போட்டியா.... போடுவே..."

"அதெல்லாம் வேண்டாம்பா... தெச்சதுக்கு எம்புட்டு.... அத்தச் சொல்லு"

"கால... நேரம் கொடுக்குறதக் குடுங்க.

"சரி... இந்தா."

"என்ன சாமி வெறும் எட்டணா தாரீங்க, மூணு பக்கம் தையலு...."

"இதுக்குதான்யா.... உங்ககிட்டவெல்லாம் முன்னயே வியாபாரம் பேசிரணும்... இந்தா ஒழி...."

இன்னொரு நாலணா குடு... சார் லேய் இனிமேலு காசு பேசிட்டு போடு....நீ வேற.... ஏண்டா...."

முக்கால் ரூபாய்க்கு எவ்வளவு பெரிய வார்த்தை "இந்தா... ஒழி" முதல் கிராக்கியே இன்று இப்படி.

"அண்ணே.... அந்த பூட்ஸ் பார்ட்டி காலயில வரும். சோல் போட்டு ஆரிச்சு பட்ட ஒட்டோணும். பெவிக்கால்.... காலி"

"இருக்கிறதப் போட்டு பூசுலே.... கையில காசு கிடையாது"

"பார்ட்டி வந்தா தேறும் அண்ணே"

காலையிலிருந்து வெறும் முக்கால் ரூபாய் வரவு. பாட்டன் சைக்கிளில் வந்தால் நாளுநல்ல நாளாக இருப்பது வழக்கம். இன்றைக்கு மட்டுமல்ல, விவரம் தெரிந்த நாளாய் ரங்கனுக்கு ராசியான ஒரு விசயம் பாட்டன் சைக்கிள்தான். எவ்வளவோ பிரச்சனைகளில் ரங்கன் மூழ்கி மூச்சுத்திணறிய போது கடைக்கு சைக்கிளில் வருவதும் வந்ததும் வந்து குவியும் ஆர்டர்களும் பணமும் பிரச்சனை தீர்வதும் என்று அவனுக்கும் சைக்கிளுக்கும் ஒருவித ஆத்மார்த்த உறவு ஏற்பட்டுவிட்டது. "மாவு மாதிரி போகும்லே....." என்று அடிக்கடி சைக்கிள் புராணம் தம்பியிடம் பேசவில்லை என்றால் ரங்கனுக்குத் தூக்கம் வராது.

இன்றைக்குச் சொல்லவே வேண்டியதில்லை. தேவானையை ஆஸ்பத்திரியில் சேர்க்க வேண்டும். பொஞ்சாதிக்குத் தலைப்பிரசவமென்றால் சும்மாவா. முந்தின இரவு அவள் எழுப்பிய கூக்குரல் இன்னமும் அவனது காதுகளைக் குடாய்ந்து ரத்தத்தை உறைய வைத்துக் கொண்டுள்ளது. நேற்று முழுக்கக் கடை திறக்கவில்லை. முந்தா நேற்றும், ஆனால், இன்று, வேறு என்ன வழியிருக்கிறது பணத்திற்கு? நேற்று முந்தினநாள் ஆக வேண்டிய பிரசவம். மருத்துவச்சி ஆயா கலவரப்பட்டு போகும்படி தப்பிப் போகிறது. தெய்வானை துடியாய்த் துடிக்கிறாள். ஆஸ்பத்திரியில் சேர்த்தாக வேண்டி வந்துவிட்டது. முன்னூறு ரூபாய் இருந்தால் ஏதோ சமாளிக்கலாம் என்றார்கள் மூணு நூறு, மூன்று ரூபாய்க்கே இன்னும் வழியில்லை. ஒருவனுக்கு இதைவிட பெரிய பிரச்சனை இருக்க முடியுமென்று ரங்கன் கருதவில்லை. ஒருத்தி கண் முன்னால் துடிக்கிறாள். "மாமா....மாமாவ்.... நான் செத்துப்போயிருவேன்.... உசிரு போயிருச்சு." ரங்கனுக்கு நடுக்கம் ஏற்பட்டது. அப்படியெல்லாம் நடந்துவிட்டால்... செருப்புத் தைப்பவனுக்குப் பயித்தியம் பிடித்தால் அவன் குடும்பமே மிதிபடும்.

முன்னூறு ரூபாய்... எவ்வளவோ வழி இல்லையா... இருக்கலாம். ஆனால் தற்சமயம் எதற்கும் பிரயோசனமில்லை. நகை எதையும் அடகு வைக்க முடியாதா? தெய்வானையின் தாலி கூட கேட்டு கடைக்குப் போய்விட்டது. ஆத்தா சாவுக்கு. யாரிடமாவது கடன் வாங்கலாம். ஆனால் இந்தச் சந்தர்ப்பம் பார்த்து ரங்கனின் சுற்று

வட்டாரம் கைவிரித்துவிட்டது. ஆண்டவனே இது என்ன சோதனை? இல்லை இல்லை, செருப்புத் தைப்பவனுக்கு ஆண்டவன் இல்லை. அவன் அவனது தொழிலை நம்பியே உலகில் விடப்பட்டுள்ளான்.

ஒருவன் எப்பேர்ப்பட்ட ஏமாற்றங்களுடன் வாழ நேர்கிறது. பள்ளிக்கூடம் போகிற குழந்தைகளின் செருப்புகளுக்கு அவர்களை யொத்த வயதில் ரங்கன் பாலீஷ் போட்டுள்ளான். அப்போது ஆறு ஏழு வயதிருக்கலாம். பாட்டன் உயிரோடு இருந்தவரையில் வீட்டில் மகிழ்ச்சி கரை புரண்டது. எவ்வளவு தரித்திரம் என்றாலும் ஒரு டீ, பன்னுக்குக் குறை இல்லாத ஒரு காலம் அது. அப்போது போலீஸ் வட்டாரத்தில் பாலீஸ் என்றால் ரங்கநாதன் அவர்களது முரட்டு ஷூக்களுக்குப் பூச்சிடும் போது ரங்கன் கர்வப்படுவான். அது மெல்ல மெல்ல பளபளப்புயேறி ஜொலிக்கும்போது மூச்சு வாங்கும். செருப்புக்கு மெருகு ஏற்றுவதில் பெரிய ஆளாக இருக்கும் ஒருவன், தனது வாழ்க்கையில் மெருகு எதையும் ஏற்றிக்கொள்ள முடிவதில்லை.

பூச்சையும்புருசையும்பையில்போட்டுக்கொண்டுபஸ்ஸ்டாண்டில் ஓட்டல் வாசலில் கடைவீதியில் என்று அலைந்து திரிந்து ஊரின் பெரும்பாலான பூட்சுகளுக்கு மெருகு ஏற்றி வந்தான் ரங்கன். தொழில் வரும்படி மிகக் குறையும்போதுகூட பாட்டன் மற்றவர்களிடம் விழுவது போல எரிந்து விழாது. அப்பனில்லாத பிள்ளை என்று பரிவு காட்டும். பல நுணுக்கங்களைக் கற்றுக்கொடுத்துப் பாட்டன் தன் கடையிலேயே வைத்துக் கொண்டது. பிறகு தொடங்கிய பிஞ்சு செருப்பிற்காகக் காத்திருக்கும் அவலம். விதவிதமான செருப்புகள்.

பாட்டன் புது சைக்கிள் அப்போது வாங்கியது. பளபளத்த அதன் வழவழப்பு புறங்களுக்குத் தடவி எண்ணெய் போட்டுத் துடைத்து விடுவது ரங்கன் வேலை. அதன் மீது ஆரம்பத்திலேயே அலாதியான-தொரு ஒட்டுதல், தவிர போவோர் வருவோரில் அத்தனை பேருக்கும் செருப்பு பிய்ந்து விடுவதில்லை அல்லவா? பாட்டன் செய்யும் புதிய செருப்புகளுக்கு ஒரு காலத்தில் நல்ல பெயர் இருந்தது. கால கருக்கலில் பக்கத்தூரு சந்தைக்குப் பாட்டனும் பேரனும் அந்த சைக்கிளில் கிளம்புவார்கள் இருபுறமும் சாக்குகளில் புதிய காலணிகள் உடன் வரும். நல்ல வரும்படி என்பார். மாலையில் விற்காது இளிக்கும் செருப்புகளோடும் வீட்டிற்கு என்று சில பொருட்களோடும் சைக்கிளில் திரும்புவார்கள். பாட்டன் இருமல் வியாதியில் செத்த பிறகு பாட்டனுக்குப் பாட்டனாக உடன் இருந்து வருகிறது அது விட்டுப்போன சைக்கிள், பாட்டன் என்றே பெயராகிவிட்டது அதற்கு. ரொம்ப மோசமான நிலைமை செருப்புத் தைப்பவனாகப் பிறந்தவனின் வாழ்க்கை இருக்கிறதே, அது செருப்பிழையின்

முடிச்சுகளில் சிக்கி ஆணிகளின் கூர்முனைகளில் கிழிகிற வாழ்க்கை ஆகும். அதுவும் செருப்பைப் போலத்தான். தேய்ந்து போன அதன் இடுக்குகளின் வழியே கனத்த நெஞ்சின் தோல்வியும் பதற்றமுமான குமுறல்கள் வழிகின்றன. பாட்டன் போன பிறகு குடும்ப பாரம் சுமையாய் அழுத்த சோதனையான ஒவ்வொரு பொழுதிலும் ரங்கன் குடித்த நெடியுடன் பாட்டன் சைக்கிளோடு பேசித் தீர்ப்பான். பாட்டன் மாதிரி. பாட்டன் சைக்கிள் ரங்கனுக்கு.

அண்ணே.... பார்ட்டி"

"எங்கினறா? அந்த பூட்ஸ எடு"

ஒரு பூட்ஸை மேல் வார் கிழித்து சோலோடு வைத்தான். மற்றொன்றைத் தைப்பவனாக... இது நடிப்பு.... அடிக்கடி இப்படி நிகழும்.

"என்னப்பா.... ஆச்சு"

"இதோ.... சார்... நம்புள்து தான் வேலை நடக்குது" புளுகினான்.

"என்னப்பா... இன்னிக்குத் தரேனுட்டு சொன்னியேப்பா..."

"அரைமணியில.... சாரு.... உட்கார்ந்து வாங்கிட்டுப் போயிருங்க...."

"அடப் போப்பா.... இது இருக்கிற நிலமையப் பாத்தா நாளைக்கிதான் ஆகும் போல...."

"தே.... ஆயிரும் சார். பெவிக்கால் இல்ல.. திடுதிப்புனு தீர்ந்து போயிருச்சு... அதான்..."

"நல்லா. செஞ்சு வைய்யப்பா... நாளைக்கி வர்றேன்."

ரங்கன் பாட்டன் சைக்கிளைப் பார்த்துக் கொண்டான். மனசு வைக்குமா...... பாட்டன்?

"சார் ஒரு நூறு இருந்தா தந்திட்டுப் போங்களேன்...." என்றான். ஆள் தருவார் போலத்தான் இருந்தது. அதற்காக எவ்வளவு கெஞ்சவும் அவன் தயார்தான். கட்டினவளைக் காப்பாற்றி விடத் துடிப்பவனின் குரல் யாரையாவது.... ஒருவரை மனமிரங்க அடித்து விடாதா... என்ன?

"ஏம்பா... முடிச்சிட்டு வாங்கிக்கவேம்பா...."

"இருநதா... கொடுங்க... பெவிக்கால் வாங்கணும்"

"நாளைக்கி அவசியம் முடிச்சி வப்பியா...."

"நல்லாவே... பார்த்து வைப்பேன் சார்...."

பாட்டன் சைக்கிள் என்றால் இதற்கு தான். ரங்கன் நூறு ரூபாய் தேத்திவிட்டான். இன்னொரு சமயமாயிருந்தால் இந்த பார்ட்டி

தர மாட்டான். ரங்கனுக்குக் கண்கள் கலங்கிப் போயின. ஒரு நூறு ரூபாய்.... ஒரு முக்கால் ரூபாய் போதுமா.

"தம்பி... ஷெட்ட மூடிட்டு... ஒழுங்காப் பூட்டணும் தெரியுதா... தேத்திக் கிட்டு வாடா... காசு வேணும்" ரங்கன் கிளம்பிவிட்டான். "தேவானைய காப்பாத்திடுங்க சாமி..." சைக்கிளிடம் இனி மன்றாடுவான்.

"பாட்டனை விட்டுட்டுப் போறியா அண்ணே"

"இல்லடா... ஓட்டிக்கிட்டுத்தான் போறேன்... நீ நடந்து வந்துரு"

வழியில் யாரிடமாவது கடன் வாங்க வழி இருக்க வேண்டும்.... தெய்வானை... தாயி... த்தோ.... வந்திட்டேம்மா....

"அண்ணே... அக்கா வருது"

"எங்கின.... எங்கினறா...."

"........................"

"ஏன்டி அழுவற... சொல்லு... சொல்லித் தொலைச்சு போட்டு அழுவறது......"

"அண்ணி... பேச்சு மூச்சில்ல.... எனக்கு பயமாயிருக்குது.....

"பேச்சு மூச்சில்லையா... என்னடி ஆச்சு?"

"ரத்தம் நிறையா போயிருச்சு...பெரியாசுபத்திரிக்கி எடுத்துக்கிட்டுப் போனோம்."

"அங்கினயே.... இருக்க வேண்டிய தானே."

"காசில்ல... டாக்டருங்க மருந்துச்சீட்டு கொடுத்தாங்க. உடனே வாங்கியான்றாங்க..."

"வா... வா" ......

சைக்கிள் ஓட்டுகையில் மனசு பதறியது. தேவானையைப் பார்க்கத் துடித்தது அது. அய்யா, பாட்டனே....மனசு வைய்யய்யா.... அவளும் போயிட்டா...அவ்வளவு தான் பிறகு ரங்கன் ஒரு முடவனைப் போல காலத்தை கழிப்பான் நீ வந்தா போதும் தாயீ.....

மருந்துக் கடையில் டாக்டர் குடுத்த சீட்டுக்குக் கிட்டத்தட்ட முன்னூறு ரூபார்ய் ஆகும் என்றார்கள். தலையில் கை வைத்துக் கொண்டு ரங்கன் உட்கார்ந்துவிட்டான். இனி என்ன செய்வான்....

"மருந்து எடுத்து வைய்யிங்க....இதோ வர்றேன்..."

பாட்டனை எடுத்துக்கொண்டு வேகம் பிடித்தான். திக்குகளை நோக்கிப் பறந்தது அது... வேறு வழியில்லை. இதற்கும் தோது இல்லை என்றால்...அய்யோ ஒருவன் கட்டினவளைக் காசு இல்லாத காரணத்தினால் சாக அனுமதிப்பது எப்பேர்ப்பட்ட கொடுமை.

சந்தில் நான் எதிர்பட்டேன். "ரொம்ப... கொடுமையப்பா.... ஆஸ்பத்திரிக்கி போவலையா நீயீ?"

"ஒண்ணுந் தெரியாத மாதிரி கேட்கறீங்களே..."

"சரி ஏதாவது செய்யக்கூடாதா..."

"என்ன செய்யலாம் அண்ணாச்சி அதையும் நீங்களே சொல்லிருங்க" அவனது பதற்றத்தில் எனக்கு வியர்த்தது. ஏதாவது செய்தே ஆக வேண்டும்.

ஆனால் அதுவரை ரங்கன் காத்திருக்கவில்லை. கடைக்காரன் பேச்சு என் செவியை மோதியது.

"சரிப்பா... உனக்கும் வேணாம் எனக்கும் வேணாம். ஏற்கனவே துருயேறிக் கிடக்குது. இந்தா இரநூற்றி அம்பது... வெச்சிக்க...."

ரூபாய் கை மாறியது. பாட்டனும் தான்.

38
தொண்டைக்குழி

பெட்டியில் கூட்டமில்லை.எனினும் நீ உட்காரவில்லை.வேகமாய் முன்னேறுகிறது புகைவண்டி. நிற்பன, நடப்பன, ஓடுவன, ஊர்வன எல்லாம் பின்னோடுகின்றன. சன்னலில் தூங்கும் சந்தன நிறக்காரியும் வண்ண வண்ண புத்தகத்தில் ஒரு வழவழப்பான அயல் மொழியை அமிழ்ந்து வாசிக்கும் கூட்டாளி ஒருத்தியும், நீலநிற முரட்டுக் கால் சராய் முடிவில் சாயங்களுடன் கூடிய கால்கள் முன் இருக்கையில் நெளிகின்றன அவளுக்கு.

ஒருகணம் திடுக்கிட்டாய்.உன் இதயத்துடிப்பு இயல்பை மீறுகிறது. அமைதி. அப்பெட்டியெங்கும் பாவித்து தடித்த அமைதி உன் செவிகளைக் குடாய நீ விழி பிதுங்கிப் போகிறாய். பதற்றத்துடன் சரி பார்க்கிறாய். தவறு. மீண்டு தவறு. தவறு. நீண்டதொரு ஒலியின் மூலம் புகைவண்டி உன்னைக் கேலி செய்கிறது. கைகள் லேசாய் நடுங்க முரட்டுக் கம்பியை இறுகப் பற்றுகிறாய். இது முதல் வகுப்புப்பெட்டி. அந்நியர்கள் உள்ளே நுழையக்கூடாது.

இனி என்ன செய்யப்போகிறாய்? உனது பதற்றம் சந்தன நிறக்காரியை பாதித்து இருக்க வேண்டும். லேசாக அவளை நீ அசைத்துவிட்டாய். வியர்க்கிறது. வழித்தடத்தின் அடி நுனிக்குப் போகிறாய். அடுத்த நிலையத்தில் குதித்து ஓடோடி உனக்குரிய இருட்டு ஓசைகள் அடைத்து வைக்கப்பட்டுள்ள பெட்டியில் ஏறிவிட வேண்டும். பயித்தியம் போல ஆகிறாய். இதயம் புகைவண்டி சத்தத்தையும் மீறுகிறது. இப்போது அயல்மொழியாள், தொப்பியுடன் இருந்தவன், விமானிகளின் உடையிலிருந்தவன் யாவரும் உன்னைப் பார்ப்பதாக உணருகிறாய்.

எது உன்னை இத்தவறைச் செய்ய வைத்தது என்று யோசிக்க முயற்சி செய். ஞாபகம் வருகிறதா? அடுத்த புகைவண்டி நிலையம் வரை எப்போதும் போல இருக்கப் பார். ஆனால் உன் முயற்சி தோற்கிறது. மேலும் ஒருவன் (காது ஒலிப்பாட்டில் முழுகிப் போய் இருந்தவன்) சன்னமாய் அசையும் முகவெட்டுடன் உன் மீதே கவனமாகிறான். கருப்புக் கோட்டுக்காரன் தனது கைப்பையை ஒருமுறை சரி பார்த்துக் கொள்கிறான். நீ எட்டிப் பார்க்கிறாய். அடுத்த நிலையம் அடுத்த பத்தியிலும் வரப் போவது இல்லை.

தாமரை வண்ணம் கொண்ட உனது சட்டையின் உள்ளேறிப் போன காற்று உன்னைச் சுழற்றுகிறது. இனி எந்த முடிவிற்குமாக நீ தயாராகிறாய். தூரத்தில் பரிசோதகன் கடைசி இருக்கையிலிருந்து தொடங்குகிறான். இருக்கையற்ற நீ எட்டாவது ஆள். நீ மாட்டிக்கொள்ளும் சந்தர்ப்பத்தை இதோ இவன் நெருங்குகிறான். நீ ஏழாவது ஆள்.

சட்டத்தை மீறியிருக்கிறாய். சட்டப்பிரிவுகள் வாசிக்கப்படும். சட்டையில் பையில்லை, பர்ஸ் வாங்குமளவு வசதியும் இல்லை. அப்படியா? இத்தனை நாட்கள் சிறைத்தண்டனை அனுபவித்துக் கணக்கைக் கழி. காசில்லாமல் உணவுண்டு மாவு அரைத்ததுண்டா? மீதி இருப்பது எட்டு எழுபத்தைந்து இதை வைத்து ஆட்சி அரைத்திருக்கிறேன் சரி. தயாராகு. இப்போது நீ ஆறாவது ஆள். இந்த நாட்டில் காசில்லாமல் சட்டத்தை மீறக்கூடாது.

இது எத்தனையாவது முறை? இதற்குமுன் வகுப்பு மாறியதுண்டா? செம்மையான சட்டமுறையும் (உனக்குத் தெரிந்திருக்காது, உலகிலேயே மிக நீண்ட அரசியல் சட்டம் கொண்ட நாட்டில் நீ வாழ்கிறாய்) அதீத ஆண்டுகளாக இருந்துவரும் நிதித் துறையும், எல்லை மீறிய உரிமைகளுடன் செயலே முடியாது. மாவு அரைத்திருக்கிறேன் சரி. தயாராகு. இப்போது நீ ஆறாவது ஆள். இந்த நாட்டில் காசில்லாமல் சட்டத்தை மீறக்கூடாது.

இது எத்தனையாவது முறை? இதற்குமுன் வகுப்பு மாறியதுண்டா? செம்மையான சட்டமுறையும் (உனக்குத் தெரிந்திருக்காது, உலகிலேயே மிக நீண்ட அரசியல் சட்டம் கொண்ட நாட்டில் நீ வாழ்கிறாய்) அதீத ஆண்டுகளாக இருந்துவரும் நிதித்துறையும், எல்லை மீறிய உரிமைகளுடன் செயலே மூச்சாகக் கொண்ட காவல்துறையும் (சட்டப்படி அவர்கள் லஞ்சம் வாங்குவதேயில்லை) செயல்படும் இந்தப் புனித பூமியின் புனிதம் உன்னால் மாசுபட்டு நிற்கிறது. ஆகவே இதற்கு நீ என்ன விளக்கம் தரப் போகிறாய். உன் உருவம் பரிசோதகனுக்குத் தெரிய வருகிறது. நீ அய்ந்தாம் ஆள்.

கழிவறைக்குப் போவாயா? ஆனால் நீ பயணச்சீட்டு இல்லாதவனல்ல. உன்னிடம் இரண்டாம் வகுப்புப் பெட்டியொன்றில் இடமிருந்தால் இருக்கையிலோ இல்லையேல் கழிவறை கதவருகே தரையிலோ உட்கார்ந்து செல்ல பயணச்சீட்டு உள்ளது. உனது அழுக்குக் கண்ணீர் இங்கு எடுபடுமா?. நம் மொழியில் தோய்ந்த உனது கெஞ்சல்கள் ஆட்சி மொழிக்காரனிடம் எடுபடுமா? எனவே மொத்தமாகவோ சில்லரையாகவோ உன்னிடம் மீதித்தண்டம் வசூலிக்கப்படலாம். பல்துருத்திய ஆட்சி மொழிக்காரன் அவன். அழுது கதறி உனக்கும் பழக்கம் உண்டு. ஆனால் நீ மேன்மை

பொருந்திய மேல் தட்டுப் பிஜைகளின் மாமூல் வாழ்க்கையை பாதித்து இருக்கிறாய். உன்னைக் காப்பாற்றுவதற்கு அடுத்த நிலையம் என்கிற ஒன்று வருகிறதா? துரத்தத் துரத்த தூரம் மீதமிருக்கும் இவ்வேளையில் அந்தப் பிசாசுக்கும் உனக்கும் இடையில் மூன்றே நபர்கள். ஒருவன் உறங்குபவன்.

புகைவண்டியின் படியில் தொங்கிக் கொண்டிருக்கிறது உனது காலம். சந்தன நிறத்துக்காரி? அவளது காலம் அவளது பூச்செண்டில் சேகரிக்கப்பட்டது. அது சிவப்புச் சாயம் பூசிய அவளது உதட்டோரம் ஒழுகி ஓடுகிறது. உனது மொழியின் தொண்டைக்குழியை நெரித்தபடி ஓடும் அவளது காலம் அவளது மொழியில் உள்ளது. உனது துயரத்தினது ரகசியம் அம்பலமாவதற்கான கால இடைவெளி இரண்டு ஆட்களாகக் குறைக்கப்பட்டபோது... நிச்சயமாக நிச்சயமாகாத ஒன்று உன் வாழ்வில் நடந்து விடப் போகிறது.

இனி கழிவறைக்கும் போக முடியாது. கருப்புக் கோட்டுக்காரன் தனது புகைப்பானைக் கால் கார்பெட்டுக்கு மேலே உதிர்த்து விட்டு ஒரு அவசரமற்ற தொனியில் அதனை நோக்கி உட்புகுந்தான். கழிவறையைப் பயன்படுத்தும் பட்சத்தில் உனது தண்டனை கூடும். அவன் முன்பதிவு செய்தவன். மதிப்பிற்குரிய மேல் தட்டுப் பிரஜையாய் இருப்பவன். தவிர இவ்வளவு தூய்மையான ஒரு இடத்தில் நமக்கு ஒன்றாம் இரண்டாம் சங்கதிகள் வருமா?

உறங்குபவனை எழுப்பும் பரிசோதகன் தனது கடிகாரத்தைப் பார்க்கிறான். உனது நேரம் அவனது கைக்கடிகாரத்தில் ஓடிக்கொண்டிருக்கிறது. நம்புதலுக்கு இணையான ஒரு பொய்யை உன் மொழியில் யோசிக்கிறாய். ஒருவேளை தவறை நீ ஒப்புக்கொள்ளலாம். இப்போதோ இருப்பது ஒரு நபர். பிறகு விசாரணை தொடங்கும். அரசு தனது தொங்கும் ஈட்டியை அந்த ஆட்சி மொழியாளனின் துருத்திய பற்களில் தீட்டி வைத்துள்ளது. அதுவரையிலான கணங்களை எப்படிக் கழிக்கப் போகிறாய்? கால்கசட்டையின்றி விடப்பட்டவர்களை நினைத்துக் கொண்டிரு. நீயோ உனது உள்ளங்கையைத் தலையில் வைத்துக் கொண்டாய். பரிசோதகன் உன் அருகில் வருவதற்குள் அடுத்த புகைவண்டி நிலையம் வந்துவிட வேண்டும். பரிசோதகனா? புகைவண்டி நிலையமா? ஆனால் ஒரு விபத்து நேர்வதைக் கூட நீ வரவேற்பாய். உனது உள்ளாடைகள் சில்லிட உள்ளே ரோமங்கள் சுருங்குகின்றன. கடைசி நபர்.

வழவழப்பு மொழிக்காரியின் கொஞ்சும் குரலில் பரிசோதகன் விழுந்து நீந்திக்கொண்டிருக்கிறான். அதிக அக்கறை, அதிக விசாரிப்புகள். அதிக நேரம் உனது அதிக வாய்ப்பு, மீண்டும் உனது

உளைச்சல் மனதில் பரிசோதகன், புகைவண்டி நிலையம். புகைவண்டி நிலையம், பரிசோதகன். தலையைச் சாய்த்து அதிருப்தியுறுகிறாய். வாந்தி வருவதற்கான அறிகுறிகள். அச்சத்தில் வயிறு கலங்கி இன்னொரு சட்ட விரோதமான வேலையைச் செய்தாய். இந்த நாட்டின் உன்னத பிரஜைகள் பயணம் செய்யும் பெட்டியை அவமதிக்கும் வண்ணம் நாற்றத்தைக் கிளப்பினாய். அடுத்த புகைவண்டி நிலையம் வந்துவிட்டது.

'வெயிட்.... வெயிட்..... வெயிட்.....'

இறங்கும் உனது முயற்சி தோற்கிறது. பல் துருத்திய பரிசோதகன் உனது சட்டைக்காலரை இறுகப் பற்றியுள்ளான். பின் அதிக சிரமமின்றி லேசாக விடுவித்துக் கொள்கிறாய்.

"என்னிடம் டிக்கிட்டு இருக்குதுங்க"

"டமில்? டமில் மே.... நஹி.... மாலும்"

போச்சுறா. "திஸ்.... டிக்கெட்....." திணறல் மொழியில் உனது சொந்தக் குரலே உனக்கு எதிரி. உன் ஊர்களைக் கடக்கும் இந்த இரயிலில் நீயே அந்நியன். வழவழப்பு மொழியாவது?

"ஏனுங்க... தெரியாம ஏறிப்புட்டனுங்க"

அவன் இன்னும் ஏதோ சொல்கிறான். அவனது முகத்தில் தெரியும் கேலி உனது மொழிக்குக் கிடைத்த அவமதிப்பு. கூனிக் குறுகுகிறாய். உனது பயணச்சீட்டு பரிசோதிக்கப்படுகிறது. நிழல்களில் பிதுங்கி உறிஞ்சப்படுகிறது. காலம். தேநீர் விற்பனன் "டீ.... காப்பி...." எனக் கடக்க... ஊர்ஜிதமாகிவிட்டது.

"செகண்ட் கிளாஸ்....? ஸ்கௌண்ட்ரல்"

கெட்ட வார்த்தை என்று உனக்குப் புரிவதற்குமுன் சந்தனநிறக்காரிக்குப் புரிந்திருக்க வேண்டும்.... அவளது ஓசைமிகு ஏளன சிரிப்பு பல்துருத்திய பரிசோதகனை உற்சாகமடைய வைக்கிறது.

"தெரியாம... செஞ்சுப்புட்டேனுங்க.... சாமி"

"க்யா.... ஹோகயா... போர்டு... போர்டு" வெளியே எழுதப்பட்டது. உனது மொழியில் இல்லையென்றாலும் ஏதோ சுவரொட்டி மறைப்பதைக் காட்டிக் கெஞ்சுகிறாய்.....

"அய்யா... படிக்கத் தெரியாதுங்க....

"................................"

அவனது மவுனம்கூட நமது மொழியில் இல்லை. உனது பதிலுக்கு பதிலாய் அவனது தங்கநிறக் கடிகாரம் மின்னும் கரம் பெரிய இரும்புக் கதவை இழுத்துச் சாத்துகிறது.

"கேளுங்க சாமி.... எங்கிட்ட காசு இல்லீங்க.... தெய்வமாட்டமா நெனச்சுக் கெஞ்சறேன். பெரிய மனசு வைச்சு.... விட்ருவியளாம்"

"பெய்சா.....? பெய்சா நஹி அ...ஹா...ஹா...." அவனது சிரிப்பு அவனைவிட கனமானது. அது அவனது ஆதிக்க மொழியில் உச்சரிக்கப்படுகிறது.

"அய்யா... நானு கழிவறையில் ஓடி ஒளியிலிங்க....டிக்கிட்டுதான் இருக்குதுங்களே...."

யாரோ இருவர் உன்னைக் கண்டனர். சன்னலுக்கு வெளியே நம் மொழிப் பிரதேசம். பரிசோதகன் உன்னை வைத்து வித்தை காட்டும் முகமான இருக்கிறான்.

"அய்யா.... மன்னிச்சிருங்க...."

அவன் மொழியில் மன்னிப்புக்கு என்ன? ஆதிக்க மொழிக்காரன்... ஏதோ நினைத்தவனாக ஆயத்தமாகிறான். தனது ஒப்பற்ற தருணத்திற்காக... இந்த நாட்டின் மேல் குடி பிரஜைகள் மிகவும் ரசிக்கத்தக்க விதத்தில் தனது நாடகத்தை அரங்கேற்ற அவன் முடிவு செய்கிறான்.

உனது கையைப் பற்றிக் கும்பிடும் விதமாய் சேர்த்து வைக்கிறான். வழவழப்ட!மொழிக்காரி கழிவறைக்கு வெளியே உன்னை நோக்கியபடி தென்படுகிறாள்....

"போல்... போல்... டமில்...பையா.... போல்.... மாஃப் கீஜியே"

சரி உனக்குப் புரிகிறது.

"மாபு....கிஜி....ஏ" நீ சொல்கிறாய்.

விழுந்து விழுந்து சிரிக்கும் வழவழ மொழிக்காரியின் குரலில் அமிழ்ந்து கேட்கிறது வண்டி. கிளம்புவதற்கான இரண்டாம் மணி.

"அய்யா... மாபு... கிஜிஏங்க"

"ஹீ... ஹா...ஹா...ஹா"

"மாப்பு... ப்ஜிஏ... சாமி... போயிறவா?"

வண்டி நகர்கிறது. கதவு திறந்து உன்னை வெளியே பல்துருத்திய ஆட்சிமொழியாளனின் சிரிப்பு துரத்துகிறது... மீண்டும்...... மீண்டும்......

"மாப்பு.... கீ...ஜி....ஏ" ஓடுகிறாய். யார் யாரோ சிறக்கிறார்கள்.

ஒன்று, இரண்டு, மூன்றாம் பெட்டியைத் துரத்திப் பிடித்து மூச்சிறைக்க ஏறி உள்ளே போகிறாய் நிற்பன....நடப்பன.... ஊர்வன... பறப்பன எல்லாம் பின்னோடுகின்றன. கழிவறை பாதையில்கூட இடமில்லை. நம் மொழிக்காரர்களால் பிதுங்கி வழியும்

இப்பெட்டியின் கதவிடுக்கு மூலையில் உறங்கும் ஒருவனுக்கு அருகே சென்று அமருகிறாய்.

மூச்சிரைக்கிறது... உனக்கு.

நீ சொல்கிறாய்... வெளியே கொப்பளிக்கும் இருட்டை நோக்கிப் பற்களைக் கடித்தபடி...

" மாப்பு.... கீஜி... யே"

பிறகு உனது நீலநிறப் பையில் முகம் புதைத்துக் குமுறி அழத் தொடங்குகிறாய்.

39

பிலிசிங்கு எனும் சிக்குலிங்கத்தின் வாக்குமூலம்

திருச்சி முதன்மை சிவில் நீதிமன்ற சரகம் லால்குடி செஷன்ஸ் மன்ற அய்யா அவர்களுக்கு, லால்குடி ரயில்நிலைய பணியாளர் குடியிருப்பிற்குக் கிழக்கில் கேர்-டேரா அடித்து வசித்து வரும் நரிக்குறவன் பிலிசிங்கு எனும் சிக்குலிங்கம் வக்கீல் அய்யா முன்னிலையில்செய்யும்மேல்முறையீடு-அபிடவிட் என்னவென்றால் சாமி வணக்கமுங்க.... (வழக்கு எண் - பதிவுசெய்த நாள் - வாதியின் பெயர்)

1. எங்க சாமி பதுல மீனாட்சி காளிதேவி சத்தியமாலும் நான் சொல்லுவதெல்லாம் உண்மை. நான் திருடவில்லை. கொலை நான் செய்யவில்லை. இந்த ஊரில் இம்புட்டு நாட்கள் ஒரு புராது கிடையாது சாமி.

(அ) நமக்கு அகரம் தாண்டிங்க ஊரு. நாடோடிங்க நாங்க பதினாறு சேரி வாசிங்க. இங்க ரயிலடி சமீபமா வந்து பத்துப் பதினைந்து வருசமாச்சுங்க சாமி. இத்னை வருசம் ஏதேதோ வேலை செஞ்ச பந்துகுபோயி ஏதோ கிடைக்கிறத சுட்டு வித்துத் தின்னு வயிறு கழுவிக்கிட்டு இருக்கிறோம்.

(ஆ) அகரத்துல வீடுக் கட்டிக் கொடுத்தாங்க சாமி. அரசாங்க வூடுக. நாப்பது வூடுக எங்கள் பத்து பேருக்குக் கொடுத்தது போக மீதிய அதிகரிப்பயலுவ வாடகைக்கி விட்டுவிட்டு ஜாலே ஜாலேன்னுட்டாங்க. அப்போ கெளம்புனது சாமி நாங்க. இன்னும் ஊரு திரும்ப வேளையக் காணோம்.

(இ) எனக்கு அங்கும் வீடு இல்லை. ரயிலடி புறம்போக்கை விட்டால் எனக்கு வேறு இடமே இல்லிங்க. இரும்பு பொறுக்குறது பொளப்பு. கையில் நீண்ட தடியின் அடியில் ஒரு காந்தம். அதைத் தேய்ச்சுகிட்டே போனா கிடைக்கும் இரும்புக-சின்னச் சின்ன சாமானுங்க... நரிச்செல்லம்னு ஒரு புள்ளபய எனக்கு. எம் மொ-தோ பெண்டாட்டி கஜனு பெத்தது மூணு ரெண்டு பொண்ணுங்க.... நரிச்செல்லம் சாதி பேரு. வெளிய செல்லம்னு கூப்பிடுவாங்க. சின்ன

பயபுள்ளயா இருந்தபோது வயித்துக்கு ஏதும் இல்லீனா பிச்சை எடுக்கப் போவான். ரயிலடியில் டப்பா டான்ஸ் சாமி. இரும்பு பொறுக்கக் கூட வருவதும் உண்டுங்க.

(2) சம்பவம் ஒன்று நடந்த அன்று நாங்க நாலு கொறவனுங்க சாமி... பந்துகு "வேட்டைய" எடுத்துக்கிட்டுக் கிளம்பினோம்... பூவாளு தாண்டி காட கொக்கு முசுலு... அடிக்க. பத்து இருவதா அடிச்சு வந்து நாலு அஞ்சு ரூபாய்க்கு வித்துப் பிழைக்கிறது. கொறவன் பொழப்பு. என்ன பொழப்புங்க.. பெண்சாதி ஊசி... பாசி விக்கோனும். புருசனுவ இரும்பு எடுக்கோணும் வேட்டைக்கிப் போவோணும், சிறுசுங்க பிச்சை எடுக்கோணும் அப்புறம்....செத்தத திங்கக்கூடாது.... அடிச்சத திங்கிணும்னு ஏகப்பட்ட சாதி சாங்கியம் வேற... சாமி நரித்தோலும் புலி நகமும் நமக்குக் கிடைக்கிறதே பெரிசாப் போச்சு...கெடக்கிற ஒன்று ரெண்டு நரிய பொந்து வெச்சுப் புடிச்சா...காட்டுக் குத்தமுன்னு புடிச்சுக்கிட்டு போயிறானுங்க அய்யா. எங்க போவான் கௌவன் பிழைக்க?

(அ) முசுலு வேணுமின்னாராம் டேஷன் மாஸ்டரு. சம்பவம் ஒன்று நடந்த அன்றைக்குப் கேள்விப்பட்டுப் புடிச்சாந்த நாலயும் எடுத்து கிட்டுப் போனேன் சாமி. என்னாத்த கேட்பான் பிலிசிங் முசலுக்க முப்பது ரூபா. வந்திடுச்சையா கோபம் அவருக்கு.

(ஆ) என் ஏரியாவுல டென்ட் போட்டு என்கிட்டயே ஏய்க்கிறயா"னு முசுலு புடிச்சு தெருவுல எட்டி உதைக்காத கொறயா வெரட்டினாருங்க. அய்யா காளியம்மா சத்தியமா அவர நானு எடுத்தெறிஞ்சு பேசலிங்க... தெருவுல நின்னுக்கிட்டு எங்க கேருங்கள பாத்து "பதாகோ, பதாகோ"னு கத்துனஞ்சாமி. ஆளு அஞ்சாறு ஆளுங்க. எல்லாம் டேஷன் மாஸ்டருக்கு சிவப்பு சட்டை மூட்டை தூக்கிங்க அடிச்சுப் புடுவானுங்களோன்னு பயத்துல கூப்டேனுங்க. பாஷ தெரியாம அத்த கெட்ட வார்த்தைங்கறாரு மொதலாளி....

(இ) எம்மேல தப்பு யில்லிங்க சாமி... அய்யாமாருங்க கருணை காட்டணுமுங்க, படிப்பறிவு இல்லாதவங்க நானு. எங்கள யாரு பள்ளிக்கூடத்தில் சேத்துக்கிறாங்க? கொறப்பயலுக்குப் படிப்புச் சொல்லிக்கொடுத்தா கவுரதி கொறச்சலு. எங்களுக்குப் பள்ளிக்கூடங்க இருக்குது பட்டணத்துல. நம் நரிச்செல்லத்த அங்க இட்டு கிட்டுப் போயி சேத்துட்டு வந்தேனுங்க. உள்ள நொழயும்போதே பம்புசெட்டு வச்சு எல்லாத்தயும் கழட்டி அம்மணமா நிப்பாட்டி அடிச்சானுவ தண்ணி..."குளிச்சிருக்கவே மாட்டீங்கடா...தறுதலப்பயவேனுகளா"னு திட்டிக்கிட்டே அடிக்கிறானுங்க. புள்ள அவமானத்துல கன்னிப் போச்சுங்க.... ஊரு விட்டு வந்தா அப்பால ஊருக்குத் திரும்பிப் போற வரையில கொறப்பய குளிக்கப்படாதுன்னு அந்தக் காலத்துல

இருந்துச்சு. இப்போ யாருங்க அதையெல்லாம் பாக்குறாங்க. எம்புள்ள பய படிக்க மாட்டனுட்டு ஓடி வந்துட்டான்....ஆமா.... தினக்கியும் கொறப்பய கொறப்பய கொறப்பயனு திட்டினா வராம என்னத்த செய்வான்? ஒழுங்கா பள்ளிக்கூடத்திலேயே இருந்துக்கிட்டுப் படிச்சிருந்தா சம்பவம் இரண்டு நடந்திருக்காதுங்க சாமி.

(3) இரும்பு பொறுக்க கொள்ள பந்துகு போய் குருவி அடிக்கனு கெடக்கக்கூடாது... எனக்குப் பொறந்தது பின்ன எப்படீங்க சாமி இருக்கும்?

(அ) புடிச்சாறப் போறனுட்டு கர்பு எடுத்துக்கிட்டுப் போயிருக்கிறான் கிறுக்குப்பய. சம்பவம் இரண்டு நடந்தப்போ.... நாலு ரயில்ல காட விக்க போயிட்டேனுங்க... மிஞ்சிப்போன காடைகளும் ஏதோ கெடச்ச காசுமா ரயிலடியில் வந்து இறங்குனா, கஜனூ கூப்பாடு போட்டுக்கிட்டு இருக்கிறா. நரிச்செல்லத்த டேஷன் மாஸ்டரு கட்டிப் போட்டாருன்றா அவ. என்னாத்த சாமி, ஆடிப் போச்சுது எனக்கு அவம்பாட்டுக்கு அணிலு அடிச்சிட்டு வந்திருக்கிறான் போல. ஒரு பூனை அந்த வழியா போயிருக்குது... வசமா வளைஞ்சு புடிச்சு ஒரே அடி தரையில அடிச்சுக் கொன்னுப்புட்டானாம். வேற என்னத்த செய்வான் ஒரு கொறவன்?

(ஆ) அய்யா சாமி மார்களுக்கு தாயிமேல ஆணையா....எம்மகனுக்கு அந்தப் பூனை டேஷன் மாஸ்டர் செல்லமா வளர்க்கிற பூனையினு தெரியாதுங்க... ஏதோ அறியாப்புள்ள.... வூட்டுக்கு எடுத்தாந்தா ஒரு கொளம்பு வைக்கப் போலாம் ருசியா சாப்பிடணும்னு ஆசைப்பட்டிருக்கும். டேஷன் மாஸ்டரு வூட்டுச் செல்லப் பூனையினு ஒரு அடையாளமிருந்திருந்தா அய்யா.... அந்த மொதலாளி அய்யாவுக்குக் கொடுக்கிற மரியாதையை அதுக்குக் குடுத்திருப்பான் அய்யா....அதுக்காக அவனைக் கட்டிப்போட்டுப் பொளந்து கட்டிப் புட்டாங்க சாமி... அப்பாவியப் போட்டா அடிப்பாங்க. படிச்சவங்க நியாயமா சாமி அது.... ஒரு பூனைக்குட்டிய சாமி, ரயில்வே போலீசு மருவாதி கொடுத்து அதிகாரி பூனையினு மாலை போட்டுப் பொதச்சு... பால் ஊத்தி அசத்திப்புட்டாங்க. (அடிச்சதுக்கு நான் எங்கவும் போயி புகாரு கொடுக்கலிங்க....)

(இ) நரிச்செல்லத்த மறுபடி பட்டணத்துல பள்ளியோடத்துலேயே கொண்டோய் விட்டுவிட்டு வந்தேங்க அய்யா. சம்பவம் இரண்டு நடந்ததா அய்யா மொதலாளி சொல்லுற தேதியில என்றபுள்ள பயலும் நானும் ரயிலேறிப் பட்டணம் போயிட்டோமுங்க சாமி.... அடிச்சதுக்காகப் பதிலுக்குப் பொதச்ச எடத்துல இருந்து பூனைய எடுத்து சமச்சு சாப்பிட்டோனு சொல்றது சாமி... அநியாயமுங்க,... காளிக்கே அடுக்காதுங்க பட்டணம் போனதுக்கு சாட்சியா

டிக்கிட்டு அய்யா கேட்டீகளாம்... நாங்க நரிக்கொறவனுங்க ரயில்ல டிக்கெட் வாங்குற வழக்கமெல்லாம் இருந்திச்சுன்னா ஏங்க சாமி இப்படி இருக்கறோம். ஆனா எங்க சாதிப் பயலுக சிங்கத்தி பாற, கிருஷ்ணாராவு ரெண்டு பேருக்கும் தெரியுமுங்க. சாட்சி அவனுங்கதான்.

(4) எத்தினயோ டேஷன் மாஸ்டருங்க சாமி எங்க ஜாத்தம்பு அதான் தாத்தாங்க கால முன்ன எத்தினி சுமூகமா இருந்தோம். முன்ன இருந்தவரு தங்கமானவருங்க "யாருக்குடா ஓட்டுப்போட்டம்பாரு" "குளிங்கடானு" புத்தி சொல்லுவாறு "ஷோக்குக் காரிடானு" எங்க குட்டிகள கேலி கூட பண்ணுவாரு, தண்ணி எடுக்க கொள்ள.... சமயத்துல நடுசாமத்துல தொல்லபண்ற குள்ளநரி, காட்டு நரி அடிக்க, வெறிபுடிச்ச நாய் சுடன்னு கூப்பிடுவாரு. நாங்க என்னா சாமி.... தரித்திரம் புடுங்குற பயலுவோ.... எங்காளுங்க சமயத்துல ஒழுங்கில்லதான்... நூறு ரூபாய்க்குச் சில்லர கேட்டு பத்து இருவது ஏமாத்திக் கூட வாங்குறது... ஏமாந்தா ஒண்ணு ரெண்டு சாமானுங்க திருடுறது... மூன்றாவது சம்பவம் அதுமாதிரி தான் சாமி.... எத்தினியோ கெடந்திருக்குது அங்க ரயிலடியில்.... ஒண்ணும் தொட்டதில்லீங்க.....

(அ) சம்பவத்தன்னிக்கி துமுரு இல்ல துமுரு அது என்ன.... ஆமை.... ஆங்... ஆம்....ஆம். அது மாட்டிச்சி. இங்க மாந்துறையாண்ட சாமி... பாம்பு புடிக்க வயக்காட்டு வளையத் தோண்டுன்னா.... ஒரு ஆமை வந்திச்சு.... அப்புறம் கல்லுன்னு பொரட்டுனா உன்னொன்னு.... அப்புறம் நாலு.... அஞ்சுனு ஏகப்பட்ட ஆமைங்க. அய்யா... ஒரு சாக்குல போட்டுக் கட்டி திருச்சிக்கு ரயிலேறிப்புட்டேனுங்க யாரு திம்பாங்க ஆமைக்கறினு தெரியலிங்க.... நாங்க திங்கிறதில்ல.... ஒரு ஹோட்டலுக்குப் போய் விசாரிக்கா.... ஒரு ஆளு வெளிநாட்டுக்கு வித்துப் பிடலாமுன்றான். இதென்னடா பெரிய சமாச்சாரமா போயிருச்சேன்னு அப்பவே நெனச்சேனுங்க.... போலிசு வந்துட்டுது.... சாக்கிய போட்டு ஒரே ஓட்டமுங்க சாமி.... ஆமைய புடிச்சா புடிக்குது போலீசு.... நரிய புடிக்காத.... புலிய புடிக்காத... கவுதாரி அடிக்காத.... காட அடிக்காத.... வேறு என்ன பொளப்ப செய்னவாய்யா ஒரு கொறப்பய.....

(ஆ) நொந்துபோய் கேர்க்கு திரும்புனா நரிச்செல்லத்த போலீசுல புடிச்சுட்டுப் போயிட்டாங்கன்றாங்க எங்க ஆளுங்க... என்னடா வம்பாப்போச்சேனு ஓடினேனுங்க.... அவன் காலையில கோலெடுத்துக் கிட்டு இரும்பெடுக்க போனப்பய... ரயிலடியில திருடிப் புட்டானாம் சொல்றாங்க. டேஷன்மாஸ்டரு எஜமான் அய்யா பாத்தாராம். அவன் ஏதோ காந்தத்த போட்டு மண்ணிரும்பு தகரம் துண்டு துண்டா ஆணிங்க.... அது இதுனு எடுத்திருக்கிறான் அதுலு ஒரு

இரும்புபட்ட வந்துருச்சு போல. புதுசா நட்டுப் போட வச்சிருந்த ரயிலு ஓடுற இரும்பு கம்பியாமுல்ல அது... இக்குனூண்டு கம்பி சாமி. ஒரு முழந்தான். அதுக்கு ரயிலயே திருடிட்டா மாதிரி பேசறாங்க அய்யா.

(இ) நாயம் தெரிஞ்ச சாமிங்களுக்குங்க எடுத்த எடத்துல கம்பிய கொண்டு போய் அடுத்த நாளே வெச்சாச்சுங்க. அதுல இருந்து எங்கள மெரட்டி உருட்டி பாடாபடுத்தி எடுத்துப் புட்டாங்க. புல்டோசரு வெச்சு பிச்சுப்புடுவாங்களாம். அத்தன பேரையும் உள்ற தள்ளிபுடுவாகளாமுல்ல. தெரியாத கொறப்பயலுக மேல கொஞ்சம் எரக்கம் காட்டுங்க சாமி அய்யா...

5) எங்கசாதியாளுங்களுக்குத்திருவிழா-திருநாள்-கலியாணமெல்லாம் அகரத்துல தானங்க. பொலாவ் செஞ்சு தேனு குடிச்சு.... சாராயமும் போச்சுன்னா எளுப்ப நாதியிருக்காது... பொம்பள குட்டிங்க போட்டிப்போட்டுக்கிட்டுக் குடிப்பாங்க. இல்லீன்னா ஆலப்பாக்கம் பதுர மீனாட்சி கோவில்ல.... கலியாணம் கட்டிக்கிறதும் உண்டுங்க அய்யா.... ஆனா சாவுக்கு என்ன செய்ய... ஊருபோய் சாகலாமுன்னு கௌடு காத்திருக்க முடியும்களா... எங்க நாதுருசிங்கு கௌவாடி திடுதிப்புனு எலிகடியில் வெஷமேறி செத்துப் போச்சுங்க.

அ) நடந்ததா சொல்லப்படுகிற நாலாவது சம்பவம் அன்னிக்கிதானுங்க... கொறப்பய செத்தா அழுவானானு பாக்க ஊரு கூடிப் போச்சுது சாமி. சுடுகாட்டுல உள்ற விட மாட்டேனுட்டானுக அய்யா. அனாதைப்பொணமாத்தான் எடுத்துப்பாங்களாம். அட்ரசு இல்லாத பொணத்த... என்ன கருமாந்தரம் பாருங்க அய்யா. டேஷன் மாஸ்ட்ரு வேலையா இருக்குமின்னு எங்க ஆளுங்களுக்குக் கூட சந்தேகமுங்க... கமிஷனருகிட்ட சீட்டு வாங்கியான்றான் ஒருத்தன். தாசில்தாரப் போய் பாருடான்றான் ஒருத்தன். ராத்திரி தாண்டி ஒரு பகலு நாயா நரியா அலஞ்சு திரிஞ்சுப்புட்டேனுங்க சாமி. எங்க நாதுருசிங்குக்கு ஒரு இடம் இந்த சரகத்து சுடுகாட்டுல இல்லேனுட்டாங்க சாமி.... சக மனுசனுங்க நாங்க.... தூக்கிட்டு எங்கப் போவோம்.

ஆ) டேஷனுக்கு மேக்கால இருந்த குப்பமேட்ட அன்னைக்கு ஆளுங்க கொளுத்திவிட்டது நெசந்தானுங்க. ஏதேதோ ஊருகாரங்க போட்ட குப்பைங்க. நாங்க போட்டதில்லிங்க... எல்லாமா எரிஞ்சதுல அய்யா டேஷன்மாஸ்டரு வூட்டுக்குள்ள நாத்தப்பொக போயிருச்சாமே.... ஆருக்குந் தெரியாம நாதுருசிங்கு கௌவாடிய அங்க எரிச்சுப்புட்டதா அதுக்காக அநியாயத்துக்கு மொதலாளி பொய் கேசு கொடுத்து இருக்குறாருங்க.... கொறவன் செத்தா நாங்க புதைக்கிறதுங்க.... எரிக்கிறது இல்லீங்க....

இ) அந்தக் குப்பமேட்டுல போய் நல்லா சல்லட போட்டு தேடிப் பாத்துருங்க சாமி... அம்மா காளியம்மா சாட்சியா அங்க கௌவாடி எலும்புத்துண்டுகூட கிடையாதுங்க சாமி... கருணை காட்டணுங்க அய்யா.... நீங்களும் மனசு வெக்கலீன்னா நாங்க எங்க போவோம். ரெண்டு ராத்திரிங்க சாமி நாதுருசிங்கு அப்படியே கெடந்தானுங்க.... எத்தினி வூடுகளுக்குப் புதுக்கறி பிரியாணியும் காடையும் திங்க வழி செய்திருப்பான்....எத்தினி பொம்பளிங்க அவன் செஞ்ச பாசிமாலையப் போட்டுகிட்டு இருக்கும்....எத்தினி குழந்தைகள் அவன் வித்த தேன் முழுங்கியிருக்கும் அய்யா. எங்களுக்கு மனசு தாங்கலிங்க சாமி....

ஈ) என்னடா செஞ்சீங்க பின்ன கௌவாடி பொணத்தனு அய்யா கேட்டீங்களாம். ராவோட ராவா...பொதச்சிப்புட்டோமுங்க அய்யா... நம்புங்க சாமி, எரிச்சு நாத்தத்தக் கிளப்பலீங்க. யாருக்கும் தொந்தரவு இல்லாம பொதச்சு தாங்க வெச்சோம். நாங்க தப்பு ஒன்னும் செய்யிலிங்க. வேணும்னா டேஷன் மாஸ்டரு மொதலாளி வீட்டு படிக்கட்டாண்ட டெலிபோன் கேபிளுக்குக் குழிதோண்டி வெச்சாங்க பாருங்க...அங்க மறுபடி தோண்டிப் பாருங்க...நாதுருசிங்கு கொளவாடியோட எலும்புங்க இருக்குமுங்க அய்யா....

எனது முன்னிலையில் பதிவு செய்யப்பட்டது.

வழக்கறிஞர் பிரதிவாதி

40
தலைமுறைக் கைதிகள்

நான் அந்த ஊருக்குப் போய்ச் சேரும்போது இருட்டி விட்டது. தெருக்கள் சாம்பல் கப்பிப் போயின. சன்னல்கள் மூடிக்கொண்டன. கயிற்றுக் கட்டில்களில் பெரிசுகள் ஓய்வெடுக்கத் தொடங்கினார்கள். காற்று நாசிக்குள் நுழைந்து குடலைக் குடாய்ந்தது. ஒன்றிரண்டு குடிசைகளில் சமையல் தொடங்கிவிட்டிருந்தது. புழுதி மூட்டையாய் ஓய்ந்து போயிருந்த எனக்கு எங்காவது ஓய்வு கிடைத்தால் போதுமென்று ஆசியிருந்தது. சோர்வு என்னை இழுத்துக்கொண்டு முன்னால் பின்னால் முண்டிக் கொண்டிருக்கிறது. முதலில் இந்த ஊர்தான் என்று ஊர்ஜிதப்படுத்திக் கொள்ள வேண்டும். கூடு திரும்பிய பறவைகள், குழந்தைகள், கிட்டக் கிட்ட வந்து மோந்த நாய்கள் இப்படி யாருக்கும் புதியவனாய் இடத்திற்குப் பொருத்தமில்லாமல் இருப்பது புரிந்தது. எனினும் இங்கு நிறைய வேலை இருக்கிறது எனக்கு.

“..............................தானே இது?”

கிடுகிடுவென அந்த வீட்டு வாசலில் ஒரு பெரிய கூட்டம் கூடிவிட்டது. பெண்கள் கதவுகளைத் திறக்கிறார்கள். குழந்தைகள் அந்தக் கிழவனைச் சுற்றிலும் அகண்ட விழிகளுடன் நிலை குத்தின. எங்கும் சந்தேகச் சாயல்!

“நீங்க.... ஆரு?

வார்த்தைகளில் விவரிக்க முடியாத ஒரு பதற்றம் அவ்விடத்தில் நிரம்பிற்று. பன்றிகளுக்கு இரை வைத்துக் கொண்டிருந்த கிழவி ஒருத்தி “நீதே” என்று ஒரு பன்றியை எட்டி உதைக்கிறாள். சட்டென்று நான் தனியனாய் உணர்கிறேன். வாயில் இருந்ததைக் காறி தூண்களில் துப்பிய கிழவன் முரட்டுத் தாடியைத் தடவியபடி மீண்டும் என் மேல் நிலையானான்.

“நான் - பேரு ரொம்ப நாளைக்கி மின்னால் எங்க பாட்டன் இங்கனதான் வாழ்ந்தான். எம்பட ஊரு இது.... பாத்திட்டுப் போவ வந்தேன்....

நான் வேறு எதையும் சொல்லவில்லை. ஊரைக் கண்டுபிடிப்பதற்கு எத்தனை ஆண்டுகள் ஆயிற்று. என் வாழ்வின் நான் எனக்காக

சேமிக்க முடிந்த அத்தனை தருணங்களையும் இதைக் கண்டுபிடிக்கச் செலவழித்திருக்கிறேன். ஆயிரக்கணக்கான மைல்கள் கடந்து உறவுகளை முறித்துக் கொண்டு ஆகஸ்டாடர்மிலிருந்து வந்திறங்கி இருக்கும் என்னை இவர்கள் புரிந்து கொள்ள முடியாது. இவர்களுக்காக அந்த ஒப்பற்ற ரகசியத்தைக் காலம் என்னோடு பத்திரமாக அனுப்பி வைத்திருக்கிறது. அது இன்றைய இரவுக்காக!

"மாசானம் ஏலெ.... அசலூர்... லரிந்து வந்திருக்காக... இரவு நம்ம வாத்தியார் கிட்டே அளச்சிட்டுப் போ... வியாம். இன்னிக்கிப் பஞ்சாயத்து வேற இருக்கு... யாருன்னு தெரியிலியே.....?"

மாசானம் வழிகளைக் கடந்து என்னை அளப்பது தெரிந்தது.

"படிக்கிறியா?" என்றேன்.

"இல்ல.... ஒன்பதாங் கிளாஸ் நிப்பாட்டிபுட்டாக.'

வாத்தியாருக்கு எழுபது வயது இருக்கலாம். சட்டை இல்லை. நீண்ட தாடியும் நரைத்த முடியும் கையில் கோலுமாய்-. பத்துப் பதினொருசிறார்கள் வரிசையாகநின்றிருந்தனர்லாந்தர் விளக்குதான். அது ஒரு கோயில் போல எனக்குப் புரியத் தொடங்கியது.

"காலையில் படிச்சி கிட்டு வர்லீன்னா... பளுத்துப் போயிரும் ஓடுங்கடா." பையன்கள் சிதறினார்கள்.

"ரொம்ப தூரத்லருந்து வாறியளோ....?" என்றபடி ஒரு செம்பு தண்ணீர் தந்தவர், என் செருப்பைக் கையில் எடுத்துக் கொண்டு போய் என் பையில் வைத்தார். எனக்குப் பக்கென்றது.

அரைப்படி... கால்படி... அளக்கறானுவ... இதப் பாத்தா... அதும் போயிரும்... இந்தப் பக்கம் நம்ப ஆளுக செருப்பு போடப்படாது. எப்பிடி வந்தீங்க...? ரயில்லயா....?

"ஆமாம்" என்று மட்டும் சொல்லி வைத்தேன். விமானத்தில் என்றால் இங்கு நான் நடத்தப்படுகிற விதம் முற்றிலும் எனது இலக்கிற்கு எதிர்திசையில் என்னைக் கடத்தும் எனத் தெரியும்.

'தனியாகத்தான் இருக்கீங்களா?' என்றேன். 'இருபது வருசமா' என்றார். இருந்த ஒரு மகளை அசலூருக்குக் கட்டிக் கொடுத்து விட்டார். மிச்சமிருப்பது அவர் படித்த ஐந்தாம் கிளாஸ் படிப்பும், மூலையில் ஒரு அடுப்பும். எண்ணி இரண்டு பாத்திரங்கள் மற்றும் ஒரு செம்பும், கச்சிதமான வாழ்க்கை என்று தோன்றியது.

"பக்கத்திலே எங்கினயாவது பள்ளிக்கூடத்தில் வாத்தியாரா இருக்கீகளா?"

"அட நீ வேற தம்பி... நம்ம படிப்புக்கு அது எப்படி....? ஏதோ நம் சாதி சிறுசுக... படிக்க கொள்ள ஒரு ரூவா.... ரெண்டு ரூபா... பெட்டி காசுக்கு...."

"இன்னைக்கு பஞ்சாயத்து வேற இருக்கு... நீங்க... இதுக்கு மின்னே பார்த்தில்லை. யாரு வூடு தம்பி....?" ஆனால் பதில் தேவையற்றதானது அவருக்கு, சின்னத் தட்டிலிருந்து சிறிது தானியம் எடுத்து ஒரு பாத்திரத்தில் உலை வைக்கத் தொடங்கினார். அவரது கைகளின் நடுக்கம் அடுப்பை, நெருப்பை அசைத்தது மாதிரி பட்டது. நாசுக்கான சமையல்காரர்! உப்பு கைப்பிடி போட்டுவிட்டு மண்பாண்டம் ஒன்றைக் கழுவப் போனார். அவர் விட்டுப் போன இடத்தின் வெற்றிடம் என்னை உலுக்கிப் போட்டது. அடுத்தது என்ன.... என்பது கொஞ்சம் உறுத்திற்று. சாதிப்பேச்சு வாங்காமல் இருக்க இருட்டில் ஊருக்குள் வந்து விடியும் முன் போய் விடுகிற வகை ஆள் நானில்லை என்று தெரிந்தால் வாத்தியார் என்ன செய்வார் என்பது புதிராகவே இருக்கிறது. வேட்டி கட்டியவனுக்குக் குளித்தால் பரவாயில்லை போலிருந்தது. முகமாவது கழுவிக்கொள்ள வேண்டும்.

"தம்பி... இந்தத் துண்டு வெளிநாட்டுது போல இருக்குதே? நம்பிராசு மவனில்ல ஜோசுவ....? இப்புடி எடுத்துக்கிட்டு வருவான். தேங்காய்ப்பூ துண்டுக... ஆண்டைக்கி இப்புடி துண்டுகன்னா உசுரு?"

எவ்வளவோ முயன்றும் கூட எனது அடையாளம் ஏதோ ஒரு வகையில் பளிச்சிடவே செய்தது. நான் யோசிக்கலானேன். நல்லன தரமான விசயங்கள் மக்களது அடையாளம் இல்லையா? நல்ல துண்டு என்றாலும் கூட அது ஆண்டைக்கி என்றுதான் யோசிக்க முடியுமா நம்மால்? நல்ல சோறு. பதார்த்தம் ஆண்டைக்கி-, நல்ல கறி சோறு நல்ல கோழி நல்ல - நல்லதெல்லாமே - கொட்டிக் கொடுத்திடத்தானா...? நான் இந்த நெடும் பயணத்தில் நிறையவே அறிந்து கொண்டு உள்ளேன்!

தலைமுறைக் கைதிகள் எதையும் விரும்புவது இல்லை தான் கைதி என்பதை அவர்கள் அறிவதும் இல்லை. இங்கே ஒருவன் பத்து வருடத்திற்கு முன் பிறந்திருந்தாலும், பத்தொன்பது வருடத்திற்கு முன் பிறந்திருந்தாலும் ஒன்றுதான். வாழ்வைப் பற்றி சிந்திப்பது கிடையாது. வாழ்வு என்பதே மிச்சமில்லாது போன பின் எதைச் சிந்திப்பது? உலக குல ஒழுக்க முறைபடி வாழ்தல் என்பது இது அல்ல. இப்பொழுதே, இன்றே செத்துப் போவதற்கும் நாளை மறுநாள் செத்துப்போவதற்கும், ஒருவருடத்திற்குப் பிறகு செத்துப்போவதற்கும் இடையில் சலுகை பாராட்டத் தெரியாதவர்கள் இந்தத் தலைமுறைக் கைதிகள்! தனி அடையாளம் இல்லாதவர்கள். இவர்களின் பெயர்கள் வெத்துப் பெயர்கள். இவர்களின் உறவுமுறைகள் கூட மிகப் பிரமாண்டமான ஒரு பிண்டத்தின் தனித்தனி உறுப்புகளைப் போல இவர்கள் செயல் படுகிறார்கள். 'இவர்கள்' என்பது இவர்களே... அல்ல அண்டை மார்களுக்கு இவர்களை உள்ளடக்கிய மிகப்பெரிய

அடிமை உருவம்தான் இவர்கள் என்பது! குமரன், சுப்பன், வாத்தி என்பதெல்லாம் அந்த உருவத்தில் பல உறுப்புகளே "தாத்தா! நமது மனிதர்களை இன்னமும் கூட சமூகச் சட்டங்கள் அறுவடை செய்து கொண்டிருக்கின்றன. நீங்கள் விட்டுப்போன இந்த நூறு ஆண்டுகளில் ஒன்றும் பெரிய மாற்றமில்லை தாத்தா. பிற்காலத்தில் உங்களது பூர்வீகச் சிறைக்கூண்டு பற்றி எழுதி வைத்தது எல்லாமே உண்மை!"

செருப்புப் போடாதவர்கள். குளத்தில் தண்ணீர் அருந்தாதவர்கள். எல்லாரையும்போல குவளையில் டீ குடிக்காதவர்கள். பஞ்சப் பராரிகளான நமது மூதாதையர்கள் விட்டுப்போன சாக்கடை வாசிகளின் வாழ்க்கையில் மாற்றமில்லை தாத்தா, அவர்கள். அவர்களை நீங்கள் விட்டபடியே நடமாடி வருகிறார்கள். அவர்களது பிள்ளைகளின் பிள்ளைகளும் கைதிகளாகிப் போகிறார்கள். யாரோ சுயநலமிகள் எப்போதோ உருவாக்கிய இந்தப் பிரம்மாண்டமான சாதிக் கூண்டுகுள் தாத்தா... நமது மனிதர்கள் யாவருமே உள்வாங்கப்படும் கொடுமை தொடர்ந்து கொண்டே இருக்கிறது.

"கடிச்சிக்க என்ன வெக்க மிளகாயா, மாங்காயா?" - வாத்தியார். சட்டியில் கேழ்வரகு கஞ்சி, மோர் கலந்து புளித்தபடி இருந்தது - எனக்கு அதிகம் பழக்கம் இல்லாத உணவு.

"ஏதா இருந்தா என்னங்க தாங்க...." ஆனால் காலங்காலமாக எம் மக்களுக்கு வாய்க்கப்பட்ட உணவு இதுதான். இதை - இந்த ஒரு வேளைக் கஞ்சியை முன் வைத்துதான் மனிதர்கள் போராடுகிறார்கள் தலைமுறைக் கைதிகள் தலைமுறையை இந்த ஒன்றுக்குத் தான் பணம் வைத்துத் தோற்றார்கள்.

நாலு மடக்குக் குடித்துவிட்டு மீசையை - தாடியைத் தடவித் துடைத்துக்கொண்டார் வாத்தியார். "நாளைக்கி இப்பிடி வாய்க்குதோ... இல்லையோ..." உணர்வுகளை எளிதில் திரும்பப் பெற இயலாதவர்கள் காரண - காரியமின்றி வாழ்பவர்கள். எனினும் மரணம் குறித்த வாத்தியாரின் சொற்கள் எனது மண் சட்டியில் மூழ்கி முளைத்ததில் கடுமையாகப் புரையேறிக்கொள்கிறேன். இந்த இன்றைய இரவுக்காகத் தானே. இந்த மனிதர்களின் வாழ்வுக்காகத்தானே நான் ஓடோடி வந்தது.

"என்ன - என்னங்க அப்புடி சொல்லிப்புட்டீங்க...."

"நீங்க சாப்டுட்டு இப்பவே கிளம்ப வேணும் தம்பி - ராத்தங்குறது சரிப்படாது...."

அவ்வளவு எளிதல்ல என்பதைச் சூசுவமாய் சொல்லிவிட்ட நிம்மதி அவரது பெருமூச்சில் வளர்ந்தது. "இன்னிக்கி வேண்டாமய்யா. தம்பி... உங்களுக்குத் தெரியாததல்ல...."

“அட ... பஞ்சாயத்து இல்ல இன்னிக்கி?” - என்றேன்.

“நாலு வருசமாச்சு - ஆங்கார காலம் ஒரு சொட்டு மழையில்ல மண்ணு காஞ்சி போயி கெடக்கு. கவர்மென்ட்டு அடிபலம்கூட தண்ணி காணோம்.”

“அதுக்கும்... பஞ்சாயத்துக்கும்....”

“சாமிகிட்ட பரிகாரம் கேட்டான்... ஆச்சி மேல வந்த ஆத்தா.... ஆளக் கேக்கா....”

“நரபலியா.....?”

“பற ரத்தம்...பச்ச ரத்தம்... வேணுங்கா... மண்ணு கொறயாச்சே.... இன்னெக்கி கொட சீட்டுப் போடறாக. நாங்க - பெரிசுக ஆத்தா காரியத்து மண்ணு காரியத்துக்குப் போனா மயிரு உசுரு...நீங்க எதுக்கு? போயிருங்கராசா....ஆருக்கு என்ன சேதி சொல்லோணும்...? பொளச்சிக் கெடந்தா சொல்லிப்பிடறேன்... இப்போ... கிளம்புவியளாம்....

மண்ணுக்காக... மண்ணுக்காக ஆண்டைமாருகளையும் கூட மீறி அந்த மண் எங்கள் உறவாகித்தான் போய்விட்டது. அதற்காக உழைத்து அதனோடு புரண்டு அதற்காக அழுது தொழுது மண்ணாகிப் போன வாழ்க்கை உங்களிடமிருந்து எல்லாவற்றையும் உறிஞ்சிக்கொண்ட இந்த மண் சொல்லுமா நீ கீழ்சாதி... நீ அடிமை. நீ தீண்டப்படாதவன். “பறப்பயல தொட்ட தீட்டு பரம்பரைய அழிக்கும்” இதை மண் சொல்லுமா - இல்லை. அதைச் சொன்னவர்கள் இந்த மண்ணோடு சம்பந்தம் இல்லாதவர்கள். இந்த மண் உங்களைத் தொட்டது. இந்த மண் உங்களைத் தொட அனுமதித்தது; இந்த மண் உங்களோடு நெருங்கி உறவாடிய நேசம் கொண்டது. இந்த மண்ணை நேசிக்க அதன் மீது வெறி கொண்ட அன்பு செய்ய உங்களுக்குத்தான் முதல் உரிமை இருக்கிறது. இப்போதுதான் புரிகிறது தாத்தா இந்த ஊரைவிட்டு வந்தபோது... ஓடோடி வந்தபோது உங்களது சொந்தமாய் நீங்கள் இங்கிருந்து எடுத்து வந்ததாகச் சொன்னார்களே ஒரே ஒரு கைப்பிடி மண், அதன் தத்துவம் இப்போது புரிகிறது எனக்கு.

“அய்யோ... வாத்தியாரையா - கொட ஓல போட்டாகளாமா....”

“யாரு... யாரு பேரு வந்திச்சு-”

“அத பஞ்சாயத்துலதான் சொல்லுவாகளாம் ஆனா, அது மாசானம் பேருன்னு பரவலா பேசிக்கிறாக”

“இள ரத்தமாச்சே -? ஆத்தா - இது என்ன பலி?” வாத்தியாரு ஆடிப் போய்விட்டார்; முகம் செத்துப்போனது. மனசுக்குள் ஏற்பட்ட களேபரங்களை ஒருநிலைப் படுத்தியவனாக நான் கிளம்பினேன்.

“இந்த நாட்டுல சட்டம்னு ஒண்ணு எதுக்குன்னு தெரியல.”

“அதப் பாரப்பா - சட்டம் பேசறது?”

“ஆரோ, புதுசா இருக்காப்ல - வாத்தியாரோட வந்திருக்காரு”

அசலூரு ஆள இன்னி பஞ்சாயத்துல கூட்டியாரக் கூடாதுன்னு முடிவாச்சில்ல - பன்னி திங்கிற பயலுவளுக்குக் கட்டுப்பாடே கெடையாதப்பா”

“நீங்க பேரப் படிங்க - நாம காரியங்கள ஆரம்பிச்சுருவம் - ஒரு வீட்டுக்கு நூறு ரூபாய் வாங்கியிருச்சில்லா?”

“ஆத்தா திருஒலைப்படி சங்கிலியோட மகன் மாசானம் பேர கொடுத்திருக்கா - சாமி சாவு; சொர்க்கம் - புள்ளையாண்டான் கொடுத்து வச்சிருக்கான்....”

“என்ன சங்கிலி? எனக்குப் புரியுது. ஏத்துக்கிட்றது கஷ்டம்தான். தோ பாரு - நம்ம சேரியாளுக ஒருத்தரு வுடாம எல்லாத்துப் பேரயும் தான் எழுதிப் போட்டோம்.”

“அம்பாளோட ஆணை: மீறப்படாது. நூறு வருசத்துக்கு முந்தி - இந்த மாதிரி மழை வத்திப் போனப்போ சாமியப்பன் ஆத்தாகேட்டா - அவ முடியாதுன்னுட்டான் - என்ன தண்டனை கெடச்சது தெரியுமுல்ல - பேய் மழையில அவன் குடும்பம் ஆத்தோட போயிடுத்து.”

“பொய்-பொய் சொல்லாதீங்க....”

“ஆரப்பா - இந்த அசலுருக்காரனுக்கு இது பொய்யா படுதா... ஊருக்குனு தெரிஞ்ச விசயம் பொய் ஆயிருமாப்பா...அந்த ஆள வெளிய போக சொல்லு”

“பொய்ய பொய்யினுதான் சொல்ல முடியும்”

“சாமியப்பன் ஆத்தோட போன விசயம் ஊரே அறியும்”

“சாமியப்பன் ஆத்தோட போகல்ல”

“லோகம் கெட்டுப் போயிடுத்து”

“நீ யாருய்யா - அதப் பத்திப் பேச”

“சாமியப்பன் எங்க தாத்தாதான்:- இந்த ஊரைவிட்டு பயந்து திருட்டு ரயிலேறினவரு....”

ஊரே வாய் பிளந்து கேட்டிருக்க, நான் கொண்டு வந்த அந்த ஒப்பற்ற ரகசியத்தைக் கொட்ட ஆரம்பித்தேன். அதற்கு இதைவிட நல்ல சந்தர்ப்பம் வேற எது வாய்க்க முடியும்?

41
விளையாட்டின் அகதிகள்

அந்த மூன்று சக்கர வாடகை வண்டியில் நாங்கள் ஆறு பேர் திணிக்கப்பட்டிருந்தோம். வெளியே மழை பெய்து கொண்டிருந்தது. இருட்டில் எங்களை அழைத்துப் போக வந்தவர்கள் யாருக்காகவோ காத்திருக்கிறார்கள். இருவர். அவர்களில் ஒருவன் எங்களோடு வரக்கூடும். மற்றொருவன் எங்கள் வாடகை ஊர்தியைப் பின் தொடர இரண்டு சக்கர மோட்டார் வாகனம் வைத்துள்ளான் என தெரிகிறது. அவ்வப்போது மின்னிய மின்னலின் ஒளியில் அவர்கள் இருவர் வாடகை ஊர்திக்காரனிடம் பேசிக் கொண்டிருந்தனர். சற்று நேரத்தில் கொஞ்சம் தக்கையானவன் ஊர்திக்காரனோடு வந்து அவனோடு ஒட்டிக்கொண்டு முன்னால் உட்கார்ந்தான். அந்த மாதத்தின் முதல் சனிக்கிழமை நள்ளிரவில் நாங்கள் அறுவர் - மூன்று கால் பந்தாட்டக்காரர்கள்; இரண்டு தட கள போட்டியாளர்கள்; மற்றும் ஒரு பத்திரிகையாளர் ஆகியோர் - கைது செய்யப்பட்டிருந்தோம்.

முணுமுணுப்பு மிக்க மழையின் ஊடே பின் தொடர்ந்த மோட்டார் வாகனத்திற்கு மறைந்து விடாமல் எங்கள் ஊர்தி சென்று கொண்டு இருக்கிறது. எங்களுக்கு இடையே கிடந்த மௌனத்திற்கு எதிர்ப்புத் தெரிவிப்பவனாக தேவா தனது அபிமான திரைப்படப் பாடலை விசில் அடிக்கத் தொடங்கினான். தக்கை போலீஸ்காரனுக்குக் காதை குடாய்ந்திருக்க வேண்டும் அது. அவனோ பெண்ணின் குரலை பெற்றவனாக இருந்தான். ஊத்தி ஓட்டுனனிடம் எந்த ஆண்டு அவன் ஓட்டுனன் ஆனான் என்பது போன்ற சுவையற்ற கேள்விகளைக் கேட்டு பதிலுக்குக் காத்திராமல் அடுத்த கேள்விகளுக்குத் தாவி வந்தான். கேள்வி கேள்வியாகத் தாவிக் கொண்டிருந்த அவனின் முதுகு எங்களது பார்வைக்கு வசதியாக கூன் பெற்ற வேலிச் செடி போல் வளைந்து நெளிந்த வண்ணம் இருந்தது.

கைது செய்தால் ஏற்படும் மனநிலை இப்படித்தான் இருக்கும் போல லேசாக உடம்பு நடுக்கம். மனசில் கனம். காது அடைத்துக் கொள்ளல். மழை இரவின் குளிர்ச்சியான பயணம் கசத்தல். நெற்றியில் பொட்டுப் பொட்டாய் வியர்த்தல். ரத்த அழுத்தம் அதிகரித்தல். ஆனால் எங்களுக்கு விலங்கு இடப்படவில்லை. எதிலும் கொண்டு

வரமுடியாத இன்னொரு உணர்ச்சி. ஆத்திரம் போல, ஒன்று, பற்களை கடித்துக்கொண்டே இயலாமையினால் ஏற்படும் சுய அவநம்பிக்கை, பேச வாயடைத்துத் தொண்டையில் ‘குபுக்’ என்று. விலங்கு கையை கனக்கும். அது இருந்தால் எப்படியிருக்குமோ. ஆனால் எனக்கு முதல் அனுபவம். என் வாழ்க்கை சரித்திரத்திலேயே முதன் முறையாக நான் இப்போது கைதி.

யூசுப் என் கைகளைப் பிடித்துக் கொண்டான். உள்ளங்கைகள் வியர்த்து இருந்தன அவனுக்கு. எங்கள் திட்டம் தோல்வியடைந்தது, பற்றி மிகவும் வருந்தியிருப்பான். திட்டத்தை முதலில் முன் மொழிந்தவன் அவன் தான் பாவம். ஆனால் எனக்கு நம்பிக்கை இருந்தது. வெளியில் இருப்பவர்கள்/ அதைச் சாதிப்பார்கள். முழு திட்டத்தையும் சாதிக்க முடியாவிட்டாலும் அதன் ஒரு பகுதியையாவது நிறைவேற்றுவார்கள். மூன்று பேர் இருக்கிறார்களே. நல்ல வேளை அவர்கள். ஆனால் அவர்களும் கைது செய்யப்பட்டிருப் பார்களேயானால்? இருக்கலாம். யார் கண்டது? காவல் நிலையத்திற்குப் போனால் அது தெரிய வரலாம். காவல் நிலையத்தில் மழையின் காரணமாய் விளக்குகள் இல்லை. பெட்ரோமாக்ஸ், அர்த்த ராத்திரியில் சாராய வாடை சகிதம் அந்த வெளிச்சத்தில் சீட்டு விளையாடிக் கொண்டிருந்தவன், எங்கள் மூன்று சக்கர ஊர்தியைப் பார்த்துவிட்டுச் சீட்டை மறைத்தான். மற்றொரு விளையாட்டாளன் மகா தைரியசாலி போலும். சீட்டோடு வந்தான் வாசலுக்கு. ரம்மி. மழைக் கால இரவில் சீட்டு விளையாடுவதை இப்போது தான் பார்க்கிறேன். உள்ளரங்கு ஆட்டம் இராத்திரியென்ன? பகலென்ன? ஆனால் அவர்களின் வியைாட்டு தடைப் பட்டதற்கு நாங்கள் வருந்துகிறோம். இது எங்களது நோக்கம் அல்ல.

திரு. க. தன்னை அறிமுகப்படுத்திக் கொள்ளவில்லை. ஆனால் அவர்தான் அதிகாரி என்று அவரது பேச்சும் நடை உடை பாவனைகளும் காட்டின. தவிர அவரது இருக்கை. ஒரு சாதாரண காவலாளியோடு ரம்மி விளையாடும் பரந்த மனம் படைத்த அதிகாரி. இவருக்காகத்தான் காத்திருந்தார்கள் போல. ஆனால் இவர் எப்படி வந்திருக்க முடியும்? ரம்மி அல்லவா. அது அவரை அனுமதித்திருக்காது.

சரி, திரு. க. மிகவும் கண்டிப்பானவர் என்பது தெரிகிறது. மேலதிகாரிகளுக்குத் தொலைபேசி இணைப்புப் பெற்று நாங்கள் கைது செய்யப்பட்ட செய்தியைக் கொஞ்சம் வியர்வையோடும் அறிவித்தாயிற்று. பின் ரிசீவரை எடுத்துக் கீழே வைத்தார். இனி தொலைபேசி அழைக்காது. கோபி ஜார்ஜ் - எங்களுள் இளையவன் - இருமிக் கொண்டிருக்கிறான். திரு.க.வோ அவனுக்கு ஒரு பார்வையை

பதிலாகத் தெரிவிக்கிறார். ராத்திரியில்லவா இது. படுத்து தூங்கும் போது இவன் பெரிய தொந்தரவாக இருக்கப்போகிறான் என்பது அப்பார்வையில் இருந்தது. ஒரு காவல் துறை அதிகாரியின் பார்வை போதுமானதோ இருமல் தற்காலிகமாக நின்றுவிட்டது.

எதற்காக எங்களைக் கைது செய்தார்கள் (என்பது தெரியும் என்றாலும்) என்பதைத் தெரிந்து கொள்ள விரும்புவதாக நான் சொன்னேன். ஆனால் ஒரு காவல் நிலையத்திற்குள் வந்ததும் என் குரலில் தான் எத்தனை பெரிய மாற்றம்? இது என்னை மேலும் பேச விடாமலும் செய்து விடலாம். சினிமாக்களில் வருவதைப் போல மிடுக்கான அதிகாரியாக அவர் இல்லை. வெளிர் நிறத்தில் அவரது உள்ளாடைகள் வெளியே தெரிந்தன. பித்தளைப் பித்தான்களை அக்கறை அற்று விட்டிருந்தார். வாயில் சற்றே இளைப்பாற புகைப்பான். இரவு மேலதிகாரி யாரும் வரமாட்டார் என்று திட்டவட்டமாகத் தெரியும் போலும். இப்படியாக அந்த மேலதிகாரியின் மேலதிகாரி வரமாட்டார் என்பதால் அவரும் பித்தான்களை விடுவித்துச் சற்றே இளைப்பாறிக் கொண்டிருப்பார். ஆனால் நான் சொன்னதற்கு பதிலில்லை.

தக்கையானவனைப் பெயர் சொல்லி திரு.க. அழைத்தார். "திரு.மி. இங்கே வா...." பிறகு கோப்புகளை எடுத்து மையிடாத பேனாவிற்கு மை நிரப்புமாறு உத்தரவிட்டார். கையிருப்பு இல்லை. சுத்தமாக மை இல்லையா? அதிகாரிக்கு அளவற்ற ஆத்திரம் வந்துவிட்டது. "அய்யா.... நேற்று இருந்த ஒரு புட்டியை நீங்கள் வீட்டிற்கு அனுப்பிவிட்டீர்கள்". அதிகாரிகள் குற்ற உணர்ச்சிக்கு ஆளாகக் கூடாது. இந்தாருங்கள் அய்யா. நான் எனது பேனாவைக் கொடுத்தேன். தேசிய சேவை.

நான்கு, அய்ந்து, ஏழு.... புகைப்பான்கள் காலி. பின் மேசை இழுவையிலிருந்து எட்டாவது வந்தது. எங்கள் அறுவரின் குறிப்புகள் விசாரித்தறியப்பட்டன. விசாரணைக் கைதிகள் உட்கார அனுமதிக்கப்படுவதில்லை. புன்னகைக்கலாம். ஆனால் பதில் புன்னகை கிடையாது. வாடை குமட்டியதால் அவருக்குப் பின் மேடையில் சாத்தப்பட்டிருந்த துப்பாக்கிகளின் வரிசையில் மூன்றாவதின் முனையில் ஒரு கொத்து ஊதுபத்திகள் செருகப்பட்டன. உலக அமைதி ஏற்படுமாக. நாங்கள் சிறையில் அடைக்கப்பட்டோம். இருட்டியிருக்கிறது. அறை. மழையினால் மின்சாரம் தடையாகி விட்டது. வெளியறை பெட்ரோமாக்ஸ் வெளிச்சத்தில் எங்கள் முகங்களின் சோர்வு எளிதில் தெரிந்து விடுவதாயிருந்தது. எனக்கே அழுகை வந்துவிட்டது. சுகுணன், எம்மாத்திரம். அவனது கலங்கிய கண்களையும் விம்மி அழும் ஓசையையும் விரும்பாமல் தேவா அறையின் வேறு மூலையில் போய் உட்கார்ந்தான். யூசுப்

வெளியே அழைத்துச்செல்லப்பட்டான்.சம்பத்வியர்த்துஒழுகினான். அறையின் மக்கிய நாற்றம் இந்தத் தேசத்தின் புதிய பிரமாணத்தை விளக்குவதாயிருந்தது. மேலேயிருந்த சன்னல் வழியே சாரல் வந்து சுவரின் வழி கோடிட்டபடி மழைநீர் அழகாய் தரைக்கு வந்தது. பழைய கோடுகளும் தென்பட்டன. சுவரில் எச்சில் துப்பிய அடையாளங்களைக் காட்டிக் குமட்டுவதாக கோ சொன்னான். நானோ இவர்களை மறந்து வெளியே எங்கள் கண்களுக்கு எட்டாத அதிகாரியின் இருக்கையில் செவி மடுக்க முயன்றேன்.

இருட்டில் விசாரணை தொடங்கியது. யூசுப் குரல் வெளியே கேட்கவில்லை. அது அடங்கிப் போனதாயிற்று. தனது அதிகாரமான குரலில் திரு.க. கேட்டார்.

"நாளை நடக்கப்போகிற கிரிக்கெட் ஆட்டத்தில் குழப்பம் விளைவிப்பது தானே உங்கள் திட்டம்.... சொல்......"

யூசுப் என்னவோ சொல்கிறான். அல்லது, முனகுகிறானோ தெரியவில்லை. ஆனால் கட்டாயம் திட்டத்தை வெளியிட்டு விட மாட்டான். இது உறுதி. கைது செய்வதற்கு அறை மணிக்கு முன்னதாகவே எடுத்த முடிவு அது.எதிர்பார்த்தது தானே.அதில் எந்த மாற்றமும் இல்லை. நாங்கள் செல்லப் போவது இல்லை.

எவ்வளவுதான்வலிமைபொருந்தியவன்என்றாலும்எதிர்பாராமல் தாக்கப்படும் போது திகைப்பினால் திணறிப் போகிறான். சுதாரிப்பதற்கு அவனுக்குச் சற்று அவகாசம் தேவைப்படுகிறது. அந்த அவகாசத்தைக் கூட தராமல் தொடர்ந்து தாக்கினால்.... ஆனால் அப்போதும் யூசுப் ஒப்புக் கொள்ளவில்லை.

"அடிக்கிறார்களா... அடிக்கிறார்களா...." என்று பதற்றத்துடன் சுகுணன் கேட்டான். சற்று நேரம் மௌனம். பிறகு "அப்படித்தான்" தோன்றுகிறது" என்று நான் சொல்லும் போதே மறுபடி சத்தங்கள் வந்தன. யூசுப் வலியில் அனத்தும் குரல்... ஈனக்குரல். நான் எனது முறைக்காகக் காத்திருக்கத் தொடங்கினேன். அச்சம் தருவதாக இருந்தது அது. மனம் வேகமாக அடித்துக் கொண்டது. என்ன பேசுவது என்றும் எப்படி நடந்து கொள்வது என்றும் தீர்மானிக்க முடியவில்லை. மிகவும் எரிச்சலும் ஆத்திரமுமாக வந்தன.

"நீங்கள் போட்டியை நிறுத்தச் சதி செய்கிறீர்கள். கிரிக்கெட் ஆட்டக்காரர்களைக் கொலை செய்ய திட்ட வகுத்துள்ளீர்கள். அரங்கத்திற்கு குண்டு வைக்கப் பார்த்தீர்கள்...." திரு.க. கத்திக் கொண்டிருந்தார். இது பொய். எங்கள் திட்டம்... அதுவல்ல.... திரு.க. தீவிரவாதிகளைப் பிடித்துவிட்டதான பெருமையை அடைய முயல்கிறார். ஆனாலும் உண்மையைச் சொல்லப் போவதில்லை.

இந்த ஒரு இரவைக் கழித்துவிட்டால். அது போதும். அய்யா.... அதிகாரி அவர்களே... நாளை மாலை நான்கு மணிக்குப் பிறகு முழு உண்மையை நாங்கள் தெரிவித்து விடுகிறோம். அப்புறம் பார்க்கலாம். நன்றி. வணக்கம்.

மீண்டும் உதைகள். மீண்டும் அலறல்கள். என்னையும் அழைத்துப் போவதாக தெரியவில்லை அவர்கள்.

"ஏகாம்பரம்...."

"என்னடா... தேவா...."

"சொல்லிடலாமா...."

எனக்கு பக்கென்றது..." எல்லாத்தையுமா" என்றேன்.

"இல்லடா".

சரி, நான் அழைக்கப்பட்டேன். தேவாவும், நானும், நாங்களும் சிறையில் திட்டமிட்டவற்றைச் சொல்லிவிடுவதென முடிவு செய்திருந்தேன். ஆம். நாளை ஞாயிற்றுக்கிழமை. வழக்கு மன்றம் கிடையாது. எனவே நாளை முழுவதும் இங்கு இருக்க நேரும். இது கொடுமையானது. அதுவரை எதுவுமே சொல்லாமல் இருக்க முடியாது. அந்த மூவரையும் கணக்கில் சேர்க்காமல் அதைச் சொல்வதெனவும், கூடுமானவரை முக்கிய நிகழ்ச்சியை மறைப்பதெனவும் தீர்மானிக்கப்பட்டது.

அய்யோ யூசுப்... இப்படியா உன்னை அடித்து விட்டார்கள். கபோதிகள். மிருகங்கள். போயும் போயும் கிரிக்கெட் ஆட்டத்திற்கா இத்தனை மரியாதை. அதைப் பாதுகாக்கவா இப்படி சித்திரவதை.... எப்பேர்ப்பட்ட ஆள் நீ...வேறு நாட்டில் இருந்திருப்பாயானால் உனக்கு ராஜ மரியாதை அல்லவா கிடைத்திருக்கும். தடகள விளையாட்டு வீரன். உயரம் தாண்டுதலில் மாநில சாதனையாளன். இந்த நாட்டில் அவனுக்கு கிடைத்திருக்கும் பரிசு என்ன? எத்தனை பத்திரிகைகளில் உனது புகைப்படம் வந்து எழுதியிருக்கிறார்கள் சொல். எத்தனை முறை உன்னைத் தொலைக்காட்சியில் காட்டினார்கள். அண்டர்வேர் முதல் குளிர்பானம் வரை விளம்பரமெதிலாவது வந்திருக்கிறாயா? உன்னை இந்த அதிகாரி அறிந்திருப்பான். அதற்கெல்லாம் நீ கிரிக்கெட் வீரனாக இருந்திருக்க வேண்டும். பாவம்... உன்னைக் குதறி விட்டார்கள்.

இந்நேரம் நீ மட்டும் ஒரு கிரிக்கெட் வீரனாக இருந்திருந்தால் இந்த அதிகாரி வெலவெலத்துப் போயிருப்பார். திரு.க. என் கால் பிடித்துவிடு... என் காயத்தின் நீள அகலத்தைத் துல்லியமாக வெளியிட்ட முதல் பத்திரிகை என்று உன் புகைப்படம் போட்டு விளம்பரம் தருவார்கள். உன்னைத் தலை சிறந்த மருத்துவர்

கவனிப்பார். அவரது மருத்துவமனைக்கு அடுத்த நாளிலிருந்து கூட்டம் முக்குமுக்கென்று முக்கும். நீ மட்டும் ஒரு கிரிக்கெட் வீரனாக இருந்திருப்பாயானால் இந்த உன் நிலைக்காக அழகான பெண்கள் அழுவார்கள். ஆனால் என்... யூசுப்... துரதிர்ஷ்டசாலியே! நீ ஒரு தடகள வீரனாக இருந்து விட்டாய்.... இந்த நாட்டில் தேவையில்லாத ஆள் நீ... அழு யூசுப்... கதறி அழு.... வாழ்நாள் முழுதும் உழைத்துத் தாண்டிய உயரங்களுக்காக அழு நண்பனே.

நான் கூறியவற்றை அவர் திரு.க. அவர்கள் - அமைதியாகக் குறிப்பெடுத்துக் கொண்டார். நான் வழக்காடு மன்றத்தில் திங்களன்று எங்கள் யாவரின் சார்பாகவும் பேச இருக்கிறேன். எனது வழக்கறிஞர் நாளை வரமாட்டார். அவர் ஒரு கிரிக்கெட் பைத்தியம். வீட்டில் டி.வி.யைக் கட்டிக் கொண்டழுவார். வெளியில் காது வானொலியுடன் நடமாடுவார் என்றேன். பிறகு சொன்னேன், நாங்கள் அந்த விளையாட்டை வெறுக்கிறோம். ஆட்டத்தை நிறுத்தச் சதி செய்ய வில்லை நாங்கள். ஆனால் அவ்விளையாட்டு மைதானத்திற்குச் சென்று கோஷமிட முடிவு செய்திருந்தோம். வெறும் கோஷம். லட்சக்கணக்கான வெறியர்கள் முன் எங்கள் கோஷம் எடுபடாவிட்டாலும்....

திரு.க. என்னை நம்பினாரா? அப்படித்தானிருக்க வேண்டும் என திட்டவட்டமாகச் சொல்ல முடியவில்லை. ஆனால் என்னை அடிக்கவில்லை. எழுந்து சினிமாவில் வருவதைப் போல குறுக்கும் நெடுக்குமாக நடக்க ஆரம்பித்தார். பிசாசே நம்பு. தயவு செய்து எங்களைப்போகவிடு. இன்னும் நிறைய வேலையிருக்கிறது எங்களுக்கு. "அடுத்தவனை அழைத்து வா... திரு.மி." அவரிட்ட உத்தரவு எனக்குப் பிடிக்கவில்லை. தேவா வருகிறான். நெடிதுயர்ந்த தேவா சற்றுக் கூனலுடன் வருகிறான். வாய்ப்புகள் கிடைத்திருந்தால் எவ்வளவு பெரிய கால் பந்து வீரனாகியிருப்பான். ஒரு காலத்தில் ரேஸ் சைக்கிள் வைத்திருந்த தேவா. ரேஸ்? சைக்கிள் ரேஸ்? இந்த நாட்டில் ஒரு காலத்தில் நடந்த போட்டிகள் இவை. மற்றும் கபடி. தேவா அவர்களது ஊர் பொங்கல் பண்டிகை விளையாட்டு போட்டிகளுக்காகப் போய் வருவான். வந்து கபடி பற்றியும் மற்ற பந்தயங்கள் பற்றியும் கதைகதையாகச் சொல்லுவான். வெறித்தனமாக ஆடி கபடியில் அவனது அணி வெல்லுவதுண்டு. அய் நூற்றியொரு ரூபாய் முதல் பரிசு, சைக்கிள் ரேசும் உண்டு. இப்போதெல்லாம் அங்கும் இந்தச் சனியன் புகுந்து விட்டது, கிரிக்கெட். எவ்வளவு கேவலமான விளையாட்டாகி விட்டன கபடி... கால்பந்து எல்லாம்.... இப்போதெல்லாம் தேவா.... ஊருக்குப் பொங்கலுக்குப் போவதுமில்லை.

"நீ கிரிக்கெட் விளையாடுவதுண்டா?" தனது முகத்தைக் கைகுட்டையால் துடைத்தபடி திரு.க. தேவாவை வினவினார்.

பற்களைக்கடிக்கிறான்.அவன்.திட்டவட்டமாகமறுத்த அவனை அவர் பார்த்த பார்வை அச்சமூட்டியது எனக்கு.ஒரு வேளை அடி விழுமோ. விழலாம். எதற்கு அடி? கிரிக்கெட் விளையாடாததற்காக?

"பின்ன... எந்த விளையாட்டு பிடிக்கும். ஆள்.... ஆஜானுபாகுவாக இருக்கிறாய்... சொல்..." திரு.க. கேலி செய்கிறாரோ?

"எனக்கு கோலி குண்டு... பிடிக்கும்". இந்தத் திமிர்தான் தேவா.... ஆனாலும் திரு. க. தான் திடுக்கிட்டதை வெளியே காட்டிக் கொள்ளவில்லை.

இப்போதெல்லாம் குழந்தைகள் கோலி கூட விளையாடுவதில்லை. பம்பரம்? அதுவும் அபூர்வம்தான்....வ்ஊ..வ்தேவாவுக்குவிழுந்தது அடி. அவனை விட்டு விடுங்கள் அவன் நேற்றிலிருந்தே சாப்பிடவில்லை. விட்டுவிடுங்கள் அய்யா... பாவம். இதுவரை இப்படி நேர்ந்ததில்லை. இந்த நாட்டில் ஒருத்தன் விளையாட்டை மட்டுமே, அதுவும் கால் பந்து எனும் விளையாட்டை மட்டுமே நம்பி வாழ முடியாது. இந்த உண்மை இந்த முட்டாளுக்குப் தெரியவில்லை. பொழுது விடிந்து பொழுது போகும் வரை எப்போதோ குழி தோண்டிப் புதைக்கப்பட்டுவிட்ட கால்பந்து ஆட்டத்தை இன்னமும் பெரிய விளையாட்டாக நம்பும் ஒரு முட்டாளை மன்னித்து விடுங்கள். தயவு செய்யுங்கள் அய்யா... ஒப்புயர்வு அற்ற ஒரு விளையாட்டு வீரனை அடிக்காதிருங்கள். விட்டு விடுங்கள்.

திரு.க. அவர்களுக்குச் சோர்வு ஏற்பட்டிருக்க வேண்டும். தேவாவுக்கும், யூசுப்பிற்கும் தண்ணீர் குடிக்கத் தரப்பட்டது. உங்களைப் பற்றி பத்து பக்கத்திற்குப் புகார் வந்துள்ளது. நீங்கள்... விளையாட்டு அரங்க நிர்வாகிகளை மிரட்டியிருக்கிறீர்கள். இவ்விளையாட்டு நடந்தால் உங்களுக்கு என்ன? இது இந்த ஊரில் நடக்கக்கூடாது என்றார்களாம்... அங்கு நடத்த கை கலப்பில் சில நிர்வாகிகளை தாக்கி இருக்கிறீர்கள்... ஏன்... இப்படிச் செய்தீர்கள்?"

திரு.க. அவர்களே... உங்களால் எங்கள் மனநிலையைப் புரிந்து கொள்ள முடியாது. நாங்கள்... நாங்கள்... ஒவ்வொருவரும் அவ்விளையாட்டால்பாதிக்கப்பட்டவர்கள்.மிகிர்சென்னும்,மில்கா சிங்கும் பசிக்கொடுமையால் சாகடிக்கப்படும் நாடு. ஒரு காலத்தில் திரு.க. அவர்களே அமெரிக்க ஐக்கிய நாட்டை இருபத்தி நாலு கோல்கள் போட்டு வென்ற ஹாக்கி இன்று தேசிய விளையாட்டல்ல... பீலேக்கு அவர் நாட்டில் ஆயிரம் சிலைகள். 'தீயான்சந்த்' தை எங்கள் குழந்தைகளுக்கு யார் என்றே தெரியாது. கிரிக்கெட் எனும் மந்திர இசைஞன் எந்தக் குழந்தையையும் மிச்சம் வைக்கவில்லை என்பதை சட்டம் ஒழுங்கின் காவலரான திரு.க. அவர்களே நீ அறியவில்லை என்பதற்காக ஆழ்ந்த வருத்தம் தெரிவிக்கின்றோம்.

குற்றச்சாட்டிலிருந்து குற்றம் சாட்டப்பட்ட - வரை விடுவிக்கும் பெரும் உரிமை பெற்ற அதிகாரி அவர்களே... மேலும் உங்களிடம் கூற விரும்புகிறோம்.... வெள்ளையர்களை எதிர்த்துப் போராடுகிற ஒரு திடமான மனநிலையில் இப்படியான பொழுதில் நாங்கள் இருக்கின்றோம்.

எங்கிருந்தோ... திரு.மி தேநீர் வாங்கி வந்திருந்தான். எல்லாருக்கும் அது தரப்பட்டது. விசாரணைக் கைதிகளுக்கு இப்படி தேநீர் தரப்படுவதுண்டா என கேட்கத் தோன்றியது. ஆனால் தண்டனையில், இம்சையில் இதுவும் ஒன்று. மோசமான ஒரு தேநீரை அருந்துதல். திரு.க. என்னை நேராகப் பார்த்தார். "ஆக... கிரிக்கெட்டை ஒழிச்சிடணும்கறீங்க... என்றார். ஒரு காவல் துறை அதிகாரி அதுவும் கடந்த இரண்டு மணி நேரத்திற்கு முன் வரை ரம்மி ஆடிக் கொண்டிருந்த உற்சாகமான அதிகாரி. இந்த தேசத்தின் முதுகெலும்புகளில் ஒரு எலும்பின் முனை அவர். அவர் தூங்கி வழியும் குரலில் சோர்வு தெரிந்தது. சுகுணன் சொன்னான் "ஒழிக்க வேண்டாம் அதுக்கு எவ்வளவு மரியாதையோ அதைக் கொடுக்கட்டும்... ஏன் மத்த விளையாட்டை பாதிக்கிறா மாதிரி செய்யணும்...." அவன் குத்துச்சண்டையில் உலக சாம்பியன் ஆகிவிட்டால் ஏற்படும் மகிழ்ச்சி எனக்கு ஏற்பட்டது. எப்பேர்ப்பட்ட தைரியசாலியாகி விட்டான் அவன். "நானும் ஒரு காலத்தில் கலைவாணர் கைபந்து கிளப்புல ஆடியிருக்கேன்... இப்போ கிளப்புமில்ல... ஒரு மயிருமில்ல" என்றபடி திரு.க. செத்த டெலிபோனை வருடத் தொடங்கினார். பிறகு ரிசீவரை எடுத்து அதன் மேல் பொத்தென வைத்தார். விசாரணை முடிந்தது... காவல் நிலையத்தைப் பூச்சிகள் நிறைத்திருந்தன. பெட்ரோமாக்ஸ் விளக்கைச் சுற்றிச் சுற்றி வந்து செத்துக் கொண்டிருந்த அவற்றைப் பற்றி இன்னொரு சமயமாக இருந்தால் சம்பத் அழகிய கவிதை எழுதியிருப்பான். ஏனோ அவன் சுத்தமாகப் பேசவில்லை.

எனவே எங்களைப் பற்றிய விசாரணை இருட்டில் தொடங்கி இருட்டில் முடிந்துவிட்டது. அரசிடம்... எங்கள் கொள்கைகளைப் பிரகடனம் செய்தாகிவிட்டது. வெற்றிகரமாக எங்கள் திட்டத்தின் முக்கிய பகுதியைச் சொல்லாமலேயே விட்டாயிற்று. வெளியே ஜோவும் டேனியலும் அன்புத்தோழி அகிலாவும் இதை எப்படியும் சாதிப்பார்கள்.

ஆனால் திரு.க. அவர்களே நாளை வியைாட்டு ரசிகர்களின் கவனத்தை எங்களில் ஒருவர் கவர்வதைத் தடுக்க முடியாது நீங்கள்... பிணம் போல் அவர் படுத்திருக்க... "நீ ஒன்னும் விளையாட்ட நிறுத்த வேண்டாம்.... அங்க பாரு" மூட்டையாய் குலுங்கி சப்தமில்லாது திரு.க. அப்போது சிரித்தார். வெளியே பேய் மழை பெய்து கொண்டிருந்தது.

42

கடன்

“என்ன சொல்லுத சோமு... கடன் வாங்குனப்போ வக்கணயா பேசினில்ல.. வட்டிய கட்டலீன்னா எப்படி....?

சோமு தலையைச் சொறிந்து கொண்டான். நாலு மாசமாய் வட்டி கட்டாதது தப்புதான். “எல்லாம் சேத்து வட்டி மட்டும் முன்னூத்தி சொச்சம் வருது” என்றார் கவுண்டரு வீட்டுக் கணக்குப் புள்ள...

“ந்தோ கட்டிப்புடறேனுங்க... சாமி” “என்றானே தவிர எப்படி எங்கின போய் காசு புரட்டுவது என்பதை சோமுவால் முடிவு செய்ய முடியவில்லை.

ஆசிடு தூக்கிக்கிட்டு வீடுவீடாய் கக்கூசு கழுவுற மாராயிக்கு தொழில் வத்திப் போச்சுது. புருஷு'ம் ஆசிடும் கடைகள்ல கெடைக்கிறத வெச்சு அவனவனுகளே கழவுறானுகளாமுல்ல. பொளப்பு போச்சு. மாசம் நாலு டாங்கு சுத்தம் செய்தா கூட போதுமாத்தா இருந்திச்சு. இப்போது கஞ்சிசோறுக்கே பத்துல வருமானம்.

“அப்படியே... நின்னீனா எப்புடி.. நாளைய கருக்கல்ல காசு வரலீன்னா போலீசுட்ட போயிருவம்... பெறாவண்டி பொளப்புப் போச்சுன்னு கதறிட்டு வந்து நிக்கப்படாது... சொல்லிப் போட்டனப்போய்...” கணக்குப்புள்ள உள்ற போயிவிட்டார். தூக்குப்போணியை எடுத்துக் கொண்டு கிளம்பிய சோமுவுக்கு கைகால் ஓடவில்லை. இப்போ என்னத்தச் செய்ய? எப்புடி தீக்கவென நொந்ததில் தலை சுற்றலெடுத்தது.

சோமுவும் மாராயியும் மூத்தவன் ரங்கனைப் பள்ளிக்கூடம் அனுப்பி படிச்சு எப்படியாவது வேலைக்குப் போகவென வாங்குன கடன் அது. நல்ல துணி நாலு துணி வாங்கித் தரணுமுன்னு மாராயி தந்த தைரியத்துல வாங்கியாவிட்டது? முதல் ஆறு மாதம் வட்டி கட்டுவதில் சிரமமில்லை. ஆயிரம் ரூபாய்க்கு மாசம் அம்பது வட்டி, நூறு அசலு ஆக நூத்தம்பது மாசமானால் கட்ட வேண்டும். முதலில் எளிமையாத்தானே இருந்திச்சு... பயலும் அப்புடி இப்புடியின்னு ஒம்பதாங்கிளாஸ் வந்திட்டான். ஒரு வருசம் பல்ல கடிச்சிக்கிட்டு

இருந்தா. பத்தாங்கிளாஸ் படிப்புக்கே கவர்மெண்ட் வேலை கெடைக்குதாமுல்ல? அதான் நாத்தப் பொளப்பிலும் இன்னும் மொத்தமா உடைந்து கருகிடாமல் சோமுவும் மாராயியும் தாங்கிக் கொண்டு வருகிறார்கள். அடுத்ததா பொட்டப்புள்ளகளையும் படிக்க அனுப்பவென இஷ்டப்படவில்லை. பெரியவள கட்டிக் கொடுத்தாச்சு. அடுத்ததுங்க ரெண்டும் சித்தாளா மாடி கட்டட வேலைகளுக்குப் பத்துப் பாத்திரங்கள் கழுவ கொள்ள என அதுங்க வயிறு நெரப்புதுங்க. கடைசீ குட்டி பன்னி மேய்க்க, ஆத்தாளுக்கு வேலைக்கி கூட மாடனு இருந்துகிட்டு கெடக்குது... அதுலு போன மாசம் சோமுவுக்குப் பக்கத்து ஊரு ஆலையில அந்த வாட்சுமேன் வேலை கெடச்சதுல ரொம்ப நம்பிக்கையாயிருச்சு. நம்ம எல்லா கஷ்டகாலமும் போயிருச்சு புள்ள, என மகிழ்ந்தவனுக்கு இப்போது இப்புடி ஒரு சோதனை வந்திருக்கிறது.

கணக்குபுள்ள நல்லவருதான். ஆனா கவுண்டரு சொல்லிப் புட்டாராம். போலீசு அது இதுனு போனா ஆலையில வேலைப் போயிரும். ஏதாச்சினும் செய்து சரிகட்ட பாக்கோணும். யாரு கடன் தருவான் இப்படி ஒரு பொளப்ப நம்பி. தவிர இன்னொரு பிரச்சனை வேறு. இந்த நீலா புள்ள அதான் ரெண்டாவது பொண்ணு மச்சினப்பயலோட தம்பியவே கல்யாணம் கட்டுவேன்னு வம்பு பண்ணிக்கிட்டு கெடக்குது. கையில காசு முச்சூடா இல்ல. ஒரு புடவைனாலும் வாங்கித்தர வக்கில்லாம என்னத்த செய்ய? பிரச்சனை இல்லாதபடிக்கி அந்தப் பயலோட இது குடும்பம் வெச்சிதுன்னா சோமுவுக்கு சரிதான். காசு?

முனியம் பய எதிர்பட்டான். "என்ன சோமண்ணே வாட்சுமேன் வேலையெல்லாம் எப்புடி இருக்குது. ஆத்து மேட்டுப் பக்கமே ஆளக் காணல்லியே... நீ வராம பாட்டுலு தங்கிருதாமுல்ல..." இந்தக் கேலிக்கி குறைச்சல் இல்லை, சாராயங் குடிக்கவும் காசில்லாததைக் குத்திக்காட்டறான் நல்ல கதை... "அத விடு முனி... நாளைய கருக்கலுக்கு முன்னூத்தி சொச்சம் வேணுமே... அதுக்கு வழி சொல்லு..." முனியம் பய பார்வையில் கேலி தெரிந்தது. "புள்ளய படிக்கவெச்சு என்னத்தப் பெரிசா கிளிச்சுப்புட்டீக, எம்பய காடு வேலையினு போய் காசு பாக்குறானப்பா.. சோத்துக்கு சோறு சாராயத்துக்கு சாராயம்... பேசாம வேலைக்கி அனுப்பப்பா..." ஒரு கணம் சோமுவுக்கு அது சரியென்று பட்டாலும் மாராயியும் அவனும் அரும்பாடுபட்டதெல்லாம் வீணாயிருமோ என்று தோன்றியது.

இன்று நேற்றல்ல, அந்தக் காலத்திலிருந்தே சோமு மகனைப் படிக்க வைப்பது முனியம்பயலுக்குப் பொறுக்கவில்லை. எப்போதும் அதைச் சொல்லியே கேலி செய்வான். நண்பர்களிடமெல்லாம் "அய்யாவைக்

கண்டுக்குங்கப்பா... புள்ளய சீமைக்கு அனுப்பப் போறாரு" என்பான். இதனால் எத்தனையோ தடவை சண்டை வந்திருக்கிறது என்றாலும் இன்றைக்கு சோமுவுக்கு சண்டை பிடிக்கும் மனநிலை இல்லை. தவிர டியூட்டிக்கி நேரமாகிவிட்டது. ஆலைக்குப் போவதற்குள்ளாக முன்னூத்தி சொச்சத்தைத் தேத்த வேண்டும். விடிஞ்சா பிரச்சனை.

ஆலை முதலாளியிடம் கேட்கலாம் தான், ஆனால் வேலையில் சேர்ந்து இன்னும் முழுசாய் ஒரு மாசம் ஆகவில்லை. அதற்குள்ளாக அப்படி இப்படி கொடுக்கல் வாங்கல் வைத்துக் கொள்ளக்கூடாது. இன்னும் யூனிபார்ம் கூட தரவில்லை.

டீ ஒன்று சாப்பிடலாமா என்று சோமு யோசித்தான். வீட்டிலிருந்து சீக்கிரமே கிளம்பிவிட்டதால் தூக்குப் போணியில் புளிச்ச கேவுரு கஞ்சி மட்டும் எடுத்துக்கெள்ள நேர்ந்தது. டீ சாப்பிட்டால் தான் சரிப்படும். கடையில் மாஸ்டரிடம் டீ சொல்லிவிட்டுப் பக்கத்திலிருந்த கடிகாரத்தில் மணி பார்த்தான். மணி ஆறாக பத்து நிமிடங்கள் இருந்தன. என்ன செய்யப் போகிறான் சோமு? மனசு ஒரு நிமிடம் குலுக்கிப் போட்டது. கடைசியாக மிச்சமிருந்த மாராயியின் தாலிக் குண்டுமணியையும் சேட்டுக்கு வித்து ஏப்பம் விட்டு நாளாகிவிட்டது. டீ கசந்து வழிந்தது. குடிக்க மனமில்லை. கொட்டவும் மனமில்லை. வெட்ட வெளியை வெறும் பார்வையோடு நோக்கி விம்மிய நெஞ்சில் கை வைத்துக் கொண்டு சும்மா நின்று கொண்டிருந்தான் சோமு.

"சோமண்ணே ஒங்களத்தான் பார்க்கணுமுன்னு இருந்தேன்." என்ற திக்கில் கருப்பண்ணன் வந்து கொண்டிருந்தார். இன்னொரு டீ சொல்லிவிட்டு இருவருமாய் மண்ணில் குத்துக்காலிட்டு உட்கார்ந்தார்கள். நேரம் ஆகிக் கொண்டிருந்தது. "சொல்லு கருப்பு என்ன விசயம்" என்று சோமு விசாரித்தானே ஒழிய மனசு வேறு எங்கோ இருந்தது.

"நம்ம கிட்ட எத்தினி பன்னிங்க இருக்குது. கெடாய்ங்க...?"

"ஏன் என்ன விசயம்...?"

"அவுசரத்துக்கு மூணு தேத்தணும்பா... என் மகளுக்குச் சீரா கேட்கறானுக... நல்லா சுட்டுத் துன்ற கும்பலு கிட்ட பொண்ணு குடுத்தது தப்பாயிருச்சு.."

"நம்மகிட்ட மூணு தேறும். வேணும்னா.... எடுத்துக்க...."

"நானூத்தி அம்பது ரூபா தான் வெச்சிருக்கிறேன் என்ன சொல்லுற நீயீ...."

சொல்ல என்ன இருக்கிறது. சோமுவுக்கு மனம் சில்லிட்டுப் போனது. எதோ எப்புடியோ நடந்து கொண்டிருக்கிறது. "கால கருக்கல்ல வந்து பாத்து மீதிய தாரனப்பா...." என்றபடி நூறு ரூபாயைத் திணித்துவிட்டு நடையைக் கட்டினார் கருப்பு.

உற்சாகமாய் ஆலைக்குப் போன சோமுவுக்கு நிம்மதியாய் இருந்தது.முன்னூத்திபத்தோ இருவதோ கவுண்டருக்குத் தள்ளிவிட்டு மீதியோடு ரெண்டாவதுக்கு ஒரு சேலை வாங்கிட்டா நல்ல கிழமை பார்த்துக் கலியாணம் முடிச்சிரலாம். முதல் வேலையா நாளைக்கி முனியம் பய பாக்க ஒரு பாட்டலு சாராயம் மூக்கு முட்ட குடிக்கணும்ப்பா....” அந்த நிமிடம் வாழ்க்கை மிக எளிமையாக தோன்றியது. டியூட்டியில் நேரம் மிக மெல்ல போவதாகப்பட்டது.

“யோவ் எந்திரிய்யா?” எனும் குரல் கேட்டு எழுந்திருந்தான். எப்போது தூங்கினானோ தெரியாது. மாராயி நின்றிருந்தாள். சற்று யோசித்தான். பிறகு சூழலை உணர்ந்தான்.

“என்ன புள்ள. இங்கின வந்திருக்கிற....?”

“பொழுது சாய... குட்டி ஓடியாந்து அளுதா. பன்னிங்களக் காணோம். ராப்பூரா தேடிப் பாத்தோம்யா... மூளைக்காச்சலுனு முனிசிபாலிட்டி ஆளுக சுட்டுக் கொன்னுட்டானுங்களாம்....” என்று சொல்லிவிட்டு ஓவென ஒப்பாரி வைக்கத் தொடங்கினாள் மாராயி.

சோமு தலையில் கை வைத்துக்கொண்டு உட்கார்ந்துவிட்டான். கிழக்கு வெளுக்கத் தொடங்கியது.

43

நகரம் புகைத்த சிகரெட் சாம்பல்....

'புகைபிடித்தல் உடல் நலத்திற்கு தீங்கானது.' (Statutory warning)

அந்த கட்-அவுட் நகரத்தினது மாலைச் செய்திப் பத்திரிகை அலுவலகங்களில் ஒன்றான அங்கு கத்திரிக்கப்பட்ட செய்திகளின் ஊடே மாய மொழியில் விளம்பரங்கள் முளைத்துக் கொண்டிருக்கும் உச்சி வெயில் வேளை. தார் உரித்த சர்ப்பமாக நெளிந்து கொண்டிருந்த சாலை உயர்பதவி ஊர்தி ஒன்றின் வரவுக்காகத் தன்னை 'வெறிச் சோடிக்'க் கொண்டது. ஆதி முகம் சுழிக்கிறாள். சுழித்த அந்த சுழிப்பின் மொத்தக் காரணியாக அங்கு ஒருவன் புகைத்தான். எங்கும் தனது புகையாதிக்கத்தை அவன் படரவிட்ட அவ்வேளையில் மிக நீண்ட ஒரு கவிதையின் ஏதோ ஒரு எழுத்து போலவும், தலைப்பற்ற செய்தியின் முற்றுப்புள்ளியற்ற தொடர்ச்சியுமாய் அழும் ஒரு பெண்ணின் அடிமை மனத்தை ஆதி அடைகிறாள். சற்று நேரத்தில் வெற்றுக் காகிதங்களில் பாழ்பட்ட செய்தி அச்சேறி அலறிக்கொண்டே கடைகளுக்கு ஓடும். கல்தோன்றி மண் தோன்றிய காலத்தே முன் தோன்றிய சட்டம் இது. அந்த நகரத்தில் புகைக்கும் அதிகாரம் ஆண்களுக்கு மட்டுமே உண்டு.

காலவெள்ளம் தான் அவன், புகையும் புகை சார்ந்த வாழ்வும் எப்போதெல்லாம் புகைக்கிறான் என்றெண்ணி வைக்க முடியாதபடி சிகரெட்டின் மறு பக்கத்து அடையாளமாகிப் போனான். எட்டு வயதிருக்குமா? "பத்த வெச்சுக்கிட்டு வாடா" என்ற அப்பனுக்காகப் பீடியோடு அடுப்படி போகத் தொடங்கியபோது கிடைத்த அறிமுகம். சுட்டப் பழங்கள் சுவையானவை. கொஞ்சமும் அலுக்காமல் மிதிக்கப்பட்ட படாத அக்கினிக் குஞ்சுகளைத் தேடித் தேடிப் பொறுக்கிய நாள் முதலாய் சுட்டெறிந்த சிகரெட் சாம்பலிலிருந்து உயிர்த்தெழும் ஃபீனிக்ஸ் புழுவாய் நெளியும் அவனது நுரையீரல் இழுக்க இழுக்கப் பெருகியது அந்தப் பாழ்பட்ட செய்தி. அச்சு எந்திரங்களுக்கு நாசிகள் இல்லை.

ஆதியைப் பெரிதும் பாதித்தபடி அவன் புகைத்துக் கொடிருக்கிறான். அந்தப் புகைக் காட்டின் மனிதமும், சிகரெட்

தணலில் பளபளக்கிறது. இழுக்கும் போதெல்லாம் சுருண்டு உள்வாங்கி வெளியேற்றும்போது உப்பி உருமாறி உலுக்கப்படும் மரம் போல ஆகிக் கொண்டிருக்கிறான். இப்படியானதொரு சுற்றுச்சூழல் சீர்கேட்டை ஏற்படுத்தும் ஆதியந்தக உரிமை ஆண்களுக்கே அளிக்கப்பட்டிருந்த நகரத்தில் அவனது புதுவித புகைச்சலில் மாட்டிக் கொள்ள ஆதி தயாரில்லை.

அன்புள்ள ஆதி, மன்னிப்பாயாக. எனவே இக்கடிதம், உன்னை மய்யமாக்கி நகரும் இக்காகித அச்சுகளை வாசிக்கும் நான், நலம் விசாரிப்பிற்காக அல்ல. அதிகாலை இருட்டுக் கொசுக்களின் மொழியில் குறுகுறுக்கும் மின்சாரம் தடைப்பட்ட நாளைய விடியலில் மெழுகு வியர்க்க அபசுரமான கிறுக்கல்களுடன் ப்ரிய ஆதி எனக்கு இந்தக் கடிதத்தை நீ எழுத இருக்கிறாய். இயக்கம் எதையும் சாராத நீ கேட்பதெல்லாம் உரிமை. அறிவுக்கு இடம் கொடுங்கள். பெண்களைச் சுவரில் தொங்கவிட்டுக் காட்டும் பழக்கம் இனி எடுபடாது எழுது ஆதி. நீ எழுது.

அன்புடையீர் வணக்கம். நான் நிறைய பார்த்தாகிவிட்டது. அடுப்படி புகைவாசியான நான் வாழ்வின் இன்று வரையிலான காலப்பொழுதில் சந்தித்த ஆண்கள் அத்தனை பேரும் புகைப்பான்களே தாய் லேசாகக் கூச்சலிடும்போதெல்லாம் புகையிடம் புகலிடம் அடைந்த என் தந்தை முதல், சுருட்டுக்குள் சுதந்திரம் தேடிய என் பாட்டனார் வரை எங்கள் பரம்பரையின் வம்சா வழி. சரித்திரம் உடையவர்களான ஆண்கள் ஒன்று விடாமல் புகைபோக்கிகளே. விதவிதமாய் புகைத்தவர்களை விதவிதமாய் நான் பார்த்திருக்கிறேன். பிம்பக் காட்டிலிருந்து உயிர்த்தெழும்பிய நம்பிக்கை நட்சத்திரம் - நாளைய தலைவர் சிகரெட் நாயகனைப் பார்த்துத் தூக்கிப் போட்டு மூக்கில், காதில் புகைவிடும் லட்சோப லட்சக் கணக்கான 'ஸ்டைல் கிங்கு'களில் என் தம்பியும் ஒருவன்.

எனது மனம் சில்லிட நினைத்துப் பார்க்கிறேன். சிகரெட் உரிமையின் சின்னமாக இருக்கிறது. இன்னொரு சிகரெட் என்னை மணந்தது. புகை மட்டுமல்ல அது ரெண்டாயிரம் வருசத்து மிருகம். சிகரெட் எதற்குப் பயன்படும்? விற்க. வாங்க. புகைக்க. மனைவியைச் சுட சுடச்சுட புகைந்தது நானும் தான். கடைசீ இழுப்பையும் முடித்துக் காலில் போட்டுத் தேய்த்து என்னை எறிந்துவிட்டுக் போய்விட்ட பின்னும் முன்னும் ரகசியமாய் கணக்கெடுத்து நான் திரட்டிய செய்திகள்.

1. ஆண்களில் யாருமே பிறவிப் புகைப்பான்கள் இல்லை.

2. ஆண்களில் தன் வீட்டுப் பெண்களை அடிமைப்படுத்துவதில் ஓரளவு தோல்வி கண்டவர்களே அதிகம் புகைக்கிறார்கள்.

3.பெரும்பாலான ஆண்கள் சிகரெட் நாயகனான ஸ்டைல் கிங்கை பார்த்தே தான் புகைப்பான் ஆனதாக இருட்டில் ஒப்பாரி வைத்து ஒப்புக்கொண்டனர்.

4.பெண்கள் கூடுதலாக இருந்தால் குறைந்த எண்ணிக்கையிலான ஆண்கள் தங்கள் ஆதிக்கப் பெரும்பான்மையை நிரூபிக்க மூடிய பேருந்தெங்கும் புகையைக் கிளப்புகின்றனர்.

5. பலரும் நினைப்பது போல ஆண்களுக்கு இயற்கையிலேயே புகைக்கும் உடல்வாகு உள்ளது என்பது பொய். பெரும்பாலான புகைப்பான்கள் வெளியில் சொல்லத் தெரியாத அல்லது அவர்களே அறியாத வகையிலான நோய்களுடன் உலாவுகின்றனர்.

“ஆதி அற்புதமாக வந்துள்ளது” என்றான் கால வெள்ளம் மேலே புகை பரப்பிய அவன்,எதைச் சொன்னான் புகையையா செய்தியையா என்பதைத் தேட வேண்டி வருகிறது. “நகரம்... அதிரப் போகிறது ஆதீ. எந்த அளவிற்குச் செய்திகளை முந்தித் தருகிறோம் என்பதில் பலருக்கும் ஆச்சரியம் இருக்கும்” நகரம் அவனது ஊர் அல்ல.அவனது ஊர் நகரமும் அல்ல. சின்னஞ் சிறு குழந்தைகளைப் பற்றிக்கூட கவலைப்படாமல் புகைக்கும் அவன் அவனது ஊரில் சிகரெட் புகைத்தது இல்லை. எட்டுக் கட்டளை; பெண்களுக்கு மார்கச்சை, குடை,செருப்பு,பனியன்,சட்டை.பெரியவர்களுக்கு,பையன்களுக்கு சிகரெட் புகைக்கும் அதிகாரம் பிறப்பு. அதிகாரப் பரம்பரை இல்லை இவனது. ஆனால் அழகான ஊர் என்று நகரத்திற்கு இவன் ஓடி வந்த பின் இவன் ஊருக்கு நகரத்தினர் சிலர் திரைப்படமெடுக்க ஓடிப் போயினர். ஆமாம். எட்டுக்கட்டளை - அழகான ஊர்.

“காட்டுத் தீ போல செய்தி பரவிவிடும்” என்றான் கால வெள்ளம். சிகரெட் புகை போல என்று அவன் சொன்னதாக ஆதிக்குக் குமட்டியது சரி. அய்ந்து பில்லியன் ஆண்டுகளாகச் சூரியனும் அதன் சகக் கோள்களாகிய புதன், வெள்ளி, பூவுலகு, செவ்வாய் இத்யாதிகள் இருந்து வருகின்றன. பிற கிரகங்கள் பாறைகளும், வாயுக்களுமான வெறும் சடமாக இருக்கையில் இந்த உலகில் மட்டும் ஆண்கள் சிகரெட்டுடன் உலாவுவதன் பொருள் என்ன? வேதங்களை விட பழையதும் காலைக் கதிரவனை விட புதியதுமான ஒரு கேள்வி இருக்கிறது. அது இந்த நகரத்தில் பெண் ஏன் புகைக்கக்கூடாது என்பது.

ஒருவன் சந்தோஷத்திற்காக என்கிறான். வேறொருவன் காதல் துக்கம் அதான் இது என்கின்றான். எதற்காகப் புகைக்க என்று விவஸ்தை இல்லாமல் எதற்கெடுத்தாலும் புகைக்கிறார்கள். சந்தோஷம், துக்கம் இரண்டிற்குமே ஒரே வழி தான் என்றால் அப்படி சிகரெட்டில் என்ன இருக்கிறது. வேலைப்பளு சற்று

இளைப்பாற என்று புகைத்தவனையும் அவள் சந்தித்ததுண்டு. மற்றும் ஸ்டேட்டசுக்காக. இரவில் கண்முழிக்க இது தேவை என்று சிலர் பயணத்தின் போது மட்டும் அல்லது குடிக்கும் போது ஒன்றிரண்டு. சிலர் இருக்கிறார்கள். ஜலதோஷம் பிடித்தால் மட்டும் தைலம் தடவி இழுப்பவர்கள். கழிவறையில் நாற்றத்தோடு வெள்ளை மேகத்தின் மோகத்தைக் கலந்து அனுபவித்துக் காலைக்கடன் கழிப்பவர்களும் நகரத்தில் உண்டு. திரை அரங்கத்து இடைவேளைகளில் இடைவெளி இல்லாமல் புகைத்துத் தள்ளுகிறார்கள். கடற்கரையில், பூங்காக்களில், உணவு விடுதிகளில் ஏன் மருத்துவ மனைகளில் கூட சளைக்காமல் புகைக்கும் பித்து ஏறியவர்கள், கோவிலுக்குள் புகைக்கக்கூடாது என்பதால் புகைத்துவிட்டு வந்து பூசையைத் தொடருகிற ஆண்களும் கூட. நகரம் முழுவதும் அவர்கள் தங்களது சிகரெட் சாம்பலால் அதையொரு பெரிய ஆஷ்ட்ரே ஆக்கி விட்டனர். புகைத்தவன் புகையை புகைத்ததற்கான நுரையீரலுடன் பெண்கள் நடமாடும் இந்த நகரமோ குறைந்த பட்சம் அதற்காக சும்மா எதிர்ப்பு தெரிவிக்கக்கூட வாய் திறப்பதில்லை.

“புகைபிடித்தால் இறக்கிவிடப் படுவீர்கள்.” “என்னை இறக்கி விட்டால் ஓடாது” என்னும் ஓட்டுனர். ஆதி யோசிக்கிறாள். ஆனால் சிகரெட்டை புரிந்து கொள்ளுதல் சிக்கலாவுள்ளது. புராதன எளிமையாக காட்சியளிக்கும் சுக்கா சிகரெட் கூட செயல் ரீதியில் - அதிகார புரிதலில் சிகரெட் என்று பார்த்தால் மிகவும் சிக்கலான ஒன்றாகக் கருதப்படுகிறது. வெறும் நிக்கோடின் குச்சி அல்ல. அது அதிகாரத்தின் ஆயுதம். ஆராய்ச்சியாளர்கள் ஆணாகிப் போயினர். ஆனாலும் முதலில் தோன்றிய சிகரெட் ஆணிற்கானதா பெண்ணிற்கானதா என்பது அறிவியலுக்கு விடப்பட்டிருக்கும் மிகப்பெரிய சவால் ஆகும். அறிவியல் சிகரெட்டின் தோற்றத்தை ஒரு ஏதேச்சையான விபத்தாகவும், அதன் பிறகு அது பரிணாம வளர்ச்சியுற்று ஆணாதிக்க அடையாளமாக மாறியதை ஒரு இயற்கை விஞ்ஞானம். அது விஞ்ஞானமே அல்ல.

மற்றும் விளம்பரங்கள். நீண்ட தூர பந்தயத்தில் ஜெயிக்க... பெண்கள் உங்களை விரும்ப...ஜேபிடித்திருடனை பிடிக்க... மிருகத்தை அடக்க... இழுக்க இழுக்க இன்பம் என்பதற்காக சிகரெட். புகைக்க தூண்டும்... தூண்டல் பிரதேசங்களில் ஆணை கொஞ்சுவதும் புகைக்கக் கெஞ்சுவதும் மட்டும்.... பெண்கள். ஆண்களும் துரோகங்களும். Made for each other.

கால வெள்ளத்தின் சிகரெட் முடிவுக்கு வருகிறது. கடைசீ இழுப்புக்காகவே இத்தனை இழுப்புகளை பொறுத்துக் கொண்டவன் போல அவன் காணப்படுகிறான். அவனுள்ளே சென்று அவனுக்குள்ளிருந்து அவனை எடுத்துக்கொண்டு புகை வெளியேற

இன்னும் எடை குறைந்த திருப்தியில் மிதந்து போகிறான். இதற்காக மின்கம்பியில் சுடப்பட்டவர்கள் வாரினால் துவைக்கப்பட்டவர்கள் பஞ்சாயத்தில் மலப்பால், சாணிப்பால் குடித்தவர்கள் ‘எங்களுக்கு எதிரிலேயே புடிக்கிற அளவுக்குக் கொழுப்பு ஏறிப் போயிருச்சா உனக்கு?” தான் வாழ வேண்டிய அளவிற்கு இரு மடங்கு அதிகம் வாழ்ந்து விட்ட சாதிக் கிழடுகள் கூட அலறுகின்றன.

“ப்ரூப்ஃ ரெடியா” என்றாள் ஆதி. எட்டுக் கட்டளையில் கலவரம். எரிப்பு உடைப்பு, துண்டிப்பு, இன்னும் ஓயவில்லை, “எங்க ஆள் பெயர் ஒன்று இருக்கக்கூடாதா.” “எல்லா பெயரையுமே எடுத்திடலாம்” வானில் சுட்டனர். டீக்குவளை சண்டை. சிகரெட் பிடித்தவருக்கு வெட்டுக் குத்து. “இதோ காலவெள்ளம் ப்ரூப் ரெடி” செய்திகளை முந்தித் தருவது ஆதி.

“காலவெள்ளம்....”

“ம்...”

“இதற்கெல்லாம் கூடவா தடை”

“ம்”

“ரகசிய கணக்கெடுப்பில் விட்டுப்போன விஷயம்”

மேலும் ஒரு சிகரெட் மேலும் ஒரு மீறல். மீறித் தான் தீரவேண்டும். காலவெள்ளம்... ஒரு முடிவுடன் ஆதி சொன்னாள்; “எனக்கும் ஒரு சிகரெட் தருகிறாயா....?”

44
KYAAS

இது நடக்கும், இன்னும் இரண்டு ஐந்தாண்டுகளுக்குப் பிறகு இது நடக்கும். வெற்றிடங்கள் நோக்கி அவன் இறந்து கொண்டிருப்பான். சரியாக நினைவு இருக்காது. எப்போதிருந்து என்று புத்தனுக்கும் அவனுக்கும் இடையில் அந்த ஏற்பாடு. முன்கூட்டி தயாரிக்கப்பட்ட எதையும் சுலபத்தில் அவன் ஒப்புக் கொள்பவனில்லை. எனினும் இது தவிர்க்க முடியாததாகிவிடும்.

"அவனைப் பார் எப்படி இருக்கிறான். எனக்கு ஒரே கவலையாக இருக்கிறது" என்பாள் மைத்ரேயி. அது அவளது பயம். அந்த வயதில் எதற்கெடுத்தாலும் அவள் பயப்படுவாள். இல்லையேல், அவள் பெண் என்பது எடுபடாது போய்விடும். இன்னொன்று, இவனது நிழல் புத்தனுடையதைப் போல இருப்பது அவளுக்கு அச்சத்தைத் தரும். புத்தரையும் அவனையும் பிரித்து வரும் நூற்றாண்டுகள் சுருங்கிப் போய்விடும் என்பதை அவள் அறியமாட்டாள். உலர்ந்த திராட்சை போல சுருங்கிப் போய்விட்ட காலத்தின் அருகருகே புத்தரும் இவனும்.

பயணம், முழுதும் குளிர்ந்து காற்றோடுவாரி இவனை அணைத்தபடி கிட்டத்தில் இருக்கும் காலை. மூச்சை உறிஞ்சிவிட்டுக் கொள்வான். "எல்லாம் மூடிக் கொள்ள வேண்டியவை. அன்பு ஒன்றைத் தவிர...." என்று சொல்லிக் கொள்வான். "ஒன்றும் தெரியவில்லை... என்று சொல்வான் ஞானி ஒன்றின் மீதும் பற்றில்லாதவனுக்கு ஒன்றும் தெரிவதில்லை" எல்லாம் தெரிகிறது என்பதும் இதுதான். மரக்கிளைகளில் பறவைகள் நிறைந்து கொள்ளும். மரங்கள் ஆமோதிக்கும். குதூகலமைடந்து அவை காற்றில் அசையும், காற்றும் அசையும்.

"வெறுப்பற்ற மனிதன் விருப்பற்ற மனிதனாயும் இருப்பான் எனும் போது முரண்படும். வெறுப்பற்றவன், வெறுப்பற்றவனோ இவன் எனத் தோன்றும். கண்ணைத் திறக்க வேண்டுமென விரும்புவான். ஆனால் அவ்விதம் முயற்சிக்க மாட்டான்.

"யார் வெறுப்பற்றவன் கௌதமா நானா? எல்லா முகங்களையும் வெறுப்பவனா...."

"நீ யார்....?"

"நான்....."

"இன்னும் ஏதாவது....?"

"ஆம்... மறந்தேன்... நான்... ஒரு....."

"அப்படியானால் நீ மனிதன் இல்லையா....."

ஆழ்மனத்தின் அமைதியைக் கூர்மையான நினைவுகளால் குத்திக் கிழித்தபடி இருப்பான். எதுவோ திடுக்கிட வைக்கும். நினைவைச் சுருட்டி ஆழத்தில் தூக்கிப் போடுவான். நாலைந்து முறை மூச்சு சப்தமாய் காதைக் குடாய...பழைய அமைதி சாதிக்கப்படும். முழுமையான அமைதி, வழுவமைதி, மௌனத்தின் மொழியில் முழுதும் மூழ்கி சுவாசிப்பு கேட்பான். கேட்டபடியே இருப்பான். ஒன்றன்பின் ஒன்றாகப் பின் உறுப்புகளை உதற ஆரம்பிப்பான். கால் கட்டைவிரல், நுனி விரல், பிற விரல்கள்... கணுக்கால், முட்டி... என்று மூளையின் மூலையிலிருந்து முண்டியடித்துக் கொண்டுவரும் நினை உறுப்பும், நிஜ உறுப்பும், வருடிக் கொள்ளும், "விரட்டு...." என்பார் கௌதமன். திறக்காத நிலையில் திறந்த கண்களை அங்கு அவன் காண்பான்.

உதடு குவித்து ஊதுவான். அவனது காற்றை அவன் நேரில் தரிசிக்க நேரும். அது பார்ப்பதற்குத் திரைச்சீலை போல மெலிதாய் உருவமற்று இருக்கும்.

"எதைப் பற்றி கேட்கப் போகிறாய்?"

"இப்பேரண்டத்தின் பேருண்மை....."

"இப்போது இல்லை, ஒரு நாள் விழித்திரு... விழிகளை மூடியபடி... பேசு... உதடுகளைத் திறக்காதபடி...தேடு...உடம்பை இவ்விடம் விட்டு... ஒரே ஒருநாள்... பிரபஞ்ச ஓசைக்குள் புதைந்து எழுவாய்... பிறகு கேள் சொல்கிறேன்...."

"ஒரு நாளா... பிறகு சொல்வீர்கள் தானே... கௌதமா....."

யாரோ சிரிப்பார்கள்... மகாகாஷ்டகன்... புத்தனின் முதல் சீடன், மிகப்பெரிய குறும்புக்காரன்.

"ஏமாற்றுப்பேர்வழி...விடாதே இப்போதே கேட்டுவீடு... ஒருநாள்தான் என்றாலும்... இதற்கு ஒப்புக்கொண்டால் பிறகு நீ கேட்கவே போவதில்லை...."

முன்னெப்போதும், கேட்டிராத சிரிப்பைக் கேட்பான். புதிராய் இருந்த இடங்களின் தொடர்ச்சியாய் ஆவான் அவன். அங்கு மௌனம் எனும் காற்றும் வீசத் தொடங்குவதைக் காண்பான்.

அப்போது அவன் முன் அவனது முகம் வரும். அது விளக்கிற்கு முன்னால் பிரகாசமாய் இருக்கும். "அதையா விரட்டுவது". புன்னகை

என்றால் என்ன? அவன் தன் முகம் புன்னகைப்பது காண்பான். "கௌதமா... எனக்கு இது நிலைக்க வேண்டும். புன்னகைப்பவன் சிறந்த அறிவாளி என்றாயே" என எங்கிருந்தோ பேசுவான். "அதற்கு முகம் தேவையில்லை".

தொட விரும்புவான். ஆழமற்ற ஆழத்தை, அதன் சுவற்றை, விரல்கள் நீளும். கை இல்லாத அழகிய விரல்கள். மெல்ல மிக மெல்ல நகக் கண்களால் சுவற்றைச் சிலுசிலுக்க வைப்பான். ஒரு உணர்வு, யாரோ அவனை வாசிப்பார்கள். வாரியெடுத்து மடியில் வைத்துக் கொண்டு நரம்புகளை மீட்டித் தரைகளைத் தேய்த்து உலுக்கி வாசிப்பார்கள். இவ்விதம் வாசிப்பவரைப் பார்க்க அவன் விரும்புவான். இசை ரம்மியமாய் இருக்கும். அவனிடமிருந்து யாரோ அவனை வாங்கிப் போவார்கள். மூச்சு முட்டும்படி இசையைப் பருகுவான். இழுத்த இழுப்பிற்கெல்லாம், இசையாகி ஓடுவான். நிமிர்ந்து பார்த்திட விருப்பம். இசையைக் கலைத்துவிடாது வாசிப்பது யாரென்று அறிய அவன் விரும்புவான், இருந்தும் "துறவிகளுக்கும் விருப்பமில்லை." அவன் சொன்னதாக யாரோ சொன்னது போல அது கேட்கப்படும். இசை மெல்ல மடியிலிருந்து தலை நிமிர்ந்து பார்க்கும். நிறமற்ற நிலா நிறத்தில் சூழ்ந்திருக்கும் ஒளி எவ்விதத்திலிருந்து வீசுவதென்று உணர முடியாதிருக்கும். இசையின் சோகம் ததும்பும் முகத்தை மேலிருந்து பார்த்தபடி வாசித்தது யார்? அவன் அங்கு அவனையே காண்பான். "விப்பசனா...எப்போதும் இருப்பாய் விழிப்பாய்" என்பார் கௌதம்.

இன்னும் ஆழத்திற்கு முயல் குட்டிகளின் குட்டிகளோடு விளையாடிக் கொண்டிருந்ததைச் சந்திப்பான். மூளையின் ஒரு பகுதி போல... அது அதனைவிட வழவழப்பான முகடுகள் கொண்டதாய் இருக்கும். அதன் மிக அருகே அவன் வருவான். கைகளில் அள்ளுவான். எடையற்ற பசுமை மிருதுவின் இலக்கணத்தினை உணர்த்தியபடி அவன் கைகளில் இருக்கும். அது திறக்க மாட்டாதது, இனிப்பு போர்த்தியது... சுக ரத்தம் ஓடுவதான அதில் வாசலைத் தேடுவான். இருக்காது. அல்லது எல்லா இடமும் வாசலாய் இருக்கலாம். விரல் நுழைய இடம். பின் அவனே நுழையும்படியான உள் அறைகள் விரியும்... அதிக தூரமின்றி இருந்தவை உள்ளே சுகமளிக்கும். அம்மாவின் முலை அவ்விடம் இருக்கும். அம்மாவின் முத்தம்.... கொஞ்சல்... முதல் கொஞ்சல், முதல் இனிப்பு, முதல் அணைப்பு, முதல் புன்னகை, முதல் நட்பு, முதல் காதல், முதல்... சுய சுகம்... இது சுகமளிப்பது. இதைக் கடப்பது முயலுவான். "எது உடலில் சுகமளிப்பதோ அதை விரட்டு..."மகாகாஷ்டகன் உதவிக்கு வருவான்... தேகம் முழுவதும் ஒருவித நறுமணம் வீசிக் கொண்டிருக்கும்.

தன்னை ஒரு மலராக உணர்வான். கர்வம் பிடித்த மலராக... ஒருகணம் மயக்கமுற்றது போலவும், மறுகணம் இல்லை என்பது போலவும் தென்படுவான். இவன் குரலில் யாரோ விம்முவது பாதாளம் வரை எழுப்ப... அழுகையா? சுகத்தை விட்டு விடுதலையாவது துக்கம் தருவது. துக்கத்தைக் கையில் எடுப்பான். அதன்மீது கணநேரம் பரிவு. முத்தங்களைத் துறந்ததால் வரும் துக்கம் அது... எங்கோ ஒரு மூலையில் திரும்பிப் போய் விடலாமா... யாரோ கேட்பார்கள்..... "எது வேடங்களற்றதோ... அதை அடைவதில்... கருத்தாய் இரு....'' கையில் இருந்ததைப் போவென பின் எறிந்துவிடுவான்.

"இறந்தகாலத்தை ஓட விரட்டு. அதை உன்னுடன் பயணம் செய்ய ஒருபோதும் அனுமதிக்கலாகாது. நீ என்ன செய்ய முடியும் அவைகுறித்து... ஏற்கனவே அவை முடிந்து போய்விட்டன. இனி அவை மாற்ற முடியாதன... கண்காணாத தொலைவில் போர்களால் சிதிலமடைந்தவைகள்... வரலாற்று ஒப்பந்தக்காரர்கள்... மனித கசாப்பு வியாபாரிகள்... விட்டெறி, நினைவுத்தூபிகளை எழுப்பாதிரு... அவர்களுக்கு...."

வெறோன்று வேறொரு இடத்தில் இருக்கும். பற்களுடன் கிடக்கும் அதனை அவன் அஞ்சான். கதவைத் திறப்பான். இவ்வளவு கொடூரமானதா அவனது கோபம்... வெளியே தலை நீட்டி பார்க்கும் அக்னிநாக்குகள்... புகையும் ஒளியும் புதைவடைந்த அவ்விடத்திலிருந்து துர்நாற்றம் வந்து கொண்டிருக்கும். நாற்றம் வரவேற்கும். கையைப் பிடித்துக் கொள்ளும். மலம் அப்பும் இடங்களைத் துடைக்க விரும்புவான். அங்கே கிடக்கும் தோல்விகள், முகச்சுழிப்பை உணர்வான். "அருவறுப்பு அடைபவர்கள் அங்கேயே இருக்கட்டும்." முதல் கடுஞ்சொல்...முதல் உதை...முதல் அவமானம்... முதல் காயம்... இவற்றை ஒவ்வொன்றாக எடுத்து வீசுவான். பிண்டங்களிலிருந்து இறந்தகால காயங்களின் சீழ் கொட்டிக் கொண்டிருக்கும்.. நாக்கு கிடக்கும்.... பசி கிடக்கும் ... யாரும் பார்க்காத இடங்களில் இவன் செய்த அருவறுக்கத்தக்க யாவும் கிடக்கும், பல்லி வால் போல இங்கும் அங்கும் துள்ளித் துடிப்பாய் கிடக்கும் அவனது ஆண்குறி.

அங்கே காகிதம் முன் தலைகீழாய் மிதக்கும் அவன் எழுதிய கடிதங்கள். பல் தேய்த்துக்கொண்டு, மலம் கழித்துக்கொண்டு சாப்பிட்டு, புணர்ந்து, குளித்துக்கொண்டு பலர் கிடப்பார்கள். எல்லோருக்கும் அவனுடைய முகமிருக்கும். திறந்த புத்தகங்களிலிருந்து ஊமைச் சொற்களில் வாக்கியங்கள் முளைத்துக் கோரமான மொழிகளில் பேசிக்கொண்டிருக்கும். முட்டிக் கொண்டு வந்ததால் ஒன்றுக்கிருக்க ஓடும் ஒருத்தனுக்கும் அவனுடைய முகம் இருக்கும். தூக்கம் கண்ணை செருக... டிவி. பெட்டியில் தலையை விட்டுக்

குடாயும் ஒரு பிண்டம். பலவிதமான விளம்பரங்களைப் பச்சை குத்தியபடி அலங்கோலமான அம்மணத்துடன் அவன் முகத்தோடு பெண்கள் கிடப்பர். அவனோடு ஓரினப் புணர்ச்சியில் எல்லைகள் தொட்டவன்...கைமைதுனம் செய்து இவன் பீய்ச்சிய விந்துக்குளத்தில் விழுந்து பிதுங்கிக் கொண்டிருப்பான்.

மலைகளைக் காண்பான். அதுவரை முகத்திற்கு அவன் போட்ட வாசனை பவுடர் நறுமணமின்றிக் கிடக்கும். மலை, அவமானத்தால் குமைந்து போவான். திருட்டு தம் பிடித்து அவன் சிந்திய சிகரெட் சாம்பலிலிருந்து நெருப்புச் சுவர்கள் விழித்தெழும். அப்போது மீண்டும் தொட விரும்புவான். அதுவரைலவெட்டிப் போட்ட நகங்களாலான விரல்கள் நீள சுவரைத் தொடுவான். அவன் சாகடித்த ஜந்துக்களை மாலையாய் தொடுப்பவர்கள் மத்தியிலே போய் விழுவான். அவனால் அவமதிக்கப்பட்டவர்களை அடையாளம் கண்டு பதறி கால்களைப் பற்றுவான். சக மனிதர்களை ஆரத்தழுவி பின் அழுவான். அழுது கொண்டே இருப்பான்.

எதுவோ இடிந்து விழுந்து உருண்டு கொண்டிருக்கும்.அக்கக்காகப் பிய்த்து எறியப்படுவான். பதறி பரிதவித்துக் காற்றுப் போல எல்லா பக்கமிருந்தும் எல்லாப் பக்கத்திற்குமாக வீசி வீசி அலைக்கழிந்து வீழ்வான். பின் லட்சக்கணக்கான நாட்களில் அவன் தூங்காமல் விட்ட தூக்கம், வாரி அவனை அணைத்துக் கொள்ளும். அமைதி... அமைதியின் மொத்த அர்த்தத்தையும் ஆழந்து உள் வாங்கி அதனோடு கலந்து கரைவான்.

"இங்கேயே இரு... அடுத்த வினாடியைப் பற்றி சஞ்சலித்து இருக்கிற வினாடியைக் கைவிடாதிருப்பாய்... இப்போது நீ என்ன செய்ய முடியும்? அடுத்த வினாடி இன்னும் வரவில்லை... பார்... காற்று இங்கேயே இருக்கிறது. பூக்கள் இங்கேயே இருக்கின்றன... அவை மணம் வீசுகின்றன... அதற்காகப் பாராட்டப்படுகின்றனவோ இல்லையோ.... அவை மணம் வீசுகின்றன... இங்கே இருப்பவைகளில் ஒன்றாய் இருக்கப் பிணைத்துக் கொண்டிரு...." பின் தனது மீதி கட்டுகளைத் தளத்தி அவிழ்த்து உலர்த்துவான்."

எங்கோ ஓர் ஓடை இருக்க வேண்டும்... அது ஓடுவதை உணர்வான்... அப்போது ஒளி சூழ்ந்தது காண்பான். அவனிலிருந்து அது வெளிப்படும்... வானாக... காற்றாக... மலர்களாக... பட்சிகளாக.... யாரோ அவனை எழுப்ப முயலுவார்கள். மலராகத் தன்னைக் காண்பான். செடியிலிருந்து அவனைத் தொட புஷ்பங்களை விடவும் மிருதுவான விரல்களை வருடியபடி அவரைக் காண்பான். அவர் அவனைப் பறிக்கமாட்டார்.

"இது என்ன இடம்....?"

"இது இடமில்லை. க்யாஸ்... ஏதுமற்றது."

"கௌதமா...உனக்கு நன்றி...."

"இல்லை. நீ அவரைக் கடந்து வந்தாகிவிட்டது...."

"அப்படியானால் நீங்கள்...?"

"இங்கு யாருமில்லை... நீ கூட 'ஸென்'... யாருமில்லை....."

காலம் மேலும் உலர்ந்து மேலும் சுருங்கிய திராட்சை. அடையாள இழப்பின் மொத்த சாத்தியம். இன்னொரு அடி என்பதற்றுப் போன விளிம்பு. அவன் அங்கு இருப்பான். மீண்டும் திறமைகளைக் கைவிட்டவனாக. அன்றலர்ந்த ஒரு உயிராக, இறுதியும் முடிவுமான தொடக்கம் அவன் இப்போது.

"சலசலப்பிற்கு மன்னிக்கவும்"

"தேவை இல்லை. இப்படி நடக்கும் என்று இரண்டு ஐந்தாண்டுகளுக்கு முன்பே எல்லாருக்கும் சொல்லப்பட்டு விட்டது."

45
வெட்டியான் இரவு

இருண்டு நீண்டு பெருத்த அந்த நிசியில் நரியின் ஊளை எதையும் உலுக்குவதாய் இருந்தது. உக்கிரம் வாய்ந்த ஒருவகை சலிப்பு கோலோச்சும்படி மழை விடாது பெய்து கொண்டிருந்தது. குட்டை நிரம்பி தனது பரப்பை அகட்டிக் கொண்டது. காவாய் அலைந்து திரிந்து திசையற்று செத்த சர்ப்பம் போல விழுந்து சுருண்டு உப்பியது. பிணத்திக்கிலிருந்து வீசிய மக்கிய நாற்றம், புகைகிறதா இல்லையா என்பதைத் தெரிவிப்பதாய் இல்லை. இருட்டு எதையும் உணர்த்தாமல் தன்னைச் சுருக்கிக் கொண்ட அவ்வேளையில் விடிந்தால் எலும்பெடுக்க வரும் கூட்டத்தை எண்ணிச் சலித்து லாந்தரைக் கையிலெடுத்தான் பாண்டி. மீண்டும் பெருவெளியைச் சபித்து ஊளையிட்டது நரி.

வானை உருக்கி ஊற்றுவதாயிருந்த மழையில் லாந்தர் ஸ்தம்பித்தது. எண்ணெய் பாட்டிலைக் கையிலெடுத்தபடி பாண்டி மழைக்கு மேல் இரைந்தான். "ஆத்தா... ந்தே ஆத்தாவ்." சாக்கில் சுருண்டு இருந்த அவள் அசைவதாய் இல்லை. காதுக்கிடுக்கில் தீப்பெட்டி இருக்கிறதா என்று சரிபார்த்துக் கொண்டான். கருப்பு பாலிதீன் சாக்கைத் தலைக்குக் கவிழ்த்து மழையை நோக்கிப் பிணத்தை முன்வைத்து வெட்டியான் கிளம்பினான். மூங்கில் கதவை அடைத்துக் கம்பியைச் சுற்றாமல் விட்டவன் "அவுசாரி புள்ள மழ" என்று மழையைச் சபித்தபின் தனது உருட்டைக் கட்டையைத் தேடினான். பிசாசுகள் மிரளும்படியான அந்த முரட்டுக்கட்டையை அவனது அப்பனிடமிருந்து காலம் அவனுக்குப் பத்திரமாகப் பெற்றுத் தந்திருந்தது. ஒரு வெட்டியானின் இதயம் ஒரு கட்டையில் மய்யல் கொண்டபடி உள்ளது. பரம்பரையின் ஊற்று உள் ஓடும் அதனைப் பல சந்தர்ப்பங்களில் அவன் பயன்படுத்தியது உண்டு.

புதைகாடு, எரிகாடு, சாவு அவனுக்கு வாழ்வைக் கொண்டு வருவதாய் உள்ளது. ஊரின் துயரம் அவனுக்கு வருமானம் உருக் குலைக்கப்பட்ட எலும்புகளின் மேல் நர்த்தனமாடும் வாழ்க்கைக் காரனான அவனைப் பேய் பிசாசுகளிடம் துணையாக நிறுத்திவிட்டு ஊர் தனது உறக்கத்திடம் ஆழ்ந்து விடுகிறது. சுடுகாடுகளைத்

தோழமை கொள்ள துணிச்சலற்ற பிறவிகள், அவன் முகத்தில் அதன் மிச்சம் கண்டு மிரளுவதுண்டு. ஊருக்குள் போக அனுமதியில்லாப் பிறவியான அவனிடம் பில்லி, சூனியம் என்று பிதற்றுவோரும் இருந்தனர். மற்றபடி வாழ்க்கை எல்லாரையும் போன்றது இல்லை. பிணங்களில் கவுரவம் பார்க்கும் மனிதர்கள் இவனை - உயிரோடு இருக்கும் இவனை - அவற்றின் பிரதிநிதியாகக் கூட காண்பதில்லை.

"பாக்கிறீயள்ல... பாத்துக்கிடுவீயளாம்... நகை நட்டு ஏதுமில்லப்போய்... கையில மோதிரமில்ல... கழுத்திலயும்.... ஒண்ணுமில்ல... ஓரம் பறைசனம் வாங்க... அப்பாவை எடுத்து அப்படியே எறக்குங்க..."

எத்தனையோ அப்பாக்கள் விதவிதமான அம்மாக்கள். எல்லாம் முடிந்து திரும்புபவர்களிடம் கெஞ்சுவான் பாண்டி. "அப்பாவுக்கு இனிமேல் நாந்தானுங்களே எல்லாம்... அவருக்கு கடைசீ புள்ளயாட்டமான நானு..." உணர்ச்சி எதுவுமற்ற முரட்டுக்குரல் தான் என்றாலும் எவரையும் ஒரு நொடியில் கலங்கடித்து விடுவது இது. ஏதோ கொஞ்சம் கைக்கு மிஞ்சும். பாலுக்கோ... பத்துக்கோ... என்று விதவிதமான மனிதர்களுக்கு விதவிதமான சடங்கு... சாங்கியங்கள்.... சிலருக்குப் புதைத்த இடம் மறந்து இவனை நம்பி வருவார்கள். ஊரில் யாவரும் வந்து சேரும் இடமான இதன் மொத்த குத்தகைக்காரன் இவன். மனித வாழ்க்கை எனும் ஜீவநதி பிண சமுத்திரமான இதில் வந்து கலந்து விடுவதில் விடுகதை எதுவும் இலலை.

யாருக்கும் வெட்டியானாகப் பிறக்கும் ஆசை இருக்க முடியாது. மிகவும் இழிந்த சாதியான இந்தப் பிறப்பு, மனிதத்தின் மோசமான முகங்களையே பார்க்க வைப்பது. சுடுகாட்டில் பிணங்கள் சாதி வாரியாகவே வரிசைப்படுத்தப்படுவன. வெட்டியானின் குழந்தைகளுக்கு மனிதக் கபாலம் கூட விளையாட்டுச் சாதனம்தான். பார்த்தாலே பாவம்ப்பா என்று பள்ளிக்கூடத்திற்கே விடாத ஊரில் வெட்டியான் என்பவன் பிணங்களை விடவும் கேவலமானவன். எரித்தாலும் புதைத்தாலும் மனிதர்கள் திரும்பிப் பார்க்காமல் போவது பிணத்தை மட்டுமல்ல, இவனையும்தான்.

கறுத்து பளபளத்த உருவ மேனியான பாண்டி பிணங்களைக் கொண்டே அலங்கரிக்கப்பட்ட தனது வாழ்வுக்கான காரணங்களை அறிவான் இல்லை. குடலைக் குமட்டும் இரவுகளுக்காகச் சாராயக் கடையில் மாதக்கணக்கு இவனுக்கு. ஆத்தாக்காரியை விட்டால் போக்கிடமற்ற இவன்மேல் ஊரில் பிணங்கள் எரிந்தும், புதையுண்டும் நாறுகின்றன. நோம்பிற்கும், கோவில் திருநாளுக்கும், பொங்கலுக்கும் கூட இவன் வாழ்வை அவை விரட்டுவதாய் உள்ளன. இத்தனை இருந்தும் என்ன? பாண்டியின் தகப்பனைப் புதைத்தது ஊர்

கைவிட்ட பறக்காட்டில்தான். உயிருடன் இருக்கும் வரைதான் பாண்டிக்கு இந்தச் சுடுகாடு.

தீவட்டி தயார் செய்ய வேண்டி வரலாம். லாந்தரின் எண்ணெய் சிறிதளவே இருப்பதை அறிந்தான் பாண்டி. வழியெங்கும் புதைந்து வெளி வந்து சேறு அச்சமூட்டும்படி பிதுங்கி கொண்டிருந்தது. வழிகளை சீர் செய்தபடி தன்னிடமே பேசிக்கொண்டு எரிகாட்டு மேடை நோக்கி நடந்த அவனை எதுவோ நிறுத்தியது. இது கட்டாயம் கலைக்கப்பட்டதன் அடையாளம். ஆபத்தின் அறிகுறி. லாந்தரைச் சற்று தூண்டிவிட்டுக் கீழ் இறக்கி அவன் ஆராய்ந்தான். நரியின் கால் தடத்தை ஒரு வெட்டியான் நன்றாக அறிவான். அவனது புடனி சில்லிட்டது. உருட்டுக் கட்டையைக் கைகள் இறுக்கின... இருந்த கால்தடங்களை மீண்டும் கண்ணுற்றான். நாலைந்து நரிகள் இருக்க வேண்டும். பிசாசுகள். மழைக்கு வந்தவையாக இருக்கும். உண்மையயான பிசாசுகள்.

எரியும் பிணங்களிடம் இதுதான் பிரச்சனை. பனிக்காலத்திலும் மழைக்காலத்திலும் அவை உறங்க விடாதவை. அரைகுறையாக வெந்தவற்றின் வாடை நரிகளுக்கு எச்சில் ஊற வைத்து விடும். மறுநாள் எலும்பு எடுத்து நிரப்பித் தரும் வரையில் நரிக்கு, நாய்க்கு காக்கும் காவல் எரிச்சலூட்டுவது, கணக்குக்குள் வராதது. புதைபிணங்களை யாவது தேடி அமாவாசைக்கும் வருச திதிக்கும் வருமானம். புதைக்கப்படும் ஒவ்வொரு பிணமும் ஒரு மூலதனம் பாண்டிக்கு. எரிபிணங்களில் எலும்பெடுக்கும் வரைதான் காசு. மற்றபடி விறாட்டியில், விறகுக்கட்டையில் என்ன பெரிதாக வந்துவிடுகிறது? இரவினைக்குலைக்கும்மழைநாட்களில்பாண்டியின் சிரமம் யாருக்கும் தெரியாது. எல்லாம் சரியாக இருந்தாலும் "ஆமாம்... இதென்ன பெரிசு... அதது பாட்டுக்கு எ ப் போவுது.... அப்படியொன்னும் மழையில்லப்பா...." என்று கூலி குறைப்பார்கள். என்னத்தைக் கண்டார்கள்? எலும்பு கடிக்கும் நாயை, பிணந்தின்னும் நரியைப் பார்த்திருக்க மாட்டார்கள்.

இரண்டு பிணக்குழிகளுக்கு இடையில் சேறை - சேற்றுக் குழியைத் தவிர்த்துக் கடக்க இந்தச் சுடுகாட்டில் பாண்டிக்கு மட்டும் தான் தெரியும். திருப்பத்தில் வழியில் வழிந்த நீரை மறித்துச் சேற்றைக் குவித்தவன், கொழுத்த இருட்டு சலசலப்பதை சுரீரென உணர்ந்தான். லாந்தரை உயர்த்தித் துழாவியவனுக்கு இரவின் சீற்றம் புரிவதாயிருந்தது. மெத்தென்ற உருவங்களின் உறுமல்கள் மிச்சத்தை விளக்குவதாயும் இருந்தன. லாந்தரைக் கீழே வைத்துவிட்டு எண்ணெய் பாட்டிலுடன் தீவட்டிக்குத் தயாரானான். வானைக் கிழித்த மின்னல் கோடு மேடையிலிருந்து பாதி வெந்த பிணத்தை

இழுத்து நரிக்கூட்டம் கீழே போட்டு மொய்ப்பதை உணர்த்துவதாய் இருந்தது. தவளைகள் ஓலத்தால் ஆமோதித்தன.

"ஏ...ஏ... யே...யோ...ய்...." நீண்ட பிளிறல் அவனிடமிருந்து வெளிப்பட்டது. "காட்டுத்... தேவிடியா புள்ளயா...." என்றும் இரைந்தான். தின்ற கூட்டத்தில் பாதி சிதறி ஓட்டமெடுத்ததை உணரமுடிந்தது. தீவட்டியைக் கொளுத்த எத்தனித்தவனுக்குத் தீத்துணிய விட்டு வந்தது உறைத்தது. "ச்சைய்...." கீழே வைத்த கட்டையை எடுப்பதற்குப் போனபோது நடந்தது அது.எது அவ்விதம் நிகழ வைத்ததென்று அறிய நேரமில்லை. மீண்டும் வெளிகளைக் கிழிக்க ஒரு மின்னல் வந்தபோது அவன் மீது விழுந்து குதறப் புறப்பட்ட நரியின் சீற்றம் அதிகரித்திருந்தது. சேற்றின் சிதைவில் விழுந்திருந்தவன் நடக்க இருந்தவற்றின் மொத்த விளைவாய் ஆகியிருந்தான். எதற்கும் அவகாசமற்றுப் போனவன் ஒருகணம் அச்சமுற்று மறுகணம் விழித்தான். மேலும் தயார் நிலைக்கு வந்தன, இருட்டில் ஒளி உமிழ்ந்த மிருகக்கண்கள். ஒரு பிணத்தை வைத்து அவ்வப்போது நடந்தேறும் கொடிய யுத்தம் தொடங்கியிருந்தது.

நரிகள்தானா என்று அறிய விரும்பினான். கைத்தடியை இடம் தேடி லேசாய் உருண்டான். மின்னல் காட்டிய இடத்திற்கு மேலும் இரண்டு உருளிடங்கள். பிறகு யுத்தத்தில் பாண்டிக்கு வெற்றி கிட்டும். பிணம் இவனுடையது ஆகும். மேலும் உருள நினைத்தவன் மீது விழுந்து பிடுங்கிட தாவின விழிகள். நகங்கள் கிழித்த இடம் போக பாண்டியின் வயிற்றைக் கவ்விச் செய்த முயற்சி தோற்றது. உதைத்த உதையில் ஒன்று எட்டச் சென்று விழுந்து அழுதது. மற்றொன்றின் கழுத்து வெட்டியானின் கைகளில் வசமாய் இருக்க, மேலும் ஒன்றின் மேல் கையிலிருந்ததை அடித்தான்.ஒரு முறை உருண்டால் கட்டைக்கு வருவான். பிணத்தை இபோது நரிகள் கைவிட்டு விட்டதாகவே தோன்றியது.ஒரு வெட்டியானின் தார்மீக சொத்தான பிணத்தைவிட அவனது சொந்த ரத்தம் இனித்திருக்க வேண்டும் அவற்றுக்கு. மழை மேலும் பெருத்து போட்டியை வலுவாக்குவதாய் இருந்தது.

பாண்டிக்கு அழுகை வந்தது. மனிதனை சரியான தருணத்தில் வலுவிழக்கச் செய்யும் சனியன் பிடித்த அழுகை. "அவுசாரிபுள்ள மவனுவளா..." என்று கதறிப் பிதற்றியபடி ஓவென்று அவன் போட்ட கூப்பாடு மழையில் புதைவதாயிருந்தது. மூன்று நரிகளையும் மேலும் உசுப்பேற்றிவிட்ட அந்த ஓலம் மனிதன் தோற்பதை உணர்த்தும். லுங்கி கைலியைக் கடித்து இழுத்த ஒன்றின் மேல் கையிலிருந்த லாந்தரை விட்டெறிந்தான், எல்லா பலத்தையும் உறுமி காற்றைக் கிழித்தபடி நொறுங்கிய அதன் மோதலின் ஒரு நொடி மிரண்டு வலியால் முனங்கி பின் மேலும் இறுக்கி அதனைக் குதறிப் போட்டு

வாயில் கிடைத்ததை மண்ணில் துப்பியது. மொத்தென்று மேலும் ஒன்று வைத்தான் பாண்டி. இம்முறை தலையில் விழுந்த பலத்த அடியில் அலறிய நரி மேலும் ஒரு நரியை விலகி ஓட வைத்திருந்தது. ஒழி பிசாசே.

வெட்டியானின் உயரத்திற்குத் தாவி அது வலியின் அதிர்ச்சியைத் தாக்குதலில் காட்டியது. இத்தனை உக்கிரமாய் வாழ்க்கை இது-வரை பாண்டியைத் தாக்கியதே இல்லை. கொடிய அந்த யுத்தம் அவனை மனிதன் எனும் நிலையிலிருந்து வீழ்த்துவதாய் இருந்தது. எத்தனையோ விதம் விதமான மரணங்களை அறிந்ததுண்டு அவன். மரணத்தின் சாயலோடு வாழும் அவனுக்கு அதைக் குறித்த அச்சத்தைவிட அதன் மீதான மனிதர்களின் எதிர் வினையைத்தான் தெரியும். மரணத்தின் முகம் எத்தனை கொடூரமானதென்று பாடம் புகட்டப் புறப்பட்டதைப் போல் அவனை மேலும் தாக்கிட முனைந்தது இரவு. அவனது முழுமையான பலத்திலும் பிழைத்த இரவு.

திடீரென்று பாண்டிக்குத் தான் செத்துப் போய்விடுவோமோ என்று உறைத்தது.மனிதனின் பலம் என்பது மேலும் மேலும் பெருகும் அவனது முனைப்பில் உள்ளது. வாழவேண்டும் எனும் முனைப்பு அது. திடீரென்று அகப்பட்ட ஒன்று அவனுக்குப் புதிய நம்பிக்கை தருவதாய் அமைந்தது. அவனது உருட்டுக்கட்டையை விட கனத்த அது மழைக்கு விழுந்த மரக்கிளையாக இருக்கலாம். சீராய் பெய்த மழையும் நீண்ட நேரத்திற்கு வராத மின்னலும் அவ்விடத்தை நரிகளின் சாம்ராஜ்யமாக்கிவிடும் அபாயம் இருப்பினும், வெறிகொண்ட முனைப்புடன் கையில் கிடைத்த கனத்த அதனை சுழற்றி வீசி திசைகளை அடித்தான் பாண்டி. பீதியில் தன்னையும் இழந்து அழுது அரற்றியபடி இருட்டைச் சுழற்றிச் சுழற்றிப் பின் எத்தனை நேரம் அவன் அடித்திருப்பானோ. மேலும் மேலும் ஜெயித்துக் கொண்டிருப்பதாக அவனுள் எழுந்தவை அடங்கும் வரையில் சுழற்றி அடிக்கிறானா... அடிக்கப்படுகிறானா என்கிற முனை வரை அடித்துக் கொண்டே இருந்தான் பாண்டி. எல்லாத் திசைகளும் சுருண்டு விழுந்து நிச்சயம் ஆனபின்... முழங்காலிட்டு இருட்டின் முன்னால் கதறிக் கதறி பிறகு அவன் அழுதான். கண்ணீர் துளிகளை ஊற்றிய அவன் மேல் ஊற்றிக் கொள்வதை வானம் நிறுத்தி இருந்தது.

“டேய்.. பாண்டி... எங்கின ராசா... இருக்குற....?” ஆத்தா குரலுடன் தீவட்டி வந்தது. தான் உயிரோடு இருப்பதை உணர்ந்தான். சாமக் கோழியும் சப்தப்படுத்தி தூரத்து நடுக்கத்தைப் பகிர்ந்து கொண்டது. ரத்தம் சிந்தி அவன் வென்ற பிணத்தை - இரவிடமிருந்து மீட்ட அதனை - மீண்டும் மேடையில் எரியூட்ட இப்போது தேடினான்.

அவனுக்கு அருகில் அலங்கோலமாய் சிதைந்து கிடந்தது அது. ஒருகணம் திகைத்தான். லேசாய் சிரித்தான். தற்காப்பு ஆயுதமாய் அதனைத்தான் திசைகளைச் சுழற்றி விரட்டிட பாண்டி பயன்படுத்தி இருந்தான்.

46

ஏஞ்சலஸ் இங்கிலீஷ் ஸ்கூல் (அரசின் அங்கீகாரம் பெற்றது)

"ஆராயி... ரெண்டாங்கிளாஸ் பக்கம் போ... ஒரு பய ... வாந்தி எடுத்துட்டான். போயி... அள்ளு...."

"ஆராயி.... ஆராயி எங்க .... ஏய் ஆராயி... எல்.கே.ஜி போ.... சீக்கிரம் ஓடு.... பையன் ரெண்டுக்குப் போயிட்டானாம்.... அந்த மிஸ் கத்துது.... கண்றாவிடி.... ஒரே... நாத்தம் புடுங்குது... ஓடு...."

"ஆராயி... கக்கூசுல யாரோ... தண்ணி ஊத்திலயாட்ருக்குது.... பாத்தாலே வாந்தி வருதும்மா... சனியனுங்க...கொஞ்சம் போய் சுத்தம் பண்ணிடு......"

"ஆராயி பிரின்சிபாலு கூட்டார சொன்னாரு....பிரேயர் நடக்குற இடத்துலு... நாய்.... விட்ட போட்ருச்சாம்.... அள்ளச் சொன்னாரு....."

இத்தனை குரல்களும் காதில் விழாதவளாய் பத்தாங்கிளாஸ் வராந்தாவில் விழுந்துகிடந்தாள் ஆராயி. ஏற்கனவே கிழிந்து இளிக்கும் உடுப்பு, கறுத்துச் சுருங்கிய அவளது உறுப்புகளை வெளிக்காட்டிக் கொண்டிருந்தது. இன்றைக்கு என்னவோ இப்புடி ஆயிருச்சு கௌவிக்கு. இத்தனைக்கும் வழக்கமாக ஏத்தும் சரக்குதான். இவ்விசயத்தில் மாறன் தங்கமான பய. கெட்ட சாராயத்தத் தரமாட்டான். "வேணா ஆயா... இன்னிய சரக்கு சரியில்லீனு" சொல்லிப்புடுவான். என்ன கருமாந்திரமோ இப்புடி பொணம் கணக்கா அவள் விழுந்து கிடக்கிறாள். கைய கால கூட அசைக்க வழியில்ல... கண்ணத் தொறக்க மாட்டாம கிடக்கிறாள்.

கால கருக்கல்ல பள்ளிக்கூடம் வந்தப்போ இப்புடியில்ல... கக்கூசு களுவ முடிஞ்சது. மூத்திர சாக்கடைய தள்ளி பொடி தூவினவதானே. பொறவு தான் எப்புடியோ ஆயிருச்சு. தூக்குப் போணில பழைய கஞ்சீ அப்படியே கெடக்கு. செத்த படுக்கலாமுனுட்டு சாஞ்சவதான். போதையேறிப் போச்சா... நோம்பி நாளு கிட்டமா... பொங்ககாசு சேரும்போது கொஞ்சம் அதிகமா குடிப்பா ஆராயி. அப்போ மட்டும் இதுபோல எங்கினாவது விழுந்து கிடந்து வாரது உண்டு. காலனியில் ஆருதான் குடிக்காம இருக்காக. இன்னைக்கி வேலையினு வந்த எடத்துல இப்புடி ஆயிபோச்சே... என்னத்த செய்வா ஆராயி....

எல்.கே.ஜி. ஆயா வந்தாள். "ஆராயி..... எளும்புவேன்.... பட்டப்பகல்ல.... ஒறங்குறியே... பொளப்பு நாறிப் போயிரும்....வே" என்றபடி கௌவியின் தோளை உலுக்கினாள். சின்ன முனகல்கள் சில ஆராயியிடமிருந்து வெளிப்படுகின்றன. நாத்தம், 'ச்சய்... கால கருக்கல்லியே.... ஏத்திக்கிட்டு வந்திட்டியா... சனியன் பிடிச்சது....' என வைதவாறு போனாள் ஆயா.

ஆராயி பள்ளிக்கூடம் ஆரம்பித்த நாளிலிருந்து அங்கு பீ அள்ளுபவளாக... வாந்தி கழுவுபவளாக ... மூத்திர சாக்கடை.... கக்சுகூ சுத்தம் செய்பவளாக... இப்படி வேலையாளாக இருந்து வந்திருக்கிறாள். அவளைப் பாத்த மாத்திரத்தில் 'ஆய் வருது' என்னும் சின்னக் குழந்தைகள் முதல்.... மதிய சாப்பாட்டு நேரத்தில் ஆராயி எதிர் பட்டதால் சாப்பிடப் பிடிக்காமல் டிபன் பாக்சை நாய்க்குக் கவிழ்க்கும் பெரிய பையன்கள் வரை அந்தப் பள்ளிக்கூடத்தில் உண்டு. எல்லாரும் ஏதாவது ஒரு விதத்தில் பிழைத்துக் கொண்டிருக்கிற இந்த ஊரில் ஆராயிக்கி வாய்த்தது இந்தப் பிழைப்பு. அவளது நயினாவும் ஆத்தாளும் அவளுக்கு தந்தது.

பீடி. இதுதான் அவளது புருசங்காரனோட பேரு. முனிசிபாலிட்டியில பொண வண்டி தள்ளுறவன். இன்னிக்கு நாய் வண்டி எடுத்துக்கிட்டுப் போயிருக்கிறான். பொளுது சாயிறத்துக்குள்ள நூறு நாய்ங்க. ஒரு நாய்க்கு அஞ்சு ரூபா... முன்னூ று ரூபாவா... என்ன எளவோ... அவளுக்குக் கணக்கு தெரியாது. கணக்கு புள்ளயளும்... கூட்டாளிகளும் எடுத்தது போவ மிச்ச சொச்சம் முப்பதோ நாப்பதோ... அதுல கருவாட்டுக் கொளம்பு... அரிசிச் சோறு.... எம்மா நாளாச்சு தெரியுமில்ல.... அரிசிச் சோறு ஆக்கிப் போட்டு....?

ஆராயியண்ட பேத்தி இருக்காளே... மலரு... அவளுக்கு அரிசிச் சோறுண்ணா உசுரு.... எங்க... வேலைக்கி போறவூடுகள்ள குடுத்தாதேன். மிச்சசொச்சம். 'எச்சி... சோறுங்க அம்புட்டு ருசியில்ல ஆயா'ம்பா அவ. அவளுக்கு அம்புட்டு நாக்கு. எங்கினியோ பொறக்க வேண்டிய புள்ள அவ... இங்கின வந்து பொறந்து... சீரங்காயிகூட ஆசிடுற தூக்கறா. ஆராயிக்கும் மருமகளுக்கும் பொளுதீனிக்கும் சண்டை தான். சீரங்காயி ஆளு தளுக்கு. குளிச்ச உடனே பார்க்க என்னம்மா இருப்பா... அதான் பயல மயக்கிப்புட்டா செறுக்கி. மன்னாரு எப்ப பாரு எந்த சண்ட சச்சரவுனாலும் பொண்டாட்டி பக்கந்தேன். மலரு புள்ள அப்டீல்ல... ஆயாள விட்டு இருக்கமாட்டாள்... ஆராயிக்கும் பேத்தின்னா உசுரு...

சங்கீதா மிஸ்சும்... லாவண்யா மிஸ்சும் மூஞ்சியில இருந்து கர்சீப்ப எடுக்கவேயில்லை... ரெண்டாங்கிளாஸ் வாந்தி இன்னும் பலரது

மூக்கையும் துளைத்துக் கொண்டிருந்தது. ஒரு புளிச்ச நாத்தம் எங்கயிருந்து தான் வருமோ... எக்கச்சக்கமா...ஈயிங்க. உலகத்துல இருக்கிற எல்லா ஈயும் ரெண்டாங்கிளாசுக்குப் படையெடுத்து வந்திட்ட மாதிரி அம்புட்டு ஈங்க... வாந்தி வெளியில லேசா தண்ணி ஊர்ந்து வந்திட்ருக்குது. பசங்களோட சாப்பாட்டுப் பையிப் பக்கமா ஒரு கிளை, வாசல் நோக்கி ஒரு கிளை... மினுக்கிக் கிட்டிருந்த சங்கீதா மிஸ்சு நாற்காலிய நோக்கி ஒரு கிளை.... இப்புடி வாந்தி-யாறு கிளை பரப்பிச்சு....

"எங்க... மிஸ் வாந்தி.... இங்கயா....?" என்றபடி விளையாட்டு மிஸ் லோகாம்பாள் வந்தாள். நிஜமாலுமே வாந்தி உள்ளதா என்று பார்க்க வந்தவளாக அவள் தெரிந்தாள்...ஆமாம் வாந்தி எடுக்கப்பட்டுள்ளது என்று பிரின்சிபாலுக்குத் தெரிவிப்பது அவளது உத்தியோகம் ஆகிவிட்டது. இந்த மேனா மினுக்கியும் ஒரு கர்சீப்பை மூக்கில் வாயில் வைத்துப் பொத்தி மூஞ்சியை அஷ்டகோணலாக்கினாள்.... "அப்பா.... என்ன நாத்தம்... யாரு மிஸ் எடுத்தா இந்த வாந்திய.... ஆமா அது அவளுக்குத் தெரிஞ்சாகணும். இவ்வளவு நாத்தத்தோடு ஒரு அஞ்சு லிட்டர் வாந்தியை எடுத்தது யாரு.... அவளுக்கு அந்தச் சாதனை படைத்த நபர் அறிமுகமானதும் கேட்பாள். தனது இனிமையான குரலில்... ஒரு வழவழப்பான ஆங்கிலத்தில்..." காலயில... என்ன சாப்பிட்டாய்...." அதுவும் அவளுக்குத் தெரிந்தாகணும். "எங்க... மிஸ்... ஆராயி இல்லயா...வர்லயா... அவ...வர்லனா... சீரங்காயி வந்திருப்பாளே...." ன்னா சங்கீதா மிஸ்... வாந்தி இன்னும் ஒரு சுற்று பெருத்தது.

ஆராயி லேசாக அசைந்து கொடுத்தாள். உள்ளுக்குள் யாரோ பெரிய பாறையை வெச்சது போல இருந்திச்சு. மூச்சு மட்டும் சத்தமாச்சு... உடம்பு அடிச்சுப்போட்டதுபோட்டதுதான். வலதுகையி....வயித்துல மாட்டிக்கிச்சு... குப்புற அடிச்சுப் படுத்திருந்த ஆராயியால் அதை வெளியில் இனிமேல் கொண்டு வர முடியுமாவென்று தெரியவில்லை. வயித்துல பொர்னு... எதுவோ இறங்குது. காது அடைச்சுப் போச்சு.... தலவலி ஊரு கொள்ளாத படிக்கி...வூட்ல இருக்கோமுன்ற நெனப்புல ஆராயி... "மலரு... புள்ளேய்... கஞ்சியெடுத்து வைய்யி...."னு என்ன என்னவோ உளறிக்கொட்டுறா....

முத்து வந்தான். மணியடிக்கிற பியூன். பத்து வருச முந்தி ஆராயின்னா இளிச்சுக்கிட்டு நிப்பான். இப்போ அவளுக்கு வயசாய் போச்சுல்ல... மருவமவள பாத்தா இளிக்கிறான். கொரங்குப்பய கையோட தண்ணி கொண்டாந்திருந்தான். அவகிட்டமா உக்காந்து மொதோ வேலையா அவளப் புரட்டிப் போட்டான். வேத்துப் போனதால தரை ஈரமா கெடந்திச்சு. பத்தாங்கிளாஸ் பையன்கள்

சன்னல் வழியாக வேடிக்கை பார்த்தானுக. "ஏய்... உக்காருங்கடா..."னு மிரட்டி அவனுகள உட்கார வெச்சிட்டு வேடிக்கை பார்த்தாரு வாத்தியாரு. "சாராய நாத்தம் கொடலப் பொரட்டுது முத்து... ஏதோ பழஞ்சரக்கு அடிச்சுப் புட்டுத் தூங்கறா...." ன்றாரு. பொழுது சாஞ்சா ... அரச மரத்தடி பிராந்தி கடையில போயி நிப்பாரு இவுரு. இப்போ உத்தியோக நேரத்துல இந்த நாத்தம் பொருத்தமா இல்லியே.

மாறன் பய சாராய கொட்டாயில... ஆராயிக்கி காசு கீசு வாங்க மாட்டாக.... மாசம் சம்பளம் வந்தா... பத்தோ இருவதோ... அவளா தாரதுதான்... எங்கின போவா ஆராயி குடிக்க... மாறன் பய இல்லீனா. இவ என்ன புருசங்காரன் குடிச்சான்னா... உளுந்து பொரண்டு கன்னி கோயில்லருந்து மஞ்சகுப்பம்வர முடியாமபாலத்து இறக்கத்துலயோ... குப்பமேட்டுலயோ... அதுக்டானு கெடந்து போட்டு அப்பால வருவான்...சமயத்துல மலரு போயி இட்டாருவா....

எல்.கே.ஜி. பையன்கள் வரிசைக் கிரமத்தில் வகுப்பறையை விட்டு வெளியேறிக் கொண்டிருந்தார்கள். கன்னாபின்னாவென்று வயிறு கெட்டுப்போன பையனை பேதி வார வார.... தூக்கிக்கிட்டு கக்கூசுக்கு ஓடினா....ஆயா. ஆயா வேல அங்கின முடியுது. களுவ கொள்ள ஆராயிதேன். ரெண்டாங்கிளாஸ் நாத்தத்தை என்னான்னு கேட்கும் எல்.கே.ஜி.யில் அடிச்ச நாத்தம்... எம்மாடி சாந்தம் மிஸ் தனது சாந்தம் இழக்கும்படியாய் அப்படியொரு நாத்தம். எங்கே போவார்கள் எல்.கே.ஜி. குழந்தைகள்? இந்த நாற்றத்தில் ஊறி முத்தெடுத்ததனால் "மிஸ்... எனக்கும்... ஆய் வருது" என்றான் இன்னொரு பய... சாந்தம் மிஸ் "ஓடுறா... ஓடுறா...." என்றாள்.

பேதியான பய வழியெல்லாம் கால வெச்சு ஆக்கிட்டுப் போயிருந்ததால்..பையன்களை ரொம்ப ஜாக்கிரதையாக அழைத்துப் போக நேர்கிறது. அப்படியும் மிதித்தவர் மிதிக்காதவர் என்று இரண்டு பிரிவாய் ஆனார்கள் அவர்கள். ஊரே நாறும்படியாய் அந்தப் பயலுக்கு பேதி. வூட்லயே வெச்சுக்க வேண்டியதுதானே... இந்த மாதிரி கேஸையெல்லாம் கொண்டு வந்து விட்டு சாந்தம் மிஸ் கழுத்தை அறுக்கிறார்கள். எல்.கே.ஜி. 'பி'யில் பரவாயில்லை... பையன்கள் கொஞ்சம் டீசண்டாக இருந்தார்கள்.

"ஏய்... அட.....ங்க்... பறப்பய மவளே... எளும்புடி நாயி...." என்றான் முத்து... ஆராயியின் மூஞ்சியிலிருந்து வழிந்து தண்ணி உடுப்பை நனைத்தது. ஒரு நிமிசம் கண்ண முளிச்சுப் பாத்துப்புட்டு மறுபடி இறுக்கமா மூடிக்கிட்டா அவ. "ஏய்... என்...னாடி.... பவுசு காட்டுற கண்டார ஓளி"னு சொல்லி ஒரு உதை விட்டான். பத்தாங்கிளாஸ் சிரித்தது. முத்துவுக்குக் குஷியாய்ட்டது...." அடங்கொப்பிரானே...." என்றபடி... இன்னொரு உதைவிட்டான்... மாணவர்கள்

குதூகலமடைந்தனர். "பள்ளிக்கூடத்துக்கே.... தண்ணி போட்டு வார அளவுக்குக் குண்டி கொளுப்பு..."னு மயிர புடிச்சு ஒரு ஆட்டு ஆட்டினான்...மற்ற வகுப்புகளிலிருந்து மாணவர்கள் எட்டிப் பார்க்க முயன்றனர். ஆராயி மறுபடி பொரண்டு படுத்தாள். படுத்தவள்தான். முத்து மணியடிக்கப் போனான்.

இன்ட்ரெவல் மணி அடித்ததில் பையன்கள் கக்கூசுக்குப் படையெடுத்தனர். பலரும் ஆராயியைச் சுற்றி வட்டமிட்டனர். வாந்தி மிஸ்சும் பேதி மிஸ்சும் சந்தித்தனர். எப்போதும் குடிக்கும் நாயர் காப்பியை வேண்டாமென்று சைகை செய்தாள், சாந்தம் மிஸ். வயித்தைப் பொரட்டுது என்று வட்டமிட்டுக் காட்டிய சங்கீதா மிஸ் சொல்லிக் கொள்ளாமல் போய் வாந்தி எடுத்தாள். அக்குமட்டல் ஒரு நோய் போல மத்த மிஸ்ஸூங்கள தொத்திக்கிச்சு.

பையன்களுக்கு ஆராயி... கிடந்த விதம் சினிமா மாதிரி இருந்தது. 'மூச்சு வருமாடா....' என்றான் ஒருத்தன். 'வயிறு ஏறி எறங்குதே தெரியில...'னு பதில் வந்தது. "கருமம் நாறுது... இல்லடா...வாடா.... போயிரலாம்..." என்றவனின் கூட நின்றிருந்த பையன் சின்னக் கல்லை எடுத்து ஆராயியின் மேல் சுள்ளென அடித்தான். அது அவள் மேல் மோதி விழுந்ததில் அவள் லேசாய் அசைந்து முனகினாள்... பையன்கள் பயத்தில் சிதறினர். இரைச்சலில் இறுமாந்த அந்தப் பையன் மற்றொரு கல்லைக் கையில் எடுத்ததுபோது.... "ஏய்... பிரின்சிபாலு... பிரின்சிபாலு" என்றார்கள்.

"வாடா... டாய்லட்... போயிட்டு வருவோம்..."

"ச்சு... கருமம்... நா... வர்ல... அதப் பாத்த... வ்.. வேய்... கழுவாம கெடக்குது அது...."

பிரின்சிபால் ஆராயியைப் பார்த்துக்கிட்டு நின்றார். இப்போது என்ன செய்யலாம் என்பது போல மூஞ்சியை, வைத்துக் கொண்டார். பிறகு "வகுப்புக்கு... போங்கடா... போங்கடா...." என்று ஆங்கிலத்தில் கத்தினார். பையன்கள் ஓடியதும் தனது அறைக்குத் திரும்பினார். முத்து மறுபடி மணியடித்தான். இன்ட்ரெவல் ஓவர்.

சங்கீதா மிஸ்

லாவண்யா மிஸ்

சாந்தம் மிஸ்... மூவரும் பிரின்சிபால் அறை வாசலில் நின்றனர்.

"கிளாஸ்க்கு... எப்படி சார் போறது...?"

"கிளீன் பண்ணவே இல்ல சார்...."

"பாத்துக்.... கிட்டுதானே... இருக்கேன்... ஏதாவது உடனே.... செய்வோம்... போங்க கிளாஸ்க்கு"

ஆராயி எழுந்து உட்கார முயற்சி செய்தாள்... அவள் காலனிக்குப் போனான் முத்து.. ஆள்கூட்டியார... அவனுக்குத் தெரியாது இங்கின யாரும் இந்நேரத்திற்கு இருக்க மாட்டார்கள். மலரு பன்னி மேய வுட போயிருப்பா. இன்னிக்குக் கல்யாணங் காச்சி இல்ல. இல்லீனா கூடய எடுத்துக்கிட்டு எலச்சோறு எடுத்தாற போயிருவா. ரொம்ப மோசமான நாட்களும் உண்டு. வயித்துக்கே வழியில்லாத அந்த நாட்களில் மலரு தட்டும் பாத்திரமுமாய் அக்கிரகாரத்துக்குப் பிச்சையெடுக்கப் போவா... யாரு இருப்பா இப்போ வூட்ல...

இரண்டாம் வகுப்பில் சிலர் மிதித்து வாந்தியைக் கலைத்திருந்தார்கள்.எல்.கே.ஜி. யில் மிதித்தவர் எண்ணிக்கை கூடியிருந்தது. மேலும் சிலருக்கு பேதி தொற்றிக் கொண்டதில் வருகைப் பதிவேட்டைக் கழிவறை போய் பதிவு செய்யும் அபாயம் கூடிற்று... மாணவர் படையொன்றைத் திரட்டி விளையாட்டு மிஸ்.. வாந்தி பேதியில் மண்ணைப் போட்டு மூடிவைக்கக் கிளம்பினாள். விளையாட்டு பீரியட் மாணவர்களுக்கு இப்படியும் ஒரு புதிய விளையாட்டு கிடைத்திருந்தது.....

பள்ளி கேட் கதவத் தாண்டியிருக்க மாட்டான் முத்து. சீரங்காயி குரியோமுரியோனு கத்திக்கிட்டு ஓடியாந்து கிட்டு இருந்தாள்.... "ஆயா... போச்சு... குடி முளுகிப்போச்சு... எல்லாம் போயிருச்சு... ஆயாடி..."

ஆராயி... எழுந்து உட்கார்ந்து இருந்தாள்... சீரங்காயி.... அய்யோ... அய்யோன்னு கத்திக்கிட்டு அவளாண்ட போயி... "ஆத்தா... நாயி கொதறிப்புடுச்சு... அய்யன்... போயிருச்சு... நம்பள வுட்டு... அய்யோ... எல்லாம்... போச்சு..." என்று கதறிப் கூப்பாடு போட்டதும்... ஆராயி.... திகிலடஞ்சு போயி... ஒரு நிமிசம் கெடந்தா... அப்புறம் தெளிஞ்சு போச்சு அவளுக்கு... பெரிய சத்தம் பள்ளிக்கூடத்தையே உசுப்பிச்சு. ஒப்பாரி வெச்சு அளுக ஆரம்பிச்சா சீரங்காயி."

செவுத்துல தலைய முட்டிக்கிட்டுக் கதறினா... பையன்க... வேடிக்கைப் பாக்க... உடுப்புக் கலஞ்சதுகூட தெரியாம தெரு வழியா வயித்துலு வாயில அடிச்சுக்கிட்டு அய்யோ அய்யோன்னு அலறிக்கிட்டு ஆராயி ஓடினா... சீரங்காயி... ஆத்தா... ஆத்தானு" தலையில் அடிச்சுக்கிட்டுப் பின்னாலயே... போனா...

ரெண்டாங்கிளாசும்... எல்.கே.ஜி.யும்.... மூத்திர சாக்கடையும் கக்கூசும் சேர 'ஏஞ்சல்ஸ் இங்கிலீஷ் ஸ்கூல்' நாற்றத்தில் முழுசாக மூழ்கிக் கொண்டிருந்தது.

47

பாம்புச் சட்டம்

"....நம்மைப் பிணைத்திருக்கும் எல்லா நூல்களும் சிக்கலாகி விட்டிருக்கின்றன. நீங்கள் கொஞ்சம் அசைந்தாலும் எஸ்டெ-தலும் நானும் அதன் இழுப்பை உணர்கிறோம். நம்மில் யாரும் தனிப்பட்ட முறையில் தன்னைக் காப்பாற்றிக் கொள்ள முடியாது. நாம் எல்லோரும் ஒன்றாக அழிந்து போக வேண்டும். அல்லது, நாம் எல்லோரும் ஒன்றாக இதிலிருந்து தப்பிக்க வேண்டும். தேர்ந்தெடுத்துக் கொள்ளுங்கள்....

- மீள முடியுமா

மீன் - பால்- சார்த்தர்.

காணாமல் போவதற்கான மொத்த சாத்தியக் கூறுகளையும் சூரியனுக்கு ஊதாரித்தனமாக வழங்கியபடி அணையாத தீக்கொழுந் தாகப் பிரஞ்சத்தை ஆக்கிரமித்தபடி செய்து கொண்டிருந்தது மழை. ஒரு முணுமுணுப்பை உதிர்த்தவண்ணம் திரண்ட மேகத்திரள்களின் மொத்த விசுவாசமும் அந்த மஞ்சள் கூண்டுக்கு எதிராகத் திரும்பிக் கொண்டிருந்தது. ஒரு சந்தடியில் தரையிலிருந்து வானுக்கா வானிலிருந்து தரைக்காவென அறிய முடியாதபடி கோடுகளுடன் அவ்வறையில் ஆகத் தீவிரமாய் கிடந்தது மழை. ஈரத்தைத் துடைக்கும் துடிப்பான விரல்கள் எழுப்பிய போராட்டத்தில் அரசு எந்திரங்கள் முடுக்கி விடப்பட்டன. அம்முடுக்கால் பாம்பு ராஜாக்களின் பதாதைகளில் தவிர மற்ற கடிகார முட்கள் உடைக்கப்பட்டன. கால நிர்ணய சுதந்திரமும் பாம்பு ராஜாக்களுக்கே. நீண்ட கால வரலாறு. மண்தோன்றாக் காலத்து மகிமை பெற்ற வரலாற்றின் சொந்தக்காரர்கள் மஞ்சள் கூண்டில் சுவாசக் குழல் துடிக்க ஏகோபித்த குரலில் கூண்டுக்கு வெளியே யாரையோ அழைத்துக் கொண்டிருந்தார்கள். வீடெங்கும் காடெங்கும் நீக்கமற நிறைந்த பாம்புச்சுவடுகள் கூண்டுக்குரலின் அட்சரங்களைக் கூட கணக்கிட்டு ராஜாக்களுக்கு அறிவித்துக் கொண்டிருந்தார்கள். அவ்வறிவிப்புகளால் அசரீரிகள் நிரம்பின. பெரிய மழை. விடாமல் தொடரும் அடைமழை. மூஞ்சியைத் தூக்கி வைத்துக் கொண்ட வானம் பின்னும் சில உறுமல்களுடன் தூறல்களை வலுக்கச்

செய்ததும் கிழவன் எழுந்து நின்றான். அவன் நின்ற இடமான கீத்துக் கதவிலிருந்து மஞ்சள் கூண்டுக்குள் ஒழுகுதா என்று பார்க்க முயன்றான். சரியாகத் தெரியவில்லை. அவன் நிற்குமிடத்திற்கும் கூண்டுக்கும் இடைப்பட்ட வெட்டவெளியில் விழுந்த மிகுதியான தூறல்கள் கூண்டை இருட்டாக்கிவிட்டன.

மேலும் மேலும் பூமியைக் கீறும் முயற்சியுடன் ஓடும் தண்ணீரில் கோழிகள் கத்துவது போல உணர்ந்தான் கிழவன். கருப்பு சாக்கைச் தலைக்குப் போட்டவன் போர்வைத் துணியை வாரி சாக்கிற்குள் தன்னையே புகுத்திக் கொண்டான். சின்ன உடம்பு. அதுவும் கிழட்டு உடம்பு ஆகையால் சாக்கிற்கும் அவன் மீது லேசாகக் கருணை பிறந்தது. இப்போது தனது கூன் முதுகைத் தூக்கி கொண்டு மழையில் நடந்தான். லேசாக உடம்பில் நடுக்கம். கோழி கத்தல் கிட்டத்தில் வந்தது. பாம்புகள் மீண்டும் வந்திருக்குமோ என தோன்றியது கொலைபாதக பாம்புகள் இங்கும் அங்கும் பறந்து படபடவென ஓசையெழுப்பிக் கோழிகள் பயக் கத்தல் கத்திக் கொண்டிருந்தன. கிழவன் கைத் தடியால் மேல்கதவைத் திறந்தான். எட்டிப் பார்த்ததில் கூண்டுக்குள் மழைத்துளிகள் தெரிந்தன. மழையுடன் தெரிந்த வெளிச்சம் தெரிந்த வழியில் பறக்க எத்தனித்தன கோழிகள். சிறு சிறகுகள் காற்றில் பிய்ந்து மிதந்தன. அடியில் உற்றுப் பார்த்தவனுக்குப் பாம்பின் வால் போல் தெரிந்தது. அது அவனைக் கோபப்படுத்தும் தொனியோடு நெளிந்தது, வளைந்தது. கூண்டு வாசலைத் திறந்தான் கிழவன். கோழிகள் விட்டு விடுதலையாகிப் பறந்து மழையில் விழுந்து கத்தியவண்ணம் ஓடின, நின்றன ஓடின. பின் கத்திய கத்தலைத் துரத்தித் துரத்திக் கத்திய வண்ணமிருந்தன, எண்ணினான். ஒன்று குறைந்ததில் கூண்டுக்குள் கைகளை அனுப்பித் தீக்குச்சிக் கிழித்தான். கைகள் மேலும் நடுக்கமெடுத்தன.

இன்னும் இரண்டு குச்சிகள் மழையில் தண்ணியும் ரத்தமுமாக ஓடிய கூண்டின் தரையில் கவிழ்ந்து கிடந்தது செத்தகோழி அழிந்து சாகும் இனத்தின் வேர்கள். கூனை நிமிர்த்திய கிழவன் வளைந்து அண்ணாந்து வானை நோக்கினான். எல்லாத் திக்கிலும் மழைக்கான அறிகுறிகள். மின்னல் கிழித்ததில் அங்கும் கிழவன் பாம்பைக் கண்டான். மேகத்திறனைக் குதறி உண்டு கொழுத்த பாம்புகள், வெறி பிடித்த பாம்புகள். பின் குனிந்து கோலைப் பிடித்த வண்ணம் ஏதும் செய்வதறியாது நின்றான். மூளையின் ஞாபகப் புழுக்கம் செத்த கோழியை மொய்க்கத் தொடங்கின. சிவப்பும் வெளிர் சாம்பல் நிறமும் கலந்து கோழி மூளையின் பாதை நெடுகிலும் செத்து நாறிக் கொண்டிருந்தது. அது வைத்த முட்டைகளுக்கும் பொரித்த குஞ்சுகளுக்குமாக எதையும் மறைக்க முடியாமல் கொட்டித்தீர்க்கிறது

வானம். ச்சோவென்ற அதன் அலறலைக் கிழவன் உட்கிரகித்தபடி செத்த கோழியை அப்புறப்படுத்தினான். இது தினம் நடந்தேறுகிறது. சற்றேறக்குறைய அனுதினமும் கோழிகளின் இனப்படுகொலை கிழவனைத் துரத்தியது. இவ்வேளையிலும் அவ்வாவிகளின் மொத்த ஆவியாக அவன் வளைய வரும்படியான இந்த நாளிலும் இன்னொரு கோழி ஆவியாகிவிட்டது. ஆவி ஆவி பேராவி. இது போராளிகளின் காலம் மழையின் இரைச்சலுக்குப் புதிய அர்த்தங்கள் முளைத்த போது சொத்சொத்தென்று மனசை என்னவோ செய்கிற வருடலான சத்தத்தைப் பல்லியொன்று கிழவனுக்குப் பரிசளித்தது. பாம்புகளின் சப்தங்களைத் துல்லியமாய் அறிந்திருந்தவனாகிய கிழவன் மழையினால் குழப்பமுறவில்லை. எதற்காகவோ வெட்கிக் போனவன் போன்ற பாவனையில் தாடியைத் தடவியபடி நின்றவன் சற்று நேரத்தில் செவி பிளக்கும்படியாய் விளக்கு ஒன்று அணையக் கண்டான். பாம்புகளின் இச்சைகள் யாவும் பலிக்கின்றன. ஒரு முடிவான முடிவுடன் கிழவன் இனி பில்லமருது கம்பை எடுத்துக் கொண்டான். பிறகு காட்டாறுகள் கைகுலுக்கும் நீண்ட இரவுகளைக் கொண்ட மலைகளை நோக்கிப் பாம்புகளைத் தேடிக் கிழவன் கொல்ல புறப்பட்டான்.

கோழிகள் இன்னமும் தனது சொந்தக் கத்தலைத் துரத்திக் கொண்டிருந்தன. மேற்போர்வையை ஆரத்தழுவிக் கொண்ட கிழவன் சவ்வுதாள் சாக்கை முதுகில் சரி செய்து இரைந்த மழையை மேலும் இரைய வைத்தபடி நடக்கலுற்றான். மிக அழுத்தமாகப் பதிந்து வந்த அவனது கால் தடங்களில் பாம்புகள் மோப்பம் பிடித்தன. வழி நெடுகிலும் புதர்களில், புதர்களின் புறங்களில் பதுங்கிய பாம்புகள் அவனைப் பற்றியே கிசுகிசுப்பதைக் கிழவன் அறிந்தான். நீண்ட காலத்தைக் கிழித்து அதன் கிழிப்பில் முன்னேறி நாட்களின் மடியில் அவன் தடம் பதித்தான். பாம்புகள், பாம்புகள் வளைந்து அழிந்து அழிந்து வளையும் பாம்புகள். அவனோ பாம்புகளின் வைரியானான். உலகே ஐயுறும் வகையில் தடம் பதித்த இடமெங்கும் செத்த பாம்புகளின் சாவாக இருந்தான். உன்னுடன் உன் சாவாக இருக்க விரும்புகிறேன். கிழவன் ஒவ்வொரு பாம்பிடமும் பேசினான். அதையும் விட நல்ல செய்தி பாம்புகள் அவனைப் புரிவதற்கு முன் மழையின் ஊளை மலைகளை நிறைத்தது. மழையின் பிரசவமாய் மலை தோலுரித்துப் பாம்புகளின் நகரமான போது கிழவன் குளிரில் நடுக்கலுற்றான். அந்நடுக்கலிலிருந்து வீசிய மணத்துக்கு மருகி வந்தன. குழந்தைப் பாம்புகள். இவ்வாறு குழந்தைப் பாம்புகள் கிழவனுக்கு கதை சொல்லத் தொடங்கின. ஒரு ஊரில் ஒரு ஆண் மனிதன் இருந்தது. அதுவும் ஒரு பெண் மனிதனும் அவர்களே கட்டிய ஒரு பெரிய புற்றில் வாழ்ந்து வந்தன.

அப்பெரிய புற்றை, சுற்றிய வனாந்திரத்தில் வடக்கேயிருந்து பல பாம்பு ராஜாக்கள் வந்து குடிபுகுந்து வாழ்ந்து வந்தார்கள். அதில் கோழிகளின் ரத்தம் விரும்பும் பாம்புகள் இருந்தார்கள். சரி அது கிழவனின் கோழி இனப்படுகொலை கதை தான். தனது சொந்தக் கதையில் சுவாரசியம் இழந்த கிழவன் தூங்கப் போ-னான். பாம்புகளின் நகரம் தூக்கம் அறியாதது அது கண்மூடத் தெரியாதது. ஒரு அற்ப மனிதனுக்கும் பாம்புக்கும் இடையில் வித்தியாசம் உண்டு அல்லவா. பாம்புகளில் செருப்பு அணியும் பாம்புகள் செருப்பு தைக்கும் பாம்புகளுக்குத் தூக்கத்தைப் பெரும் சாத்தியமாய் கொண்டு கிழவனின் தோலில் ஒரு செருப்பு தைக்கப்பட உத்தரவிட்டன. கிழவன் கால்களை நக்கிப் பார்த்த பாம்புக் குழந்தைகள் அவனைச் சுவையற்றவனென கண்டார்கள். சுவையற்ற ஜந்துக்கள் ஆபத்தானவையா ஆபத்தற்றவையா என ஒரு சிறிய வாக்குவாதம் தொடங்கியபோது கிழவன் விழித்துக் கொண்டான். பாம்புக் குழந்தைகளுடைய குரல்களின் சூடுபட்டு விழிப்புற்றதாக அறிந்த கிழவனுக்குப் பாம்புகளின் மீது கூட இரக்கம் உண்டாயிற்று. ஒரு பாம்பின் தெளிவு என்ன என்பதை அறிய அவனுக்கு ஆவல் உண்டாயிற்று. பாம்புகளின் சங்கீதத்தை மிகக் கடினப்பட்டேனும் கற்றுவிட கிழவன் விரும்பினான். தற்போதைக்கானதாக அனைத்து முடிவுகளையும் அகற்றிவிட்டு நிர்வாக இனப்படுகொலையை எதிர்த்து வளைய வரவே கிழவன் விரும்புகிறான். தேன் நிறமான பாம்பு குட்டிகளின் மீதிக்கதைதான் இக்கதை.

கிழவன் தன் கதை எப்போதோ முடிந்துவிட்டதாகப் பாம்புகள் பேசிக்கொள்வதாக நம்பினான். அரை தூக்க நிலையில் மேலும் கிழவன் கதையை உணரப் பாம்புகள் புலனாய்வு செய்ய தலையெடுத்த போது நகரத்தின் வாசலில் வால்கள் முளைக்க மழை உதவிற்று. பாம்புகளிடம் சிறைப்பட்ட அம்மனிதன் துடித்தது. இதுவரை கடிபட்ட மனிதன் எல்லாம் ஒரு தனிதனாக உருவெடுத்து நகரம் முடிக்க வானுயர வளர்ந்து குண்டு வைத்து அழிக்க வந்துள்ளன என்று அசரீரிகள் நம்பின. அவ்வசரீரிகளிடம் எதிரொலிகளுடன் கூடிய குரல் இனியும் இல்லை. அவை பிம்பங்களுக்குள் புதைந்து செய்தியாய் உருமாறின. மாநில செய்திகள் தவிர பாம்புகள் அதிகம் அதிர்பவை அல்ல. பாம்புகளின் ஆட்சிக்கூடம் கிழவனைக் கிழவ-னாய் கிழவனிடம் ஒப்படைக்கத் தீர்மானிக்க மறுத்த வேளையில் உலகில் அழியாது எஞ்சிய கிழவனினத்தின் ஒரே சாட்சியாகக் கிழவன் இருந்தான். பல பாம்புகள் கிழவனினத்தைக் காக்க உறுதி பூண்டன என்பதை அறிந்த கிழவன் அதிர்ச்சியில் கூனல் அதிர நிமிர முயன்றான். உடலெங்கும் முனகியபடி தனது தோல் கசங்கிட

உணர்ந்து இரவைக் கிழித்து உரிக்கும் உற்சாகத்துடன் தீவிர பாம்புகளும் அதிதீவிர பாம்புகளும் மேல்சாதி பாம்புகளுக்கெதிராக உரிமைக்குப் போராடின. இரவை உரிக்கும் பணியில் அதிதீவிர பாம்புகளுடன் கிழவனின் மனம் கலந்தபோது உரிக்கப்பட்ட இரவின் உறுமலாய் மழை தொடர்ந்தது. செவிகளுக்குள்ளிருந்து வெளியேறிய பாம்புகளின் கொப்புளங்களில் மருந்தாய் மசிக்கப்பட்ட கிழவனின் சொற்கள் பூசப்பட்டன. போராட்டம் நியாயமானது. நிர்மூலமாக்கப்பட்ட மரத்தின் அடியில் ஒதுங்கிய கிழவன், மலையில் உடல் நடுங்கிட பாம்புகளின் நகரம் விட்டு மீண்டுவிட்டதாக நம்பத் தொடங்கினான்.

கிழவனிடமிருந்து முதல் கிழவன் காணாமல் போனபோது கிழவன் முட்டியைச் சிராய்த்துக்கொண்டான். சில சமயங்களில் அவன் இருமிக் கொண்டதையும் சகித்து கொள்ள வேண்டி வந்தது. தனது சாராயத்தையும் மறந்து பாம்புகளின் நகரத்தில் வெளியுலகத்துடனான தொடர்புக்குத் தடையாக உறைந்து போய்விட்டான். கோழிகள் இரைக்காகக் கத்திக் கதறிய இவ்வேளையில் மழை பாம்புகளுக்குப் பசிகளைக் கொண்டு வந்தது. விவரிக்க முடியாத ஒரு தூக்கத்திற்குக் கிழவன் தள்ளப்பட்டான். அவனது நினைவு துண்டாடப்பட்டு பாம்புகளின் நகரத்தில் நடமாட தடை விதிக்கப்பட்டது. மோசமான சுதந்திர மாற்று தண்டனைச் சட்டங்களால் அதிகாரபூர்வமற்ற செய்தி போல் அவன் சுருங்கிப் போனான். துண்டிக்கப்பட்ட தலையுடன் கூட்டு சவக்கிடங்குகளைத் தேடிப் புறப்பட்டன பாம்புகள். அம்மனிதனைக் காப்பாற்றும் கடைசி முயற்சியும் கைவிடப்பட்டது. கொடிய பயங்கரவாத நடவடிக்கைகளுக்காகக் கிழவன் பிடிபட்டதாக அசரீரிகள் அறிவித்தன. பாம்புக்கட்சிகளின் அறிக்கைகளால் கொளுத்தப்பட்ட சிதையில் புதிய புதிய கிழவனாக முளைத்தெழுந்து கொண்டிருக்க உறைந்து போய்விட்ட ஆளரவமற்ற சிறைக்குள் பாம்புகள் கிழவனைச் சித்திரவதை செய்தன.

அவனது விசாரணைக்காக விசேஷ புற்றுகள் கட்டப்பட்டதையும் அதீத பாதுகாப்பு வழங்கப்பட்டதையும் அசரீரிகள் அறிவித்தபடியே இருந்தன. ஏற்கனவே நடந்து முடிந்து தீர்ப்பும் எழுதப்பட்டு விட்ட விசாரணையை மீண்டும் நடத்துவது போல கிழவன் நினைத்தான். தன்நிலை மறந்து உற்சாகம் பீறிட பாம்புகளின் விசாரணையை வேடிக்கை பார்த்தபடி சாம்பல் சதுக்கத்தின் குற்றவாளிக் கூண்டில் ஒரு குதிரைப் பந்தய பார்வையாளன் போல தோற்றமளித்தான். குழந்தைப் பாம்புகள் மீதிக் கதைக்காக அவனைத்தேடிய அவ்வேளையில் எதுவோ எரியும் நாற்றத்தை அவன் முகர நேர்ந்தது எது? அது அவனால் கைவிடப்பட்ட

கோழிகள் இடையிடையே கத்தலைத் தொடர்ந்து கத்திக்கிழித்தபடி எரிந்து கொண்டிருந்தன. கோழிகள் அவனிடமிருந்து கடைவாய் விரிந்து உதடுகள் தவிக்க விக்கலுடன் விம்மலும் வெளிப்படும் அறிகுறி தெரிந்தது. அவ்விடத்தில் அசரீரிகள் அவன் கோழிகளுடன் தொடர்பு வைத்திருந்தது ஊர்ஜிதமாகிவிட்டதாக அறிவிப்புச் செய்தன. பாம்பு நகரமே திடுக்கிடும் வண்ணமும் குழந்தைப் பாம்புகள் வெறுக்கும் வண்ணமும் கிழவன் பற்றிய அச்செய்தி தீ போல பரவிற்று. புற்றுகள் தோறும் புதுக்கதைகள். கோழிகளுக்கு உணவும் இறகும் கடத்தியதாகக் கிழவன் ஒப்புக்கொண்டானாம். காயம்பட்ட கோழிகளுக்கு மருந்து வைத்து சொந்தப் புற்றில் வைத்தியமும் செய்வித்த கோர குற்றத்துக்காகவும் அவன் பதில் சொல்ல வேண்டும். கல்லாலான நிலைக்குத் தள்ளப்பட்ட கிழவனைப் பாம்பு நகரம் கோழிகள் மட்டுமல்ல, உள்நாட்டில் தீவிர அதிதீவிர பாம்புகளுடனும் தொடர்புபடுத்தின.

இனி ஒல்லியான மரங்களையும் தாவிப் பரவும் கொடிகளையும் மழையில் சலசலத்த தாழ்வான பகுதிகளையும் நிறைக்கும் வண்ணம் கோழிகளின் கத்தல் தொடர்ந்த தொடரலில் கூண்டுகள் வேலை இழந்தன. கொட்டகை கதவுக்கும் கூண்டுக்கும் இடையிலான பகுதியைப் பாம்பு நகரத்துடன் இணைத்துக் கொண்டன. இடையிடையே நின்று போன கோழிகளின் அலறல் தொடர்ந்த அவ்வேளையில் எல்லாக் கோழிகளும் அப்புறப்படுத்தப்பட்டு விட்டதாகவும் இனி அவ்விடம் ஒரு அமைதிப் பூங்காவென்றும் பாம்பு நகர அசரீரிகள் அறிவித்தபோது கோழிகள் விட்டுச் சென்ற முட்டைகள் பற்றி செய்தி இல்லை. கிழவன் குறித்த அசரீரிகள் இன்னமும் வளையவரும் நரகத்தின் ஓர் மூலையில் அடுத்த கதைக்காக அலையும் பாம்புகளுக்குத் தெரியாமல் மழையை அவமானப்படுத்தியபடி வெளியை கிளறும் சூரியவெப்பம் முட்டைகளைப் பொரித்துக் கொண்டிருக்கிறது, வரலாற்றின் ஒப்பற்ற சாட்சியாக.

48
சடங்குகளற்ற கருத்தரங்கம்

"சடங்குகளற்றகருத்தரங்கம்" என்றுதிருப்திப்பட்டுக்கொள்கிறான் தாசு. தருமா இன்னமும் ஒலிதாங்கிமுன் பேசுவதற்குமிச்சமிருப்பதாக நினைத்திருப்பான். தயவு செய்து யாரும் கலைந்து செல்ல வேண்டாமென்று சொல்வது போலிருந்த அவனது முகவெட்டைப் புறக்கணித்துவிட்டுக் கூட்டம் எழுந்துவிட்டது. தர்மாவின் சபலம் தோற்க அவர்கள் கலைந்து கும்பல் கும்பலானார்கள். கருத்தரங்கைக் காட்டிலும் இது பலருக்கு முக்கியம். சந்திப்புகளுக்காகவே கருத்தரங்கம் வருபவர்கள்.

"ஒன்றைச் சொல்லட்டுமா, உண்மையிலேயே கருத்தரங்கத்தை நீங்கள்தான் நடத்தியது. நாங்கள் வெறும் உதவியாளர்கள்தான். கூட்டிக் கழித்துப் பார்த்தால் நாங்கள் இல்லாமலும் நிகழ்ச்சி நடத்திருக்கக்கூடும். நீங்கள் இல்லாமல் நடந்திருக்கவேவாய்ப்பில்லை" என்று சொன்னான் தாசு, "இது உபசார வார்த்தையல்ல. மனசில் உறைத்ததால் சொல்கிறேன்" மாணவிகளுக்கு தாசு கூறியது ஒருவித திக்குமுக்காடலைத் தந்திருக்க வேண்டும். சில நொடிகளுக்கு அவர்களது முகத்தில் பூரிப்பு தெரிகிறது. ஏதாவது பீத்திக் கொள்ள வேண்டும் போல துடித்தார்கள். சுதாரித்துக்கொண்டு "ச்சீ... அப்படியல்ல சார், இதுபோன்ற நிகழ்ச்சிகளுக்காக உங்களுக்கு நாங்கதான் நன்றி சொல்லோணும்" என்றபடி ஒரு முகம் தாசுக்கு ரொம்பப் பக்கத்தில் வந்தது. எல்லாரும் ஆமோதித்தார்கள். வாசனையோடிருந்ததுமுகம். தாசுமுகம்திருப்புகிறான். "உண்மையில் நாங்கள் நிறைய தெரிந்து கொண்டிருக்கிறோம்" என்றார்கள். "எனக்கு இப்படி கூட்டம் இதுதான் முதல் முறை சார்" என்றது முகம். அவனுக்கு அவளது பெயர் தெரியவில்லை. தெரிந்து கொள்ளவும் ஆர்வம் இல்லை.

ஒன்று மட்டும் தாசுக்குத் தோன்றிற்று. இவள் ஒப்புக்குச் சொல்லவில்லை. அவளது முகத்தில் விளம்பர தொனி இல்லை. அவர்கள் சார் போட்டது அவனைத் தொந்தரவு செய்தது. கூட்டம் வெற்றியா தோல்வியா என்று யோகா யாருடனோ விவாதித்துக் கொண்டிருந்தான். "தயவு செய்து கூட்டம் குறித்துக் கடிதம்

எல்லாரும் எழுதுங்கள்" என்று தருமா ஒலிபெருக்கியில் சொன்னான். தாசுவின் சொந்த முகத்தை விட்டுவிட்டு மாணவிகள் நடந்தார்கள்.

"கட்டுரையெல்லாம் புதிசு புதிசா இருந்திச்சில்லை...." "மைக்செட்காரன் கூட கேள்வி கேட்டான் பார்த்தியா"

"சில கட்டுரைங்க ஒண்ணுமே புரியலடீ..."

"எனக்கும் செம தூக்கம்பா... அதும் கண்ணாடிக்காரரு கட்டுரைம்போது அம்பது கொட்டாவியாவது வந்திருக்கும்...."

"பல விஷயம் புரியுது - சிலது சுத்தம்"

"ஆனா இது ஒரு புதுமுயற்சி தான்"

"இவங்க சொல்ற ஆத்தர்ஸ் யாருமே பத்திரிகைல எழுதறதில்ல போல"

"பத்திரிகை எல்லாமே வியாபாரம்ங்காங்களே...."

"சிறுபத்திரிகைகள்ள எழுதராங்களாமே... எல்லாரும்"

"லிஸ்ட்டப் பார்த்தா இருபது, இருபத்தஞ்சு தேறும்போல"

"எல்லாம் தபால் பத்திரிகைதான்... கடைகள்ல கிடைக்காது"

"ஆமா... ஆமா... சாந்தம் மிஸ் சொன்னங்க...."

குழப்பமான குரல்களை அவிழ்த்து விட்டபடி மாணவிகள் கலைந்து சென்றுவிட்டனர். தூரத்திலிருந்தது போலிருக்கிறது தாசுக்கு. அச்சம் வரவழைக்கிற தொலைவில் அவர்கள் இருக்கிறார்கள். என்ன எதிர்பார்த்து அவர்கள் வந்தார்கள் என்பது தெரியாதாகையால் மேலும் குழப்பம், சோர்வு தரும் குழப்பம். கொஞ்சம் பதற்றமும் ஏற்பட்டது.

யோகா சிகரெட் பற்ற வைத்துக் கொண்டான். சார்ம்ஸ் சிகரெட் மிலிட்டரி காக்கியில் சட்டை போட்டிருந்தான். சேகுவேரா தொப்பி. இந்த யோகா சரியான ஆத்மாநாம் பயித்தியம், வர வர அவன் அதிகம் புகைப்பதாக தாசு கருதினான். "ச்ச... வெட்கம் கெட்டவன்" என்று சொல்லிக் கொண்டான். தருமாவுக்கு நிகழ்ச்சி நிறைவு தரவில்லை. ஏதோ ஒன்று இல்லாதது போல ஒரு வெறுமை. இன்னும்... இன்னும் என பரபரப்பு அவனிடம் இருந்தது. அவனுக்குக் கருத்தரங்கம் ரொம்பக் கசந்ததற்குக் காரணம் இல்லாமலில்லை. கடைசி வரையில் கதிரேசன் நிகழ்ச்சிக்கு வராதது அவனைப் பாடாய்படுத்தி எடுத்துவிட்டது. குற்ற உணர்வில் தவித்துக் கொண்டிருக்கிறான்.

தருமாவும் தாசுமாகத் கூட்ட அறையைப் பழையபடி அந்தப் பள்ளிக்கூடத்தின் வகுப்பறைகளாக மாற்றத் தொடங்கினர். பெஞ்சுகள் நகர்த்தும் சப்தம் மிகப்பெரிய அறையின் நிசப்தத்தை அதிகமாக்கியது. ஒரு நொடி தருமா பயந்துவிட்டான். தாசு

கூறிக்கொண்டான்."ச்சே... எல்லாம் வெறிச்சோடிப் போச்சு".ஏனோ அவன் அப்படிச் சொன்னது தருமாவுக்கு உதவியாக இருந்தது.

சிகரெட்டை முடித்துவிட்டு டீ சொல்வதற்காக ஆட்களை எண்ணிக் கொண்டு போனான் யோகா. புத்தகம் விற்ற பணத்தை கணக்குப் பார்த்துக் கொண்டிருந்த தண்டபாணி, யோகா போட்ட சத்தத்தில் எண்ணிக்கை தவறி மறுபடி கூட்டினான். மேடையில் பேனரைக் கழற்றும்போது வழக்கம் போல தருமா அவசரப்பட்டுக் கிழித்துவிட்டான். அடுத்த கூட்டத்திற்கு வேறு பேனர் என பட்டபோது தாசுக்கு அளவற்ற எரிச்சல் வந்தது.

ஜன்னல் வழியாக யோகாவைப் பார்த்து தண்டபாணி உரக்கக் கூச்சலிட்டான். "ஏப்பா.. வாட்சுமேனுக்கும் ஒரு டீ சேர்த்து சொல்லப்பா..." கழிவறையிலிருந்து வந்து கொண்டிருந்த வாட்சுமேன் புட்டத்தில் வேட்டி கிழிந்திருந்ததை தண்டபாணி கண்டு பிடித்திருந்தான். "தூள் தூக்கலா டீ தம்பி.... எனக்குன்னு சொல்லு மாஷ்டருக்கிட்ட..."

டீ சாப்பிட்டார்கள். வாட்சுமேனுக்கு யோகா இருபது ரூபாய் தந்தான். கதிரேசன் கடைசி வரை கூட்டத்திற்கு வராததை நினைவுபடுத்தினான் தருமா.எல்லாரும்சற்றுமௌனமாயிருந்தார்கள். டீயில் வந்த ஆடையை நாக்கில் வழித்துத் துப்பிய வாட்சுமேன் "ஏம்பா... எனக்குன்னு சொல்லலியா நீ?" என்றான்.

"சொன்னேன் வாட்சுமேன்... டீ மாறிடிச்சு போல" என்று யோகா கூறியதும் எல்லார் டீயிலும் தனது டீயைத் தேடிப் புறப்பட்டான் வாட்சுமேன். பள்ளிக்கூடத்தில் ஏதாவது காணாமல் போனால் தேடுபவன் போல அவன் தேடினான். மிகவும் தன்னடக்கத்துடன் ஒவ்வொருத்தராகத் தனது டீயை பயந்து பயந்து அவனிடம் காட்டிக் கொண்டிருந்த போதுதான் நான் அங்கு போய் சேர்ந்தேன்.

"பிரபஞ்சனை வழியனுப்பியாச்சா?" என்றார்கள். ஆமோதித்து விட்டு அவர்கள் மத்தியில் உட்கார்ந்து கொண்டேன். பசி என் வயிற்றைப் புரட்டிக்கொண்டிருந்தது."வழில...கதிரோட அம்மாவைப் பார்த்தேன்.அவனுக்கு நல்ல காய்ச்சல் அடிக்குதாம்" என்று அறிவிப்பு செய்ததும் எல்லார் முகங்களிலும் ஒரு சோகம் பட்டென பயணம் செய்கிறது. தண்டபாணி கேட் வழியே சாலையின் மறுபுறமிருந்த டீக்கடையின் மாஸ்டரிடம் எனக்கு ஒரு டீ சைகை காட்டிப் புரிய வைத்துக் கொண்டிருந்தான். "என்ன டீ... தலைவா இது...ச்சைங்" என்று சொல்லி விட்டு ஒரே மடக்கில் வெளக்கெண்ணை குடிப்பது போல மூஞ்சியை வைத்தபடி டீ முழுங்கிய வாட்சுமேனைப் பார்த்த யாரும் இந்தியாவின் எந்த மூலையிலும் அதன் பிறகு டீ சாப்பிட மாட்டார்கள்."

தருமா நீண்ட யோசனையில் ஆழ்ந்திருந்தான். நானும் தண்டபாணியும் புத்தகக் கணக்கில் மூழ்கிக் கிடந்தோம். யோகா அடுத்த சிகரெட் பற்ற வைத்தபடி மைக்செட்காரனுக்குத் தொகை முடித்துக் கொண்டிருந்தான். அவனுடைய நீண்ட நிழல் மைக்செட்காரன் காலில் விழுந்திருந்தது.

தருமாவின் பக்கத்தில் போய் உட்கார்ந்த தாசு அவனது கைகளைப் பற்றினான். திடீரென்று செத்துப் போய்விட்டவனைப் போலாகிவிட்டான் தருமா. என்ன இருந்தாலும் கதிரேசன் இப்படி செய்திருக்கக்கூடாதுதான். காய்ச்சல் வரும் அளவுக்கு என்ன செய்துவிட்டான் தருமா என்று தாசுக்கு சோர்வாக இருந்தது.

நிகழ்ச்சிதொடங்கியதற்குமுதல்நாள் அதேஇடத்தில்தருமாவுக்கும் கதிரேசனுக்கும் இடையே வாக்குவாதம் முற்றி சிறு கைச்சண்டை ஆகிவிட்டது. வாய் சண்டை எப்போதும் அவர்களுக்குள் சகஜம். ஆனால் அதுவே கையை நீட்டுவது வரையில் போய்விடுமென யாருமே நினைக்கவில்லை. நாங்கள் அதை வேடிக்கை பார்த்தோம். ஒரு சொப்பனத்தைப் போல அது நடந்து முடிந்துவிட்டிருந்தது. ரொம்ப நாட்களாகவே இருவருக்கும் இடையே வாக்குவாதங்கள் வளருவதுண்டு. அன்றைக்கோ வெடித்துச் சிதறிவிட்டது.

"தலித் இலக்கியத்தை தலித்துகள் தான் எழுத முடியுமா?" என்று கதிரேசன் கேட்டான். இப்படித்தான் பேச்சு ஆரம்பமாயிற்று. தருமாவிடமென்று பிரத்யேகமாகக்கூட அவன் கேட்கவில்லை, பொதுவாகக் கேட்டான்... எல்லாருக்குமாக....

"முதலில் தலித் என்பது யார்? அதைச் சொல்லு" என்றான் தருமா, எல்லாரும் சிரித்தோம்.

"சாதிய ரீதியில் ஒடுக்கப்பட்ட மிகவும் கீழ்த்தட்டு மக்கள்தான்... தலித் எல்லாருக்கும் பணிவிடை செய்தவர்கள்... அதாவது எல்லாராலும் விரட்டப்பட்ட வாழ்க்கையின் கடைசிப்படியில்... இருந்தவர்கள்... இருப்பவர்கள்...."

"யாரால் விரட்டப்பட்டார்கள்?"

"கிட்டத்தட்ட எல்லாராலும்..."

"அப்படியானால் அவர்களது இலக்கியத்தை அவர்களேதானே எழுத முடியும்"?

"அவர்களைப் பற்றிய நெஞ்சார்ந்த அக்கறையோடு நான் எழுதக்கூடாதா....?" என்றான் கதிரேசன்.

இவ்வளவு நாள் அவர்கள் மீது இல்லாத அக்கறை இப்போது மட்டும் ஏன் வருகிறது? அவர்களது இலக்கியம் பிரசித்தி பெறுகிறது என்பதால்தானே...."

குளித்துக்கொண்டிருக்கும் போது தடாலென வழுக்கி விழுந்து கொண்டிருப்பது போல உணருகிறான் கதிர். சுதாரித்து எழுவதற்குள் தருமா மேலும் ஒரு அடி வைத்தான்....

"இன்னமும் அவர்கள் எழுதவே தொடங்கவில்லை. அதற்குள் உன் இலக்கியத்தை நானும் தான் எழுதுவேன் என்று... போட்டி"

"அப்படியில்லப்பா... இலக்கியம் படைப்பது என்பது பிறப்போட சம்பந்தப்பட்டதாக ஆகி விடக்கூடாதல்லவா?"

"இந்த நாட்டில் இலக்கிய விருதுகள் அங்கீகாரங்களெல்லாம்... பெரும்பாலும் யாருக்குத் தாரை வார்க்கப்படுகிறது....? அது மட்டும் பிறப்பு சம்பந்தமானது இல்லையா?"

எதையாவது பிடித்துக் கொண்டு எழுந்து நிற்க முயல்பவன் போல கண்களால் துழாவுகிறான் கதிரேசன். இது சரியான இடி கிணற்றுக்குள்ளிருந்து பேசுபவன் போலானது குரல். "இப்படியெல்லாம் பேசிட்டா... போதுமா...உண்மை என்ன? இலக்கியம்னு ஒன்றுதான் இருக்குது... தலித் இலக்கியம், பிள்ளைவாள் இலக்கியம்னு எல்லாம் இல்லை...."

"ஒருத்தன் இன்னொருத்தன் காலை மிதித்துக்கொண்டிருக்கிறான். அதைப் பற்றி மிதி வாங்குபவன்தான் சரியான உணர்வோடு தேவையானதை எழுத முடியும், மிதித்துக் கொண்டிருப்பவன் மிதி வாங்குபவனின் இலக்கியத்தை... எப்படி எழுத முடியும்? மசுரு மாதிரி பேசக்கூடாது... கொஞ்சமாவது யோசிக்கணும்...." என்றான் தர்மா.

"என்னடா... கபோதி... மசுருன்னா சொன்ன?" என்றபடி கதிரு தருமாவை ஆவேசமாய் நெருங்கினான்.

கதிரேசன் தன்னை அடிக்க வருவதாக எண்ணிய தருமா அவசரப்பட்டு அவனைத் தாடையில் ஓங்கி மொத்திவிட்டான். நிலைகுலைந்த கதிரேசன் கீழே விழும்போது நாங்கள் முன் தயாரிப்பின்றி ரொம்ப சத்தமாய் சிரித்து விட்டோம். காய்ச்சல் வருமளவுக்கு அவனை நாங்கள் அவமானப்படுத்திவிட்டோம். மேடை, கூட்ட அறை ஏற்பாடு யாவற்றிலும் சம்பந்தப்பட்டிருந்த கதிரேசன் சட்டென வெளியேறியவன் அப்புறம் வரவேயில்லை. திடீரென தாசுக்கு வாந்தி வந்து விடும்போல வயிறு இரைந்தது... தருமா அழுது விடுவானோ. வாக்குவாதங்கள் சகஜமானவை. நாங்கள் நண்பர்கள் ஆறு பேருக்குள் தருமாவும் கதிரும் பேசியது போக மீதியை அபூர்வமாகப்பேசுவோம். அவர்களது சண்டை இல்லையேல் இலக்கியம் சுரத்தாக இல்லை. ஆனால் பேச்சோடு முடிந்து போகிற சண்டை அத்துமீறிப் போனதுதான் அதிர்ச்சியாயிருக்கிறது.

நாங்கள் அதிகம் பேசிக்கொள்ள நல்ல இலக்கியங்கள் இல்லை. ரொம்ப அபூர்வமான தேடலில் சிக்கி விடுபவை தவிர. ஆனால்

அவர்களுக்கு விவாதிக்க ஏராளம் இருப்பது போல தோன்றும். ஐ.நா. சபை முதல் கதை, கவிதை, வரை யாவற்றையும் சண்டையிட்டே பேசுவது அவர்களது பாணி. எங்களது மௌனத்தை விட அவர்களது தம்பட்டம் சுவையானது.

இன்று ஒரு மாணவி தாசுவைக் கேட்டாள். அதிர்ச்சியடைய வைத்த கேள்வி "எதையெல்லாம் படிக்கக்கூடாது என்ற கூறினீர்கள். சரி, எதைப் படிக்க வேண்டுமென கூறவில்லையே" ஒரு நொடி தாசுக்கு என்ன பதில் சொல்லுவதென தெரியவில்லை. அவன் யோசிக்கின்றான். யாரை நாங்கள் கேட்டுக் கொள்கிறோம் என்பது ஒரு தப்பித்தல். சோம்பல். நான் காட்ட முடியாது. காட்டக்கூடாது. அவளாகவே தேடிக் கொள்ளட்டும். முடிவற்ற வானத்தின் கீழே சிதறிக் கிடக்கும் எண்ணற்ற விஷயங்களுக்குள் தேடட்டும்.

நானும் தேடி வருகிறேன். எத்தனையோ ஆண்டுகளாக எது எதுவோ கிடைக்கப் போகிறதென தேடத் தொடங்கினேன். முன் தயாரிப்பே இல்லாமல் தேடுகிறேன். இதுவரை என்ன கிடைத்துவிட்டது? நிறைய கிடைத்தது. நிறைய கிடைக்கவில்லை. எல்லாம் கிடைத்து விடாது எல்லாம் கிடைத்துவிட்டால் தேடல் நின்று போய்விடும். தேடுதல் வாசக சுகம், அது நின்று போகக்கூடாது. வாசித்துத் தேடுதல், வாழ்ந்து தேடுதல், எழுதித் தேடுதல். சில சமயம் எதைத் தேடுகிறோம் என்ற இலக்கு இன்றியே தேட வேண்டி வருகிறது. அதில் ஒரு ஆச்சரியம் உள்ளது. நான் எத்தனை சேமித்தேன் என்று எனக்குத் தெரியாது எத்தனை நாவல் இதுவரை வாசித்து இருக்கிறேன். இத்தனை கவிதை. இத்தனை கதையென்று எண்ணிச் சொல்ல முடியாது. வாசகனாகத் தேடுகிறேன். படைப்பாளியாகத் தேடப்படுகிறேன். தேடுதலும், தேடப்படுதலும்.

சமூக மாற்றம் என்றெல்லாம் கூறுகிறோமே. அது? அதுவும் கூட ஒருவகைத் தேடல்தான். இதைவிட நல்ல உலகம். இதைவிட உயரிய சமுகம், இதைவிட சிறந்த எழுத்து. இதைவிட சுயநலமற்ற நான். சாதிப் பிரிவினையற்ற கிராமம். இதைவிட சரண்டல் அற்ற மானிடம் இதெல்லாம் திருப்தி இன்மையால் ஏற்படுவது. நான் உலகிடம் கூற விரும்புகிறேன். எனக்கு எதிலும் திருப்தி இல்லையென்று, எனவேதான் ஊர்வலம் போகிறேன். எனவே நான் எழுதுகிறேன். எனது தேடலைப் பிரபலப்படுத்திப் பரவசம் அடையப் போராடுகிறேன். கூட்டம் போடுகிறேன். நான் மட்டும் சுகமாயிருந்தால்? இல்லை அது அளவற்ற குற்ற உணர்வை ஏற்படுத்திவிடும்.

திடீரென்று தாசுக்கு அதிர்ச்சியாக இருக்கிறது. தான் யோசித்துக் கொண்டிருப்பதாகத் தோன்றியது. பிரமிப்பாக இருந்தது. தான் யோசிக்கும்போதே தன் மனநிலையை யாரோ வாசிக்கிறார்கள் என்றால் பயமாகத்தான் இருக்கிறது. பயத்திலிருந்து விடுபட

யோசனையைத் தருமாவின் பக்கம் திருப்பினான் தாசு. செத்தவன் கை வெத்திலையாக தருமாவின் தோளில் கிடந்த தனது கையை அவன் உணர்ந்தான் தருமாவிடமிருந்து சலனமேயில்லை. செத்து விட்டானோ.

மெல்ல இருட்டத் தொடங்கி விட்டது. வாட்சுமேனிடம் விடைபெற்றுக் கொள்ள நான் அவனைத் தேடத் தொடங்கினேன். இவ்வளவு பெரிய பள்ளிக்கூடத்தில் ராத்திரி அவன் எப்படி தனியாக இருக்கிறான்? என தோன்றியது. அவன் நிம்மதியாகத் தூங்குகிறானா என கேட்க விரும்பினேன். அவன் எங்கு படுப்பான்? படுக்கை எத்தகையது என்று கூட அறியலாம், வாய்ப்பிருந்தால். அரையிருட்டில் தருமாவின் மனம் தடுமாறியது. இப்போது அவனுக்கு என்னென்னவோ தோன்றியது. தனக்கு ஏற்பட்டுவிட்ட அவமானத்தைத் தாங்க முடியாமல் கதிரேசன் தற்கொலை செய்துகொண்டு விடுவானோ? அவ்விதம் நேர்ந்து விட்டால்? கதிரேசனின் அகலமான விழிகள் அவன் கண்முன் தோன்றின.

தருமா கூட ஒருமுறை தற்கொலை செய்து கொள்வதென முடிவு எடுத்திருக்கிறான். என்ன வகையில் சாகலாமென கழிவறையில் போய் அவன் யோசித்ததுண்டு. அந்த அறையில் தூக்கு மாட்டிக் கொள்ள முடியுமாவென மேல் தளத்தை நோட்டமிட்டபோது தருமா சிலிர்த்துவிட்டான். அந்தச் சிலந்தி, கூடுக்கட்டிக் கொண்டு அங்கு வாழ்ந்து வந்தது. தினமும் இரண்டு முறை தருமா அந்தக் கழிவறைக்கு வருவான். அந்த அறையை அவன் விரும்பியதேயில்லை. இவ்வளவு அருவறுப்பான அந்த அறைக்குள்ளும் ஒரு சிலந்தி நம்பிக்கையோடு வாழ்வது ஆச்சரியம் தந்தது. அந்தச் சிலந்தியே அவனது ஞான ஆசிரியனாக ஆகிவிட்டது. எனவே போராடி வாழ்ந்தே தீருவது என தருமா கழிவறையிலிருந்து தீர்மானத்தோடு வெளியேறினான்.

அது மாதிரியான ஒரு சிலந்தி கதிரேசன் வீட்டுக் கழிவறையில் உள்ளதா என்று அறிய தருமா துடித்தான். கன்னக்கதுப்புகள் துடிக்க அவன் யோசித்தான். படபடப்பு மேலிட்டதால் முட்டிக்குள் முகம் புதைத்துக்கொண்டான். உள்ளே இருட்டாக இருந்தது. அடிவயிறு இழுத்தது. "கதிரு செத்துப் போயிராதடா...." ஒரு விம்மல் மேலெழுந்தது. அவ்வளவுதான் தருமா உடைந்துவிட்டான். உடல் முழுதும் குலுங்க அவன் அழத் தொடங்கிவிட்டான். தாசுக்கு என்ன செய்வதென்றே தெரியவில்லை. வாட்சுமேன் வந்து கொண்டிருந்ததால் தருமா அழுவது தெரியக்கூடாதென அவனுக்கு மறைக்கிறாற் போல உட்கார்ந்தேன் நான்.

அப்போது தூரத்து இருட்டு சலசலத்தது. "டேய்... இருக்கீங்களாடா... இங்க ஆஸ்பத்திரிக்கு வந்தேன். எப்படி நடந்திச்சு...? எல்லாம்" என்றபடி கதிரேசன் வந்து கொண்டிருந்தான்.

49
நின்று கொண்டிருந்தான் வரை

அவனைக் கேட்டு எதுவும் வளரவில்லை. அவ்விடத்தைப் பொறுத்தவரையில் அவன் உட்பட அனைத்துமே அனிச்சையானவை. விடுதலையானவை. ரோஜாக்கள் கூட முரட்டுக் காட்டுச் செடிகளாய் வரைமுறைகளுக்கு எதிராக வார்க்கப்பட்டிருந்த அவ்விடம் இடம் என்பதற்கு மேலாய் இருந்தது. மிகப் பெரியதொரு செத்த மிருகம் போல அதன்மீது அவனது வீடு படுத்துக் கிடந்தது. நிலைகுலைந்த கூடாரம் போல திசைகளை எல்லாம் திடுக்கிட வைத்தபடியாய் கிடந்த அதனுள் இருக்க அவனுக்கு வருத்தமுமில்லை. விருப்பமும் இல்லை. அபசுரமான உணர்வுகளின் குதர்க்கமான நடனத்தில் இயங்கும் அவனுக்கு அவனும் அவன் சார்ந்த இடத்திற்கு அதுவும் வேண்டாதவை ஓசைகளைக் கைவிட்ட நாட்களில் மரங்களையும் கடவுள்களையும் சில மனிதர்களையும் வெட்டிச் சாய்த்து இந்த இடத்தை இப்படியாக ஆக்கியது அவன்தான் என்பது தெரிந்ததும், சுற்றிலுமான இடங்களிலிருந்தே தன்னை விடுவித்து தூரமாக்கிவிட்ட அவனைத் தேடி இவன் வரவேண்டி ஆயிற்று. வைதீக எலும்புக் கூடுகளைக் கட்டிக் கொண்டு உறங்குபவனென்ற அளவுக்கு ஊரில் வளைய வந்த செய்திகளின் மொத்த உருவமான அவனைத் தேடி வழக்கமான இவனது பைத்தியக்காரத்தனமான புதுமைப்பசி இவனை இழுத்து வந்துள்ளது.

ஆள்முழுங்கி லட்சியமான இதனுடன் இவன் வந்திறங்கிய காலத்தின் வினாடி முட்கள் பெரிய அதிர்வுடன் நகரலாயின. இவன் மட்டுமென்ன? எத்தனையோ நாட்களின் ஆய்வுக்குப் பிறகு இப்படியான இந்தச் சந்திப்பிற்கு இப்படியானதொரு நேரத்தை இவன் தேர்ந்தெடுத்தான். ரத்தநிறப் பூக்களின் வசிப்பிடமான அந்த இடத்தை அப்பூக்களின் வாசமாய் வளையவரும் அவனின் அந்த இடத்தைக் கனவுகண்டு கற்பனையாய் வடித்துத் தன்னையும் பொருத்தி இவன் முளைத்தெழ இடம் தேடி வந்துள்ளான். போர் முடியும் ராத்திரிகளை எதிர்கொள்ளும் துணிச்சலை ஏற்றிவிட்டு இவனை ஊரார் எல்லைகளின் வெளிச்சம் வரை விட்டுச் சென்றனர். இவன் போல ஒருத்தனுக்காக - அவன் போல ஒரு மிருகத்திடம் தனது தவிர்க்க இயலாமையைப் பரிந்துரைக்கும் ஒருத்தனுக்காக ஊர் தனது

புதிர்களுடன் சரணடைந்த, எதுவுமே வாழ்வை நியாயப்படுத்த முடியாத நிலைமைகளின் நிழலில் அவன் இவனுக்கு என்ன இழைத்தாலும் திரும்பத் திரும்ப நிகழும் சடங்காக அதை மறுத்துப் போய் உயிர்ப்பித்தெறியும் நினைவுகளுடன் பழையபடி வளைய வரும் என்பதை இவன் அறிவான்.

ஊரில் நீண்டு கூனிப்போன சந்துகளில் சாயங்கால சாராய நெடிகளிடம் ஒட்டிக்கொண்ட இவனது மனிதர்கள். விரும்பினாலும் விரும்பாவிட்டாலும் வாழ்க்கை நகரும் அந்தப் பாழ் நகரத்து அழுக்குப் பொந்தில் - பொந்திலும் பொந்தான அதில் - விட்டு வந்தவர்களின் நம்ப முடியாத பிரிவுகள் அவஸ்தைக்கு நிற்கிறான். இவனது முகம் இவனுடையது அல்ல. யாருடையதும் அல்ல அது. அசைத்தால் அசையும் தலையில் யாரோ வேறு சாதி ஆளின் ஜாடை நுழைந்து விட்டது. முகம் சுழிக்கும் முகங்கள் சுழிப்பே முகமாகிப் போன முகம் இவனது முகம். இவனது முன்னோர்களின் வாழ்வை நோக்கிய முகச் சுழிப்பு எல்லாம் இவனது மொத்த முகமாகிப் போனது. சாதித் தொழிலை வீடு உதிர்த்தும்கூட வீட்டை உதிர்க்காத சேரி இவனது.

அவனைப் பற்றியும் அறிவான். காலத்தின் உடல் அவனுக்கு என்று ஊர் அரற்றியபோது இவன் சிரித்த சிரிப்பின் உருவமாக அவனது முகமிருக்கலாம். ஆனால் மண்டியிடாதவன். அவன் அவனது சமூக சட்டங்களை அறுவடை செய்து கொண்டிருப்பவன். முழிபிதுங்கிய ரத்தப் பிசாசைப் போல நூற்றாண்டுகளாகப் கொழுத்துப்போன சம்பிரதாய மாயைகளைப் பிய்ப்தெறியப்பட்டவன். காலம் தனக்களித்த வாய்ப்பான இப்பிறவி - ஒழுங்கமைவுகளெனும் பெயரில் புத்தெடுத்த கோமாளித்தனங்களைக் கலைத்தெறிய அவன் பயன்பாடு ஆனான். மேலும் அவனது முகம் நேர்கோட்டிற்கு எதிரானது. சடங்குகளைத் தகர்த்தலுக்கு ரத்த சம்பந்தம் செய்து கொண்ட வெறியனான அவன் மனிதச் சுடுகாடுகளை ஏளனமாகக் கேலி செய்தவன். எதையும் தகர்ப்பவனின் நிழலில் சிக்கும் எதுவும் அடையாளமிழப்பிற்குத் தயாராகும் என்றே ஊர் இவனைத் தேர்ந்தெடுத்தது.

அவன் இவனைத் தன்னோடிருக்க அனுமதித்தால் ஒரு கட்டத்தில் இந்தப் புயலடித்த இடத்தைத் தனது உழைப்பால் போர்த்த இவன் தய-ராராக உள்ளான். வறண்டு கருவாடாய் நாறும் அவனது நாட்களுக்கு முற்றுப்புள்ளியும் அப்போது இவன் வைப்பான். மனசுக்குள் அவனது விருப்ப நேசனாய் மாறிவிட்ட இவனது சுவாசம் அதிரும்படியாய் நேரம் புதிர்களுக்குள் ஓடி மறைந்து கொண்டிருந்தது. எதுவும் நிகழவில்லை. இவனது கற்பனை உதிரும்படியாய் அவனது இடமான இதன் தோற்றம் இவனை அச்சுறுத்துவதாக உள்ளது.

எல்லாம் கலைத்தெறியப்பட்டவை. நுனியும் முதலுமற்றது இது. மக்கிக் குடல் பெருத்துச் செத்த கடவுள்களிலிருந்து ஏதோ வகை ஜந்துக்களின் அழுகுரல் கேட்டவாறு இருக்கும் இடம். குடுமிகளும் ஜடாமுடிக் குவியல்களும் செடிகளில் தொங்கும் இடம். சில கடவுள்கள் தலைகீழாகத் தென்படுவதாய் இல்லாத ஒன்றின் நூற்றாண்டுகாலத் துவம்சம் மலம் பூசப்பட்ட விநாயகர் தொந்தி வெடித்துக் காலக்கயிற்றில் கதியற்றுத் தொங்கும் இடமான இதில் மின்சாரகம்பிகளுக்குள் சாதிய எஜமான்கள். சாணிப்பாலுக்கும் சாட்டை யடிக்கும் பிறகு கூட மண்டியிட்டுத் தனது விசுவாசம் காட்டும் மடாதிபதி. அப்பேர்ப்பட்ட இடமான இதில் - புரோகிதம் புண்ணாகி ஒழுகும் நூற்றாண்டுகளின் எதிர்ப்புயலான இதில் இவனது வருகைக்கு எதிர்ப்புத் தெரிவிப்பதாய் வானைப் போர்த்திய கருமேகங்களின் கொடூரமான மோதல்களை எதிரொலித்தபடி காலைப்பொழுது உப்பிக்கொண்டிருக்கிறது.

மேலும் சில அமைவுகளைக் கலைத்துக் கொண்டிருக்கக்கூடும். தனது சொந்த வானத்திற்கு மூட்டமான இந்த நேரத்தில் அவன் பட்டுப்போன வேதாகம ஓலைச்சுவடிகளை எரித்துக் குளிர் காய விட்டுக் கொண்டிருக்கலாம். இருவருக்குமான நாட்களை அறியாத அவன் தனது பசியை - அவன் எப்போதும் வெறுத்து சட்டை செய்யாத அதை - பெருவெளிகளில் இரை தேடி அலைய விட்டிருக்கலாம். கடைசி சிதைவிடத்திற்கு அருகே இடம் முடிந்து விட்டதற்காக அவன் அடிக்கடி செய்வது போல - எல்லை மீட்பு வேலைகளில் ஈடுபட்டிருக்கவும் கூடும். அல்லது இரவுகளிடமிருந்து மீட்ட ஆசார இடங்களைச் சிதைது தனது இடமாய் செய்து கொண்டிருப்பான். முதற்கற்றை மின்னலைக் கிழித்துப் பிய்த்தெறிந்து வானம் ஊளையிட்ட இந்த வினாடியில் திடீரென்று அவன் தூக்கம் விழித்திருக்கவும் கூடும்.

அவன் எப்படியோ இங்கு வந்து விழுந்து முளைத்து உள்ளான். இவனுக்குத் தெரியும். காவியங்களைவிட தொன்மையானதும் கடவுள்களைவிட பழையதானதுமான ஒரு ரகசியம் போல அவனை காலம் மீட்டெடுத்தது. தனது அச்சத்தைக் தனக்கே தெரியாதபடி போர்த்துபவனான இவன் அவனை எதிர்கொள்ள சந்தர்ப்பங்களை நீட்டிப்பான். எதுவும் செய்ய முடிவாய் இருக்கும். அவை ஏதும் செய்யும் முயற்சிகளுக்குத் தயாரானது இது என்று சொல்லிக் கொண்டான். தனது சாஸ்திரிய அச்சம், மனமிளகும் மனோபாவம் போன்றவற்றுக்கு அவன் செலவு செய்ய என்ன மாதிரி ஆயுதங்களை வைத்திருப்பானென்று ஊகித்தே வந்துள்ளான். இவனது காலப் பணிவிற்கு அவன் விசித்திர வசையாய் இருப்பானென்றும் அறிவான்.

விவரிப்பிற்கு அடங்காத ஒன்று நிகழப் போவதை இவன் உணர்வான் இல்லை. கடலில் தனித்திருக்கும் திக்கற்றப் போர் கப்பலைப் போல விழிபிதுங்கியான இவன் எல்லாத் திசைகளையும் பாதைகளாகக் கற்பித்துக் கொண்டு நிற்கிறான். திட்டமிட்ட நேரப்படி நடக்காத சந்திப்பு தனது படிமத்தை இழந்து இவனுள் சிதைந்து கொண்டிருக்கிறது. உறைந்து போய் நிற்கும் நேரம் அசையாத் தன்மையை ஏற்படுத்துவதாயுமிருந்தது. அவ்விடத்து மவுனம் வேறொரு கிரகத்து மொழியாய் ஊற்றெடுத்தபோது நாத்திகத்திடம் தோற்று இவனது மனம் மாயத்தன்மையை இழந்து நடுங்கலுறத் தொடங்கியது.

இவனுக்கான நியமத்தை மீட்டுத் தரும் அந்த வினாடி இதோ வந்து சேர்ந்தது. கிட்டத்துப் புதர்களில் இறைந்து கிடந்த கடவுளர்தம் புற்றெடுத்த பல்லக்குகளிலிருந்து செத்த இலைகள் சலசலத்து ஒரு கலைந்த நடையின் குரலை நசுக்கி மிதிப்பதாய் இரைந்தன. நீண்ட மின்னல் கீற்று காற்றைக் கிழித்து அவ்வினாடியைச் சிதைத்த அங்கு காத்திருப்பு முடிவுக்கு வருவதற்கான அறிகுறிகளுடன் இருந்தது. காலத்தின் நடையின் மொழியை மேலும் கூர்மையாய் கேட்க கேட்க இவனிடமிருந்தும் முறிந்து போனான். இறந்துவிட்டவனாகவும் பிறந்து எழுந்தவனாகவும் இல்லாமல் போன இவனுக்குக் கால்கள் இருக்கின்றனவா? எல்லைகளற்றுப் போய்விட்டதாகவும் தோன்றிய நொடியில் ஒரு பந்து போல ஆகி உப்பி சுருங்கி உப்பி... சுவாசிப்பது போன்ற ஊனமற்ற முழுமையை இவன் அடைந்தான். இப்போது திருப்பத்தின் மய்யத்தில் உருவம் முளைத்தது. இவன் தயாரானான். மனிதச்சாயல் பூசிய அவ்விடம் சொந்த மூச்சில் முட்டிச் சறுக்கி விழுந்தான், திகைத்தான். நோக்கினான். எல்லைகளற்ற பதற்றம் தின்றவெளிகளைப் பரிதாபமாய் துழாவி எழுவதற்கு பெருமுயற்சி செய்தபடியாய் மீண்டும் நோக்கினான். இவன் முன்னால் இவனே நின்றுகொண்டிருந்தான்.

50
சுவர் படத்தில் இருப்பவர்

விசும்பும் ஒரு உன்னத ஆத்மாவின் குரலுக்காக. என் பிரிய மகனே உன் ஒருவன் உறவுக்காக எல்லா உண்மைகளையும் அறிந்த இப்பேரண்டத்தின் சாட்சியாக... இன்று இக்கண்ணாடிக்குப் பின் தைரியமாகத் தெரிகிறேன். உடையாமல் சிதையாமல். காற்று உன் கண்ணீரை உறிஞ்சிக் கொண்டு வீசுகிறது. தொங்கும் உன் புகைப்படத்தின் பூமாலை சொல்கிறது. இன்று எனது நாள் மகனே விளக்குச்சுடரில் அசையும் நான் பிம்பக்கடலில் மய்யமாய் இருக்கிறேன். வியாபார சாலைகளில் பூக்கள் விலை மலிந்திருக்க வேண்டும். எனக்காக செத்துப் போன இப்பூக்கள் அறியாது.... சன்னலுக்கு வெளியே வாழ்வை விரட்டிப் பிடிக்க விரைந்தோடும் வாகனங்கள் அறியாது. மற்றும் சாலை வழிப்போக்கர் அறியார்கள்.... வீட்டை நனைக்கும் மழை அறியாது. உனது கதறல்களைச் சுவைத்துக் கொழுத்த அன்றைய நாள் வருடங்களின் அடியில் புதைந்துவிட்டது மகனே. வெளியில் என் மரணத்திற்கு முன்னும் பின்னும் பிறந்தவர்களின் உலகம். அறியாமை கோலோச்சும் அன்பு வற்றிப்போன முரட்டு உலகம்.

சென்ற வருடத்தின் கடைசி ஞாயிற்றுக்கிழமையை விட இந்த வருடத்தின் கடைசி ஞாயிற்றுக்கிழமையில் நீ அதிகம் விசும்புவதைக் காண முடிகிறது. இந்தக் கண்ணீர் எனக்கானது மட்டுமே அல்ல. ஆனால் மகனே நீ அழு. இன்று ஒரு நாள் நீ அழத்தான் வேண்டும். சாம்பல் நிறப்புகையும் இருட்டு எருமைகளும் சாலைகளில் உலாவும் இந்த நகரத்தின் மரத்துப் போன வேலை நாட்களைக் கடத்த இன்று உன்னில் புதையுண்ட ரகசியங்களைக் கொட்டி அழுது தீர்த்து விடுவாய். பின் முரட்டுத்தனமான மௌனத்தைப் பிடிவாதமாய் போர்த்தியபடி வருடத்தின் அடுத்த கடைசி ஞாயிற்றுக்குக் காத்திருக்கத் தொடங்குவாய்... அய்யோ என் மகனே உனது இனி வரும் வருடங்கள் முழுவதையும் கண்ணீரால் இரக்கமின்றி மூழ்கடித்து விட்டேனே. சிதைக்கும் திரவமாகி உன்னை உருக்குலைத்த இரவுகளின் மொத்த இருளாய் வழிந்தோடிப் போனேனே. நான் எத்தனை மோசமான பிறவி. ஆனால், எனது ஆன்மாவாக உலாவும் உன் மீது சாட்சியாக இப்படியெல்லாம் ஆகுமென்று எனக்கு யாருமே அறிவுறுத்தவில்லை மகனே.

ஒன்றும் பேச மாட்டாய். கேள்வி எதுவும் கேட்க மாட்டாய். பதில் எதுவும் சொல்ல மாட்டாய். குமுறும் உனது ஆழ்மனது காயத்தின் குருதி கண்ணீராய் வழிந்தோடும் தினமான இன்றின் மவுனம். நிறைய பேசக்கூடியவன் நீ. அதற்குள் இத்தனை கூட்டங்கள் ஓடிப் போய்விட்டன. மன்னித்து விட்டிருப்பாய். ஆனால் இப்படியான தொரு முடிவு தனது மகனுக்கு வர வேண்டுமென எந்தத் தகப்பனுமே எண்ணியிருக்க மாட்டான். ஒரு சீரான மனநிலைக்கு வந்து யோசிக்கும் போது எல்லாமே விடை கூற இயலாத ஒரு வரிப் புதிர் போல நடந்து முடிந்தது போலானது. யாரைக் குற்றம் சொல்வது? என் ஒருவனைத் தவிர.

ராணுவத்திலிருந்து பெஷாவரிலிருந்து நான் திரும்பி இருக்கவே கூடாது. ஆனால் அவ்விதம் திரும்பியபோது எவ்வளவு உற்சாகமாக இருந்தது. புதிய உதயம் புதிய வாழ்க்கை உங்களைத் (உன்னையும் அம்மாவையும்) தவிர வேறு எதுவுமே இல்லாத புதிய சூழல் என்னைத் திணறடித்து விட்டிருந்தது. எந்த ஐபேதாரும் ராணுவத்தில் கால் நூற்றாண்டைக் கழித்துத் திரும்பிய பிறகு குடும்பங்களிடமிருந்து, சிவிலியன்களிடமிருந்து தனிமைப்பட்டுப் போய்விடுவான். இனம் புரியாத ஒரு முரட்டுச் சோகத்தை விரைத்து நரம்பு புடைத்த உடம்பில் சுமந்து அவன் திரிவான். தனது ப்ரிகேடின் சின்ன அசைவைக்கூட "கொயட்" என்று எருமைக்குரலில் கத்தி நிறுத்திப் பழக்கப்பட்டவன்; குழந்தைகள் முனகினால் கூட பொறுத்துக்கொள்ள மாட்டாமல் உறுமத் தொடங்குவான். ஊரில் உணவருந்த - தூங்க பிடிவாதம் செய்யும் பிஞ்சுகளுக்கு அவன் பிசாசு ஆகியிருப்பான். நானோ அவ்விதமாய் இருக்கவில்லை.

ராணுவ வீரனெனும் மிடுக்கை விட அன்பான உங்களின் வாழ்க்கையோடு என்னைப் பொருத்திக் கொள்ளும் அவசரமே என்னிடம் இருந்தது. என்னால் நம்பவே முடியவில்லை. என் ஒருவனுக்காக அற்புதமான ஒரு உலகம் காத்திருக்கிறது என்பதை, என் மனைவி அன்பானவள் என்பதை, என் மகன் என் மீது உயிரையே வைத்திருக்கிறான் என்பதை உங்கள் ஆன்மாக்களின் வாடை வீசிய அந்த வீட்டிலிருந்து... உங்கள் அன்பில் புதைந்த அந்த சொர்க்கபுரியிலிருந்து வெளியில் தலைகாட்டாமல் நான் அடைந்தே கிடந்தேன். எத்தனைப் பெரிய தவறு செய்துவிட்டேன்.

ஆயிற்று. நான் வந்து சேர்ந்த நாலாம் மாதம் உன் தாய் மீண்டும் கருவுற்றாள். இரவுகள், பகல்கள் உன்னைப் புறக்கணித்து தன்னோடு சரசமாட அவள் அழைத்துக் கொண்டிருந்தாள். 'பிறக்கப் போவது பெண்ணாக இருந்தால்....' என்று அவள் இழுத்த ஒரு நாளில் நான் வேலைக்குப் போவது என தீர்மானமானது. உல்லாசிகள் மொய்க்கும்

நம் கொடைக்கானலில் வேலைக்கா குறைச்சல்? சொகுசு தங்கும் விடுதியொன்றின் வரவேற்பு பதிவாளர்களில் ஒருவனாக நான் போக ஆரம்பித்தேன். நாட்கள் ஓடுகின்றன. வாழ்க்கை மௌனமாக நின்று எல்லாவற்றையும் வாசித்துக் கொண்டிருந்தது. அய்யோ... என் மகனே. ஒற்றைத் துப்பாக்கிக்காரனைப் போல அது நம்மைக் குறி வைத்துக் கொண்டிருந்திருக்க வேண்டும்.

என் முதன்முதல் சம்பளம் வந்தபோது எவ்வளவு உற்சாகமாக இருந்தது? ராணுவத்தில் சம்பளம் வாங்கியபோது கூட எனக்குள் அத்தனை சிலிர்ப்பு இருக்கவில்லை. கரைதொட்ட கடலலை திரும்புவது போல வேகமாய் வீடு வந்த நான் வாங்கி வந்திருந்த பதார்த்தங்களால் உங்கள் வயிற்றை நிறைத்தேன். புதிய உடுப்புகள். ஒரு பூச்செண்டு. மூடி பளபளத்த பார்க்கர் பேனா. என் செல்ல மகனே! உனக்காக ஆனால் அப்போது எனக்கு எதுவும் தோன்றவில்லை. உங்களோடு இருப்பதைத் தவிர. வெளியில் உல்லாசமாக உங்களைக் கொஞ்சம் இளைப்பாற நான் அழைத்துப் போகவில்லை. சக மனிதர்களுக்கு ஏதாவது செய்ய வேண்டும் என்ற கொந்தளிப்பும் அவரசமும் கொண்ட ராணுவக்காரனாக இருந்தும் நான் வெறு-மனே இருந்தது ஏன்? இத்தனைக்கும் லட்சக்கணக்கான மைல் கடந்தெல்லாம் மனிதர்கள் உல்லாசமும் உற்சாகமும் (சிலர் வாழ்க்கையை, அமைதியை) தேடி ஓடோடி வரும் ஊரான ஒரு கொடைக்கானலில் எவ்வளவோ இருக்கத்தான் செய்கிறது. மிகவும் சிரமப்பட்டுப் புரிந்து கொள்ள முயல்கிறேன் மகனே. எனக்கு நானே ஒரு குருட்டுத் தனமான உலகத்தைச் சிருஷ்டித்துக் கொண்டிருக்க வேண்டும். பைத்தியக்காரன்.

படுகமலை வாசிகளின் பரம்பரைக்காரனான நான் என் குடும்பம் பசிக்கு அலைய ஒருபோதும் அனுமதித்தது அறியேன். ராணுவத்திலிருந்து எத்தனை தலைபோகிற காரியங்கள். சிறு, சிறு செலவுகள் இருந்தாலும் ஊருக்குத் தொகை அனுப்பத் தவறியதே கிடையாது. நீ மற்றவர்களை போல இருக்கக்கூடாது. நீ படித்தவனாக பெரிய அதிகாரியாக அரச எந்திரத்தின் பிரம்மாண்டமானதொரு பாகமாக இருக்க வேண்டுமென எப்போதும் கடிதங்கள் எழுதிக் கொண்டிருந்தேன். எனது கடிதங்கள் வெற்றுக் காகிதங்களாகச் சிதறடிக்கப்பட்டதை, எனது கனவுக் குமிழி சிதைவடைந்ததைப் பின் உனது பிறந்த நாளன்று உணர்ந்தேன். வாழ்க்கை மீது எனக்குப் பகைமை ஏற்பட்டதைத் தெரிந்து நொந்து போனேன் மகனே.

இரவில் மிகவும் காலந்தாழ்த்தி நீ வரத் தொடங்கியதாக உணர்ந்தபோது முதல் முறையாக நான் பின் வாங்கினேன். 'கவனிக்க வேண்டும்' என்று சொல்லிக்கொண்டேன். தொலைதூர

நகரமொன்றிலிருந்து வந்தவனாகிய நான் பள்ளியில், விளையாட்டு மைதானங்களில், தேவாலயங்களில், அப்புறம் கடைசியாக எங்குமே உன்னைக் காணாதவனாக வீடு திரும்பியபோது எனது கவலை ஒருபெரும் துயரமாக வடிவெடுத்திருந்தது.

மேலும் சில இரவுகள். மேலும் சில உண்மைகள். உன்னிடம் நிறைய பணம் இருப்பதாக உன் தாய் கூறினாள். மேலும் என் கலக்கத்தை உலுக்கியபடி அவள் சொன்னாள். மூன்று வருடங்களாக நீ பள்ளிக்கூடம் போவதில்லை. வீட்டில் சரியான நேரத்தில் இருப்பதில்லை. மற்றப் படுகப் பையன்களைப் போல நீ 'வேலைக்குப்' போய் விட்டதாகக்கூறி எனது இரவை அவள் சில்லிட வைத்தாள். சகஜ வாழ்க்கையை விட்டே நீ ஓடிப்போய் இருக்கிறாய் என்பதை அறிந்து நான் திடுக்கிட்டேன்.

கொடைக்கானல் எத்தனையோ விதங்களில் சிறுவர்களை வேட்டையாடிக் கொண்டிருக்கிறது. இரண்டு மூன்று ரூபாய்க்காக மணிக்கணக்கில் மைல் கணக்கில் விறகு சுமப்பவர்கள். சுற்றுலா உல்லாசிகளுக்கு பிராந்தி வாங்கப் போக விடுதிகளில் வீணடிக்கப்பட்டவர்கள். நிலைமைக்குத் தகுந்தவாறு கைடுகளாக ஹெல்பர்களாக - டூரிஸ்ட் வேன் கிளீனர்களாக - சில்வர் கேஸ்கூட்டில் - பில்லர் ராக்கில் சுட்ட சோளம் - மிளகாய் பஜ்ஜி கடைகளில் எடுபிடியாக - ஏன் யூகலிப்டஸ் எண்ணெய் கிடங்குகளில் மிக்ஸர்பாயாக என்று தமது சின்னஞ்சிறு பிஞ்சுகளை எங்கள் மலையரசி தொடர்ந்து பலியிட்டுக் கெண்டிருக்கிறாள். ஆனால் என் மகனே, உன் விஷயத்தில் வேறொன்று வேறொரு விதமாய் நடந்து முடிந்துவிட்டது.

இன்று நீ உட்கார்ந்திருக்கும் விதத்தைப் பார்க்கிறேன். மழை நனைத்த மர வீட்டின் ஒற்றை விளக்குச்சுடர் போல எத்தனை அழகானவன் நீ? புராணங்களில் தலைகாட்டுகிற அவதார புருஷன் ஒருவனின் சாயல் உன்னெங்கும் வற்றாமல் ஓடிக்கொண்டிருக்கிறது. நானோ பிரம்மாண்டமானதொரு கேளிக்கை கூட்டத்தில் உன்னை வாழ்க்கையெனும் ஜேப்படித்திருடனிடம் முழுசாக இழந்துவிட்டேன். ஒரு தகப்பனாக இருந்து யோசிக்கின்ற போது உனது கண்ணீர் துளிகளின் துயர் காரணியான என்னை - துக்கம் கொப்பளிக்கும் உன் ஆன்ம துஷ்டனாக - எண்ணிப் பரிதவித்துப் போகிறனே மகனே. சீற்றம் மிகுந்த ராஜநாகத்தைப் போல என் நெஞ்சைத் தாக்கிக் கொண்டேயிருக்கும் அந்தச் சம்பவத்தை எண்ணுகிறேன்.

அன்று ஞாயிற்றுக்கிழமை எனது பணியிடம் மிகவும் பரபரத்துப் போயிருக்கும் நாள். வெள்ளைக்காரன்களும் வெளி மாநிலத்து

மக்களும் விடுதியை மொய்த்திருந்தார்கள். "எக்ஸ்கியூஸ் மீ உங்கள் அறை எண் 256,. மிஸ்டர். மார்வெல்."

"அது ஒற்றை அறை".

"இவர் எனது விருந்தினர். இன்று இவர் என்னோடு இருந்தே ஆகவேண்டும்."

என் சக ஊழியன் ஷோகான் போராடிக்கொண்டிருந்தான். இப்படியாக அவ்வப்போது நிகழும். வெள்ளைக்காரன்களுக்குக் கோடைக்கானலை உணர்ந்து சுற்றி பார்ப்பது என்பது அங்கிருக்கும் வேசிகளையும் சேர்த்து சுவைப்பது. நானோ வங்களாத்து அரசு பேருந்தின் உல்லாச விருந்தினர்களுக்கு அறைகள் ஒதுக்குவதில் கவனமாயிருந்தேன்.

பிறகு பிறகென்ன வழக்கம்போல் ஷோகான், அந்தக் கிழப் பிசாசான மார்வெல்லிடம் (எனக்குமாக) எக்கச்சக்கமான கையூட்டு பெற்றிருப்பான். காலையில் அறை சாத்தியவன் மாலை வெகு நேரமாகியும் கீழே இறங்கி வரவில்லை என்பதைப் பிறகு மாலை இருளில் எனக்கவன் பரிகாசத்துடன் விளக்கினான். "தேவிடியாள் மகன் மார்வெல்லுக்கு வேசிகளென்றால் நாள் கணக்கு" என்று பல்லைக் கடித்தபடி என் சக ஊழியனிடம் என் பங்கைப் பெற்றுக்கொள்கிறேன். "வேசியல்ல கூட்டாளி. இம்முறை வெள்ளை யனுக்கு வேறு பசி. விவகாரமானது. பங்கு பார்த்தாயா.... பெரிய நோட்டு" என்று கிசுகிசுத்த ஷோகான் தனது மாட்டு முழிகளைச் சிலுப்பியபோதும் ஏதும் உணராது "பயன்படும்" என்று நோட்டைப் பதுக்கினேன். என் காதுகள் ஏன் வேலை செய்வதை நிறுத்தி விட்டிருந்தன? நினைவுக்குப் பல்லாயிரக் கணக்கான மைல் தூரத்துச் சம்பவத்திற்காக வினாடிகள் காத்திருக்கத் தொடங்கின.

குமட்டும் வாடை. வாசனை திரவமும் பளபளத்த வெளிக்கோட்டுமாக இரவு உணவிற்காக அவன் இறங்கி வந்திருந்தான். வெட்கம் கெட்ட காமுகன் மார்வேல் "மிஸ்டர் மார்வெல் விருந்தினரை அனுப்பி விட்டீர்களா? ''மேலும் கையூட்டு பெறும்'' அவசரத்தில் வெளிப்படும் வெட்கம் கெட்ட குரல். ஷோ-கான் லேசாகச் சிரித்தான். "நீ நினைப்பது போன்ற விருந்தினர் அல்ல. நண்பா. இந்தக் கிழநரி இன்று அழைத்து வந்திருப்பது ஒரு பிஞ்சு வெள்ளரியை, அதோ பாரு வெளியில் நிற்கிறான். இவனது ஹோமோ பார்ட்னர்". பனி படர்ந்த வெளி விளக்கின் ஒளியில் நான் பார்த்தது என் ரத்தத்தை பொசுக்குவதாய் இருந்தது. மீண்டும் மீண்டும் அய்யோ மகனே அங்கு நீ... நீ மட்டுமே நின்று கொண்டிருந்தாய். "பையன்களின் உள்ளாடை களுக்குள் பகல்களைப் புதைத்துக் கொண்டிருக்கிறான்... பச்சைக் குழந்தைகள் நண்பா . என்னவெல்லாம்

செய்யச் சொல்கிறானோ" ஷோகன் குரல் எனக்குக் கேட்கவில்லை. நானோ இனி ஒருபோதும் எழ முடியாத ஒரு ஆழ் உலகத்தில் இறுதியாக வீழ்த்தப்பட்டேன்.

இல்லை. இல்லை. அது நீ இல்லை. அது என் மகனில்லை. நீயாக இருந்திருக்கவே கூடாது. அதற்கு வாயப்பே இல்லை. நான்... நான் பார்த்தது பிறகு நடந்தது. அது நீதான்....நீயே தான்... என்ன சந்தேகம்? பிஞ்சிலும் பிஞ்சான உன்னை இத்தனை கொடூரமானதொரு மிருகக் காட்டில் தொலைத்துவிட்டது எவ்வளவு பெரியப்பாவச் செயல். ராணுவத்தில் எங்களுக்குச் செய்யப்பட்ட கடுமையான ஒழுக்கக் கட்டுப்பாடுகளின் உயிர்த்தீ ரத்த ஆறாய் உள் ஓடும் நான் என் மகனான உன்னை உயிருக்குயிரான உன்னை சீர் செய்து செப்பனிட அவசரப்படாது போனேனே, மகனே...மகனே...நீ எங்கே போகிறாய்? எப்போதுவருகிறாய்? உன்பள்ளிக்கூடம்எங்குள்ளது? உன்நண்பர்கள் யார்? நீ விளையாடுகிறாயா? இதையெல்லாம் கேட்கக்கூடாது என்று நினைத்தேனே. அய்யோ ஏன் அப்படி இருந்தேன்.

ஆனால் நான் உன்னிடம் வந்து சேருவதற்குள் எல்லாமே முடிந்திருந்ததை பின் உணர்ந்த போதும் என்ன செய்ய முடிந்தது. ரத்தமாய் நீ வாந்தி எடுத்தபோதும் உடல் எடை மிகவும் குறைந்து ஆஸ்பத்திரிக்கு தூக்கிக்கொண்டு ஓடிப்போய் சேர்த்தபோதும் காலம் என்னை எப்படியல்லாம் வஞ்சித்து விட்டிருந்தது என்பதை எண்ணிப் பதறுவதை தவிர உனக்கு வேறு அவகாசமே இல்லாமல் போனது மகனே. உலகை மிகமோசமாக தாக்கி வரும் வாழ்க்கை முடிவு நோயாதிக்கத்தின் கோடூர நிழல் என் கண்முன்னால் என் மகனை சூழ்ந்தது. எச்.ஐ.வி. பாசிடிவ் என்றால் என்னவென்று உன் தாய்க்கு என்னால் புரிய வைக்கவே முடியவில்லை மகனே. உனது உடல் நிலையின் ரகசியத்தை பேண முடியாதவளாக அவள் பார்க்கிறவர்களிடமெல்லாம் கதறி அழுதது என்னை ஒரு மிருகமாக்கி இருக்கவேண்டும்.

தெரியும். கிழநாய் மார்வெல் மட்டுமல்ல. இன்னும் எத்தனையோ உல்லாசிகள் உன்னை உருகுலைத்ததில் பங்கு பெற்றார்கள். பிஞ்சுக் குழந்தைகளிடம் விஷம் கக்கும் ------------. பபிள்கம்மில் போதைப் பொருள்செலுத்தவும், உங்கள் சமூக அவாக்களை சுரண்டவும்செய்தகெ-ாடியமிருகங்கள்என்றாலும்மகனேஎன்ஆத்திரம்முழுவதும்மார்வெல்லை நோக்கியேதிரும்பியது.ராணுவவீரனெனும் ஓநாய் எனக்குள் விழித்துக் கொண்டிருந்தது.போர்வெடித்தராத்திரிகளில்பிணவெறியுடன்சுற்றி சுற்றி வேட்டையில் ஈடுபடுகிற அதே வேகத்தோடு அன்றைய இரவில் கடைசியாக உன்னை முத்தமிட்டுவிட்டு நான் புறப்பட்டுப்போனேன் போய்விட்டேன்.

எப்படியெல்லாம் தவித்திருப்பீர்கள். என்னவெல்லாம் ஆகியிருப்பீர்கள். மயக்கம் தெளிந்த பொழுதிலெல்லாம் என்னை திட்டித் தீர்த்து மீண்டும் மயங்கிக்கொண்டிருந்தாள் உன்தாய். ஷோகன் இருந்தான். உங்களுக்கு அவனுக்கு ஏதாவது கைமாறு செய்யவேண்டும். வாழ்க்கை அவனை வஞ்சிக்காமல் இருக்கட்டும் மகனே.

இப்போது எப்படி இருக்கிறாய். மிக மிக ஜாக்கிரதையாக இருந்தால் பத்தாண்டுகள் கூட என்று சொல்கிறார்களே. உன்னை நன்றாக பார்த்துக்கொள்கிறார்களா. மனிதர்கள் உன்னை நேசிக்கிறார்களா. என் உயிருக்குயிரான உன்னை உன் தாய் முத்தமிடுகிறாளா. மருத்துவர்கள் பரிவு காட்டுகிறார்களா... நீ...நீ... சந்தோஷமாய் இருக்கிறாயா.

கிளம்பி விட்டாய். பதில் எதுவும் சொல்லாமல் கிளம்பி விட்டாய். சரி..சொன்னாலும் கேட்க மாட்டாய். உனது தாயை அனுப்புவாயா மகனே. அவளிடம் - என் இதயம் உள் ஓடும் அவளிடம் - பேசுவதற்கு எதுவுமில்லை. ஆனால் எனது நாளாகிய இன்று அப்படியே அவளைப் பார்த்துக்கொண்டிருந்தால் அது போதும் எனக்கு. போய் வா.

■

செய்யச் சொல்கிறானோ” ஷோகன் குரல் எனக்குக் கேட்கவில்லை. நானோ இனி ஒருபோதும் எழ முடியாத ஒரு ஆழ் உலகத்தில் இறுதியாக வீழ்த்தப்பட்டேன்.

இல்லை. இல்லை. அது நீ இல்லை. அது என் மகனில்லை. நீயாக இருந்திருக்கவே கூடாது. அதற்கு வாயப்பே இல்லை. நான்... நான் பார்த்தது பிறகு நடந்தது. அது நீதான்....நீயே தான்... என்ன சந்தேகம்? பிஞ்சிலும் பிஞ்சான உன்னை இத்தனை கொடூரமானதொரு மிருகக் காட்டில் தொலைத்துவிட்டது எவ்வளவு பெரியப்பாவச் செயல். ராணுவத்தில் எங்களுக்குச் செய்யப்பட்ட கடுமையான ஒழுக்கக் கட்டுப்பாடுகளின் உயிர்த்தீ ரத்த ஆறாய் உள் ஓடும் நான் என் மகனான உன்னை உயிருக்குயிரான உன்னை சீர் செய்து செப்பனிட அவசரப்படாது போனேனே, மகனே...மகனே...நீ எங்கே போகிறாய்? எப்போது வருகிறாய்? உன் பள்ளிக்கூடம் எங்குள்ளது? உன் நண்பர்கள் யார்? நீ விளையாடுகிறாயா? இதையெல்லாம் கேட்கக்கூடாது என்று நினைத்தேனே. அய்யோ ஏன் அப்படி இருந்தேன்.

ஆனால் நான் உன்னிடம் வந்து சேருவதற்குள் எல்லாமே முடிந்திருந்ததை பின் உணர்ந்த போதும் என்ன செய்ய முடிந்தது. ரத்தமாய் நீ வாந்தி எடுத்தபோதும் உடல் எடை மிகவும் குறைந்து ஆஸ்பத்திரிக்கு தூக்கிக்கொண்டு ஓடிப்போய் சேர்த்தபோதும் காலம் என்னை எப்படியெல்லாம் வஞ்சித்து விட்டிருந்தது என்பதை எண்ணிப் பதறுவதை தவிர உஎனக்கு வேறு அவகாசமே இல்லாமல் போனது மகனே. உலகை மிகமோசமாக தாக்கி வரும் வாழ்க்கை முடிவு நோயாதிக்கத்தின் கோடூர நிழல் என் கண்முன்னால் என் மகனை சூழ்ந்தது. எச்.ஐ.வி. பாசிடிவ் என்றால் என்னவென்று உன் தாய்க்கு என்னால் புரிய வைக்கவே முடியவில்லை மகனே. உனது உடல் நிலையின் ரகசியத்தை பேண முடியாதவளாக அவள் பார்க்கிறவர்களிடமெல்லாம் கதறி அழுதது என்னை ஒரு மிருகமாக்கி இருக்கவேண்டும்.

தெரியும். கிழநாய் மார்வெல் மட்டுமல்ல. இன்னும் எத்தனையோ உல்லாசிகள் உன்னை உருகுலைத்ததில் பங்கு பெற்றார்கள். பிஞ்சுக் குழந்தைகளிடம் விஷம் கக்கும் -------------. பபிள்கம்மில் போதைப் பொருள் செலுத்தவும், உங்கள் சமூக அவாக்களை சுரண்டவும் செய்த கொடியமிருகங்கள் என்றாலும் மகனே என் ஆத்திரம் முழுவதும் மார்வெல்லை நோக்கியே திரும்பியது. ராணுவ வீரனெனும் ஓநாய் எனக்குள் விழித்துக் கொண்டிருந்தது. போர் வெடித்த ராத்திரிகளில் பிணவெறியுடன் சுற்றி சுற்றி வேட்டையில் ஈடுபடுகிற அதே வேகத்தோடு அன்றைய இரவில் கடைசியாக உன்னை முத்தமிட்டுவிட்டு நான் புறப்பட்டுப்போனேன் போய்விட்டேன்.

எப்படியெல்லாம் தவித்திருப்பீர்கள். என்னவெல்லாம் ஆகியிருப்பீர்கள். மயக்கம் தெளிந்த பொழுதிலெல்லாம் என்னை திட்டித் தீர்த்து மீண்டும் மயங்கிக்கொண்டிருந்தாள் உன்தாய். ஷோகன் இருந்தான். உங்களுக்கு அவனுக்கு ஏதாவது கைமாறு செய்யவேண்டும். வாழ்க்கை அவனை வஞ்சிக்காமல் இருக்கட்டும் மகனே.

இப்போது எப்படி இருக்கிறாய். மிக மிக ஜாக்கிரதையாக இருந்தால் பத்தாண்டுகள் கூட என்று சொல்கிறார்களே. உன்னை நன்றாக பார்த்துக்கொள்கிறார்களா. மனிதர்கள் உன்னை நேசிக்கி றார்களா.என் உயிருக்குயிரான உன்னை உன் தாய் முத்தமிடுகிறாளா. மருத்துவர்கள் பரிவு காட்டுகிறார்களா... நீ...நீ... சந்தோஷமாய் இருக்கிறாயா.

கிளம்பிவிட்டாய்.பதில் எதுவும் சொல்லாமல் கிளம்பிவிட்டாய். சரி.சொன்னாலும் கேட்க மாட்டாய். உனது தாயை அனுப்புவாயா மகனே. அவளிடம் - என் இதயம் உள் ஓடும் அவளிடம் - பேசுவதற்கு எதுவுமில்லை.ஆனால்எனதுநாளாகிய இன்று அப்படியே அவளைப் பார்த்துக்கொண்டிருந்தால் அது போதும் எனக்கு. போய் வா.

∎